ஹான்ஸ் கிறிஸ்டியன்

ஆண்டர்சன் கதைகள்

ஹான்ஸ் கிறிஸ்டியன் ஆண்டர்சன்

'தேவதைக் கதைகளின் தந்தை' என்றழைக்கப்படும் ஹான்ஸ் கிறிஸ்டியன் ஆண்டர்சன் 1805ம் ஆண்டு ஏப்ரல் மாதம் 2ம் தேதி டென்மார்க்கில் ஓதென்ஸ் நகரத்தில் பிறந்தார். எளிய குடும்பத்தில் ஒரே மகனாகப் பிறந்த அவருக்கு, அவரது தந்தை சொல்லும் நாட்டுப்புறக் கதைகளைக் கேட்பதில் மிகவும் ஆர்வம். அவரது தந்தை அறிமுகப்படுத்திய அரேபிய இரவுகள் கதையை விரும்பிப் படிப்பதில் அதிக நேரத்தை செலவிட்டு வந்தார். அவருக்கு பனிரெண்டு வயதானபோது தந்தை இறந்தார். பிறகு ஆண்டர்சனின் வாழ்க்கையில் மாற்றங்கள் ஏற்படத் தொடங்கின. அவரது பாட்டியின் தோட்டத்துக்கு செல்வதும் பாட்டியின் கதைகளைக் கேட்டறிவதும் அவரது பொழுதுபோக்காக மாறின. அந்தத் தோட்டத்திலிருந்த பறவைகள், மலர்கள், வாத்துகள் இவற்றிடமிருந்தே தன் கற்பனைப் பாத்திரங்களை உருவாக்கத் தொடங்கினார் ஆண்டர்சன்.

பள்ளி வாழ்க்கையில் அவர் மகிழ்ச்சியடையவில்லை என்றாலும் பல்கலைக்கழகப் படிப்பை முடித்துவிட்டு பாடல்கள் எழுதுவதிலும் அதனைப் பாடுவதிலும் அதிக நாட்டத்துடனிருந்தார். 1829ல் ராயல் தியேட்டர் நிறுவனம் ஆண்டர்சனின் இசை நாடகத்தை தயாரித்து வெளியிட்டது. தொடர்ந்து தீவிரமாக கதைகள் எழுதினார். ஜெர்மன், இத்தாலி, பிரான்ஸ் போன்ற நாடுகளுக்குப் பயணித்துப் பெற்ற அனுபவங்களை பயணக் கட்டுரைகளாக எழுதினார். தொடர்ந்து, குழந்தைப் பருவத்திலிருந்தே தான் உருவாக்கிய கற்பனைப் பாத்திரங்களுடன் சஞ்சரித்துக் கொண்டாடி மகிழ்ந்த ஆண்டர்சன் தன் வாழ்நாளெல்லாம் குழந்தைகளுக்கான கதைகளை உருவாக்கியபடியே இருந்தார். இக்காலங்களில் உலகப் புகழ்பெற்ற பல கதைகளை எழுதினார். நாவல், கவிதை, நாடகம், பயணக்கட்டுரை என பலதளங்களிலும் அவரது எழுத்துகள் விளங்கினாலும், அவரது தேவதைக் கதைகள் உலகம்போற்றும் சிறப்பு பெற்றவை. இந்தக் கதைகள் 125 மொழிகளில் மொழிபெயர்க்கப்பட்டுள்ளதே இக்கதைகளின் பெருமைக்கு உதாரணம்.

பெரும்புகழுடைய எழுத்தாளராக விளங்கிய ஆண்டர்சன் 1875ம் ஆண்டு ஆகஸ்ட் மாதம் 4ஆம் தேதி மறைந்தார். பல உலக நாடுகள் அவருக்கும் அவரது கதாபாத்திரங்களுக்கும் நினைவுத் தபால்தலை வெளியிட்டு சிறப்பித்துள்ளன. கோபன்ஹெகன் துறைமுகத்தில் பாறையின் மீது, ஆண்டர்சனின் கதையில் வரும் மச்சக்கன்னி அமர்ந்திருக்கும் சிலை அமைக்கப்பட்டுள்ளது, அவரது கற்பனை சிறப்புக்கான சாட்சிகளில் ஒன்று.

ஹான்ஸ் கிறிஸ்டியன்

ஆண்டர்சன் கதைகள்

தமிழில்: யூமா வாசுகி

BOOKS FOR CHILDREN

Hons Christian Anderson Stories
(selected stories)
Translated by : Yuma Vasuki
First Published : December, 2014 | Second Print: December 2021

BOOKS FOR CHILDREN
im print of Bharathi Puthakalayam
7, Elango Salai, Teynampet, Chennai - 600 018
Email: thamizhbooks@gmail.com
www.thamizhbooks.com

ஹான்ஸ் கிறிஸ்டியன் ஆண்டர்சன் கதைகள்
(தேர்ந்தெடுத்த கதைகள்)
தமிழில்: யூமா வாசுகி
முதல் பதிப்பு: டிசம்பர், 2014 | இரண்டாம் அச்சு: டிசம்பர் 2021

வெளியீடு:
BOOKS FOR CHILDREN
புக்ஸ் ஃபார் சில்ரன்
பாரதி புத்தகாலயத்தின் ஓர் அங்கம்
7, இளங்கோ சாலை, தேனாம்பேட்டை, சென்னை - 600 018
தொலைபேசி : 044 24332424, 24330024 விற்பனை: 24332924

விற்பனை நிலையம்
பாரதி புத்தகாலயம்
7, இளங்கோ சாலை, தேனாம்பேட்டை, சென்னை- 600 018

மதுரை: 37A, பெரியார் பேருந்து நிலையம் - 045 22324674 | **ஈரோடு:** 39: 39 ஸ்டேட் பாங்க் சாலை - 9245448353
திண்டுக்கல்: பேருந்து நிலையம் - 9942331105, 9976053719 | **பழனி:** பேருந்து நிலையம் அருகில் - 9442883696
திருப்பூர்: 447, அவினாசி சாலை - 9486105018 | **சேலம்:** பாலம் 35, அத்வைத ஆஸ்ரமம் சாலை 0427 2335952
திருவல்லிக்கேணி: 48, தேரடி தெரு - 9444428358 | **வடபழனி:** பேருந்து நிலையம் எதிரில் அடையார் ஆனந்தபவன் மாடியில் - 9444476967 | **பெரம்பூர்:** 52, கூக்ஸ் ரோடு - 9444373716
திருவாரூர்: 35, நேதாஜி சாலை - 9442540543 | **சேலம்:** 15, வித்யாலயா சாலை சாலை
திருநெல்வேலி: 25கி, ராஜேந்திரநகர் - 9442149981
மதுரை: சர்வோதயா மெயின்ரோடு | **குன்னூர்:** N.K.N வணிக வளாகம் பெட்போர்ட்
செங்கல்பட்டு: 1 D ஜி.எஸ்.டி சாலை - 044 27426964 | விருதுநகர்: 131, கச்சேரி சாலை - 0456 2245300
கும்பகோணம்: 352, ரயில் நிலையம் எதிரில் - 9443995061 | **வேலூர்:** பேஸ் III, சத்துவாச்சாரி - 9442553893
நெய்வேலி: பேருந்து நிலையம் அருகில், - 9443659147
தஞ்சாவூர்: காந்திஜி வணிக வளாகம் காந்திஜி சாலை - 9655542400
கோவை: 77, மசக்காளிபாளையம் ரோடு, பீளமேடு - 8903707294
திருச்சி: வெண்மணி இல்லம், கரூர் புறவழிச்சாலை - 9994289492
திருவண்ணாமலை: முத்தம்மாள் நகர் | **நாகர்கோவில்:** 699 கே.பி.ரோடு R.A.புரம் - 9443450111
சிதம்பரம்: 22A / 18B தேரடி கடைத் தெரு, கீழவீதி அருகில் - 9994399347
கரூர்: நாரத கானசபா அருகில் (TNGEA OFFICE) - 9442706676
காரைக்குடி : 12, 2 வது தெரு, கம்பன் மணிமண்டபம் பின்புறம் - 9443406150
பாண்டிச்சேரி : கிழக்-கு கடற்கரைச்சாலை, இலாசுப்பேட்டை, 9486102777
அருப்புக்கோட்டை: கதவுஎண் 49 A/4 மெயின் ரோடு, தெற்கு தெரு - 9994173551

நினைத்த நூல்கள்... நினைத்த நேரத்தில்...
thamizhbooks.com
8778073949
BharathiTV | www.bookday.in

காலம் செல்லச்செல்ல மேலும் சிறப்படையும் கதைகள்

ஆண்டர்சனின் உலகம் அதிஅற்புதக் கற்பனைக் கதைகளால் நிரம்பியவை. கற்பனையின் உச்சங்களைத் தொட்டுணர்த்தும் இந்தக் கதைகள் யாவும் வாழ்வின் சிக்கல்களிலிருந்தும் துயரங்களிலிருந்தும் புதிர்களிலிருந்தும் விடுவித்து மகிழ்ச்சிகரமான பிரதேசத்திற்கு இட்டுச் செல்பவை. அழிவு, அச்சம், வறுமை, இயலாமையின் பிடியில் சிக்கித் தவிக்கும் ஜீவன்களை தன் கதைகளின் வழியே பேரானந்தம் மிக்க ஓரிடத்திற்கு இட்டுச் செல்லும் நிகழ்வுகள் மிகமிக சுவாரஸ்யமானவை.

இக்கதைகளில் அன்னப்பறவை, தவளை, வாத்து, எலிகள், நீர்வாழிகள், பூக்கள், நிழல்கள் என பல்வேறு ஜீவராசிகளும் உயிர்த்தெழுந்து மனிதர்களைப் போலவே பேசுகின்றன, சிந்திக்கின்றன, செயலாற்றுகின்றன. உணர்ச்சிகளை வெகு இயல்பாக வெளிப்படுத்துகின்றன. உதவிகள் செய்யும் தேவதைகளும், தீய செயல்களைச் செய்யும் சூனியக்காரக் கிழவிகளும் இக் கதைகளில் உண்டு. ஒன்றுக்கொன்று உதவிபுரிந்துகொண்டு வாழ்தலின் எளிய நோக்கத்தை அன்பின் இயல்பாக வெளிப்படுத்தும் பாத்திரங்களும் உலவுகின்றன. இவை அனைத்தும் அறம் சார்ந்த வழிகளில் ஆனந்தமய வாழ்வை நோக்கிய உந்துதல்களாகவே அமையப் பெற்றிருப்பதே இக்கதைகளின் சிறப்பு.

ஆண்டர்சனின் உலகப் புகழ்பெற்ற பல கதைகள் இத்தொகுப்பில் இடம்பெற்றுள்ளன.

இத்தொகுப்பிலுள்ள 'கணவன் சொல்வதெல்லாம் சரி' என்ற கதையில், 'அந்தக் கதையைப் பற்றி ஒவ்வொருமுறை யோசிக்கும்போதும் அது மிகவும் நல்ல கதை என்று எனக்குத் தோன்றுகிறது. சில மனிதர்களைப்போலத்தான் கதைகளும். காலம் செல்லச்செல்ல மேலும் சிறப்படைகின்றன' என்று ஆண்டர்சன் எழுதியுள்ளார். இருநூறு ஆண்டுகளைக் கடந்தும் இக்கதைகள் தரும் உன்னதமான அனுபவத்தை இவ்வரிகள் சுட்டி நிற்கின்றன. அக்கதை, 'இவர்கள் எப்போதும் நஷ்டத்தைத்தான் அனுபவிக்கிறார்கள். ஆனாலும் சந்தோஷமாக இருக்கிறார்கள். சந்தோஷம்தான் பணத்தைவிடப் பெரிது' என்று முடிகிறது. வாழ்வின் யதார்த்தத்தை விளக்கும் இவ்வரிகளைப் புரிந்துகொண்டால் ஆண்டர்சன் கதைகளின் அற்புதங்களையும் கண்டுணரலாம்.

ஜி. சரவணன்

பொருளடக்கம்

1

வெள்ளிக் காசு

ஒரு வெள்ளிக்காசு கதகதப்புடன், நாணயம் தயாரிக்கும் தொழிற்சாலையிலிருந்து வெளியே சென்றது. அது சத்தமாகச் சொன்னது: "ஹா! நான் இதோ இந்த விசாலமான பூமிக்குச் செல்கிறேன்!"

தொடர்ந்து அந்தக் காசு பரந்து விரிந்த உலகத்தில் பயணம் செய்தது.

ஒரு குழந்தை அந்த வெள்ளிக்காசை தன் மென்மையான உள்ளங்கையில் வைத்து மூடிக்கொண்டது.

பேராசைக்காரன் தன் கஞ்சத்தனம் மிகுந்த கரத்தில் அந்தக் காசைப் பற்றிக்கொண்டான்.

முதியவர் அந்தக் காசைப் பிரிவதற்கு முன்பு பல முறை அதை அப்படியும் இப்படியும் திருப்பிப் பார்த்தார்.

அலட்சியமான இளைஞன் அதைத் தரையில் இட்டு உருட்டினான்.

அந்தக் காசு கொஞ்சம்கூட செம்பு கலக்காத சுத்தமான வெள்ளிக் காசாகும்.

நாணயம் தயாரிக்கும் தொழிற்சாலையிலிருந்து அதை வெளியே அனுப்பிய நாட்டில் அந்தக் காசு ஒரு வருடம் இருந்தது. பிறகு அது வெளிநாடுகளுக்குப் பயணம் செய்ய ஆரம்பித்தது. ஒரு பயணியின் பணப்பையில் மிச்சமிருக்கும் கடைசி நாணயமாக இருந்தது அது. எதிர்பாராதவிதமாகத்தான் பயணி, தன் பையில் ஒரு வெள்ளிக்காசு கிடப்பதை அறிந்துகொண்டான்.

தனக்குத்தானே சொல்லிக்கொண்டான் பயணி:

"இதோ மிச்சம் ஒரே ஒரு வெள்ளிக்காசு இருக்கிறது. இதுவும் என்னோடு சேர்ந்து பயணம் செய்யட்டும்".

அவன் சொன்னதை அந்த வெள்ளிக் காசு கேட்டுவிட்டது. உடனே அது மிகவும் மகிழ்ச்சியுடன் பணப்பைக்குள் துள்ளிக் குதித்தது. குட்டிக்கரணமடித்தது.

அந்த வெள்ளிக்காசுக்குப் பழக்கமற்ற நிறையக் காசுகள், அதன் சக பயணிகளாகச் சேர்ந்தன. அந்தக் காசுகள் வந்துகொண்டிருந்தன. சென்றுகொண்டும் இருந்தன. ஆனால் நம் வெள்ளிக்காசு மட்டும் அந்தப் பணப்பையில் நிலையாக வாழ்ந்து வந்தது. அதைப் பொறுத்தவரை அது உயர்வான ஒரு நிலையாக இருந்தது.

பல வாரங்கள் கடந்து சென்றன. அதற்குள் நம் வெள்ளிக் காசு பல இடங்களுக்குச் சென்றிருந்தது. தான் எந்தெந்த இடங்களுக்குச் சென்றோம் என்று அதற்குத் தெரியவில்லை. ஆயினும் அதனுடன் இருந்த மற்ற நாணயங்கள் பிரெஞ்சு நாணயங்களாகவும் இத்தாலி நாணயங்களாகவும் இருந்தன. அந்த நாணயங்கள்தான்! நம் வெள்ளிக்காசுக்கு அது புரிந்தது. ஒரு நாணயம் சொன்னது: “நாம் இப்போது இந்த நகரத்தில் இருக்கிறோம்” என்று. மற்றொரு நாணயம் சொன்னது: “நாம் இந்த இடத்திற்கு வந்திருக்கிறோம்” என்று. ஆனால் நம் வெள்ளிக்காசுக்கு அது ஒன்றும் புரியவில்லை. சாக்கிற்கு உள்ளே தலையை நுழைத்தவன் வெளியே உள்ள காட்சிகளைக் காண முடியாது அல்லவா? வெள்ளிக்காசின் நிலையும் அதுதான்.

ஆனால், ஒரு நாள் தான் இருக்கும் பணப்பை சற்றுத் திறந்து கிடப்பதை வெள்ளிக்காசு பார்த்தது. அது நகர்ந்து விளிம்பிற்குச் சென்று வெளியே பார்த்தது. உண்மையில் அது அப்படிச் செய்திருக்கக் கூடாதுதான். ஆனால் அதற்கு வெளியே என்னவெல்லாம் இருக்கிறது என்று பார்ப்பதற்கு மிகவும் ஆசையாக இருந்தது. தேவையில்லாமல் பேராசைப்படுபவர்கள் அதற்கான துன்பத்தை அனுபவித்துதான் ஆக வேண்டும் அல்லவா? வெள்ளிக்காசு, தான் இருந்த பணப்பையிலிருந்து தன் எஜமானனான பயணியின் காலுறைக்குள் வீழ்ந்துவிட்டது. இரவில் பயணி தன் பணப்பையை எடுத்துக்கொண்டு சென்றான். ஆனால் வெள்ளிக்காசு அவன் காலுறையில் அல்லவா விழுந்துவிட்டது. காலுறையைத் துவைப்பதற்காகக் கொண்டு சென்றார்கள். அப்போது வெள்ளிக்காசு நழுவி தரையில் விழுந்துவிட்டது. அதை யாரும் பார்க்கவுமில்லை, கேட்கவுமில்லை.

துவைத்துக் கொண்டு வந்த காலுறையை அணிந்து பயணி தன் பயணத்தைத் தொடர்ந்தான். வெள்ளிக்காசு, கிடந்த இடத்திலேயே கிடந்தது. மற்றொரு ஆள் அந்தக் காசைக் கண்டெடுத்து தன் பணப்பையில் போட்டுக்கொண்டான். அந்தப் பணப்பையில் வேறு மூன்று நாணயங்களும் கிடந்தன.

உலகத்தைச் சுற்றிப் பார்ப்பது மிகவும் சுவையான அனுபவம்தான். அது மட்டுமல்ல, வெளிநாட்டுக்காரர்களைப் பார்ப்பதும்,

வெளிநாட்டுப் பழக்கவழக்கங்களை அறிந்துகொள்வதும் நல்ல விஷயங்கள்தான்." என்று தனக்குத்தானே சொல்லிக்கொண்டது வெள்ளிக்காசு.

இனி, அது தன்னைப் பற்றிச் சொன்ன கதை:

"நான் கெட்டவன் என்றும், மதிப்பற்றவன் என்றும் சிலர் சொன்னார்கள். அது எனக்கு மிகவும் வேதனையளித்தது. என்னைத் தட்டினால் இசையெழும் என்றும், நான் அழகானவன் என்றும் எனக்குத் தெரியும். அந்தக் குற்றச்சாட்டுகள் என்னைக் குறித்து அல்ல என்று முதலிலெல்லாம் எனக்குத் தோன்றியது. பிற்பாடு நான் நினைத்தது தவறு என்று எனக்குப் புரிந்தது. 'ஓ, இது தேறாது!' என்று என்னைப் பற்றிச் சிலர் சொல்வதை நான் கேட்டேன். இதை யாரிடமாவது கைமாற்றவேண்டும் என்றும் சிலர் சொன்னார்கள். ஆனால் கைமாற்றிய பிறகு 'அட இது செல்லாக் காசு' என்று சொல்வதையும் நான் கேட்டிருக்கிறேன். இரவின் இருட்டில் நான் பலமுறை கைமாற்றப்பட்டேன். பகல் நேரத்தில் நான் நிறைய வசைமொழியப்பட்டேன். என்னைக் குறித்து மற்றவர்கள் 'இது செல்லாக்காசு' என்று தினமும் சொல்வதை நான் கேட்டேன்."

"அந்தந்த நாட்டு நாணயங்களுடன் கைமாற்றம் செய்கின்ற ஏமாற்றுக்காரர்களின் விரல்களுக்கிடையிலிருந்து நான் நடுங்கிக்கொண்டிருந்தேன்."

"எவ்வளவு துயரமான வெள்ளிக்காசாக இருந்தேன் நான்! நான் மதிப்பற்றவனாகக் கருதப்படும்போது, என்னிடம் உள்ள வெள்ளியாலும், என் மீது பொறிக்கப்பட்டிருக்கும் எண்ணாலும் என்ன பயன்? உலகம் தன் பார்வையில் ஒன்றுக்கு வழங்குகிற கௌரவம் அவ்வளவுதான். நான் முற்றிலும் நிரபராதி. ஆயினும் நான் குற்றவாளியாகக் கருதப்படுகிறேன். இந்த நிலையில் கெட்ட மனசாட்சி உள்ளவன் கெட்ட வழியில் செல்லும்போது என்னவாகும் நிலைமை?"

"பணப்பையிலிருந்து வெளியே எடுக்கப்படும்போதெல்லாம் நான் நடுங்கினேன். என்னை உற்றுப் பார்க்கும் கண்களைக் குறித்து நினைக்கும்போதும் நான் நடுங்கினேன். ஒரு ஏமாற்றுக்காரனைப்போல நான் வெறுக்கப்படுகிறேன் என்று எனக்குத் தெரியும்."

"ஒருமுறை நான் வயதான ஏழை ஒருத்தியிடம் இருந்தேன். அவளின் ஒரு நாள் வேலைக்குக் கூலியாகத்தான் அவளுக்கு நான் கிடைத்தேன். என்னை மாற்றுவதற்கு அவள் மிகவும் முயன்றாலும் அது முடியவில்லை. யாருக்கும் நான் தேவைப்படவில்லை. என்னால் அந்தப் பாட்டிக்கு மிகவும் மனத்துன்பம் ஏற்பட்டது. பாட்டி

தனக்குத்தானே பேசிக்கொண்டார்கள்: யாரையாவது ஏமாற்றி இந்த வெள்ளிக்காசை மாற்றத்தான் வேண்டும். ஏனென்றால் ஒரு கள்ள நாணயத்தை வைத்துக்கொண்டிருக்கக் கூடாது. நான் இந்தக் காசைத் தந்திரமாக, பணக்காரனான ஒரு ரொட்டிக் கடைக்காரனிடம் மாற்றிவிடுவேன். இந்த நஷ்டத்தைச் சகித்துக்கொள்வதில் அவனுக்குச் சிரமம் இருக்காது. நான் செய்வது தவறுதான் என்று எனக்குத் தெரியாமல் இல்லை. ஆனால் நான் வேறு என்ன செய்வது?"

அதைக் கேட்டு நான் யோசித்தேன்:

"என்னால்தானே இந்தப் பாட்டிக்கு மனசாட்சி உறுத்தல் ஏற்பட்டது, ஐயோ! நான் என் வயதுக்காலத்தில் இவ்வளவு மாறிப்போய்விட்டேனா?"

" பாட்டி என்னை எடுத்துக்கொண்டு ரொட்டிக் கடைக்காரனிடம் சென்று என்னைக் கைமாற்ற முயன்றார்கள். ஆனால் அவன் என்னைப் பாட்டியின் காலருகில் வீசியெறிந்துவிட்டான். பாட்டிக்கு ரொட்டி கிடைக்கவில்லை. என்னால் மற்றவர்கள் இவ்வளவு சிரமப்படுகிறார்களே! என்று நினைத்து நான் மிகவும் வருந்தினேன். இளம் பருவத்தில் என் மதிப்பு குறித்து மிகவும் கர்வம்கொண்டிருந்தேன் நான்!"

"யாரும் ஏற்றுக்கொள்ளாத எந்த ஒரு வெள்ளிக் காசையும்போல நானும் பெருந்துயரம் கொண்டேன். ஆனால் பாட்டி இந்த முறையும் என்னை வீட்டுக்குக் கொண்டுசென்றார்கள். என்னை அன்புடன் பார்த்தார்கள்." பிறகு தனக்குத்தானே பேசிக்கொண்டார்கள்:

"இல்லை, இனிமேல் நான் இந்தக் காசைக் கொடுத்து யாரையும் ஏமாற்றமாட்டேன். நான் இந்தக் காசில் ஒரு ஓட்டை போடுவேன். அப்போது இது செல்லாக்காசு என்று எல்லோருக்கும் தெரிந்துவிடும். ஆனாலும், இது மனிதர்களுக்கு அதிர்ஷ்டமளிக்கிற வெள்ளிக் காசாக இருக்கலாம் என்றுதான் நான் நினைக்கிறேன். யோசிக்க யோசிக்க, அப்படித்தான் இருக்க வேண்டும் என்று எனக்குத் தோன்றுகிறது. நான் இதில் இடுகிற துளையில் ஒரு நீண்ட நூலைக் கோர்ப்பேன். அந்த நூலை பக்கத்தில் உள்ள சிறுவனின் கழுத்தில் கட்டுவேன். இந்தக் காசால் அந்தப் பையனுக்கு அதிர்ஷ்டம் ஏற்படட்டும்!"

"அப்படி அந்தப் பாட்டி என் மீது ஒரு துளையிட்டார்கள். தன்னைத் துளைப்பது என்பது யாருக்கும் அவ்வளவு மகிழ்ச்சியான காரியமாக இருக்காது அல்லவா? ஆனாலும் நோக்கம் நல்ல நோக்கமாக இருந்தால் நாம் பலதுன்பங்களைச் சகித்துக் கொள்ளலாம்தானே! என் மீது செய்த துளையில் நூல் கட்டப்பட்ட

நான், ஒரு புகழ்ச்சின்னத்தைப்போல அந்தச் சிறுவனின் கழுத்தில் தொங்கினேன். அவன் என்னைப் பார்த்துப் புன்னகைத்தான். என்னை முத்தமிட்டான். நான் இரவு முழுதும் அவனது கதகதப்பான நெஞ்சில் படுத்து நன்றாக உறங்கினேன்."

"காலையில் பையனின் அம்மா என்னைக் கையிலெடுத்துக் கவனித்துப் பார்த்தார்கள். அவர்கள் என்னைப் பற்றி ஏதோ யோசிக்கிறார்கள் என்று எனக்குப் புரிந்தது. உடனே அவர்கள் கத்தரிக்கோலை எடுத்து என்னைப் பிணைத்திருந்த நூலை வெட்டினார்கள்.

"அதிர்ஷ்டமளிக்கும் வெள்ளி நாணயமா இது? அதையும்தான் பார்க்கலாமே" என்று சொன்னார்கள். பிறகு என்னை வினிகரில் இட்டார்கள். அப்போது என் நிறம் பச்சையாக மாறியது. அந்தப் பெண் என்னில் உள்ள துளையை அடைத்தாள். பிறகு மாலை வெளிச்சத்தில், லாட்டரிச் சீட்டு விற்பவனிடம் சென்றாள். ஒரு லாட்டரிச் சீட்டு வாங்குவதற்காக என்னை எடுத்து அவனிடம் நீட்டினாள் அந்தப் பெண். அப்போது நான் எவ்வளவு கவலையடைந்தேன் தெரியுமா? நான் அப்போது துண்டு துண்டாக உடைந்து சிதறப்போகிறேன் என்றுகூட எனக்குத் தோன்றியது. அங்கே கொஞ்சம் அதிகமான வெள்ளிக்காசுகள் இருந்தன. அவற்றிற்கெல்லாம் கௌரவமான ஒரு பளபளப்பு இருந்தது. அவற்றின் மீதெல்லாம் மதிப்பான எண்கள் பொறிக்கப்பட்டிருந்தன. அந்த நாணயங்களின் முன்னால் வைத்து நான் ஒரு கள்ள நாணயம் என்று கண்டுகொள்வானோ அவன்? அந்த லாட்டரிச் சீட்டு விற்பவன் என்னைத் தூக்கியெறிந்துவிடுவானோ? ஆனால் எனக்கு அந்த அனுபவம் ஏற்படவில்லை. ஏனென்றால் அங்கே நிறைய ஆட்கள் வந்திருந்தார்கள். லாட்டரிச் சீட்டு விற்பவன் அவசர அவசரமாக வேலை செய்துகொண்டிருந்தான். அந்தக் காரணங்களால் நான் குற்றமற்ற நாணயங்களின் பெட்டிக்குள் இடப்பட்டேன். என்னைக் கொடுத்து வாங்கிய லாட்டரிச் சீட்டில் பரிசு கிடைத்ததா என்று எனக்குத் தெரியவில்லை. ஆயினும் மறுநாள் காலையில் ஒன்று தெரிந்தது. நான் கள்ளநாணயமாக அடையாளம் காணப்பட்டேன். மீண்டும் மீண்டும் ஏமாற்றுவதற்காக கைமாற்றப்பட்டேன். சகித்துக்கொள்வதற்கு மிகவும் சிரமமான நிலைதானே இது? குறிப்பாக நான் நற்குணம் உள்ளவன் என்னும் முழுமையான எண்ணம் எனக்கு இருக்கும்போது!"

"ஒரு வீட்டிலிருந்து மற்றொரு வீட்டுக்கு, ஒரு கையிலிருந்து மற்றொரு கைக்கு... அப்படி நான் அலைந்து திரிந்தேன். எந்த வருடத்திலும் எந்த நாளிலும் யாரும் என்னை வரவேற்கவில்லை.

யாரும் என்னை நம்பவில்லை. எல்லோரும் என்னைத் திட்டத்தான் செய்தார்கள். மற்றவர்கள் மீதும் என் மீதும் நான் நம்பிக்கை இழந்தேன். என் காலம் முழுதுமே துன்பம் நிறைந்த காலமாக இருந்தது."

"கடைசியில் ஒரு நாள் அறிமுகமற்ற ஒரு பயணி வந்தான். நல்ல நாணயம் என்று நடித்து ஒருவன் என்னை அந்தப் பயணியிடம் கொடுத்தான். அவர் மற்றொரு ஆளிடம் கொடுப்பதற்காக என்னைக் கையில் எடுத்தார். அப்போது நான் என்னால் தாங்கிக்கொள்ள முடியாத அந்த வார்த்தைகளைக் கேட்டேன்: 'வேண்டாம். இது கள்ள நாணயம்!' ஆனால் அவர் என்னை உற்றுப் பார்த்தபோது என்ன நடந்தது? அவரது உதடுகளில் ஒரு புன்னகை விரிந்தது. இதற்கு முன்பு என்னைப் பார்த்த யாரின் முகத்திலும் இப்படிப்பட்ட ஒரு புன்னகையை நான் பார்த்ததில்லை."

அவர் சொன்னார்:

"அட! இது என்ன ஆச்சரியம்! என் நாட்டில் புழக்கத்தில் உள்ள நல்ல ஒரு வெள்ளிநாணயமாக இருக்கிறதே இது! யாரோ இதில் ஒரு துளையிட்டிருக்கிறார்கள். எல்லோரும் இதைக் கள்ளநாணயம் என்றும் அழைக்கிறார்கள். இது ஒரு விசித்திரமான நிலைதான்! நான் இதை இழக்க மாட்டேன். அதுமட்டுமல்ல, இதை என் நாட்டிற்கு எடுத்துச் செல்வேன்!"

"நல்ல வெள்ளிநாணயம் என்று நான் வர்ணிக்கப்பட்டபோது நான் அடைந்த மகிழ்ச்சிக்கு அளவேது! அளவற்ற மகிழ்ச்சியால் என் உடலே நடுங்கியது. நான் என் நாட்டிற்குத் திரும்பிச் செல்லப் போகிறேன்!அங்கே எல்லோரும் என்னைத் தெரிந்துகொள்வார்கள். நான் சுத்தமான வெள்ளி என்று அவர்களுக்குத் தெரியும். நான் சரியான வழியில் நாணயத் தொழிற்சாலையிலிருந்து வந்தவன் என்றும் அவர்கள் உணர்ந்துகொள்வார்கள். நான் உருக்காக இருந்தால், மகிழ்ச்சி மிகுதியால் தீப்பொறிகளைப் பரப்பியிருப்பேன். தீப்பொறிகளைப் பரப்புவது என்பது உருக்கின் குணம். வெள்ளியின் குணம் இல்லையல்லவா!"

"பயணி என்னைச் சுத்தமான வெள்ளைக் காகிதத்தில் வைத்து மடித்து பத்திரமாக வைத்தார். மற்ற நாணயங்களுடன் நான் கலக்காமல் இருக்கவும், கைமாறாமல் இருக்கவும்தான் அவர் அப்படிச் செய்தார். இடையிடையே முக்கியமான சந்தர்ப்பங்களில் தன் நாட்டைச் சேர்ந்தவர்களைச் சந்திக்கும்போது அவர் என்னை எடுத்து எல்லோரிடமும் காட்டுவார். எல்லோரும் என்னைப் பற்றி மிகவும் நல்ல அபிப்பிராயம் சொன்னார்கள். நான், ஆர்வமூட்டக் கூடிய சிறப்பான வெள்ளி நாணயம் என்றும் சொன்னார்கள்.

யோசித்துப் பார்க்கும்போது மிகவும் வியப்பாக இருக்கிறது. ஒரு வார்த்தை பேசாமலேயே ஒருவனால் மற்றவர்களிடம் ஆர்வத்தை ஏற்படுத்த முடியும்!"

"கடைசியில் நான் என் நாட்டிற்குத் திரும்பிச் சென்றேன். நான் பட்ட கஷ்டங்களெல்லாம் தீர்ந்தன. அதுமட்டுமல்ல, நான் பெருமகிழ்ச்சியுடன் இருந்தேன். ஏனென்றால், நான் முதல் தரமான வெள்ளி! என் மீது சரியான முத்திரை பதிக்கப்பட்டிருக்கிறது! இனி நான் துன்பப்பட வேண்டியதில்லை. ஒரு கள்ளநாணயத்தைப்போல என்மீது துளையிட்டிருக்கிறார்கள், சரிதான். ஆனால் ஒன்று கள்ள நாணயமாக இல்லாதவரை அது அவ்வளவு பொருட்படுத்தக் கூடியதன்று. என் நம்பிக்கை ஒன்றுதான் கடைசிவரை பொறுமையுடன் காத்திருக்க வேண்டும். கடைசியில் எல்லாம் சரியாகும்!"

■

2

நத்தையும் ரோஜாச் செடியும்

பூந்தோட்டத்திற்குச் சுற்றிலும் வேலி இருந்தது. வேலிக்கு அப்பால் வயல்களும் புற்பரப்புகளும் இருந்தன. அங்கே பசுக்களும் ஆடுகளும் மேய்ந்துகொண்டிருந்தன.

ஒரு ரோஜாச் செடி, பூந்தோட்டத்தின் நடுவில் நின்றிருந்தது. அந்த ரோஜாச் செடியின் கீழே ஒரு நத்தை வாழ்ந்து வந்தது. அதன் ஓட்டுக்குள் என்ன இருந்தது? அதுதான்!

நத்தை சொன்னது:

"எனக்கான நேரம் வரட்டும்! அப்போது நான் என்ன செய்வேன் தெரியுமா? இப்போது ரோஜாச் செடி பூக்களை உண்டாக்குகிறது. பசுக்கள் பால் கொடுக்கின்றன, சரிதான். ஆனால் நான் இவற்றைவிட நல்ல காரியங்கள் செய்வேன்!"

அப்போது ரோஜாச் செடி கேட்டது:

"உங்களிடமிருந்து நான் மிகவும் அதிகமாக எதிர்பார்க்கிறேன், சரிதான். ஆயினும் எப்போது என் எதிர்பார்ப்பை நிறைவேற்றுவீர்கள்?"

நத்தை பதில் சொன்னது :

"நான் என் நேரத்திற்கும் வசதிக்கும் ஏற்றபடிச் செயல்படுவேன், அவ்வளவுதான்! நீங்களோ எதற்கெடுத்தாலும் மிகவும் அவசரப்படுகிறீர்கள். நீங்கள் மற்றவர்களைக் காத்திருக்கச் செய்து அவர்களுக்கு ஆவலை ஏற்படுத்துவதில்லை. இது மிகவும் மோசம்!"

அடுத்த வருடமும் நத்தை வெயில் காய்ந்துகொண்டு ரோஜாப்பூவின் கீழே பழைய இடத்தில் இருந்தது. ரோஜாச் செடியோ நிறைய மொட்டுக்களுடன் நின்றிருந்தது. அந்த மொட்டுக்கள் பூக்களாக மலர்ந்தன. குளிர் காலம் வந்தது. அப்போது ரோஜாச் செடி தலைகுனிந்து நின்றது. நத்தை நிலத்தின் அடியில் நுழைந்து சென்றது.

புதிய வருடம் ஆரம்பித்தது. ரோஜாச் செடியில் மீண்டும் பூக்கள் தோன்றின. நத்தை தரையின் மேற்பரப்பிற்கு வந்தது.

"ரோஜாச் செடி அவர்களே, உங்களுக்கு இப்போது வயதாகிவிட்டது. இனி நீங்கள் விரைவில் முடிவை அடைந்துவிட வேண்டியதுதான். ஏனென்றால் உங்களிடம் இருந்த எல்லாவற்றையும் நீங்கள் இந்த உலகத்திற்குக் கொடுத்துவிட்டீர்கள். அதனால் ஏதும் பயன் விளைந்ததா என்று சிந்திப்பதற்கு எனக்கு நேரம் கிடைக்கவில்லை. ஆனால், ஒரு விஷயம் தெளிவாக இருக்கிறது. அதாவது, நீங்கள் உங்கள் வளர்ச்சிக்காக எதுவும் செய்யவில்லை என்று. செய்திருந்தால் நீங்கள் மற்ற ஏதாவதை உருவாக்கியிருப்பீர்கள்தானே? அதைப் பற்றி என்ன சொல்கிறீர்கள்? கொஞ்சம் காலம் சென்றால் நீங்கள் வெறும் ஒரு காய்ந்த குச்சியாக மாறிவிடுவீர்கள். நான் சொல்வதை நீங்கள் புரிந்துகொள்கிறீர்களா?"

"நத்தை அவர்களே, நான் அதைப் பற்றி சிந்தித்ததே இல்லை. நீங்கள் என்னை அச்சுறுத்துகிறீர்கள்.!"

"நீங்கள் சிந்திக்க முயலவில்லை. எதற்காக நீங்கள் பூக்கிறீர்கள்? எப்படி நீங்கள் பூக்கிறீர்கள்? ஒரே விதமாக அல்லாமல், வேறொரு விதத்தில் நீங்கள் ஏன் ஏதாவது செய்யவில்லை? இந்தக் கேள்விகளுக்கான நியாயமான பதில்கள் உங்களிடம் இருக்கின்றனவா?"

"நான் அதைப் பற்றியெல்லாம் நினைக்கவில்லை. மகிழ்ச்சியுடன் நான் பூக்கிறேன். ஏனென்றால் என்னால் வேறெதுவும் செய்ய முடியவில்லை. சூரியன் வானில் உயர்ந்து எனக்கு வெப்பமளிக்கிறது. காற்று எனக்கு ஊக்கமளிக்கிறது. நான் சுத்தமான பனித் துளிகளையும், மழைத்துளிகளையும் குடித்து நன்றாகச் சுவாசித்தேன். நன்றாக வாழ்ந்தேன். பூமியிலிருந்து ஒரு சக்தி என்னுள் நுழைந்தது. மேலேயிருந்து ஒரு சக்தி என் மீது இறங்கியது. பெருகி வரும் ஒரு மகிழ்ச்சியை நான் உணர்ந்தேன். அதன் பயனாக நான் பூக்கவும், மீண்டும் பூக்கவும் செய்தேன். அதுதான் என் வாழ்க்கையாக இருந்தது. என்னால் வேறெதுவும் செய்ய முடியவில்லை."

"ஓ, ரோஜாச் செடி அவர்களே நீங்கள் இன்பமாக வாழ்ந்து வந்தீர்கள் அல்லவா?"

"ஆமாம். எனக்குள்ளதெல்லாம் எனக்கு வழங்கப்பட்டவை. ஆனால், அவற்றையெல்லாம்விட அதிகமாக உங்களுக்குக் கொடுக்கப்பட்டிருக்கிறது. உங்களுக்கு மிகவும் அதிகமான சிந்தனை சக்தியிருக்கிறது. மற்ற நிறையத் திறமைகளும் உங்களுக்கு உண்டு. அவற்றைப் பார்த்து உலகம் வியக்கிறது."

“குறிப்பாக எதுவும் செய்ய நான் நினைக்கவில்லை. என்னைப் பொறுத்தவரை இந்த உலகம் மிகவும் அற்பமானது. நான் எதற்கு இந்த உலகத்துடன் கலந்து பழக வேண்டும்? எனக்குத் தேவையானதெல்லாம் எனக்கு உண்டு. என்னிலும் உண்டு. அது எனக்குப் போதும்.”

“நத்தை அவர்களே, என்ன இருந்தாலும் இந்தப் பூமியில் வாழ்கின்ற நாம் நம்மிடம் இருப்பதையெல்லாம் மற்றவர்களுக்குக் கொடுக்க வேண்டும் அல்லவா? நம்மால் முடிந்ததையெல்லாம் நாம் மற்றவர்களுக்காகச் செய்ய வேண்டும் அல்லவா? நான் பூக்களை மட்டும்தான் கொடுத்திருக்கிறேன். சரிதான். ஆனால் நீங்கள், மிகவும் அதிகமான திறமைகள் பெற்றிருக்கிற நீங்கள் இந்த உலகத்திற்கு என்னவெல்லாம் கொடுத்திருக்கிறீர்கள்? என்னவெல்லாம் கொடுக்க நினைக்கிறீர்கள்?”

“ரோஜாச் செடி அவர்களே, நான் எதற்குக் கொடுக்க வேண்டும்? கொடுப்பது என்பது என் பொறுப்பு கிடையாது. உங்களுக்கு விருப்பம் இருந்தால் தொடர்ந்து பூக்கள் கொடுங்கள். அதைவிடவும் நல்லதாக உங்களால் என்ன செய்ய முடியும்? பசுக்களும், பெண் ஆடுகளும் பால் கொடுத்துக்கொள்ளட்டும். அவர்களின் பால் தேவைப்படுபவர்கள் இருக்கிறார்கள். எனக்குத் தேவையானதெல்லாம் என்னிடம் இருக்கின்றன. நான் என் உள்ளே இறங்கியிருக்கிறேன். நான் அங்கேயே இருப்பேன். எனக்கு உலகம் என்று ஒன்றுமில்லை.”

இப்படிச் சொன்ன பிறகு நத்தை தன் வசிப்பிடத்திற்குள் நுழைந்துகொண்டு, உள்ளிருந்து கதவை இழுத்துச் சாத்தியது.

ரோஜாச் செடி சிந்தித்தது:

“கஷ்டம்தான்! நான் எவ்வளவு விரும்பினாலும் சரி, என்னால் என் உள்ளே இறங்க முடியாது. என்னால் பூக்களை உருவாக்கி வளர்க்கத்தான் முடியும். என் பூக்களின் இதழ்கள் உதிர்கின்றன. அவற்றைக் காற்று அடித்துச் செல்கிறது. ஆயினும் ஒரு பக்தை, தன் வழிபாட்டுப் புத்தகத்தில் ஒரு பூவை வைத்திருப்பதை நான் பார்த்திருக்கிறேன். மற்றொரு பூ, அழகான ஒரு பெண்ணின் தலையில் இருந்தது. வாழ்க்கையின் மகிழ்ச்சியை முழுமையாக அனுபவிக்கிற ஒரு குழந்தை வேறொரு பூவை முத்தமிட்டது. அதெல்லாம் எனக்கு மிகவும் பயன்பட்டது. அவை என் ஆசீர்வாதங்களாக மாறின. இவையெல்லாம் என் புண்ணிய நினைவுகள். என் வாழ்க்கையும்கூடத்தான்!”

அப்படி அந்தக் களங்கமற்ற ரோஜாச் செடி தொடர்ந்து பூத்துக்கொண்டிருந்தது. ஆனால் அந்த நத்தையோ, தன் ஓட்டுக்குள்

சோம்பேறியாகப் படுத்துக் கிடந்து நாட்களை ஓட்டியது. உலகம் நத்தையை எந்த விதத்திலும் பாதிக்கவில்லை.

வருடங்கள் கடந்து சென்றன.

நத்தை மண்ணோடு சேர்ந்து மண்ணானது. ரோஜாச் செடியும் மண்ணோடு சேர்ந்து மண்ணானது. பக்தையின் வழிபாட்டுப் புத்தகத்தில் இருந்த பூ இல்லாமல் போய்விட்டது. பூந்தோட்டத்தில் புதிய ரோஜாச் செடிகள் வளர்ந்து பூத்துக் குலுங்கின. அவற்றின் அடியில் புதிய நத்தைகள் பிறந்து வளர்ந்து பெரிதாயின. அந்த நத்தைகளும் தங்களின் ஓட்டுக்குள் இருந்து உலகத்தை வெறுத்துக்கொண்டிருந்தன. ஏனென்றால் அவற்றைப் பொறுத்தவரை உலகம் என்பது அற்பமான விஷயம்தான்.

நாம் இந்தக் கதையை மீண்டும் வாசிக்கிறோம் என்று வைத்துக்கொள்ளுங்கள். ஆரம்பத்திலிருந்து முடிவுவரை அதில் எந்த வித்தியாசமும் இருக்காது.

■

3

மன்னரின் புத்தாடைகள்

வெகு காலத்திற்கு முன்பு, புதிய உடைகளில் மிகவும் ஆசை கொண்ட ஒரு மன்னன் வாழ்ந்து வந்தான். அவன் தன் பணம் முழுவதையும் புதியஆடைகள் வாங்குவதற்காகச் செலவிட்டான். ராணுவம், நாடக அரங்குகள் ஆகியவற்றைக் குறித்து அவன் எந்த அக்கறையும் காட்டவில்லை. வெளியே சவாரி சென்று தன் புதிய ஆடைகளைக் காட்டிப் பெருமைப்பட்டுக்கொள்ள வேண்டும் என்பதுதான் அவனது ஒரே ஒரு லட்சியம். ஒவ்வொரு மணி நேரத்திற்கும் அவன் ஒவ்வொரு ஆடைகளை அணிந்து அழகு பார்ப்பான். வழக்கமாக மன்னர்கள் எல்லாம் அரச சபையில் அரியணையிலிருந்து அரசாட்சி செய்வார்கள் என்றால் இவன் எப்போதும் ஆடை மாற்றும் அறையில்தான் இருப்பான்.

மன்னனின் அரண்மனை எப்போதும் கோலாகலக் கொண்டாட்டமாக இருக்கும். தினமும் அங்கே அறிமுகமற்ற பலரும் வந்துகொண்டிருந்தார்கள். ஒருநாள் இரண்டு ஏமாற்றுப் பேர்வழிகள் மன்னனைக் காண்பதற்காக வந்தார்கள். அவர்கள் தங்களை நெசவாளர்கள் என்று சொல்லிக்கொண்டார்கள். கற்பனை செய்தே பார்க்க முடியாத அளவு அவ்வளவு மென்மையான ஆடைகளை உருவாக்க தங்களால் முடியும் என்றும் அவர்கள் சொன்னார்கள். மேலும் அவர்கள் தாங்கள் நெய்து உருவாக்குகின்ற ஆடைகள் ஒப்பற்ற அழகுடையவை என்றும், மிகவும் அரிதான நிறங்கள் அமைந்திருப்பவை என்றும் சொன்னார்கள். ஆனால் அவர்கள் சொன்னதில் முக்கியமான விஷயம் ஒன்று உண்டு. அதாவது, ஒருவன் தான் ஏற்றிருக்கின்ற பொறுப்புக்குத் தகுதியற்றவனாக இருந்தால், அல்லது ஒருவன் என்றுமே திருத்தமுடியாத ஒரு முட்டாளாக இருந்தான் என்றால் அப்படிப்பட்டவர்களின் கண்களுக்கு மட்டும் நாங்கள் தயார் செய்யும் ஆடைகள் தெரியாது!

இந்த விஷயத்தைத் தெரிந்துகொண்ட மன்னன் ஆலோசித்தான்:

“அவர்கள் நெய்யும் உடைகள் மிகவும் தரமுடையவையாக இருக்கும். நான் அவற்றை அணிந்துகொண்டால் எவ்வளவு சிறப்பாக இருக்கும்! மேலும் தாங்கள் வகிக்கின்ற பதவிக்குத் தகுதியற்றவர்கள் யார் யார் என்று என்னால் கண்டிபிடித்துவிடவும் முடியுமே! அறிவாளிகள் யார்? முட்டாள்கள் யார்? என்று அறிந்துகொள்ளவும் முடியும். எனக்காக இவர்களைப் புதிய ஆடைகளை நெய்து தரச் சொல்ல வேண்டும்”

மன்னன் அந்தப் பொய்யர்களுக்கு நிறையப் பணம் கொடுத்தான். தனக்கு அற்புதமான ஆடைகளை உருவாக்கிக் கொடுக்க வேண்டும் என்றும், உடனே அந்த வேலையைத் தொடங்க வேண்டும் என்றும் உத்தரவிட்டான்.

அவர்கள் இரண்டு நெசவு இயந்திரங்களை வைத்துக்கொண்டு நெசவு நெய்வதுபோன்று நடித்தார்கள். உண்மையில் அவர்களின் நெசவு இயந்திரத்தில் நெசவு நெய்வதற்கான எதுவுமே இருக்கவில்லை. அதே நேரம் அவர்கள் மன்னனிடம் நிறையப் பட்டு நூலும், தங்க நாணயங்களையும் கேட்டு வாங்கினார்கள். பிறகு நள்ளிரவுவரை வேலை செய்வதாக நடிக்கவும் செய்தார்கள்.

‘அவர்களின் வேலை எந்த நிலையில் இருக்கிறது என்று தான் அறிந்துகொள்ள வேண்டும்’ என்று நினைத்தான் மன்னன். ஆனால், தாங்கள் வகிக்கின்ற பதவிகளுக்குத் தகுதியற்றவர்களின் கண்களுக்கு புதிய ஆடைகள் தெரியாது என்ற விஷயம் அவனுக்கு நினைவு வந்தபோது அவன் கலக்கமடைந்தான். தான் பயப்பட வேண்டியதில்லை என்று அவனுக்குத் தெரிந்திருந்தது. ஆயினும் விஷயங்கள் எந்த நிலையில் இருக்கின்றன என்று அறிந்து வருவதற்கு மற்றொரு ஆளைத்தான் அனுப்பவேண்டும் என்று சிந்தித்தான். புதிய நெசவாளர்களின் உடைகளின் சிறப்புத் தன்மைகள் அந்த நாட்டுக் குடிமக்கள் அனைவருக்கும் தெரிந்திருந்தது. தங்கள் அருகில் உள்ளவன் முட்டாளா, அறிவாளியா என்று அறிவதற்கு அனைவருமே ஆவலாக இருந்தார்கள்.

மன்னன் ஒரு முடிவு செய்தான்.

“நான் என் வயதான மந்திரியை அந்த நெசவாளர்களிடம் அனுப்புகிறேன். புதிய ஆடைகள் எப்படி இருக்கின்றன என்று நேராகப் பார்த்து அறிய அவரால் முடியும். அவர் அறிவாளி என்பது மட்டும் அல்ல, தான் வகிக்கும் பதவிக்கான தன் தகுதியைப் பற்றி, மற்ற யாரையும்விட அவர் மிகவும் நன்றாக அறிவார்.”

மன்னனின் கட்டளைப்படி முதிய மந்திரி புறப்பட்டுச் சென்றார். இரண்டு ஏமாற்றுக்காரர்களும் காலியான நெசவு இயந்திரத்தின்

முன்னால் அமர்ந்து வேலை செய்வதுபோன்று நடித்துக்கொண்டிருக்கும் அறையை அடைந்தார். மந்திரி நெசவு இயந்திரத்தை மிகவும் கூர்ந்து நன்றாக உற்றுப்பார்த்தார். நெடுநேரம் நெசவு இயந்திரத்தைச் சுற்றிச் சுற்றி வந்து ஆராய்ந்த பிறகு பலத்த அதிர்ச்சியுடன் தனக்குள் சொல்லிக்கொண்டார் “ஐயோ, என் கண்களுக்கு எதுவுமே தெரியவில்லையே!” ஆனால் அந்த வார்த்தைகளை உரத்துச் சொல்ல அவருக்குத் தைரியம் வரவில்லை.

“தயவுசெய்து இந்த நெசவு இந்திரத்தின் அருகில் வாருங்கள்” என்று இரண்டு நெசவாளர்களும் முதிய மந்திரியை அழைத்தனர். “நாங்கள் மன்னருக்காக மிகவும் அரும்பாடுபட்டு அற்புதமாக உழைத்த இந்த உடை உங்களுக்குப் பிடித்திருக்கிறதா?” என்றும் கேட்டார்கள். அவர்கள் அந்தக் காலியான நெசவு இயந்திரத்தைப் பெருமைபொங்க சுட்டிக்காட்டினார்கள். அந்தப் பாவமான முதிய மந்திரி கண்களைக் கசக்கிக்கொண்டு மீண்டும் மீண்டும் உற்றுப் பார்த்தார். ஆயினும் அவரால் அந்த நெசவு இயந்திரத்தில் எந்தத் துணியையும் காண முடியவில்லை. காண்பதற்கு அங்கே உண்மையில் எதுவும் இல்லை அல்லவா!

முதிய மந்திரி சிந்தித்தார்:

“கடவுளே, நான் இவ்வளவு முட்டாளா? இன்றுவரை நான் இந்த விஷயத்தைத் தெரிந்துகொள்ளவில்லையே! நான் ஒரு முட்டாள் என்பதை மற்றவர்களும் தெரிந்துகொள்ளக்கூடாது! என்ன இது? நான் வகிக்கும் பதவிக்கு நான் தகுதியானவன் இல்லையா? இல்லை, புதிய ஆடைகள் என் கண்களுக்குத் தெரியவில்லை என்று நான் யாரிடமும் சொல்லமாட்டேன்!”

“என்ன, உங்களுக்கு எதுவும் தெரியவில்லையா?” நெசவாளர்களாக நடிப்பவர்களில் ஒருவன் கேட்டான்.

முதிய மந்திரி பதில் சொன்னார்:

“உடைகள் மிகமிகவும் அழகாக இருக்கின்றன! எவ்வளவு அருமையான துணி! எவ்வளவு மெல்லியதாக இருக்கிறது! எவ்வளவு சிறப்பாக வடிவமைக்கப்பட்டிருக்கின்றன! வண்ணங்கள்தான் பளபளவென்று எவ்வளவு உயர்வாக இருக்கின்றன! எனக்கு மிகவும் மகிழ்ச்சி! நான் மன்னனிடம் இந்த ஆடையைப் பற்றிச் சொல்கிறேன்!”

“எங்களுக்கும் மிகவும் மகிழ்ச்சிதான்!” என்று நெசவாளிகள் சொன்னார்கள். அவர்கள் தாங்கள் உருவாக்கியிருக்கும் துணியின் மேன்மைகளைப் பற்றி அவரிடம் நெடுநேரம் வர்ணித்தார்கள். முதிய மந்திரி எல்லாவற்றையும் கவனித்துக் கேட்டார். ஏனென்றால் அந்த

வர்ணனைகளை எல்லாம் மன்னனிடம் திரும்பிச் சொல்ல வேண்டும் அல்லவா? அவர் மன்னரிடம் சென்று அந்த நெசவாளர்கள் சொன்னதையெல்லாம் அப்படியே ஒப்பித்தார்.

ஏமாற்றுக்காரர்கள் மேலும் பணமும், தங்கமும் கேட்டார்கள். உடைகள் முழுமையாக உருவாக வேண்டும் என்றால் தாங்கள் கேட்பவை எல்லாம் கிடைத்தே ஆக வேண்டும் என்று கண்டிப்பாகச் சொன்னார்கள் அவர்கள். அவர்கள் கேட்டதையெல்லாம் மன்னன் கொடுத்தான். அவற்றையெல்லாம் அவர்கள் எடுத்துக்கொண்டார்கள். அதேநேரம் நெசவு நெய்துகொண்டிருப்பதாகத் தொடர்ந்து நடிக்கவும் செய்தார்கள்.

நெசவு வேலை எப்படி முன்னேறிக்கொண்டிருக்கிறது என்றும், உடைகள் எப்போது தயாராகும் என்றும் அறிந்து வருவதற்காக மன்னன் விரைவிலே மிகவும் நேர்மையான மற்றொரு மந்திரியை அனுப்பினான். அந்த மந்திரியும் சென்று, முன்பு முதிய மந்திரி செய்ததுபோல நெசவு இயந்திரத்தை உற்று உற்றுப் பார்த்தார். அவர் கண்களுக்கும் காலியான நெசவு இயந்திரத்தைத் தவிர வேறொன்றும் தெரியவில்லை. காண்பதற்குத்தான் அங்கே எதுவும் இல்லையே!

"பாருங்கள் மந்திரியாரே! இந்தத் துணி மிகவும் அதி அற்புதமாக உருவாகியிருக்கிறது அல்லவா!" என்று நெசவாளர்களில் ஒருவன் இல்லாத துணியின் மேன்மையைப் பற்றி விரிவாக வர்ணித்தான்.

மந்திரி யோசித்தார்:

"நான் ஒன்றும் முட்டாள் அல்ல! தவறு என்னுடையதல்ல. எனக்குத் தகுதியற்ற என் பதவியின் மீதுதான் தவறு. இது மிகவும் விசித்திரமாக இருக்கிறதே! ஆனால், நான் இப்படியெல்லாம் யோசிப்பது யாருக்கும் தெரிந்துவிடக் கூடாது."

தன் கண்களுக்குத் தெரியாத அந்தத் துணியை அவர் மிகவும் அதிகமாகப் புகழ்ந்தார். அந்தத் துணி குறித்து தன் அளவற்ற மகிழ்ச்சியையும், திருப்தியையும் தெரிவித்துக்கொண்டார். பிறகு அவர் மன்னனைக் கண்டு இப்படி அறிவித்தார்:

"மன்னா, அந்தத் துணி மிகவும் சிறப்பாக, ஒப்பற்ற வகையில் உருவாக்கியிருக்கிறது!"

இது எல்லாவற்றையும் அறிந்துகொண்ட குடிமக்கள் இல்லாத துணிகளை மிகவும் புகழ்ந்து கொண்டாடினார்கள்.

புதிய துணிகளை நெய்துகொண்டிருக்கும்போது தானே நேரில் சென்று பார்க்க மன்னன் விரும்பினான். அந்த ஏமாற்றுக்காரர்கள் வேலை செய்வதாக நடித்துக்கொண்டிருக்கும் அறைக்கு அவன் சென்றான். முதிய மந்திரியும், இரண்டாவதாக வந்த இளைய

மந்திரியும், இன்னும் நிறைய அறிஞர் பெருமக்களும், மந்திரிகளும் மன்னனின் பின்னால் சென்றார்கள்.

முதிய மந்திரியும், இளைய மந்திரியும் காலியான நெசவு இயந்திரத்தைச் சுட்டிக்காட்டி மன்னனிடம் கேட்டார்கள்:

"மன்னா, இந்தப் புதிய துணிகள் எவ்வளவு சிறப்பாக அமைந்திருக்கின்றன பார்த்தீர்களா? இவற்றின் அழகிற்கு நாம் எவற்றைத்தான் இணை சொல்ல முடியும்! இவற்றில் பயன்படுத்தப்பட்டிருக்கும் நிறங்களைப் பார்த்தீர்களா? சூரிய ஒளியையே மிஞ்சும் பிரகாசமாக இருக்கின்றன!"

மற்றவர்கள் அதையெல்லாம் பார்க்கிறார்கள் என்று நினைத்தார்கள் அவர்கள்.

மன்னனின் சிந்தனை வேறு வழியில் சென்றது:

"என்ன இது? இங்கு நான் எதையும் காணவில்லையே! நான் முட்டாளா? மன்னர் பதவிக்கு நான் தகுதியில்லாதவனா? எனக்கு இப்படி நடப்பது மிகவும் பெரிய ஆபத்தாகிப் போய்விடுமே!"

ஆயினும் அவன் சொன்னான்:

"துணிகள் எல்லாம் மிகவும் அழகாக இருக்கின்றன! எல்லாம் எனக்கு மிகவும் பொருத்தமாக இருக்கின்றன! எனக்கு மிகவும் மகிழ்ச்சி! பேரானந்தம்!" அதைத் தொடந்து அவர், மிகவும் திருப்தியடைந்தது போன்ற முகபாவத்துடன் தலையாட்டிக்கொண்டு காலியாக இருக்கும் தையல் இயந்திரத்தையே பார்த்து நின்றார். தனத்துத் துணி எதுவும் தெரியவில்லை என்று வெளியே சொல்லக் கூடாது அல்லவா?

உடன் வந்தவர்களும் பார்த்தார்கள். மீண்டும் மீண்டும் பல வகையாக முயற்சித்துப் பார்த்தார்கள் என்றாலும் அவர்களின் கண்களுக்கு புதிய ஆடைகள் எதுவும் தெரியவில்லை. என்றாலும் உடைகள் மிகவும் நன்றாக இருக்கின்றன என்று அவர்கள் எல்லோரும் ஒட்டுமொத்தமாகச் சொன்னார்கள். அப்போது அவர்கள் எல்லோரும் சேர்ந்து மன்னனிடம் ஒரு வேண்டுகோளை முன் வைத்தார்கள். சமீபத்தில் நடைபெற இருக்கிற ஊர்வலத்தில் மன்னர் இந்த ஆடைகளையே அணிந்து வர வேண்டும் என்னும் கோரிக்கைதான் அது.

"துணிகள் முதல்தரமாக இருக்கின்றன!"

"அதி அற்புதம்!"

"வெகு சிறப்பு!" போன்ற வார்த்தைகள் அனைவரது வாயிலிருந்தும் உதிர்ந்தன. அந்தச் சூழ்நிலையில் மகிழ்ச்சி நிலவியது. மன்னன் அந்த

ஏமாற்றுக்கார நெசவாளிகளுக்கு "அரசவை நெசவாளர்கள்" என்ற விருதை அளித்துச் சிறப்பித்தான்.

ஊர்வலத்தின் முதல் நாள் இரவு முழுவதும் நெசவாளர்கள் நெய்துகொண்டிருப்பதாக நடித்துக்கொண்டிருந்தார்கள்.

அவர்கள் பதினாறு மெழுகுவர்த்திகளை ஏற்றி வைத்திருந்தார்கள். 'மன்னரின் புதிய ஆடையை நெய்து தீர்ப்பதற்காக நெசவாளர்கள் மிகவும் கடுமையாக பாடுபட்டுக்கொண்டிருக்கிறார்கள்' என்றுதான் பார்த்துக்கொண்டிருந்த ஆட்கள் நம்பினார்கள். துணிகளை உயர்த்திப் பிடித்துக்கொண்டிருப்பதாக நடித்தபடி பரிசோதிப்பது, பெரிய கத்தரிக்கோல்களால் காற்றில் வெட்டுவதுபோன்று நடிப்பது, நூல் இல்லாத ஊசிகள்கொண்டு தைப்பது, இப்படித்தான் அந்த இரண்டு நண்பர்களும் செய்துகொண்டிருந்தார்கள். கடைசியில் அவர்கள் வேலையை நிறுத்திவிட்டுச் சொன்னார்கள்:

"மன்னர் அவர்களின் உடைகள் தயாராகிவிட்டன."

விவரம் தெரிந்த மன்னன் பிரபுக்களும், அதிகாரிகளும் புடை சூழ வந்தான்.

ஏமாற்றுக்காரர்கள் உடைகளை ஒவ்வொன்றாக எடுத்துக் காட்டுவதுபோன்று நடித்தபடிச் சொன்னார்கள்:

"மன்னர் அவர்களே, இதுதான் காலுறை. இதோ, இதுதான் சட்டை. இதுதான் மேலங்கி. எல்லாம் சிலந்தி வலையைவிட மிகவும் மெல்லியவை. இவற்றை அணிந்துகொள்பவருக்கு, தான் உடைகளே அணியாததுபோலத் தோன்றும். அதுதான் இந்த உடைகளின் சிறப்புத் தன்மை!"

அங்கே துணிகள் எதுவும் இல்லாததால் பிரபுக்களும் மற்றவர்களும் எதையும் பார்க்கவில்லை. ஆயினும் எல்லோரும் அந்த நெசவாளர்களை மிகவும் பாராட்டினார்கள்.

நெசவாளர்கள் மன்னனிடம் சொன்னார்கள்:

"மன்னர் அவர்களே நீங்கள் இப்போது அணிந்திருக்கின்ற ஆடைகளைத் தயவு செய்து கழற்றிவிடுங்கள். முன்னால் இருக்கின்ற பெரிய கண்ணாடியில் நீங்கள் பார்த்து ரசிக்கும்படி நாங்கள் உங்களுக்கு எங்கள் புதிய ஆடைகளை அணிவிக்கிறோம்."

அதைக் கேட்டவுடன் மன்னன் தான் அணிந்திருந்த ஆடைகளைக் கழட்டினான்.

ஏமாற்றுக்காரர்கள் மன்னனுக்குப் புதிய ஆடைகள் அணிவிப்பதாக நடித்தார்கள். மன்னன் இந்தப் பக்கமும் அந்தப் பக்கமும் திரும்பித் திரும்பி தான் அணிந்திருக்கும் புதிய ஆடைகளைக் கவனித்துப் பார்த்தான். அப்போது எல்லோரும் சொன்னார்கள்:

“அடடா! நம் மன்னருக்கு இந்த ஆடைகள் எவ்வளவு அற்புதமாகப் பொருந்துகின்றன! இந்த உடைகளில் நம் மன்னர் அந்தக் கடவுளைப்போலவே தோற்றமளிக்கிறாரே!”

ஊர்வலத்திற்கான நேரம் நெருங்கிவிட்டது.

“மன்னர் அவர்களே, உங்கள் தலைக்கு மேல் பிடிக்க வேண்டிய துணியுடன் அதன் பொறுப்பாளர் தயாராக நிற்கிறார்!” என்று அறிவித்தான் ஒரு அரண்மனைப் பணியாளன்.

“நான் தயாராக இருக்கிறேன். புதிய ஆடைகள் எனக்கு மிகவும் அருமையாக இருக்கின்றன அல்லவா?” என்று கேட்ட மன்னன் கண்ணாடியில் கடைசியாகத் தன் தோற்றத்தைப் பார்த்துக்கொண்டான். எல்லாம் நல்லபடியாக அமைந்துவிட்டது என்று மற்றவர்களுக்கு உணர்த்துவதற்கு அவன் மிகவும் சிரத்தை கொண்டான்.

மன்னனின் சட்டையின் பின் தொங்கலை பிடித்துக்கொண்டு செல்வதற்கான உரிமை பெற்றவர்கள், மன்னனின் படுக்கையறை ஊழியர்களாவார்கள். அவர்கள் வந்து மன்னனின் பின்னால் நின்று சட்டையின் பின் தொங்கலைப் பிடித்துக்கொண்டிருப்பதாகவும் நடித்தார்கள். பிற்பாடு மன்னன் நடக்கும்போது அதைத் தாங்கிப் பிடித்துக்கொண்டு பின்னால் செல்வதாகவும் நடித்தார்கள். தாங்கள் உடை எதையும் பார்க்கவில்லை என்று மற்றவர்களிடம் சொல்வதற்கு அவர்களுக்குத் தைரியம் ஏற்படவில்லை.

அப்படி மன்னன் ஊர்வலமாக நடந்து சென்றான்.

ராஜவீதியில் கூடி நின்றவர்கள் சொன்னார்கள்:

“நம் மன்னரின் உடைகள் எவ்வளவு அழகாக இருக்கின்றன! அவர் சட்டையின் பின்னால் உள்ள தொங்கல் இருக்கின்றதல்வா, அது நம் மன்னருக்கு வெகு அற்புதமாகப் பொருந்துகிறது!”

தான் துணி எதையும் பார்க்கவில்லை என்று மற்றவர்களுக்குத் தெரிந்துவிடாமல் இருக்க வேண்டும் என்று எல்லோரும் முயன்றார்கள். இல்லையென்றால் தான் முட்டாள் என்பதும், தான் வகிக்கும் பதவிக்கான தகுதி தனக்குக் கிடையாது என்றும் மற்றவர்களுக்குத் தெரிந்துவிடும் அல்லவா!

மன்னன் தற்போது அணிந்திருக்கும் உடைகள் புகழப்பட்டதுபோல எந்த உடையும் எப்போதும் புகழப்பட்டதில்லை!

திடீரென்று ஒரு சிறுவன் சத்தம்போட்டுச் சொன்னான்:

“ஐயோ! மன்னர் உடைகள் எதுவும் அணிந்திருக்கவில்லை!”

அந்தப் பையனின் அப்பா, பக்கத்தில் நின்றிருந்தவரிடம் மெதுவாகக் கேட்டார்:

"என் சிறிய மகன் சொன்னதைக் கேட்டீர்களா?"

அந்தப் பையன் சொன்னது சில நொடிகளுக்குள் எல்லோருக்கும் தெரிந்துவிட்டது. பிறகு எல்லோரும் சொன்னார்கள்:

"மன்னர் உடைகளே அணிந்திருக்கவில்லை!"

சங்கதி சரிதான் என்று மன்னனுக்கும் தோன்றியது. ஆனால் நடந்து சென்று ஊர்வலத்தை நிறைவு செய்துவிட வேண்டும் என்று நினைத்தான் அவன். அவன் படுக்கையறை ஊழியர்கள், அவனது சட்டையின் பின்தொங்கலை விடாமல் பிடித்துக்கொண்டு நடந்தார்கள், அப்படி ஒன்று இல்லையென்றாலும்!

■

4

கொக்குகள்

கிராமத்தில் கடைசியாக அமைந்திருந்த வீட்டின் மேலே ஒரு கொக்குக் கூடு இருக்கிறது. அதன் உள்ளே அம்மாக் கொக்கு தன் நான்கு பிள்ளைகளுடன் வாழ்ந்து வந்தது. கருத்த, கூர்மையான அலகுகள்கொண்ட கொக்குக் குஞ்சுகள் தங்கள் தலையை வெளியே நீட்டி வைத்திருக்கும். அவற்றின் அலகுகள் இனிமேல்தான் சிவப்பு நிறம் பெற வேண்டும். அப்பாக் கொக்கு சற்றுத் தள்ளி கூரையின் மேலே நிற்கிறது. அது நன்றாக நிமிர்ந்து நின்றது. ஒற்றைக் காலை மேலே இழுத்து மடக்கி வைத்திருந்தது. காவல் நிற்கும்போது அலட்சியம் கூடாது அல்லவா! அது உண்மைக் கொக்குதானா, அல்லது கொக்குச் சிலையா என்று பார்ப்பவர்கள் சந்தேகப்படுவார்கள். அந்தளவு அசைவற்று நின்றுகொண்டிருந்தது அந்தக் கொக்கு. அது இவ்வாறு நினைத்தது:

"கூட்டிற்கு வெளியே என் மனைவிக்கு ஒரு காவல்காரன் நிற்பது அவளுக்கு மதிப்புதான். நான் அவளது கணவன் என்று பார்ப்பவர்களுக்குத் தெரியாது. அவர்கள் என்னைப் பார்த்து இவன் வெறும் ஒரு காவல்காரன்தான் போலிருக்கிறது என்று நினைப்பார்கள்."

கீழே உள்ள தெருவில் சில மனிதக் குழந்தைகள் விளையாடிக்கொண்டிருந்தார்கள். அவர்கள் அந்தக் கொக்குகளைப் பார்த்தார்கள். ஒருவன் கொக்குகளைக் குறித்தான ஒரு பழைய பாட்டைப் பாடினான்:

"கொக்கே கொக்கே பறந்துபோ கொக்கே!
உன் அன்பான மனைவி கூட்டில் இருக்கிறாள்;
அவள் குஞ்சுகளைத் தூங்க வைத்துக் கொண்டிருக்கிறாள்.
முதல் குஞ்சைத் தூக்கிலிடுவோம்,
இரண்டாவதைக் கல்லால் அடிப்போம்,
மூன்றாவதைச் சுட்டுக் கொல்வோம்,
நான்காவதை அவித்துத் தின்போம்!"

இதைக் கேட்ட கொக்குக்குஞ்சுகள் தங்கள் அம்மாவிடம் கதறின:

"அந்த மனிதப் பிள்ளைகள் பாடியதைக் கேட்டாயா அம்மா? எங்களைத் தூக்கிலிட்டுக் கொல்வார்கள்போலும்!"

அம்மாக் கொக்கு அவற்றைச் சமாதானப்படுத்தியது:

"என் பிள்ளைகளே, நீங்கள் அதைக் கேட்காதீர்கள். கேட்டாலும் பொருட்படுத்தாதீர்கள்."

ஆனால் மனிதப் பிள்ளைகள் மீண்டும் பாடி, கொக்குகளுக்கு நேராக சுட்டிக்காட்டி அவற்றைக் கேலியும் செய்தார்கள். அந்தக் குழந்தைகளில் பீட்டர் என்பவன் மட்டும் "பிராணிகளைக் கேலி செய்வது பாவம்" என்று சொன்னான். அவன் மற்றவர்களின் விளையாட்டில் பங்கேற்கவும் இல்லை.

அம்மாக் கொக்கு தன் குஞ்சுகளுக்கு ஆறுதல் சொன்னது:

"நீங்கள் இதையெல்லாம் பொருட்படுத்த வேண்டாம். பாருங்கள் உங்கள் அப்பா ஒற்றைக் காலில் நின்றாலும் எவ்வளவு அமைதியாக நிற்கிறார்!"

"எங்களுக்கு மிகவும் பயமாக இருக்கிறது" என்று சொல்லி கொக்குக் குஞ்சுகள் தலைகளை உள்ளே இழுத்துக்கொண்டன.

அடுத்தா நாளும் தெருப் பிள்ளைகள் கொக்குகளைப் பார்த்துப் பாடினார்கள்:

"கொக்கே கொக்கே பறந்துபோ
இன்று ஒற்றைக் காலில் நிற்க வேண்டாம்..."

கொக்குக் குஞ்சுகள் தங்கள் அம்மாவிடம் கேட்டன:

"இவர்கள் எங்களைத் தூக்குப் போட்டுக் கொன்றுவிடுவார்களா அம்மா? இல்லை, கல்லால் அடித்துக் கொன்றுவிடுவார்களா?"

"நிச்சயமாக இல்லை. நீங்கள் பறக்கக் கற்றுக்கொள்ள வேண்டியிருக்கிறது. அதற்காக நான் உங்களுக்குப் பயிற்சியளிக்கிறேன். பிறகு நாம் புல்வெளிகளை நோக்கிப் பறந்து செல்லலாம். தவளைகளைச் சந்திக்கலாம். அவை தண்ணீரில் கிடந்து நம்மை வணங்கி "க்ரோ, க்ரோ" என்று பாடும். அதைத் தொடர்ந்து நாம் அவற்றைத் தின்போம். அது மிகவும் சுவாரஸ்யமாயிருக்கும்!"

"பிறகு என்ன நடக்கும்?"

"பிள்ளைகளே பிற்பாடு இந்த நாட்டில் உள்ள எல்லாக் கொக்குகளும் ஒன்று சேரும். இலையுதிர்கால உடற்பயிற்சி முறைகளைத் தொடங்குவார்கள். எல்லோரும் நல்ல முறையில் பறக்க வேண்டும். நன்றாகப் பறக்க முடியாத கொக்குகளைத் தளபதி கொக்கு தன் அலகால் கொத்திக் கொன்றுவிடும். நீங்கள் உடற்பயிற்சி முறைகளை நன்றாகக் கற்றுக்கொள்ள வேண்டும் தெரிந்ததா?"

"ஆனால் அந்த மனிதப் பிள்ளைகள் நம்மை எல்லாம் கொன்றுவிடுவோம் என்று பாடுகிறார்களே! கேட்க வேண்டும். அதோ மீண்டும் பாடுகிறார்கள்"

"நீங்கள் கேட்க வேண்டியது அந்தப் பாட்டை அல்ல. நான் சொல்வதைத்தான் நீங்கள் கேட்க வேண்டும். பயிற்சி முடிந்தால் நாமெல்லாம் காடுகளுக்கும், மலைகளுக்கும் பறந்து செல்வோம். இங்கு இருப்பதைவிட அந்த இடங்களில் குளிர் குறைவாக இருக்கும். கடைசியாக நாம் எகிப்திற்குச் செல்வோம். அங்கே கற்களால் செய்த பிரமிடுகள் இருக்கின்றன. அவற்றின் கூர்மையான மேற்புறங்கள் மேகங்களுக்கு மேலே உள்ளன. ஒரு கொக்கு கற்பனை செய்ய முடிவதைவிட மிக அதிகமான காலமாக அந்தப் பிரமிடுகள் அங்கே நிற்கின்றன. எகிப்தில் உள்ள ஒரு நதி அடிக்கடி தன் வழியை மாற்றிக்கொள்கிறது. அப்போதெல்லாம் அந்த நிலமெல்லாம் சேறாக இருக்கும். கொக்குகளான நாமெல்லாம் சேற்றில் இறங்கி நடந்து தவளைகளைப் பிடித்துத் தின்போம்!"

"அப்படியா? நல்லது, நல்லது!"

"ஆமாம், அங்கே மிகவும் அருமையாக இருக்கும். பகல் நேரம் முழுதும் நாம் தின்னும் வேலையைத் தவிர மற்ற எந்த வேலையும் செய்ய மாட்டோம். மிகவும் இன்பமாக இருக்கும். அந்த நேரத்தில் நாம் இப்போது இருக்கிற இந்த இடத்தில் உள்ள மரங்களில் ஒரே ஒரு பச்சை இலைகூட இருக்காது. மேகங்கள்கூட உறைந்து சிறிய பனிக்கட்டிகளாக வீழும். எல்லாம் குளிர்ந்து உறைந்திருக்கும்."

"அம்மா, குறும்புக்காரர்களான இந்த மனிதக் குழந்தைகளும் குளிர்ந்து உறைந்துவிடுவார்களா?"

"அப்படியில்லை. ஆயினும் அவர்கள் குளிரில் நடுங்கிக்கொண்டு வீட்டிற்குள் இருக்க வேண்டி வரும். அப்போது நாம் பூக்களும் வெளிச்சமும் உள்ள வெளிநாடுகளில் பறந்து மகிழ்ந்து கொண்டிருப்போம்."

சில நாட்கள் கடந்து சென்றன. அப்போது சற்று வளர்ந்திருந்த கொக்குக் குஞ்சுகள் எழுந்து நிற்கப் பழகியிருந்தன. அப்பாக் கொக்கு எல்லா நாளும், சுவையான தவளைகளையும், சிறிய பாம்புகளையும், கொக்குகளுக்கு விருப்பமான மற்ற உணவுப் பொருட்களையும் எங்கிருந்தாவது தேடிப் பிடித்துக் கொண்டு வரும். அப்போது அது தன் குஞ்சுகளிடம் காட்டும் பயிற்சி முறைகளைப் பார்ப்பதற்கு மிகவும் சுவாரஸ்யமாக இருக்கும். கழுத்தைப் பின்னால் வளைத்து அலகை வாலோடு சேர்ப்பது, அலகுகளை இணைத்தும் பிரித்தும் பல வகையான ஓசைகளை எழுப்புவது, சேற்றுப் பகுதிகளைப் பற்றிய

கதைகளைச் சொல்வது என்று தன் குஞ்சுகளுடன் மகிழ்ந்திருக்கும் அப்பாக் கொக்கு.

ஒருமுறை அம்மாக் கொக்கு சொன்னது:

"பிள்ளைகளே, நீங்கள் இனி அவசியம் பறக்கக் கற்றுக்கொண்டே ஆக வேண்டும்."

நான்கு கொக்குக் குஞ்சுகளும் கூரையின் மேலே ஏற வேண்டி வந்தது. அவை எவ்வளவு தள்ளாடித் தடுமாறி அந்த இடத்தை அடைந்தன தெரியுமா? கூரையிலிருந்து கீழே வீழ்ந்துவிடுவோமோ என்று அவை அஞ்சின.

அம்மாக் கொக்கு சொன்னது:

"நீங்கள் என்னைப் பார்த்து கற்றுக்கொள்ளுங்கள். தலையை இப்படி வைத்துக்கொள்ள வேண்டும்... இதோ, இப்படி. கால்களை இப்படித்தான் முன்புறமாக வைக்க வேண்டும். இப்படி... இப்படி... இதெல்லாம்தான் நீங்கள் வாழ உதவி செய்கின்றன. என் பின்னால் பறந்து வாருங்கள். ஒன்று... இரண்டு...மூன்று...!"

இப்படிச் சொல்லிவிட்டு அம்மாக் கொக்கு சற்று தூரம் பறந்தது. கொக்குக் குஞ்சுகள் தாவிப் பறக்க முற்பட்டன. ஆனால் அவை பறக்க இயலாமல் கீழே விழுந்தன. தங்கள் உடல்கள் கனமாக இருப்பதால்தான் பறக்க முடியவில்லை போலிருக்கிறது என்று கொக்குக் குஞ்சுகள் நினைத்தன.

ஒரு குஞ்சு உரத்துச் சொன்னது: "ஐயோ என்னால் பறக்க முடியவில்லை! நான் வெளிநாடுகளுக்கு ஒன்றும் பறந்து செல்ல வேண்டாம்."

தொடர்ந்து அது வீட்டிற்குத் திரும்ப முற்பட்டது.

ஆனால் அம்மாக் கொக்கு அதை அனுமதிக்கவில்லை.

"குளிர்காலம் வரும்போது நீ இங்கேயே குளிர்ந்து உறைந்து இறந்துபோக வேண்டும் என்று விரும்புகிறாயா? மனிதப் பிள்ளைகள் வந்து உன்னைத் தூக்குப்போட்டோ அல்லது வேறு வகையிலோ கொல்ல வேண்டும் என்று விரும்புகிறாயா? சரி. நான் இப்போதே அந்தப் பிள்ளைககளை இங்கே அழைக்கிறேன்!"

"ஐயோ வேண்டாம், வேண்டாம்!" என்று சொல்லி அந்தக் கொக்குக் குஞ்சு மீண்டும் கூரையின் மீது ஏறி பறப்பதற்காக பயிற்சியைத் தொடர்ந்தது.

மூன்றாவது நாளில் கொக்குக் குஞ்சுகள் கொஞ்சம் பறக்கக் கற்றுக் கொண்டன. நம்மால் உயரத்தில் பறக்க முடியும் என்ற தன்னம்பிக்கையும் அவற்றிற்கு ஏற்பட்டது. ஆனால் அப்படிப் பறக்க

முற்பட்டபோது, பாவம் அவை கீழேதான் விழுந்தன. விழும்போது அவை தாங்கள் நிலத்தில் விழுந்துவிடுவோம் என்று பயந்தாலும் எப்படியாவது முயன்று மீண்டும் மேலே பறந்துவிடும்.

ஒரு நாள் சிறுவர்கள் அந்தத் தெருவிற்கு வந்தார்கள். அவர்கள் கொக்குகளைப் பார்த்துப் பாட்டுப் பாடினார்கள்:

"கொக்கே கொக்கே பறந்துபோ!
இன்று ஒற்றைக் காலில் நிற்க வேண்டாம்!"

கொக்குக் குஞ்சுகள் தங்கள் அம்மாவிடம் கேட்டன.

"அம்மா, நாங்கள் பறந்து சென்று அந்த மனிதப் பிள்ளைகளின் கண்களைக் கொத்திக் குருடாக்கட்டுமா?"

அம்மாக் கொக்கு பதில் சொன்னது:

"வேண்டாம், வேண்டாம். நான் சொல்வதை மட்டும் கேட்டால் போதும். சரி, வாருங்கள்... ஒன்று, இரண்டு, மூன்று... இப்போது இதோ நாம் இடதுபுறம் பறக்கிறோம். நல்லது. நீங்கள் நன்றாகக் கற்றுக்கொள்கிறீர்கள். நாளை நீங்கள் என்னோடு சேர்ந்து பறந்து சேற்றுத்திட்டிற்கு வர நான் உங்களுக்கு அனுமதியளிக்கிறேன். பல கொக்குக் குடும்பங்களும் தங்கள் குஞ்சுகளுடன் அங்கே செல்வதுண்டு. நீங்கள்தான் மிகவும் திறமையானவர்கள் நீங்கள் மற்ற கொக்குகளுக்குப் புரிய வைக்க வேண்டும். அப்படிச் செய்தால் எல்லோரும் உங்களைப் பாராட்டுவார்கள்."

கொக்குக் குஞ்சுகள் கேட்டன: "ஆனால் அம்மா, நாம் அந்த மனிதப் பிள்ளைகளைப் பழி வாங்க வேண்டாமா?"

அம்மாக் கொக்கு சொன்னது: "அவர்கள் தங்கள் விருப்பப்படிக் கத்தித் தொண்டையைப் புண்ணாக்கிக் கொள்ளட்டும். விரைவிலேயே அவர்கள் குளிரில் நடுங்குவார்கள். ஒரே ஒரு ஆப்பிள் பழத்தையோ, ஒரே ஒரு பச்சை இலையையோ அவர்கள் பார்க்கக்கூட மாட்டார்கள். அப்போது நீங்களோ மேகங்களின் உயரத்தில் பறந்துகொண்டிருப்பீர்கள். பிரமிடுகளின் நாட்டிற்குச் செல்வீர்கள்!"

"நாம் அந்த மனிதக் குழந்தைகளைப் பழி வாங்கித்தான் ஆக வேண்டும்!" என்று கொக்குக் குஞ்சுகள் தங்கள் மனதில் சொல்லிக்கொண்டு பறக்கும் பயிற்சியில் ஈடுபட்டன.

தெருவில் இந்த மனிதக் குழந்தைகளில் ஒருவன்தானே முதன் முதலாகப் பாட்டுப் பாடத் தொடங்கினான். மீண்டும் மீண்டும் பாடுவதற்கு அவன்தான் மிகவும் ஆர்வம் கொண்டிருந்தான். அவன் ஒரு சிறிய பையனாக இருந்தான். அவனுக்கு ஏறத்தாழ ஆறு வயதுதான் இருக்கும், அவ்வளவுதான். ஆனால் கொக்குக் குஞ்சுகள்

அவனுக்கு நூறு வயது இருக்கும் என்று நினைத்தன. ஏனென்றால், கொக்கு அம்மாவையும், கொக்கு அப்பாவையும்விட எவ்வளவோ பெரியவனாக இருந்தான் அந்த மனிதச்சிறுவன். மனிதர்களில் முதியவர்களுக்கும் சிறுவர்களுக்கும் உள்ள வித்தியாசம் அந்தக் கொக்குக் குஞ்சுகளுக்கு எப்படித் தெரியும்? தங்களைக் கேலி செய்து தொடர்ந்து பாடுகிற மனிதச் சிறுவனைப் பழிவாங்க வேண்டும் என்றுதான் அந்தக் கொக்குக் குஞ்சுகள் நினைத்தன. அந்தக் குஞ்சுகள் மிகவும் கோபம்கொண்டிருந்தன. நாட்கள் செல்லச் செல்ல அவற்றின் பகை அதிகரித்தது. கடைசியில் குஞ்சுக் கொக்குகளின் பழிவாங்கும் எண்ணத்திற்கு அம்மாக் கொக்கு சம்மதிக்க வேண்டி வந்தது. ஆனால், “நாம் இங்கிருந்து புறப்படும் கடைசி நாளில்தான் அவர்களைப் பழி வாங்க வேண்டும்” என்று சொன்னது அம்மாக் கொக்கு. அது மேலும் சொன்னது:

“நீங்கள், உங்களுக்கும் சமூகத்திற்குமான பிரச்சினையில் வெற்றி பெறுகிறீர்களா என்று முதன்முறையாகப் பார்க்க வேண்டியிருக்கிறது. நீங்கள் மோசமானவர்கள் என்று அறிந்த நம் படைத் தளபதி, உங்கள் நெஞ்சில் அலகால் கொத்துகிறார் என்று வைத்துக்கொள்ளுங்கள், அப்போது மனிதப் பிள்ளைகள் சொல்வதுதான் சரி என்று ஆகும்.”

கொக்குக் குஞ்சுகள் மிகவும் சிரமப்பட்டு பயிற்சி எடுத்துக்கொள்ளத் தொடங்கின. எல்லா நாட்களிலும் பயிற்சிகள் தொடர்ந்து நடந்தன. கடைசியில் அந்தக் குஞ்சுகள் சிறப்பாகவும் லாவகமாகவும் பறக்கக் கற்றுக்கொண்டன. அவை பறந்து செல்வதைப் பார்ப்பதற்கு மிகவும் அழகாக இருந்தன.

இலையுதிர்காலம் வந்துகொண்டிருந்தது. எல்லாக் கொக்குகளும் ஒரு இடத்தில் ஒன்று சேர்ந்தன. குளிர்காலம் வருவதற்கு முன்பு வெளிநாடுகளுக்குப் பறந்து செல்ல வேண்டும். அவற்றின் பயணங்கள் மிகவும் நீண்ட பயணங்களாக இருக்கும். காடுகளின் மீதும் கிராமங்களின் மீதும் நகரங்களின் மீதும் அவை பறந்து செல்ல வேண்டியிருக்கும். எவ்வளவு உயரத்தில் பறக்க முடியும் என்று மற்றவர்களுக்குக் காட்டவும் வேண்டும். அதெல்லாம் கொக்குகளுக்கான பரீட்சை முறைதான். கொக்குக் குஞ்சுகள் தங்கள் திறமையை நல்ல முறையில் வெளிப்படுத்தின. “மிகவும் நல்லது. இனி நீங்கள் தவளைகளையும் பாம்புகளையும் தனியாகவே பிடித்துத் தின்னலாம்” என்ற அனுமதியும் அந்தக் கொக்குக் குஞ்சுகளுக்குக் கிடைத்தது. அதுதான் கொக்குக் குஞ்சுகளுக்குக் கிடைக்கக் கூடியதிலேயே மிகவும் உயர்ந்த மரியாதை.

“இனி நாங்கள் அந்த மனிதப் பிள்ளைகளைப் பழி வாங்குவோம்!” என்று அறிவித்தன கொக்குக் குஞ்சுகள்.

அம்மாக் கொக்கு சொன்னது :

“நீங்கள் நிச்சயமாக அப்படிச் செய்யலாம். நான் யோசித்து வைத்திருப்பதுதான் மிகவும் நல்லது. மனிதர்களான அம்மா அப்பாக்களுக்குக் கொக்குகள் மனிதக்குழந்தைகளைக் கொண்டு வந்து கொடுப்பதுண்டல்லவா. அதற்கு முன்பு அந்த மனிதக் குழந்தைகள் ஒரு பெரிய குளத்தில் படுத்துக்கொண்டிருப்பார்கள். அந்தக் குளம் எங்கே இருக்கிறது என்று எனக்குத் தெரியும். குளத்தில் மனிதக்குழந்தைகள் அழகான கனவுகள் கண்டுகொண்டு படுத்திருப்பார்கள். (அவ்வளவு நல்ல கனவுகளைப் பிற்காலத்தில் அவர்கள் காணப்போவதில்லை). மனிதர்களான அப்பா அம்மாக்கள் நல்ல குழந்தைகள் கிடைப்பதற்கு விரும்புகிறார்கள். குழந்தைகள் தங்களுக்கு ஒரு சகோதரனோ, சகோதரியோ கிடைக்க வேண்டும் என்று விரும்புகிறார்கள். நம்மைக் குறித்து கேலிப் பாட்டுக்கள் பாடாத, நம்மை அவமதிக்காத ஒரு மனிதச்சிறுவன் இருப்பான் அல்லவா? நாம் அந்தக் குளத்திற்குப் பறந்து சென்று ஒரு நல்லக் குழந்தையை எடுத்து வந்து அவனுக்குக் கொடுக்கலாம்.”

ஆனால் கொக்குக் குஞ்சுகள் விடாப்பிடியாகக் கேள்வி கேட்டன:

“அம்மா, அந்தக் கெட்ட பையன் இருக்கிறான் அல்லவா, பாட்டுப் பாடி நம்மைத் துரத்தியவன். அவனை நாம் என்ன செய்ய வேண்டும்?”

அம்மாக் கொக்கு பதில் சொன்னது:

“பிள்ளைகளே, கனவு கண்டுகண்டு இறந்த ஒரு மனிதக் குழந்தை அந்தக் குளத்தில் இருக்கிறது. நாம் அதை எடுத்துக் கொண்டுவந்து அந்தக் கெட்ட பையனுக்குக் கொடுக்கலாம். தனக்கு ஒரு இறந்த தம்பி கிடைத்ததற்காக அவன் அழட்டும். ஆனால், பிராணிகளை அவமானப்படுத்துவது பாவம் என்று சொன்னான் அல்லவா ஒரு நல்ல சிறுவன்? அவனுக்காக நாம் உயிருள்ள நல்ல ஒரு தம்பியையும், தங்கையையும் கொண்டு சென்று கொடுக்கலாம். அந்த நல்ல பையனின் பெயர் பீட்டர். எனவே நீங்கள் உங்கள் எல்லோரின் பெயரையும் பீட்டர் என்று மாற்றிக் கொள்ளுங்கள்.!”

அம்மாக் கொக்கு சொன்னதுபோல நடந்தது. எல்லாக் கொக்குக் குஞ்சுகளின் பெயரும் பீட்டர் என்றானது.

இப்போதும் அவற்றின் பெயர் பீட்டர்தான்.

■

5

பறக்கும் தகரப் பெட்டி

முற்காலத்தில் ஒரு பணக்கார வியாபாரி இருந்தான். தேவையென்றால் அவன் பிரதானத் தெரு முழுவதையும் தங்கக் கற்களால் மூட முடியும். அப்படிச் செய்த பிறகும் இடை வழிகளில் மேவுவதற்கான தங்கம் அவனிடம் மிச்சமிருக்கவும் செய்யும். ஆனால் அவன் அதுவொன்றும் செய்யவில்லை. மற்ற விதங்களில் தன் பணத்தைப் பயன்படுத்துவதற்கு அவனுக்குத் தெரியும். மதிப்புக் குறைவான நாணயங்களைக் கொடுத்து, மதிப்பு அதிகமான நாணயங்களைப் பெறுவதற்கு அவன் முயன்றான். மிகவும் சாமர்த்தியமான வியாபாரியாக இருந்தான் அவன். அவன் இறப்பது வரை அப்படித்தான் இருந்தான்.

அவனிடமிருந்த செல்வத்திற்கெல்லாம் வாரிசு அவன் மகன்தான். அந்த இளைஞன் ஊதாரியாக வாழத் தொடங்கினான். தினமும் நடனச்சாலைக்குச் செல்வான். அவன் சொத்துப்பத்திரங்களில் பட்டம் செய்து பறக்கவிடுவான். கடற்கரைக்குச் சென்று அமர்ந்து கற்களுக்குப் பதிலாக தங்க நாணயங்களைக் கடலில் எறிந்து விளையாடுவான். வழக்கமாக அவன் இப்படிச் செய்தான். இப்படிச் செய்தால் அவன் விரைவில் வறுமை நிலையை அடைய வேண்டியிருக்கும் அல்லவா? அந்த இளைஞனுக்கு அப்படித்தான் நடந்தது. கடைசியில் அவனிடம் நான்கு நாணயங்களும், ஒரு ஜோடி செருப்புகளும், ஒரு மேலங்கியும் மட்டுமே மிச்சமிருந்தன. அவன் நண்பர்கள் அவனைப் புறக்கணித்தார்கள். அவனுடன் தெருவில் ஒன்றாக நடந்து செல்வதைக்கூட அவர்கள் வெறுத்தார்கள். நற்குணமுடைய ஒருவன் அந்த இளைஞனிடம் ஒரு தகரப் பெட்டியைக் கொடுத்து அனுப்பினான். பொருட்களையெல்லாம் இந்தப் பெட்டியில் வைத்து எடுத்துக்கொண்டு செல்ல வேண்டும் என்றான் அவன். ஆனால் ஊதாரி இளைஞனிடம் பெட்டியில் வைத்து எடுத்துச் செல்லும் அளவு பொருட்கள் எதுவும் இல்லை. அதனால் அவன் அந்தப் பெட்டியின் மீது அமர்ந்தான்.

உண்மையில் அது மந்திரப் பெட்டியாக இருந்தது. அதன் பூட்டில் விரலால் அழுத்தினால் பெட்டி காற்றில் எழுந்து பறக்கும். ஊதாரி இளைஞன் பூட்டில் விரலால் அழுத்தியபோதும் அப்படித்தான் நடந்தது. பெட்டி அவனைத் தன்மீது சுமந்துகொண்டு பறந்தது. மேகங்களுக்கு மேலே பெட்டி பறந்தது. இடையிடையே அதன் சில சிறிய பகுதிகள் பெயர்ந்து விழுந்தன. அப்போதெல்லாம் அவன் மிகவும் பயந்துபோனான். பெட்டியின் அடிப்பகுதி பெயர்ந்து விழுந்தால் அவன் தலைகுப்புறத் தரையில் விழுந்துவிடுவான் அல்லவா! ஆனால் அப்படி நடக்கவில்லை. அந்தத் தகரப் பெட்டி கடைசியில் துருக்கிகளின் நாட்டில் உள்ள கடலில் சென்று இறங்கியது. அவன் தகரப் பெட்டியைக் காய்ந்த இலைகளின் அடியில் மறைத்து வைத்துவிட்டு நகரத்தை நோக்கிச் சென்றான். அங்கு உள்ள மக்கள் மேலங்கியும் செருப்பும்தான் அணிந்திருந்தார்கள். அது அவனுக்கு வசதியாக இருந்தது.

அவன் ஒரு சிறிய குழந்தையைச் சுமந்திருக்கும் ஒரு பெண்ணைக் கண்டான்.

"மேலே உள்ள அறையில் நிறைய சன்னல்கள் உள்ள அந்த மாளிகை எது?" அவன் அந்தப் பெண்ணிடம் கேட்டான்.

"அங்கே சுல்தானின் மகள் வசித்து வருகிறாள். தன் கணவனைப் பொறுத்த விஷயத்தில் அவள் துயரப்படவேண்டி வரும் என்று ஜோதிடம் சொல்லியிருக்கிறார்கள். அதனால் சுல்தானும் அவர் மனைவியும் இருக்கும்போதுதான் யாரும் உள்ளே போக முடியும்." என்று அந்தப் பெண் பதில் சொன்னாள்.

வியாபாரியின் மகன் காட்டுக்குத் திரும்பிச் சென்றான். தகரப் பெட்டியின் மீது அமர்ந்தான். காற்றில் உயர்ந்து பயணித்தான். மாளிகையின் மேல்மாடியை அடைந்தான். சன்னல் வழியாக ராஜகுமாரியின் அறையை அடைந்தான்.

ராஜகுமாரி அப்போது கட்டிலில் படுத்து உறங்கிக்கொண்டிருந்தாள். இளைஞன் அவள் அழகைப் பார்த்து மலைத்து நின்றான். சற்று நேரம் கழித்து அவள் உறக்கத்திலிருந்து விழித்தாள். தன் முன்னால் ஒரு இளைஞனைக் கண்டபோது அவள் திடுக்கிட்டாள்.

"மேல் உலகத்திலிருந்து வந்த ஒரு தேவதூதன்தான் நான்" என்றான் அவன்.

இதைக் கேட்டவுடன் ராஜகுமாரி மிகவும் மகிழ்ச்சியடைந்தாள். இளைஞன் பேசினான். அவளது கண்கள் அழகான ஏரிகளைப் போன்றிருக்கின்றன என்றான் அவன். சிந்தனைகள் அவற்றில் மீன்களைப்போல நீந்தி விளையாடுகின்றன என்று சொன்னான்.

அவளின் அழகான கரங்கள் குழந்தைகளைக் கொண்டு வரும் கொக்கைப் போன்று தோன்றியது அவனுக்கு.

இறுதியில் அவன் கேட்டான்:

"ராஜகுமாரி, நீ என்னைத் திருமணம் செய்துகொள்வாயா?"

அவள் பதில் சொன்னாள்:

"நிச்சயமாகத் திருமணம் செய்துகொள்வேன்!"

தொடர்ந்து அவள் வேறொன்றும் சொன்னாள்:

"நீங்கள் அடுத்த ஞாயிற்றுக்கிழமை இங்கே வர வேண்டும். சுல்தானும் அவர் மனைவியும் தேநீர் அருந்துவதற்கு வருவார்கள். நான் ஒரு தேவதூதனை திருமணம் செய்துகொள்வது குறித்து அவர்கள் பெருமைகொள்வார்கள். ஆனால் நீங்கள் முன்ஜாக்கிரதையாக இருக்க வேண்டும். நீங்கள் நல்ல ஒரு கதையை யோசித்து வைத்துக்கொள்ள வேண்டும். என் அப்பா அம்மாவுக்குக் கதை கேட்பது என்றால் மிகவும் பிடிக்கும். அம்மாவுக்கு நீதி போதனை உள்ள கதைதான் பிடிக்கும். அப்பாவுக்கு நகைச்சுவைக் கதைதான் மிகவும் பிடிக்கும்."

"சரி, நான் நல்ல ஒரு கதையை யோசித்துக்கொண்டு வருகிறேன்" என்று சொன்ன வியாபாரியின் மகன் புறப்பட்டுச் சென்றான்.

ராஜகுமாரி அவனுக்கு ஒரு சிறிய வாளையும் பரிசளித்திருந்தாள். வாளின் உறையில் நிறையத் தங்க நாணயங்கள் இணைத்துத் தைக்கப்பட்டிருந்தன. அவனுக்குப் பயன்பட்டன அந்தத் தங்க நாணயங்கள்.

இளைஞன் நகரத்திற்குச் சென்று புதிய ஒரு மேலங்கி வாங்கினான். காட்டில் சென்று அமர்ந்து ஒரு கதையைக் கற்பனை செய்தான். சனிக்கிழமைக்குள் கதை தயாராக வேண்டும். அது அவ்வளவு சுலபமாக இல்லை. ஆயினும் சனிக்கிழமை வந்தபோது கதை முடிவாகியிருந்தது.

சுல்தான், அவர் மனைவி, மற்ற பிரபுக்கள் ஆகிய அனைவரும் தேநீர் அருந்துவதற்கு வந்திருந்தார்கள். அவர்கள் வியாபாரியின் மகனை வரவேற்றார்கள். சுல்தான் சொன்னார்:

"நல்லறிவு புகட்டுகிற நல்ல ஒரு கதையைச் சொல் இளைஞனே!"

"அந்தக் கதை சிரிப்பாகவும் இருக்க வேண்டும்" என்று சொன்னாள் சுல்தானின் மனைவி.

வியாபாரியின் மகன் கதை சொல்லத் தொடங்கினான்:

“கவனமாகக் கேளுங்கள். முன்னொரு காலத்தில் ஒரு தீப்பெட்டியும் அதன் உள்ளே தீக்குச்சிகளும் இருந்தன. தங்களின் மேலான பாரம்பரியத்தில் பெருமைகொண்டவை அந்தத் தீக்குச்சிகள். காட்டில் உள்ள ஒரு வயதான தேவதாரு மரம்தான் அவற்றின் வம்ச மரம். அந்த மரத்தின் துணுக்குகள்தான் தீக்குச்சிகள். தீப்பெட்டிக்குச் சற்றுத் தள்ளிக் கூடியிருந்தன தீக்குச்சிகள். நடுவில் ஒரு இரும்புப் பாத்திரம் இருந்தது. தீக்குச்சிகள் தங்கள் இளம்பருவத்தைப் பற்றித் தங்களுக்குள் பேசிக்கொண்டன.

“நாம் மரக்கிளைகளின் சிறிய பகுதிகளாக இருந்தோம் அல்லவா? அக்காலத்தில் என்றும் காலையிலும் மாலையிலும் நமக்குத் தேநீர் கிடைக்கும். அதாவது, பனித்துளிகள். பகல் முழுதும் நமக்குச் சூரியனின் வெளிச்சமும் கிடைக்கும். சின்னப் பறவைகள் நமக்குக் கதைகள் சொல்லும். நாம் செல்வந்தர்களாக இருந்தோம் என்று நமக்குத் தெரியும். எப்படியென்றால் மற்ற மரங்கள் வசந்த காலத்திலும் கோடைக்காலத்திலுமே இலைகளைக் கொண்டிருக்கும். நம் வம்ச மரமோ எல்லாப் பருவநிலைகளிலும் நிறைய இலைகளுடன் இருக்கும். அதாவது பச்சைப் பட்டாடை அணிந்து நிற்கும் என்று அர்த்தம். ஆனால் ஒரு நாள் விறகுவெட்டி வந்தான். அத்துடன் நம் குடும்பமும் சிதறிவிட்டது. நம் குடும்பப் பெரியவருக்கு பெரிய ஒரு கப்பலின் பாய்மரமாக வேலை கிடைத்தது. தேவை ஏற்படும்போது உலகம் முழுதும் சுற்றிவர அந்தக் கப்பலால் முடியும். முக்கியமான குடும்ப உறுப்பினர்கள் எல்லாம் ஒவ்வொரு நாடுகளுக்குச் சென்றுவிட்டார்கள். நமக்கோ, தாழ்ந்தவர்களுக்காக தீ பற்ற வைக்கின்ற வேலைதான் கிடைத்தது. பார்த்தீர்களா, பெருமை மிக்க குடும்பத்தைச் சேர்ந்த நாம் சாதாரண ஒரு சமையலறையில் வசிக்க வேண்டியிருக்கிறதே!”

இதையெல்லாம் கேட்டுக்கொண்டிருந்த இரும்புப் பாத்திரம் சொன்னது:

“என் விதி மற்றொரு விதமானது. தொடக்கம் முதலே, அதாவது நான் இந்த உலகத்திற்கு வந்த நாள் முதலே, என் உள்ளில் நிறையக் கழுவுவதும், வேக வைப்பதும், மற்ற வேலைகளும் நடந்திருக்கின்றன. நடைமுறைச் சாத்தியமான வேலைகளைத்தான் நான் செய்கிறேன். இந்த வீட்டிற்கு முதலில் வந்தது நான்தான். என் ஒரேஒரு நல்ல நேரம் என்ன தெரியுமா? இரவுச் சாப்பாடு முடிந்து நான் என் இடத்தில் இருக்கும் நேரம்தான். அப்போது நான் சுத்தமாகவும் அழகாகவும் இருப்பேன். அப்போது நான் என் நண்பர்களுடன் நகைச்சுவைப் பேச்சில் ஈடுபடுவேன். நீர்ச்சாடியை மட்டும் சில சமயம் முற்றத்திற்குக் கொண்டு செல்வார்கள். நானும் மற்ற சிலரும் எங்கள்

நான்கு சுவர்களுக்குள் இருப்போம். எங்களுக்குச் செய்தி சொல்லும் ஒரே ஒரு ஆள், சந்தைக்குச் சென்று வரும் குடைதான். ஆட்சியையும் மக்களையும் பற்றி மிகவும் அமைதியற்ற முறையில்தான் குடை பேசும். சிலநாட்களுக்கு முன்பு ஒரு வயதான பாத்திரம் பயந்து அரண்டு விழுந்து உடைந்துவிட்டது.”

இடைபுகுந்து சொன்னது தீப்பெட்டி:

“அடே, இரும்புப் பாத்திரமே, நீ தேவைக்கு அதிகமாகப் பேசுகிறாய்!”

உருக்குக்கம்பி தீக்கல்லில் உரசி தீப்பொறிகளைப் பரவச் செய்தது.

தீப்பெட்டி சத்தமாகக் கேட்டது:

“இந்த மாலை நேரத்தில் நாம் மகிழ்ச்சியாக அல்லவா இருக்க வேண்டும்?’’

தீக்குச்சிகள் பதில் கூறின:

“ஆமாம். யார் மிகவும் உயர்ந்தவர் என்று முடிவு செய்து நாம் அவர்களைக் குறித்துப் பேசுவோம்.”

இரும்புப் பாத்திரம் சொன்னது:

“என்னைப் பற்றிப் பேச நான் விரும்பவில்லை. ஆகட்டும், நாம் மகிழ்ச்சியாக நேரம் போக்கலாம். முதலில் நான் ஒரு சம்பவக் கதை சொல்கிறேன். இது வாழ்க்கையிலிருந்து எடுத்த கதை. எல்லோருக்கும் அனுபவம் உள்ள கதையும்கூட. அதனால் சம்பவத்தைக் கற்பனை செய்து பார்ப்பதில் சிரமம் ஒன்றும் இருக்காது. பால்டிக் கடலில், டென்மார்க் கடற்கரையோரத்தில்...”

தாம்பாளங்கள் ஒரே நேரத்தில் கூறின:

“மிகவும் நல்ல கதை ஆரம்பம்! மக்கள் விரும்பும் ஒரு கதையாக இருக்கும் இது!’’

இரும்புப் பாத்திரம் தொடர்ந்து சொன்னது:

“என் சிறிய வயதில் நடந்த சம்பவம் இது. நான் ஒரு நல்ல குடும்பத்தில் பிறந்து வளர்ந்தேன். மரப்பொருட்களை பாலிஷ் செய்வது, தரையைக் கழுவுவது, சன்னல்களுக்கு புதிய திரைச் சீலைகள் இடுவது ஆகிய வேலைகளையெல்லாம் இரண்டு வாரங்களுக்கு ஒருமுறை தவறாமல் செய்து வந்தேன்.”

துடைப்பம் சொன்னது: “எவ்வளவு சுவாரஸ்யமான கதை சொல்லல் முறை! பெண்களின் கூட்டத்தில் இருந்த ஒரு ஆண்தான் இப்போது கதை சொல்லிக் கொண்டிருக்கிறான். இந்த விஷயத்தைப் புரிந்து கொள்வது சுலபம்தான் அல்லவா. ஏதோ ஒரு நல்ல கருத்து இந்தக் கதையில் அடங்கியிருக்க வேண்டும்.”

இரும்புப் பாத்திரம் தன் கதையைத் தொடர்ந்து சொல்லிக்கொண்டிருந்தது. தொடக்கம்போலவே அதன் முடிவும் மிகவும் சுவாரஸ்யமாக இருந்தது!

தாம்பாளங்கள் மகிழ்ச்சி மிகுதியால் கிணுகிணுத்தன. துடைப்பம் ஒரு மூலையிருந்து கொஞ்சம் கீரையிலைகளைக் கொண்டு வந்தது. அந்தக் கீரைகளைக்கொண்டு ஒரு கிரீடம் செய்து அதை இரும்புப் பாத்திரத்தின் மேலே வைத்தது. "நான் இன்று அவனுக்குக் கிரீடம் அணிவித்தால் இவன் நாளை எனக்குக் கிரீடம் அணிவிப்பான்" என்று நினைத்தது துடைப்பம்.

குறடுகள் எழுந்து நடனம் ஆடின. அவை தங்கள் கால்களை எவ்வளவு சுலபமாக தூக்கி ஆடின தெரியுமா? மகிழ்ச்சி ஆவேசத்தால் ஒரு பழைய நாற்காலி மெத்தையின் தையல் நூல்கள் தனியாகப் பிரிந்து வந்துவிட்டன. அந்தக் குறடுகளுக்கும் கிரீடங்கள் கிடைத்தன.

தீப்பெட்டிக் குச்சிகள் நினைத்தன:

"எப்படியானாலும் இவர்கள் எல்லாம் தாழ்ந்தவர்கள்தானே!"

பாடவேண்டிய பாத்திரம் தேநீர்ப் பாத்திரம்தான். ஆனால் அது, தனக்குக் குளிர்வதாகச் சொன்னது. நல்ல வெப்பமாக இருந்தால்தான் தன்னால் நல்ல முறையில் பாட முடியும் என்றும் அது சொன்னது. ஆனால் இப்போது பாடுவதற்கு அதற்கு ஆர்வமில்லை என்பதுதான் விஷயம். வரவேற்பறையில் பெரியவர்கள் இருக்கும்போது பாடுவதற்குத்தான் அதற்கு விருப்பம்.

வேலைக்காரி எழுதப் பயன்படுத்துகிற ஒரு இறகுப் பேனா சன்னல் படியில் இருந்தது. மைப்புட்டியில் மிகவும் ஆழமாக மூழ்க முடியும் என்ற ஒரு சிறப்புத்தன்மைதான் அந்த இறகுப் பேனாவின் பெருமை. அந்தப் பெருமையால் அதற்குச் சற்றுக் கர்வமும் இருந்தது. அது தன் கருத்தைச் சொன்னது:

"தேநீர் பாத்திரம் பாடவில்லை என்றால் வேண்டாம். வெளியே தொங்கும் கூட்டில் இருக்கும் வானம்பாடிகள் பாடலாம் அல்லவா! வானம்பாடிக்குக் கல்வி அறிவு அவ்வளவாக இல்லை. அது சரிதான். ஆயினும் நாம் இதுபோன்ற நேரத்தில் இந்தக் குறைபாட்டைப் பெரிதுபடுத்த வேண்டியதில்லை."

அதைக்கேட்டு தேநீர்ப் பாத்திரம் சொன்னது:

"இறகுப் பேனா அவர்களே, நீங்கள் சொன்னது தவறு என்று எனக்குத் தோன்றுகிறது. வெளிநாட்டைச் சேர்ந்த பாட்டை நாம் கேட்பதா? இதுதானா நம் நாட்டுப் பற்று? இதைப் பற்றிக் குடை சொல்லட்டும்!"

குடைக்கு மிகவும் பிடிக்கவில்லை. அது சொன்னது:

"எனக்கு மிகவும் கோபம் வருகிறது. அது எவ்வளவு பெரிய கோபம் என்று உங்கள் யாருக்கும் புரியவில்லை. இந்த மாலை நேரத்தை நாம் இப்படித்தானா செலவு செய்ய வேண்டும்? நம் வீட்டை நாம் சரிப்படுத்தி வைப்பதுதானே நன்றாக இருக்கும்! ஒவ்வொருவரும் அவரவரின் இடத்தில் சென்று இருங்கள். நிகழ்ச்சியை நான் நடத்துகிறேன். நான் நடத்தும் நிகழ்ச்சி வேறொரு வகையாக இருக்கும்."

எல்லாமும் சேர்ந்து சத்தமாகக் கூறின:

"அப்படியென்றால் நாம் இனி சத்தம் போடுவோம்!"

பட்டென்று வெளிக்கதவு திறந்தது. வேலைக்காரி உள்ளே வந்தாள்.

எல்லாம் அசைவற்று அமைதியாக இருந்தன.

ஆயினும் எல்லாமும் தன் சிறப்பையும் திறமையையும் குறித்துப் பெருமைகொண்டிருந்தன.

ஒவ்வொன்றும் இப்படி நினைத்தன:

"என்னால் இன்றைய மாலைப் பொழுதை மிகவும் சுவாரஸ்யமாக ஆக்க முடிந்திருக்கும்!"

வேலைக்காரி, தீப்பெட்டிக் குச்சுகளை உரசி தீப் பற்ற வைத்தாள். தீக்குச்சுகள் ஓசையுடன் உயர்ந்தெரிந்தன. அவற்றில் ஒவ்வொன்றும் இப்படி நினைத்தன:

"நாங்கள்தான் முதலிடம் வகிக்கின்றவர்கள்! ஓ, எங்களுக்குத்தான் எவ்வளவு வெளிச்சம்!"

தொடர்ந்து எல்லாத் தீக்குச்சிகளும் எரிந்து சாம்பலாயின.

வியாரியின் மகன் இந்தக் கதையைத்தான் சுல்தானுக்கும், சுல்தானின் மனைவிக்கும், ராஜகுமாரிக்கும் சொன்னான்.

கதை கேட்டு முடிந்ததும் சுல்தானின் மனைவி சொன்னாள்:

"இளைஞனே, கதை மிகவும் சிறப்பாக இருந்தது. நான் சமையலறைக்குச் சென்று பார்த்தபோதே எனக்குத் தோன்றிவிட்டது. இனி நீங்கள் எங்கள் மகளைத் திருமணம் செய்து கொள்ளலாம்."

தன் மனைவி சொன்னதை ஆமோதித்தார் சுல்தான்.

"நிச்சயமாக நீங்கள் எங்கள் மகளை அடுத்த திங்கட்கிழமையே திருமணம் செய்துகொள்ள வேண்டும்!"

இருவரும் வியாபாரியின் மகனை மிகவும் மரியாதையாக அழைத்துப் பேசினார்கள். ஏனென்றால் அவன் அவர்களின் குடும்பத்தில் ஒரு அங்கமாகப் போகிறான் அல்லவா!

திருமணத்திற்கு முதல் நாள் மாலை நேரம் நகரம் முழுதும் தீபங்களால் அலங்கரிக்கப்பட்டிருந்தது. ரொட்டிகளும், கேக்குகளும் மக்களுக்கு வாரி வாரி வழங்கப்பட்டன. பிள்ளைகள் எல்லோரும் வெற்றி முழக்கமிட்டார்கள். விசிலடித்தார்கள். மிகவும் ஆர்ப்பாட்டமாக நடந்தன அந்த விழாவின் கொண்டாட்டங்கள்.

இவர்களுக்கு ஒரு பரிசு கொடுக்க வேண்டும் என்று முடிவு செய்தான் இளைஞன்.

கிடைக்கக்கூடிய அனைத்து வகைப் பட்டாசுகளையும், வெடிகளையும் வாங்கித் தன் பெட்டிக்குள் வைத்துக்கொண்டு காற்றில் பறந்து சென்றான் இளைஞன்.

வானத்திலிருந்து அவன் அந்தப் பட்டாசுகளை வெடித்தபோது அது எவ்வளவு அற்புதக்காட்சியாக இருந்தது தெரியுமா? வெடியோசைகளைக் கேட்டு நாட்டு மக்கள் எல்லோரும் திடுக்கிட்டார்கள். உடனே அவர்கள் காலிலிருந்த செருப்புகள் கழன்று அவர்களின் தலைக்கு மேலே தெறித்து விழுந்தன. இப்படி ஒரு வாணவேடிக்கையை அவர்கள் இதற்கு முன்பு பார்த்ததில்லை. நம் ராஜகுமாரியைத் திருமணம் செய்யப்போவது ஒரு தேவ தூதன்தான் என்று அவர்களுக்கு உறுதியேற்பட்டது.

வியாபாரியின் மகன் சொன்ன கதையைப் பற்றிக் கேள்விப்பட்டவர்கள் எல்லாம் அந்தக் கதையை ஆளுக்கொரு விதமாகப் புரிந்துகொண்டனர். ஆயினும் அந்தக் கதை மிகவும் நல்ல கதை என்றுதான் அனைவரும் நினைத்தார்கள்.

ஒருவன் சொன்னான்:

“நான் அந்தத் தேவதூதனை என் கண்ணால் பார்த்தேன். அவரின் கண்கள் மின்னும் நட்சத்திரங்களைப் போன்றிருந்தன. அவரின் தாடியும் மீசையுமெல்லாம் நுரைபோன்று மென்மையாக இருந்தன!''

மற்றொருவன் சொன்னான்:

“தீயால் தயாரிக்கப்பட்ட மேலாடை அணிந்துகொண்டுதான் அவர் வந்தார். அந்த மேலாடையின் மடிப்புகளுக்குள்ளிருந்து மிகவும் அழகான சொர்க்கக் குழந்தைகள் எட்டிப் பார்த்துக்கொண்டிருந்தன!”

தன்னைப் பற்றிய இதுபோன்ற வர்ணனைகளை வியாபாரியின் மகனும் கேட்கத்தான் செய்தான். அவன் தன் தகரப் பெட்டியை எடுத்து வர காட்டுக்குச் சென்றான். அந்த தகரப் பெட்டிக்கு என்ன ஆயிற்று?

வாண வேடிக்கை முடிந்த பிறகு அவன் அந்தப் பெட்டியைக் காட்டில் ஒளித்து வைத்தான் அல்லவா? பிறகு எங்கோ அணையாமல் கிடந்த ஒரு நெருப்புத் துணுக்கு காற்றில் அடித்து வந்து அந்தப் பெட்டியில் விழுந்தது. பிறகு தீ பரவி அந்தப் பெட்டி முழுதும் எரிந்து சாம்பலாகிவிட்டது!

அதனால் அவனால் பறந்து செல்லவோ, தன் மணமகளிடம் நெருங்கவோ முடியவில்லை.

ராஜகுமாரியோ, நாள் முழுதும் பால்கனியில் காத்து நின்றாள். இன்றும் அவள் அப்படித்தான் காத்து நின்றுகொண்டிருக்க வேண்டும். வியாபாரியின் மகன் பேய்க் கதைகள் சொல்லியபடி உலகத்தைச் சுற்றிக்கொண்டிருக்கிறான்.

■

6

ஒரு அம்மாவின் கதை

ஒரு அம்மா தன் சின்னக் குழந்தையின் அருகில் இருந்தார்கள். அவர்கள் மிகவும் துயரத்துடன் இருந்தார்கள். தன் குழந்தை இறந்துவிடுமோ என்று அவர்கள் அஞ்சினார்கள். குழந்தையின் முகம் வெளுத்திருந்தது. கண்கள் மூடியிருந்தன. அது மிகவும் சிரமப்பட்டுத்தான் மூச்சு விட்டுக்கொண்டிருந்தது. சிலபோது அந்தக் குழந்தை பெருமூச்சு விடுகிறதோ என்று தோன்றும். அம்மா, குழந்தையை மேலும் பரிதாபமாகவும் நிராதரவாகவும் பார்த்துக்கொண்டிருந்தார்கள்.

வெளிக் கதவை யாரோ தட்டும் சத்தம் கேட்டது. ஒரு ஏழைத் தாத்தா உள்ளே வந்தார். அவர் கடினமான ஒரு போர்வை போர்த்தியிருந்தார். குளிரிலிருந்து பாதுகாத்துக்கொள்ளத்தான் அந்தப் போர்வை. அது குளிர் காலம். வெளியே எல்லாவற்றையும் பனி மூடியிருந்தது. காற்று மிகவும் வலுவாக வீசியது. முகத்தில் காற்றுப் பட்டால் காயம் ஏற்பட்டுவிடும். அந்தளவு வேகமாக வீசியது பனிக்காற்று!

சற்றுநேரம் அந்தக் குழந்தை அமைதியாக இருந்ததுபோலத் தோன்றியது. தாத்தா குளிரில் நடுங்கிக்கொண்டிருந்தார். அம்மா ஒரு பானத்தை பாத்திரத்தில் ஊற்றி, பாத்திரத்தை அடுப்பில் வைத்தார்கள். அதைச் சூடாக்கி தாத்தாவுக்குக் கொடுப்பதற்காக. குழந்தையின் தொட்டிலை ஆட்டிக்கொண்டே தாத்தா அங்கே அமர்ந்தார். அம்மா பக்கத்தில் இருந்த நாற்காலியில் அமர்ந்து குழந்தையைக் கவனித்துப் பார்த்தார்கள். அதன் சின்னஞ்சிறிய கையை எடுத்துத் தன் கையில் வைத்துக்கொண்டார்கள்.

அவர்கள் அந்தத் தாத்தாவிடம் சொன்னார்கள்:

"என் குழந்தை பிழைத்துவிடும் என்று உங்களுக்குத் தோன்றுகிறதுதானே? நிச்சயமாகக் கடவுள் என் குழந்தையை எடுத்துக்கொண்டு போக மாட்டார்!"

உண்மையில் அந்தத் தாத்தா யார் தெரியுமா? அவர்தான் மரணம்!

தாத்தா ஒரு பிரத்தியேகத் தன்மையில் தலையசைத்தார். அந்தத் தலையசைப்பிற்கு ஆமாம் என்றும் இல்லை என்றும் அர்த்தம் எடுத்துக்கொள்ளலாம். அம்மாவின் கண்களிலிருந்து கண்ணீர்த் துளிகள் உருண்டு இறங்கின. அவர்களுக்கு கிறக்கம் ஏற்பட்டது. மூன்று நாட்களாக அவர்கள் தூங்கவில்லை. இப்போது இதோ தன்னையும் அறியாமல் அவர்கள் ஒரு நொடி நேரம் கண்ணசந்துவிட்டார்கள். விழித்தபோது நடுங்கிப்போய்விட்டார்கள்! தாத்தாவையும் காணவில்லை, குழந்தையையும் காணவில்லை!

தாத்தா குழந்தையை எடுத்துக்கொண்டு போய்விட்டார்.

முனகியபடி மூலையிலிருந்த பழைய கடிகாரம் பட்டென்று அமைதியடைந்தது.

அம்மா அழுது அரற்றிக்கொண்டே வீட்டுக்கு வெளியே ஓடினார்கள்.

தரையில் பனியில் கருப்பு உடை அணிந்த ஒரு பெண் அமர்ந்திருந்தாள்.

அந்தப் பெண், குழந்தையின் அம்மாவிடம் சொன்னாள்:

"உங்கள் வீட்டில் உங்களோடு ஒன்றாக அமர்ந்திருந்தது மரணம்தான்! அந்த மரணம் உங்கள் குழந்தையை எடுத்துக்கொண்டு ஓடுவதை நான் பார்த்தேன்! காற்றைவிட வேகமாகச் செல்ல மரணத்தால் முடியும். அது கொண்டு செல்லும் எதையும் திரும்பக் கொடுக்காது!''

அம்மா யாசித்தார்கள்:

"மரணம் எந்த வழியில் சென்றது? அதை மட்டும் சொன்னால் போதும்! நான் அவரைக் கண்டுபிடித்துக்கொள்கிறேன்."

கருப்பு உடையணிந்த பெண் சொன்னாள்:

"அதை நான் உங்களுக்குச் சொல்கிறேன். ஆனால் அதற்கு முன்னால் நீங்கள் குழந்தைக்காக இதுவரை பாடிய எல்லாத் தாலாட்டுப் பாடல்களையும் என்னிடம் பாடிக் காட்ட வேண்டும். நான் முன்பு அந்தத் தாலாட்டுப் பாடல்களைக் கேட்டிருக்கிறேன். எனக்கு அவை மிகவும் பிடிக்கும். நீங்கள் பாடியபோது உங்கள் கண்களிலிருந்து வழிந்த கண்ணீரையும் நான் பார்த்திருக்கிறேன். நான் யார் என்று உங்களுக்குத் தெரிகிறதா? நான்தான் இரவு!"

அம்மா சொன்னார்கள்:

"நான் எல்லாப் பாடல்களையும் பின்பு ஒரு முறை உனக்குப் பாடிக் காட்டுகிறேன். இப்போது என்னைத் தடுத்து நிறுத்தாதே! நான் மரணத்தைக் கண்டுபிடித்து என் குழந்தையை மீட்க வேண்டும்!"

ஆனால் இரவு எதுவும் பேசவில்லை. அதைக் கண்ட அம்மா கைவிரல்களை நெறித்துக்கொண்டே அழுது பாடினார்கள். அவர்கள் நிறைய பாட்டுகளைப் பாடினார்கள். நிறையக் கண்ணீர் சிந்தினார்கள்.

பாட்டு தீர்ந்தபோது இரவு சொன்னது:

"வலதுபுறம் இருக்கும் தேவதாரு மரக்காட்டுக்குச் செல்லுங்கள். மரணம் உங்கள் குழந்தையைத் தூக்கிக்கொண்டு அந்த வழியாகச் செல்வதை நான் பார்த்தேன்."

காட்டுக்குள் நுழைந்த அம்மா அங்கே இரண்டு பாதைகளைப் பார்த்தார்கள். எந்தப் பாதையில் செல்ல வேண்டும் என்று அவர்களுக்குத் தெரியவில்லை. அங்கே ஒரு இலைகூட இல்லாத, ஒரு பூகூட இல்லாத ஒரு முட்செடி நின்றிருந்தது. குளிர்காலக் கொடும் குளிரில் முட்செடியின் கிளைகளில் உறைபனி விழுந்து தொங்கிக் கொண்டிருந்தது. அம்மா அந்த முட்செடியிடம் கேட்டார்கள்:

"என் குழந்தையைத் தூக்கிக்கொண்டு மரணம் செல்வதை நீ பார்த்தாயா முட்செடியே?"

முட்செடி பதில் சொன்னது:

"நான் பார்த்தேன். ஆனால் நீங்கள் என்னைக் கட்டிப் பிடித்துக்கொண்டு என் குளிரைப் போக்க வேண்டும். அப்படிச் செய்தால்தால்தான் நான் மரணம் சென்ற வழியை உங்களுக்குச் சொல்லுவேன். சீக்கிரம் என்னைக் கட்டிப் பிடித்துக் கொள்ளுங்கள். நான் இதோ குளிர் தாளாமல் சாகப் போகிறேன்!"

அம்மா சற்று நேரம் அந்த முட்செடியைத் தன் நெஞ்சோடு சேர்த்து கட்டிப்பிடித்துக்கொண்டார்கள். முட்செடியின் முட்கள் அவர்களின் நெஞ்சில் குத்தின. துளித்துளியாக ரத்தம் ஒழுகியது. திடீரென்று அந்த இருளடைந்த பனிக்கால இரவில், முட்செடியில் புதிய பச்சை இலைகளும் புதிய பூக்களும் தோன்றின. துயரமான ஒரு அம்மாவின் இதயம் அத்தனை வெப்பமுள்ளதுதான்!

பிறகு, எந்த வழியில் செல்ல வேண்டும் என்று முட்செடி அம்மாவுக்குக் காட்டியது.

அம்மா அதிவேகமாகப் பயணித்து ஒரு பெரிய ஏரியின் கரையை அடைந்தார்கள். அவர்கள் நடந்து போவதற்கு ஏற்ற வகையில் ஏரி

உறைந்திருக்கவில்லை. ஆனால் குழந்தையைக் கண்டுபிடிக்க வேண்டும் என்றால் மறு கரையை அடைந்துதான் ஆக வேண்டும். எனவே இந்த ஏரி நீர் முழுவதையும் குடித்துவிட வேண்டியதுதான் என்று நினைத்தார்கள் அம்மா. ஆனால், யாராலும் முடியாத செயல் இது. ஏதாவது அதிசயம் நடந்தால் நன்றாக இருக்குமே என்று அம்மா ஏங்கினார்கள்.

அப்போது அந்த ஏரி சொன்னது:

“நீங்கள் நினைப்பதுபோல எல்லாம் சுலபம் அல்ல அம்மா, தெரிந்ததா? ஆகட்டும். நாம் இருவரும் ஒரு உடன்படிக்கைக்கு வர முடியுமா என்று பார்க்கலாம். எனக்குப் பவழங்கள் சேகரித்து வைப்பது பிடிக்கும். நான் இதுவரை பார்த்ததிலேயே சற்றும் களங்கமற்ற, பிரகாசமான பவழங்கள் இரண்டு இருக்கின்றன. உங்கள் கண்கள்தான் அவை! நீங்கள் அழுது அழுது உங்கள் கண்களை என்னிடம் வீழ்த்திவிடுகிறீர்களா? நீங்கள் அப்படிச் செய்தால் நான் உங்களை மரணத்தின் வசிப்பிடத்திற்குக் கொண்டு செல்கிறேன். அங்கே மரணம் மரங்களையும், பூச்செடிகளையும் நட்டு வளர்க்கிறது. அவற்றில் ஒவ்வொன்றும் ஒவ்வொரு மனித உயிர்கள்.”

அம்மா அழுதுகொண்டே சொன்னார்கள்:

“என் குழந்தை எனக்குத் திரும்பக் கிடைப்பதற்காக நான் என்ன விலை வேண்டுமானாலும் தருகிறேன்!''

தொடர்ந்து அவர்கள் கட்டுப்படுத்த முடியாத வகையில் தேம்பித் தேம்பி அழுதார்கள். அவர்களின் கண்கள் அவர்களின் முகத்திலிருந்து பெயர்ந்து ஏரியில் விழுந்தது. அந்தக் கண்கள் அப்போதே மிக மிகவும் அரிய பவழங்களாக மாறிவிட்டன. ஏரி, அம்மாவை அழைத்துக்கொண்டு மறு கரைக்குச் சென்றது. அங்கே மிகப் பெரிய ஒரு வீடு இருந்தது. வனங்களும், குகைகளும் நிறைந்த ஒரு மலையா அது? அல்லது, யாரோ கட்டிய கட்டடமா? யாராலும் நிச்சயமாகச் சொல்ல முடியாது.

ஆனால் பரிதாபத்திற்குரிய அந்த அம்மாவால் அங்குள்ள எதையுமே பார்க்க முடியவில்லை. அவர்கள் அழுது அழுது தன் கண்களை இழந்துவிட்டார்கள் அல்லவா?

அந்தப் பெரிய கட்டடம்தான் மரணத்தின் வீடு.

ஒரு பாட்டி வெளியே நின்று காவல் காத்துக் கொண்டிருந்தாள்.

குழந்தையின் அம்மா பாட்டியிடம் கேட்டார்கள்:

“என் குழந்தையை எடுத்துக்கொண்டு சென்ற மரணம் எங்கே இருக்கும்?”

“அவர் இன்னும் இங்கே திரும்பி வரவில்லை. அது இருக்கட்டும். நீங்கள் எப்படி இங்கே வந்தீர்கள்? உங்களுக்கு உதவி செய்தது யார்?”

“கடவுள்தான் எனக்கு உதவி செய்தார். கடவுள் கருணை மிகுந்தவர். நீங்களும் இரக்கம் உடையவர்களாக இருப்பீர்கள். என் குழந்தை எங்கே இருக்கும்?”

“எனக்குத் தெரியவில்லை. போதாக்குறைக்கு நீங்கள் பார்வையில்லாமல் வேறு இருக்கிறீர்கள். இந்த இரவிலேயே நிறையப் பூக்களும், மரங்களும் வாடிக் கருகியிருக்கின்றன. விரைவிலேயே மரணம் திரும்பி வந்து புதியவற்றை நட்டு வளர்க்கும். ஒவ்வொரு மனிதனுக்கும் தன்னுடையதான வாழ்க்கை மரம் ஒன்று உண்டு. வாழ்க்கைப் பூவும் உண்டு. இந்த விஷயம் உங்களுக்குத் தெரியும் அல்லவா? பார்வைக்கு அவை மற்ற மரங்களைப் போன்றும் மற்ற பூக்களைப் போன்றும் இருக்கும். ஆனால், அவற்றின் இதயங்கள் துடித்துக்கொண்டிருக்கும். குழந்தைகளின் இதயங்களும் துடிக்கும். அதைப் பற்றி நீங்கள் நன்றாக யோசித்துப் பாருங்கள். ஒருக்கால் நீங்கள் உங்கள் குழந்தையின் இதயத்துடிப்பை கண்டிபிடித்துவிடக் கூடும். இனியும் நீங்கள் என்ன செய்ய வேண்டும் என்று நான் உங்களுக்குச் சொல்லித்தர வேண்டுமா? அப்படிச் சொன்னால் நீங்கள் எனக்கு என்ன தருவீர்கள்?”

“உங்களுக்குத் தருவதற்கு என்னிடம் எதுவும் மிச்சமில்லை. ஆயினும் நான் உங்களுக்காக இந்தப் பூமியின் எல்லை வரை செல்லத் தயார்.”

“பூமியின் எல்லையில் எனக்குத் தேவையானது எதுவுமில்லை. ஆனால் உங்கள் கருமையான, நீண்ட தலைமுடியை எனக்குத் தர உங்களால் முடியும். அது மிகவும் அழகான தலைமுடி என்று உங்களுக்கே தெரிந்திருக்கும். அதை என்னிடம் கொடுத்துவிட்டு அதற்குப் பதிலாக நீங்கள் என் வெள்ளை நிறத் தலைமுடியை எடுத்துக்கொள்ளலாம்.”

“அவ்வளவு போதுமா? வேறொன்றும் வேண்டாமா? சரி, நான் என் தலைமுடியை மகிழ்ச்சியுடன் உங்களுக்குத் தருகிறேன்.”

அப்படி அவர்கள் தலைமுடிகளை மாற்றிக்கொண்டார்கள்.

அதைத் தொடர்ந்து இருவரும் மரணத்தின் வீட்டு முற்றத்திற்குச் சென்றார்கள். அங்கே நிறையப் பூக்களும் மரங்களும் காணப்பட்டன. மரங்கள் பல வகையாக இருந்தன. அவை ஒன்றை ஒன்று கட்டிப் பிடித்துக்கொண்டு நிற்கின்றன. பூக்களில் சில புதியவை. மற்ற சில மிகவும் சோர்ந்தவை. தண்ணீர்ப் பாம்புகள் அவற்றைச்

சுற்றிக்கொண்டிருந்தன. தண்டுகளில் நண்டுகளும் தொங்குகின்றன. ஒவ்வொரு மரத்திற்கும், ஒவ்வொரு பூவிற்கும் ஒரு பெயர் உண்டு. ஒவ்வொன்றும் ஒரு மனித உயிர். அந்த மனிதர்கள் வாழ்ந்து கொண்டிருக்கிறார்கள். ஒருவர் சீனாவில். மற்றொருவர் கிரீன்லாந்தில். அப்படி உலகத்தின் பல பகுதிகளிலும் அவர்கள் வாழ்ந்து கொண்டிருக்கிறார்கள். சில பெரிய மரங்கள் சிறிய சட்டிகளில் நடப்பட்டிருக்கின்றன. அவை அடந்து வளர்ந்து, சட்டிகள் உடையக்கூடிய நிலையில் இருந்தன. வாடிய சில பூக்கள் நல்ல மண்ணில் வளர்க்கப்பட்டு கவனத்துடன் பாதுகாக்கப் பட்டிருக்கின்றன.

குழந்தையின் அம்மா, குனிந்து எல்லா சிறிய பூக்களிலும் காதை வைத்துப் பார்த்தார்கள். எல்லாப் பூக்களுக்குள்ளும் மனித இதயங்கள் துடிப்பதை அவர்கள் கேட்டார்கள். கடைசியில் அவர்கள் தன் குழந்தையின் இதயத்தை அறிந்து கொண்டார்கள்.

“இதுதான் என் தங்கமான குழந்தை!“

அவர்கள் உத்வேகத்துடன் சத்தமாகச் சொன்னபடி அந்தச் சின்னப் பூவை நோக்கிக் கைகள் நீட்டினார்கள்.

நோயுற்றுக் களைத்து நிறம் மங்கி இருந்தது அந்தச் சிறிய பூ.

காவல்காரியான பாட்டி, குழந்தையின் அம்மாவைத் தடுத்தாள்:

“பூவைத் தொடக்கூடாது. நீங்கள் இங்கேதான் நிற்க வேண்டும். அவர் உடனே வருவார். மரணம் வரும்போது இந்தப் பூச் செடியை பிடுங்க அனுமதிக்காதீர்கள். அவர் இந்தச் செடியைப் பிடுங்கினால் நீங்கள் மற்ற செடியையும் பிடுங்குவதாக அவரை அச்சுறுத்த வேண்டும். அவர் பயந்து போவார். எல்லாவற்றையும் கணக்கு தவறாமல் பராமரிக்க வேண்டிய பொறுப்பு அவருக்கு உண்டு. சொர்க்கத்திலிருந்து அனுமதி கிடைக்கும்வரை, அவர் எந்தச் செடியையும் பிடுங்கக் கூடாது.”

உடனே அங்கே குளிர்ந்த காற்று வீசியது.

மரணம் வருகிறது என்று, கண்கள் இல்லாத அந்த அம்மா உணர்ந்தார்கள்.

“நீங்கள் எப்படி இங்கு வருவதற்கான வழியைக் கண்டுபிடித்தீர்கள்? என்னைவிட வேகத்தில் இங்கே வந்துவிட்டீர்களே?” என்று மரணம் குழந்தையின் அம்மாவிடம் விசாரித்தது.

அம்மா பதில் சொன்னார்கள்:

“நான் ஒரு அம்மா.”

அந்த பலவீனமான சிறிய பூவைப் பிடுங்குவதற்காக மரணம் தன் கைகளை நீட்டியது. ஆனால் அம்மா அந்தப் பூவை பலமாக தன்

கரங்களால் மூடிக்கொண்டார்கள். அந்தப் பூவில் ஏதாவது ஒரு இடத்தில் மரணம் தொட்டுவிடுமோ என்று அஞ்சினார்கள் அவர்கள். அப்போது மரணம் அவர்களின் கைகளை நோக்கி தன் மூச்சுக் காற்றை ஊதியது. அந்தச் சுவாசக்காற்று மரத்துப்போகச் செய்கிற குளிருடன் இருந்தது. காற்று பட்டவுடன் மிகவும் பலவீனமடைந்து சோர்ந்துவிட்டன அம்மாவின் கைகள்.

மரணம் சொன்னது:

"நீங்கள் எனக்கு எதிராக எதுவும் செய்ய முடியாது."

"ஆனால் கடவுளால் செய்ய முடியும்!"

"கடவுள் எனக்குக் கட்டளையிடுவதைத்தானே நான் செய்கிறேன்! நான் கடவுளின் தோட்டக்காரன். கடவுளின் மரங்களையும் பூக்களையும் நான் சொர்க்கத்தின் தோட்டங்களில் நட்டு வளர்க்கிறேன். அவை அங்கே எப்படித் தழைத்து வளர்கின்றன? அங்குள்ள அவற்றின் நிலை என்ன? என்பது பற்றியெல்லாம் நான் ஒன்றும் சொல்லமாட்டேன்."

"ஓ, மரணமே! நீ என் குழந்தையைத் திருப்பிக் கொடு!"

என்று சொல்லி அம்மா யாசித்தார்கள். அழுதார்கள். பிறகு அழகான இரண்டு பூக்களைத் தாவிப் பிடித்தார்கள். பிறகு மரணத்திடம் சொன்னார்கள்:

"நான் இப்போது எல்லாப் பூக்களையும் பிடுங்கி எறியப் போகிறேன்! நான் அந்தளவு மனவேதனை அடைந்திருக்கிறேன்!"

அப்போது மரணம் பதில் சொன்னது:

"அவற்றைத் தொடாதீர்கள்! நீங்கள் மிகவும் மனவேதனை அடைந்திருப்பதாகச் சொல்கிறீர்கள். அப்படியென்றால் நீங்கள் மற்றொரு அம்மாவையும் துயரமடையச் செய்வீர்களா?"

மற்றொரு அம்மா என்று கேட்டபோது, குழந்தையின் அம்மா அந்தப் பூக்களிலிருந்து கைகளை எடுத்துவிட்டார்கள்.

மரணம் சொன்னது:

"இதோ, நீங்கள் உங்கள் கண்களைத் திரும்ப எடுத்துக்கொள்ளுங்கள். நான் அவற்றை ஏரியில் கண்டெடுத்தேன். அவை நன்றாக ஒளிர்ந்தன. அதனால் இவை உங்களுடையதாகத்தான் இருக்கும் என்று அப்போது எனக்குத் தெரியவில்லை. அவை முன்பைவிடவும் இப்போது நன்கு பிரகாசிக்கின்றன. இந்தக் கண்களை வாங்கிக் கொண்டு இதோ இந்தக் கிணற்றுக்குள் பாருங்கள். நீங்கள் பிடித்துப் பிய்க்க முற்பட்டீர்கள் அல்லவா இரண்டு பூக்கள்? நான் அவற்றின் பெயர்களை உங்களுக்குச் சொல்கிறேன். நீங்கள் எதை அழிக்கத் துணிந்தீர்கள் என்று அப்போது உங்களுக்குப் புரியும்."

குழந்தையின் அம்மா தன் கண்களைத் திரும்பப் பெற்றுக்கொண்டு, ஆழமான கிணற்றின் உள்ளே பார்த்தார்கள். ஒரு பூ சுற்றிலும் மகிழ்ச்சியைப் பரவவிட்டபடிச் சுற்றி வருகிறது. இன்னொரு பூ துன்ப துயரங்களுடன் சோர்ந்திருக்கிறது.

மரணம் சொன்னது:

"இரண்டும் கடவுளின் விருப்பம்தான்."

அந்தப் பெண் உணர்ச்சிப்பெருக்குடன் கேட்டார்கள்:

"துன்பங்கள் கொண்ட பூ என்ன பூ? மகிழ்ச்சியாக உள்ள பூ என்ன பூ?"

மரணம் பதில் சொன்னது:

"அதை நான் உங்களுக்குச் சொல்ல மாட்டேன். ஆனால் நீங்கள் என்னிடம் ஒரு விஷயத்தைக் கேட்கலாம்." அதாவது இரண்டில் எது உங்கள் குழந்தையின் வாழ்க்கைப் பூ என்று நீங்கள் கேட்கலாம். இரண்டில் ஒன்று உங்கள் குழந்தையின் விதி. அதைத்தான் நீங்கள் பார்த்தீர்கள்."

குழந்தையின் அம்மா உரக்க அழுதுகொண்டு சொன்னார்கள்:

"என் குழந்தையின் வாழ்க்கைப் பூ எது? தயவுசெய்து சொல்லுங்கள்! பாவமான அந்தக் குழந்தையைக் காப்பாற்றுங்கள். அதைத் துன்பங்களிலிருந்து காப்பாற்றுங்கள்! இல்லையென்றால் வேண்டாம். அதைக் கடவுளின் நாட்டுக்குக் கொண்டு போங்கள். என் கண்ணீரை, என் யாசிப்பை, என் செயல்களை எல்லாம் மறந்துவிடுங்கள்.!"

மரணம் பேசியது:

"நீங்கள் என்ன நினைக்கிறீர்கள் என்று எனக்குப் புரியவில்லை. குழந்தையை உங்களிடம் திருப்பித் தர வேண்டும் என்று சொல்கிறீர்களா? அல்லது நீங்கள் அறியாத இடத்திற்கு நான் அதை எடுத்துச் செல்லட்டுமா?"

அதைக் கேட்ட குழந்தையின் அம்மா தரையில் மண்டியிட்டு கடவுளிடம் பிரார்த்தித்தார்கள்:

"கடவுளே, உன் விருப்பம்தான் மிகவும் நல்லது. அதற்கெதிராக நான் பிரார்த்திக்கும்போது நீ அதைக் கேட்காதே."

இப்படிப் பிரார்த்தனை செய்து அவர்கள் தலைகுனிந்து அமர்ந்திருந்தார்கள். மரணம் அவர்களின் குழந்தையை எடுத்துக்கொண்டு அவர்களுக்கு அறியாத ஒரு இடத்தை நோக்கிச் சென்றது.

■

7

மணல் குன்றுகளில்...

வடக்கில் உள்ள ஜட்லண்டில், மணல் குன்றுகளில் நடந்த கதை இது. ஆனால் கதை ஜட்லண்டில் தொடங்கவில்லை. தெற்கில் உள்ள ஸ்பெயினில்தான் தொடங்கியது. மனித இனங்களுக்கிடையிலான தொடர்புகள் கடல் கடந்தும் சாத்தியமாகின்றன. நீங்கள் கற்பனையில் ஸ்பெயினை அடைகிறீர்கள். அங்கே வடக்குத் திசையைவிட வெப்பம் அதிகம். புன்னை மரங்களுக்கிடையில் மாதுளம் மரங்களின் அடர் சிவப்புநிறப் பூக்களைப் பார்க்கலாம். ஆரஞ்சுத் தோப்புகளின் ஊடே, கும்ப வடிவ தங்கக் கோபுரங்கள் உள்ள அரண்மனைகளின் ஊடே மலைக்காற்று கடந்துபோகிறது. கொடிகளையும், மெழுகுவர்த்திகளையும் ஏந்திய பிள்ளைகள் தெருக்களில் ஊர்வலமாகச் செல்கிறார்கள். அனைத்திற்கும் மேலாக ஒளிரும் நட்சத்திரங்கள் நிறைந்த ஆகாயம். எல்லா இடங்களிலும் பாடல்களைக் கேட்கலாம். பூமரங்களின் கீழே இளைஞர்களும் இளம் பெண்களும் சேர்ந்து நடனம் ஆடுகிறார்கள். யாசகர்கள் பளிங்குத்தரையில் அமர்ந்து, தர்ப்பூசணிப் பழங்கள் தின்று பகற்கனவு கண்டுகொண்டிருந்தார்கள்.

சற்றுக்காலம் முன்பு திருமணம் செய்துகொண்ட ஒரு இளைஞனும், இளம் பெண்ணும் அங்குள்ள அழகுகளையெல்லாம் அனுபவித்துக்கொண்டிருக்கிறார்கள். ஆரோக்கியம், திருப்தி, செல்வம், பதவி ஆகிய எல்லாம் அவர்களுக்கு உண்டு. " மனிதர்கள் எந்தளவு மகிழ்ச்சியாக இருக்க முடியுமோ அந்தளவு மகிழ்ச்சி எங்களுக்கு உண்டு'' என்பதுதான் அவர்களின் நம்பிக்கை. மகிழ்ச்சியின் ஏணியில் இன்னும் அவர்கள் ஒரே ஒரு படிதான் ஏற வேண்டியிருக்கிறது. கடவுள் தங்களுக்கு தங்களைப்போன்ற ஒரு மகனைத் தரவேண்டும் என்ற ஒரு ஆசை மட்டும்தான் இன்னும் அவர்களுக்கு நிறைவேறவில்லை.

அந்த மாதிரி பாக்கியவானான ஒரு குழந்தை உருவானால்? அவன் மிகவும் மகிழ்ச்சியுடன் வரவேற்கப்படுவான். அன்புடனும், கவனத்துடனும் வளர்க்கப்படுவான். உயர்ந்த குடும்பத்தின் செல்வத்தையும், வசதிகளையும் அவன் அனுபவிப்பான்.

அந்த இளம் தம்பதிகளின் நாட்கள் விழாநாட்களைப்போல கொண்டாட்டமாகக் கடந்து சென்றன.

ஒருமுறை அவர்கள் தங்களுக்குள் பேசிக்கொண்டார்கள்.

உரையாடலை ஆரம்பித்தது மனைவிதான்.

"கடவுள் கொடுத்த மிக அரிய பரிசுதான் வாழ்க்கை. ஆயினும் சிலர் வேறுவிதமாகச் சொல்கிறார்கள். அதாவது, முழுமையான ஆனந்தம், மரணத்திற்குப் பிறகான நிலையான வாழ்க்கையில்தான் கிடைக்கும் என்று சொல்கிறார்கள்."

"உன்னிடம் ஒன்று சொல்லட்டுமா? கர்வத்திலிருந்துதான் இப்படிப்பட்ட எண்ணம் தோன்றியிருக்க வேண்டும். நாம் என்றென்றும் வாழ்வோம் என்றும், கடவுள்களைப்போல ஆவோம் என்றும் நினைப்பது கர்வமாகத்தான் இருக்க வேண்டும்."

"மரணத்திற்குப் பிறகான வாழ்க்கையில் உங்களுக்கு நம்பிக்கை இல்லையா?"

"நம்பிக்கைதான் அதற்குக் காரணம். புரோகிதர்களின் கருத்தும் அதுதான். நம் வாழ்க்கையில் மகிழ்ச்சியை அனுபவிக்கும்போதெல்லாம் எனக்கு ஒரு எண்ணம் தோன்றுவதுண்டு. அதாவது, இந்த வாழ்க்கைக்குப் பிறகு இன்னும் ஒரு வாழ்க்கை வேண்டும் என்று தோன்றுவது கர்வம்தான். நமக்கு இந்த வாழ்க்கையிலேயே மிகவும் அதிகமாக சுகசௌக்கியங்கள் கொடுக்கப்பட்டிருக்கின்றன அல்லவா? நாம் அதைக்கொண்டுதானே திருப்தியடைய வேண்டும்?"

"நீங்கள் சொல்வது சரிதான். உங்களுக்கும் எனக்கும் தேவையானதெல்லாம் உள்ளன. ஆனால், ஆயிரம் ஆயிரம் மனிதர்களுக்கு இந்த வாழ்க்கையில் துன்பம் மட்டுமேதான் இருக்கிறது அல்லவா? வறுமை, அவமானம், நோய், துரதிர்ஷ்டம் ஆகிய இவற்றையெல்லாம் அனுபவிப்பதற்காக மட்டுமே நிறைய பேர் பிறக்கிறார்கள்தானே? இனியொரு வாழ்க்கை இல்லை என்று இருக்கட்டும். அப்படியென்றால் இந்த உலகில் சமத்துவம் இருக்காது. கடவுளும் நீதியுடையவராக இருக்க மாட்டார்."

"நீ ஒரு விஷயத்தை யோசித்துப் பார். பிச்சைக்காரர்களுக்கு அவர்களுக்கான திருப்தியுண்டு. அந்த திருப்தி, எல்லா சுகங்களையும் அனுபவிக்கிற ராஜாவின் மகிழ்ச்சிக்கு இணையானதாக இருக்கும். பொதி சுமக்கும் மிருகங்கள் பசியுடன் இருக்கின்றன. அவை அடிவாங்குகின்றன. இறக்கும்வரை வேலை செய்கின்றன. அவையும், தங்களுக்கு இன்னும் ஒரு வாழ்க்கை வேண்டும் என்று விரும்பக் கூடாதா? தங்களுக்கு படைப்பின் முதல் படியில் இடம் இல்லாதது அநியாயம் என்று அவை நினைக்கக் கூடாதா?"

“படைக்கும் கடவுளின் கருணை எல்லையற்றது. வாய் பேச முடியாத பிராணிகளும் அவரின் படைப்புதான். எந்த ஒரு வாழ்க்கையும் பயனற்றது அல்ல என்பதுதான் என் கருத்து.”

“எனக்கு இந்த உலகம் போதும்.”

என்று சொன்ன கணவன், தன் மனைவியின் கையைப் பிடித்து அழைத்துக்கொண்டு பால்கனிக்குச் சென்று அமர்ந்தான். குளிர்ந்த காற்றில் ஆரஞ்சுப்பழங்களின் மணமும், பூக்களின் மணமும் கலந்திருந்தது. பாடல்களும், நடனங்களின் தாளங்களும் காற்றோடு கலந்து காதுகளை வந்தடைந்தன. ஆகாயத்தில் நட்சத்திரங்கள் மின்னிப் பிரகாசித்தன. இருவரின் கண்களிலும் அன்பு நிறைந்து ததும்பியது. அந்தக் கணவனும் மனைவியும் மகிழ்ச்சியில் மூழ்கியிருந்தார்கள்.

நல்லவை எல்லாம் அவர்களிடம் ஒன்று சேர்ந்து வந்திருக்கின்றன என்று தோன்றும். காலம் செல்லச்செல்ல சந்தோஷமும் சௌக்கியமும் அதிகரித்து வந்தது. ஒருமுறை ஒரு இடமாற்றம் ஏற்பட்டது, அவ்வளவுதான். அந்த இளைஞனை ராஜா, அரசாங்கத் தூதராக ரஷ்யாவிற்கு அனுப்பினார். அது மிகவும் உயர்ந்த பதவி. இளைஞனின் மேன்மைக்கும், திறமைக்கும் பொருத்தமானது. அவன் மிகவும் அதிகமான சொத்துக்களுக்கு அதிபதி. அவன் மனைவிக்கும் அந்தளவு சொத்து உண்டு. செல்வந்தனும், மதிக்கத் தகுந்தவனுமான ஒரு வியாபாரியின் மகள் அவள். வியாபாரியிடம் உள்ளதிலேயே மிகவும் பெரிய கப்பல் வெளிநாட்டிற்குச் செல்கிறது. அந்தக் கப்பலில் மகளும் அவள் கணவனும் ரஷ்யாவுக்குச் செல்ல வேண்டும். அதற்கான எல்லா ஏற்பாடுகளையும் வியாபாரி செய்து முடித்தான்.

கப்பல் அந்த இளம் தம்பதிகளுடன் அனுகூலமான காற்றில் கடற்பயணத்தை ஆரம்பித்தது. சில நாட்களுக்குள் கப்பல் போக வேண்டிய இடத்தை அடைந்துவிடும் என்றுதான் எல்லோரும் எதிர்பார்த்தார்கள். ஆனால் ஆழ்கடலை அடைந்தபோது, காற்று நின்றுவிட்டது. கடல் முற்றிலும் அமைதியடைந்தது. கண்ணாடிபோல பளபளத்தது. தொடக்கத்தில் கப்பலில் உள்ளவர்களுக்கு சலிப்புத் தோன்றவில்லை. பிறகு அவர்களுக்கு, அனுகூலமான காற்று வீசினால் நன்றாக இருக்குமே என்று விரும்பினார்கள். இடையிடையே காற்று வீசியது என்பது சரிதான். ஆனால் அந்தக் காற்றெல்லாம் அனுகூலமான காற்று அல்ல. எதிரான காற்று. வாரங்கள் கடந்து சென்றன. மாதங்களும் இரண்டு கடந்தன. அதன் பிறகுதான் அனுகூலமான காற்று வீசியது. கப்பல், செல்ல வேண்டிய இடம் நோக்கிச் சென்றது.

இதெல்லாம் பழைய காலத்தில் நடந்தது. ஏழாம் கிறிஸ்டியன் என்னும் ராஜாதான் அப்போது அன்று டென்மார்க்கை ஆண்டு வந்தான். அந்தக் காலத்திற்குப் பிறகு நிறைய சம்பவங்கள் நடந்தன. பலவும் மாறின, அல்லது மாற்றப்பட்டன. கடலோரம் புதர்க்காடுகளும், புல் பரப்புகளுமாக ஆனது. காடுகள் விவசாய நிலங்களாக ஆயின. சிறிய வீடுகள் கட்டப்பட்டன. வயல்களில் ஆப்பிள் மரங்களும், ரோஜாச் செடிகளும் நட்டு வளர்க்கப்பட்டன. சக்தியான மேற்குக் காற்றில் அவை தலைகுனிந்திருந்தன.

ராஜா ஏழாம் கிறிஸ்டியனுக்கு முன்பான காலத்திற்கும் நாம் கற்பனையில் செல்லலாம். நிறைய மைல் பரப்பளவில் தரிசு நிலம் விரிந்து கிடந்தது. மேற்கு ஜட்லண்டில்தான் அந்த தரிசு நிலம் இருந்தது. மேடுபள்ளமான, மணல் நிறைந்த சில பாதைகள் நீண்டு சென்றன. நதிகள் மேற்குப்பக்கமாகச் சென்று கடலில் கலந்தன. உயர்ந்த பல மணல்குன்றுகள் நதிகளுக்கு அருகே நிற்கின்றன. அவற்றிற்கருகே சேற்றுப் பிரதேசங்களையும், புல் பரப்புகளையும் காணலாம். கடலோரத்தில் களிமண் திட்டுக்கள் உண்டு. ஒவ்வொரு வருடமும் கடல் அலைகள் களிமண் திட்டுக்களை அரித்துத் தின்கின்றன. இதெல்லாம் இன்னும், நம் காலத்தில் நிலவில் இருக்கின்றன. அந்த இளம் தம்பதிகள் கப்பல் பயணம் செய்த காலத்திலும் இதில் எந்த வித்தியாசமும் இல்லை.

ஒரு செப்டம்பர் மாதத்தின் கடைசி ஞாயிற்றுக்கிழமை ஒரு சம்பவம் ஏற்பட்டது.

பக்தர்கள் பிரார்த்தனை முடிந்து தேவாலயத்திலிருந்து வெளியே வந்தார்கள்.

ஒரு பெண் ஒரு குழந்தையின் கல்லறைக்கு அருகே சென்றாள். அவள் சற்று நேரம் அந்தக் கல்லறையைப் பார்த்து அசைவற்று நின்றாள். சற்று நேரம் கழிந்து அவளது கணவனும் அங்கே வந்தான். யாரும் யாருடனும் பேசவில்லை. கணவன் மனைவியின் கரத்துடன் தன் கரத்தைக் கோர்த்துக்கொண்டான். இருவரும் புற்பரப்பினூடே நடந்து மணல்குன்றுகளை அடைந்தார்கள்.

கணவன் சொன்னான்:

“இன்று தேவாலயத்தில் நடந்த சொற்பொழிவு நன்றாக இருந்தது. நாம் சார்ந்திருக்க கடவுள் இல்லாதிருந்தால், எல்லாம் வெறுமையாகத்தான் இருக்கும்.”

மனைவி சொன்னாள்:

“சரிதான். கடவுள் நமக்கு இன்ப துன்பங்களைத் தருகிறார். அதற்கான அதிகாரம் கடவுளுக்கு உண்டு. நம் மகன் உயிருடன் இருந்திருந்தால் நாளையுடன் அவனுக்கு ஐந்து வயது முடியும்!”

"இதோ பார், நீ துயரம் கொள்வதால் பயன் ஒன்றும் இல்லை. அவன் நல்ல பாதுகாப்புடன் இருப்பான். நாம் எங்கே செல்வதற்காகப் பிரார்த்திக்கிறோமோ, அங்கேதான் அவன் இப்போது இருக்கிறான்!"

பிறகு எதுவும் பேசிக்கொள்ளாமல் கணவனும் மனைவியும் மணல்குன்றுகளுக்கு அருகில் உள்ள தங்கள் வீட்டிற்குச் சென்றார்கள். சற்றுத் தள்ளி உள்ள ஒருவீட்டிற்கு முன்பாக புகை எழுவதைப் பார்த்தார்கள். கணவன் மனைவி, தேவாலயத்திற்குச் செல்லும்போது அணிகின்ற உடைகளை மாற்றிவிட்டுச் சாதாரண உடைகளை அணிந்துகொண்டார்கள். பிறகு அவர்கள் கடற்கரைக்குச் சென்றார்கள். கடல் காற்றின் வலிமை அதிகரித்துக்கொண்டிருந்தது. அவர்களும் மற்றவர்களுடன் சேர்ந்து மீன் பிடிப்பதற்கான படகுகளை இழுத்துக் கரையில் ஏற்றினார்கள். பிறகு திரும்ப வீட்டிற்குச் சென்றார்கள். காற்று புயற்காற்றாக மாறியிருந்தது. அதன் ஓசை உரத்து ஒலித்தது.

இரவுப் பொழுதானது.

யாரோ கதவைத் தட்டும் சத்தம் கேட்டது. தம்பதி கதவைத் திறந்தார்கள். பக்கத்தில் வசிப்பவன் ஒருவன் நின்றிருந்தான்.

அவன் சொன்னான்:

"கடலோரப் பாறைகளுக்கு இடையில் ஒரு கப்பல் மோதி ஏறியிருக்கிறது!"

அங்கு வசிப்பவர்களான மீன் பிடிப்பவர்கள் துள்ளி எழுந்து கடற்கரைக்கு ஓடிச் சென்றார்கள்.

புயற்காற்று மணல் துகள்களை அடித்துப் பரவச் செய்துகொண்டிருந்தது. கண் திறந்து பார்ப்பதற்கே சிரமமாக இருந்தது. மீனவர்கள் மிகவும் கஷ்டப்பட்டு முன்னால் சென்றார்கள். நிலா இருந்ததால் கொஞ்சம் பார்க்க முடிந்தது. ஆமாம், ஒரு கப்பல் பாறைகளுக்கிடையில் சிக்கிக்கொண்டிருந்தது.

கப்பலில் உள்ளவர்களுக்கு உதவி செய்வது அசாத்தியமாக இருந்தது. பெரிய பெரிய அலைகள் ஓங்கி அடித்துக்கொண்டிருந்தன. கப்பலிலிருந்து அலறல்களும் கூக்குரல்களும் எழுந்தன. ஒரு ஆணும் பெண்ணும் ஒன்றாக கப்பலின் மேல்தளத்திலிருந்து கடலில் வீழ்வதை மீனவர்கள் பார்த்தார்கள். சற்று நேரத்தில் ஒரு பெரிய அலை அந்தப் பெண்ணை கரையில் வீசியெறிந்தது. அந்தப் பெண் இறந்திருப்பாள் என்றுதான் பலரும் நினைத்தார்கள். ஆனால், உண்மையில் அவள் இறக்கவில்லை. சில பெண்கள் சேர்ந்து அவளைத் தூக்கிக்கொண்டு ஒரு மீனவனின் குடிசைக்குச் சென்றார்கள். ஒரு விரிப்புக்கூட

இல்லாத படுக்கையில் படுக்க வைத்தார்கள். அங்கிருந்த ஒரு கம்பளிப் போர்வை பயன்பட்டது. அவளது குளிரை அகற்றுவதற்கு அது உதவியது.

அவள் பேரழகியாக இருந்தாள். நல்ல நிலையில் வாழ்ந்து வருபவள் என்று தெளிவாகத் தெரிந்தது. அவள் மயக்கமடைந்து கிடந்தாள். ஒரு விதத்தில் அது நல்லதாகப் போயிற்று. அவள் விரும்பியதெல்லாம் கடலின் அடியில் சென்றுவிட்டதல்லவா! கரையிலிருந்து பலகைகளையும், மரத்தூண்களையும் பிறவற்றையும் அலைகள் கரையில் தூக்கி எறிந்தன. கப்பலின் பாகங்களாக அவை மட்டுமே மிச்சமிருந்தன.

இங்கே இன்னும் ஒன்றைச் சொல்லவேண்டும். கடலில் விழுந்த பெண் நிறைமாதக் கர்ப்பிணி. அவள் என்னென்னவோ புலம்பிக்கொண்டிருக்கிறாள். இடையிடையே அவள் வலி தாங்காமல் அலறுகிறாள். கடைசியில் அவள் ஒரு குழந்தையைப் பெற்றெடுத்தாள். ஆனால், அவள் அந்தக் குழந்தைக்கு ஒரு முத்தம்கூடக் கொடுக்கவில்லை. அவ்வளவு ஏன், சற்றுத் திரும்பிக்கூட பார்க்கவில்லை. ஏனென்றால் அவள் இறந்துவிட்டாள்!

செல்வச் செழிப்பின் நடுவில் பிறக்க வேண்டியது அந்தக் குழந்தை. அதற்குப் பதிலாக அது ஒரு ஏழை மீனவனின் குடிலில் பிறந்திருக்கிறது. அதுதான் கடவுளின் விருப்பம்!

கரையொதுங்கும் கப்பல்களைக் கொள்ளையடிப்பது என்னும் பழக்கம், மற்ற பல இடங்களிலும் இருந்ததைப் போலவே ஜட்லண்டிலும் ஒரு காலத்தில் இருந்தது. ஆனால் இந்தக் கதை நடக்கிற காலத்தில் அந்தப் பழக்கம் மறைந்துவிட்டிருந்தது. ஆதரவற்ற அந்தப் பெண்ணுக்கும், குழந்தைக்கும் இந்தத் தம்பதி செய்த உதவிகளைப்போல வேறு எந்த இடத்திலிருந்தும் அவர்களுக்குக் கிடைத்திருக்காது. கடந்த நாளில்தான் தம்பதியினர் தங்கள் மகனின் கல்லறையைப் பார்த்தார்கள். கடவுள் மனது வைத்தால் இன்றைய நாளில் ஐந்து வயது முடிந்திருக்கக்கூடிய மகன்!

இறந்த பெண் எந்த நாட்டை, எந்த ஊரைச் சேர்ந்தவள்? அவள் யார்? என்ற கேள்விகளுக்கு யாருக்கும் விடை கிடைக்கவில்லை.

ஸ்பெயினில் உள்ள அந்தப் பணக்கார வியாபாரியின் மாளிகையிலோ, அவனது மகளைப் பற்றியும் அவனது கணவனைப் பற்றியும் எந்த விபரமும் கிடைக்கவில்லை. அவர்கள் போக வேண்டிய இடத்தை அடையவில்லை என்றும், கடந்த சில வாரங்களாக பலத்த புயற்காற்று வீசியது என்றும் பிற்பாடு அந்த

வியாபாரிக்குத் தகவல் கிடைத்தது. கடைசியில், கப்பல் உடைந்து அவர்கள் இருவரும் கடலில் மூழ்கி இறந்துவிட்டார்கள் என்ற முடிவுக்கு வந்தார்கள் அனைவரும்.

ஆனால் வியாபாரியின் பேரன் தொலைவில் ஒரு மீனவனின் குடிசையில் வாழ்ந்துகொண்டிருந்தான்.

கடவுள் இருவருக்குக் கொடுக்கின்ற உணவை, மனது வைத்தால் மூவர் பங்கிட்டுக் கொள்ளலாம். போதாக்குறைக்கு பசிப்பவனுக்குத் தேவையான மீன்கள் கடலில் நிறைய இருக்கின்றன.

அந்தக் குழந்தைக்கு சூட்டப்பட்ட பெயர் ஜர்கன் என்பது.

சிலர் சொன்னார்கள்:

“நிச்சயமாக இவன் ஒரு யூதன்தான்.”

தேவாலயத்தில் உள்ள பாதிரியார்கள் இப்படிக் கருத்து சொன்னார்கள்:

“ஒன்று இவன் இத்தாலிக்காரனாக இருக்க வேண்டும், இல்லையென்றால் ஸ்பெயின் நாட்டுக்காரனாக இருக்க வேண்டும்.“

ஆனால் அவனை வளர்த்த மீனவப் பெண்ணுக்கோ, அவன் எந்த நாட்டுக்காரனாக இருந்தாலும் ஒன்றுதான். குழந்தைக்கு கிறிஸ்வ முறைப்படி ஞானஸ்நானம் செய்ததே போதும் என்றிருந்தது அவளுக்கு.

அந்தப் பையன் குடிலில் உணவு உண்டு வாழ்ந்து வந்தான். அவனுக்கு நல்ல உடல்பலம் இருந்தது. ஸ்பெயினின் மாதுளம் விதை ஜட்லண்டில் முளைத்து மரமானதுபோல ஆயிற்று. ஆனால் விதி அவனை வதைத்தது. கொடுங்குளிர், கடும் பசி, ஏழைகள் படும் துன்ப துயரங்கள்... இவற்றையெல்லாம் அவன் அனுபவிக்க வேண்டி வந்தது. ஆனால் ஏழைகளின் மகிழ்ச்சியையும் அவன் அனுபவித்தான்.

ஜர்கன் விளையாடி மகிழ்வதற்கு நிறைய சந்தர்ப்பங்கள் ஏற்பட்டன. அந்தக் கடற்கரை பல மைல்கள் நீண்ட கடற்கரையாக இருந்தது. அதில் சிவப்பும் மஞ்சளுமான சரளைக்கற்கள் நிறையக் கிடந்தன. அவற்றில் மிகச் சில கற்கள் வெள்ளை நிறமாக குருவி முட்டையைப்போல உருண்டிருந்தன. எல்லாக்கற்களையும் கடல் நீர் தேய்த்துத் தேய்த்துப் பளபளப்பாக்கியிருந்தது. மீன்களின் எலும்புகள், காய்ந்த கடற் தாவரங்கள், பாசிகள் முதலியவையும் அஙகே நிறையக் கிடந்தன. அவையெல்லாம் கண்களுக்கும் மனதிற்கும் மகிழ்ச்சி தருவதற்காகப் படைக்கப்பட்டவை என்று

தோன்றும். ஜர்கன் புத்திசாலியாக இருந்தான். அவன் கேட்ட கதைகளும் பாட்டுகளும் எல்லாம் அவன் மனதில் பதிந்தன. அவனுக்கு ஒரு சிறப்பான திறமை இருந்தது. சரளைக்கற்களையும், சிப்பிகளையும் கொண்டு அவன் சித்திரங்கள் வரைவான். கப்பல் முதலியவற்றைச் செய்வான். அவனது குரல் மிகவும் இனிமையாக இருந்தது. அவன் அருமையாகப் பாட்டுப் பாடுவான். வடக்குக்கடலின் கரையில் உள்ள மீனவனின் மகனாக அல்லவா அவன் இருந்தான்! அவன் வேறெங்கிலும் இருந்திருந்தால் புகழ்பெற்றவனாக இருந்திருப்பான்.

நாட்கள் எவ்வளவு வேகமாகக் கழிகின்றன என்று ஜர்கனுக்கோ, அவன் நண்பர்களுக்கோ தெரியவில்லை. காண்பதற்கான காட்சிகள் மிகவும் அதிகமாக இருந்தன. செய்வதற்கான வேலைகளும் மிக நிறைய இருந்தன. கடலே ஒரு பாடப் புத்தகம்தான். நாட்கள் தோறும் அந்தப் புத்தகத்தின் பங்கங்கள் திரும்பிக்கொண்டிருக்கும். அதாவது, அமைதியும், புயலும், அலைகளும் மற்ற பிறவும் மாறி மாறி வரும்.

மீனவனின் குடிலுக்கு வரும் ஒருவனைப் பற்றி குறிப்பிட்டுச் சொல்ல வேண்டும். அவன் ஒரு வருடத்திற்கு இரண்டு முறை வருவான். ஜர்கனின் வளர்ப்புத்தாயின் சகோதரன் அவன். ஒரு வகைப்பட்ட உயர்ந்த ஜாதி மீன்களை வளர்த்து விற்பதுதான் அவன் தொழில். சிவப்பு நிறம் பூசப்பட்ட ஒரு வண்டியில் மீன்களை ஏற்றிக்கொண்டுதான் அவன் வருவான். அந்த வண்டியில் பூட்டப்பட்டிருக்கும் இரண்டு காளைகளும் இளம் சிவப்பு நிறமாக இருக்கும். காளைகளை நடத்திச் செல்ல அவன் ஜர்கனுக்கு அனுமதியளித்திருந்தான்.

மீன் வளர்ப்பவர்கள் மகிழ்ச்சியாகப் பொழுதுபோக்குவதில் விருப்பம் உள்ளவர்கள். அவன் பிராந்தி என்னும் மதுவும் கொண்டு வருவான். வீட்டில் உள்ளவர்களுக்கு அதைக் கொடுப்பான். அவன் ஒரே கதையை மீண்டும் மீண்டும் சொல்வது வழக்கமாக இருந்தது. கதை முடியும்போது கேட்பவர்கள் சிரிப்பார்கள். அவன் உடனே அவன் அந்தக் கதையை மறுபடியும் சொல்வான். ஜர்கன் தன் இளமைப் பருவத்தில் கேட்ட அந்தக் கதையை தன் எதிர்காலத்திலும் பல விதத்திலும் பயன்படுத்தினான். அந்தக் காரணத்தால் நாம் அந்தக் கதை என்னவென்று கேட்போம்.

எட்டு இளமையான பெண் மீன்கள் இருந்தன. அவை நடுக்கடலிலிருந்து கரைக்குச் செல்வதற்கு அம்மா மீனிடம் அனுமதி கேட்டன. அம்மா மீன் சொன்னது: "கரைக்கு மிகவும் பக்கத்தில் சென்றுவிடாதீர்கள். கையில் மீன் பிடிக்கும் ஈட்டி வைத்திருக்கும்

மனிதர்கள் உங்களைக் கொன்றுவிடுவார்கள்." ஆனால் எல்லா பெண்மீன்களும் கரைக்கு மிகவும் பக்கத்தில்தான் சென்றன. அவற்றில் மூன்று பெண்மீன்கள்தான் திரும்பி வந்தன. அவை அழுதபடி அம்மா மீனிடம் கூறின: "கெட்ட மனிதன் வந்து ஈட்டியால் ஐந்து மீன்களைக் கொன்று விட்டான்."

அப்போது அம்மா மீன் சொன்னது:

"நிச்சயமாக அந்த ஐந்து மீன்களும் திரும்பி வரும்."

மகள் மீன்கள் துயரத்துடன் தெரிவித்தன:

"இல்லை அம்மா, அந்த மனிதன் ஐந்து மீன்களையும் தோலை உரித்து வறுத்துவிட்டானே!"

ஆனால், அம்மா மீன் உறுதியுடன் மீண்டும் சொன்னது :

"அந்த மீன்களெல்லாம் மீண்டும் வரும்."

பெண்மீன்கள் கண்ணீர் பெருக்கியபடிக் கூறின:

"அது எப்படி நடக்கும் அம்மா? அந்த மனிதன்தான் ஐந்து மீன்களையும் தின்றுவிட்டானே!"

ஆயினும் அம்மா மீன் சொன்னது :

"நிச்சயமாக அந்த ஐந்து மீன்களும் திரும்பி வரும்!"

அந்த மீன்கள் தங்கள் அம்மாவிடம் மேலும் தெளிவாக விளக்கின:

"ஐயோ அம்மா, அந்த மனிதன் மீன்களைத் தின்றுவிட்டு பிராந்தியும் குடித்துவிட்டானே!"

அதைக் கேட்டு அம்மா மீன் பெரும் துயரத்துடன் கதறிச் சொன்னது:

"ஆ, அப்படியா! அப்படியென்றால் அந்த மீன்கள் திரும்ப வரமாட்டா! ஏனென்றால் பிராந்தியில் மீன்கள் மூழ்கிச் செத்துவிடும்!"

மீன் வளர்ப்பவன் கதையைச் சொல்லி முடித்தான்:

"அதனால்தான் நான் சொல்கிறேன்" மீன் தின்றவுடன் பிராந்தி குடிக்க வேண்டும்!"

இந்தக் கதை ஜர்கனின் வாழ்க்கையையும் பாதித்தது. அவனுக்கு ஒரே ஒரு ஆசை இருந்தது. கப்பலில் ஏறி இந்தப் பரந்து விரிந்த உலகத்தைச் சுற்றிப் பார்க்க வேண்டும்! உடனே வளர்ப்பு அம்மா சொன்னாள்:

"ஈட்டியால் மீன் பிடிப்பவர்களைப் போல இந்த உலகத்தில் நிறையக் கெட்டவர்கள் இருக்கிறார்கள்."

ஜர்கன் நான்கு நாட்கள் தொடர்ச்சியாக சற்றுத் தூரத்தில் உள்ள மணல் குன்றுகளுக்குச் சென்றான். ஜட்லண்டின் இயற்கை அழகையும், கம்பீரத்தையும் நான்கு நாட்கள் அவன் அனுமதித்தான். அப்போதுதான் அவன் ஒரு அவசர வேலையில் ஈடுபட வேண்டி வந்தது. ஒரு சவஉடலை அடக்கம் செய்வது தொடர்பானது அந்த அவசர வேலை.

மீனவனின் உறவுக்காரர் ஒருவர்தான் இறந்திருந்தார். இறந்தவர் செல்வந்தர். வடக்கு கிழக்குத் திசையில் இருந்தது அந்த செல்வந்தனின் வீடு. ஜர்கனும், அவனது வளர்ப்பு அம்மாவும், வளர்ப்புத் தந்தையும் தரிசு நிலங்களையும் புதர்காடுகளையும் கடந்து பயணம் செய்தார்கள். அவர்கள் ஒரு நதிபாய்கிற புல்பிரதேசத்தை அடைந்தார்கள். அந்த நதியில் நிறைய அம்மா மீன்கள் தங்கள் மகள் மீன்களுடன் வாழ்ந்துவந்தன. மனிதர்கள் அவற்றைப் பிடித்துக்கொன்று தின்னவும் செய்தார்கள்.

ஆனால், பல மனிதர்கள் மற்ற மனிதர்களிடம் அதைவிட இழிவான தன்மையில் நடந்திருக்கிறார்கள் அல்லவா?

ஜர்கனும், அவனின் வளர்ப்புப் பெற்றோர்களும் நதி கடலுடன் கலக்கும் இடத்தை அடைந்தார்கள். அதன் அருகே, அகலமான பெரிய மதில்களும், ஸ்தூபிகளும் உள்ள பெரியதொரு கோட்டை இருந்தது. அந்தக் கோட்டையின் உரிமையாளனான பிரபுவின் வேலை என்ன?

பிரபுவுக்கு அந்தக் கோட்டையைக் கட்டிக் கொடுத்த சிற்பி, தன் வேலை முடிந்தவுடன் பயணமானான். பிறகு பிரபு ஒரு வேலைக்காரனுக்குக் கட்டளையிட்டார்: "நீ சிற்பியைப் பின்தொடர்ந்து சென்று அவரைக் கண்டு சொல்ல வேண்டும். அவர் கட்டிக்கொடுத்த ஸ்தூபி ஆடுகிறது என்று சொல்ல வேண்டும். அவன் திரும்பி நின்றால் நீ அவனை வெட்டிக் கொல்ல வேண்டும். நான் அவனுக்குக் கொடுத்த பணத்தை திரும்ப எடுத்துக்கொள்ள வேண்டும். அவன் திரும்பி நிற்கவில்லை என்றால் அவன் உயிருடன் போகட்டும்."

வேலைக்காரன் தன் எஜமானின் கட்டளைப்படி அந்தச் சிற்பியை அடைந்து தன் எஜமான் சொல்லச் சொன்னதைக் கூறினான். சிற்பி முதுகைக் காட்டாமல் நடந்துகொண்டே சொன்னான்:

"நான் கட்டிக் கொடுத்த ஸ்தூபி ஆடாது. ஆனால், ஒரு காலத்தில் மேற்கிலிருந்து ஒருவன் வருவான். அவன் ஸ்தூபியை ஆட்டுவான்!"

நூறு வருடங்களுக்குப் பிறகு அந்த தீர்க்க தரிசனம் பலித்தது. மேற்கிலிருந்து ஒருவன் வந்தான். அந்த நேரத்தில் கடல் பொங்கி

ஸ்தூபியைத் தகர்த்தது. வந்த ஆள் முன்பைவிடப் பெரியதொரு கோட்டையைக் கட்டினான்.

ஜர்கனும் அவன் வளர்ப்புப் பெற்றோர்களும் பார்த்த கோட்டை.

ஜர்கன் முன்பு பலமுறை அந்தக் கதையைக் கேட்டிருக்கிறான். இப்போது முதன் முறையாக அவன் அதைப் பார்த்தான் "இரண்டு கிடங்குகள், பெரு மரங்கள், செடிகள், கொடிகள் வளரும் சுவர்கள். அவையெல்லாம் அங்கே இருந்தன. இனிய மணத்தைப் பரப்புகின்ற எலுமிச்சை மரங்கள்தான் அனைத்திலும் நல்லதாகத் தோன்றின. அடர்ந்த பச்சிலைகளுக்கு இடையில் பனித் துளிகள்போல வெண்ணிறப் பூக்கள் உள்ள சிறிய மரம் வடக்கு மேற்குப் பாகத்தில் உள்ள தோட்டத்தில் நிற்கிறது. அந்தச் சிறிய மரத்தையும், எலுமிச்சைப்பழங்களையும் ஜர்கன் தன் நினைவில் பாதுகாத்தான்.

அங்கிருந்து பயணத்தைத் தொடர்வதற்கான வழி சுலபமான பாதையாக இருந்தது. இறுதிச்சடங்கிற்கு வண்டிகளில் செல்கின்ற சிலரையும் அவர்கள் அங்கே சந்தித்தார்கள். ஜர்கனும் அவனது வளர்ப்புப் பெற்றோர்களும் அமர்வதற்கு ஒரு வண்டியின் பின்னால் இடம் கிடைத்தது. நடந்து செல்வதைவிட வண்டியில் அமர்ந்து செல்வது நல்லது என்று அவர்களுக்குத் தோன்றியது. அவர்கள் மேடுபள்ளமான பாதையில் பயணம் செய்தார்கள். வண்டி இழுக்கின்ற காளைகளுக்கு அடிக்கடி கால்கள் சறுக்கின. ஒரு இடத்தில் பச்சைக் கம்பளம் விரித்ததுபோல பரந்திருந்தது புல்வெளி. ஓய்வெடுப்பதற்கும், விளையாடுவதற்கும் ஏற்ற இடம் அது. ஆனால் அதிலும் சில தீமைகள் இருந்தன. அங்கே நிறைய விஷப் பாம்புகள் இருக்கின்றன என்று பயணிகள் சொல்லியிருக்கிறார்கள். கொஞ்சம் காலம் முன்பு வரை அங்கே ஓநாய்கள் இருந்தன என்றும் சொன்னார்கள். வண்டிக்காரர் அவரது அப்பாகாலக் கதை ஒன்றை அவர்களுக்குச் சொன்னார். அந்தக் காலத்தில் குதிரைகளுக்கு வன விலங்குகளால் அபாயம் ஏற்பட்டன. ஒருநாள் வண்டிக்காரரின் அப்பா ஒரு குதிரையைப் பார்த்தார். அந்தக் குதிரை தான் கொன்ற ஒரு ஓநாயின் மீது முன்கால்களை வைத்து நின்றிருந்தது. ஓநாய் கடித்த பெரிய காயங்கள், குதிரையின் பின்கால்களில் காணப்பட்டன.

கடைசியில் ஜர்கனும் அவன் வளர்ப்புப் பெற்றோர்களும் இறுதிச் சடங்குகள் நடக்கின்ற வீட்டை அடைந்தார்கள். வீட்டின் உள்ளேயும் வெளியேயும் நிறைய விருந்தினர்கள் கூடியிந்தார்கள். பாதைக்கு அருகில் வண்டிகள் வரிசையாகக் கிடந்தன. குதிரைகளும், காளைகளும் சற்றுத் தூரத்தில் புல் தின்றுகொண்டிருந்தன. அந்த

வீட்டின் பின்னால் கொஞ்சம் மணல் குன்றுகள் இருந்தன. இந்த ஊரில் மணற் குன்றுகள் எப்படி உருவாயின? கடலோரத்திலிருந்து காற்றடித்துக்கொண்டு வந்த மணல் ஒன்று சேர்ந்து குவிந்திருக்கின்றன. அவற்றைக் குறித்தும் ஒரு கதை உண்டு. (இந்தக் கதை சற்று நேரத்திற்குப் பிறகு சொல்லப்படும்).

வழிபாட்டுப் பாடல்கள் பாடப்பட்டன. சில முதியவர்கள் கண்ணீர்விட்டு அழுதார்கள். அதைத் தவிர மற்ற எல்லா விருந்தினர்களும் மகிழ்ச்சியாகத்தான் இருந்தார்கள். தின்பதற்கும் அருந்துவதற்கும் அங்கே நிறைய உணவுப் பொருட்களும் பானங்களும் இருந்தன. பிரத்தியேகமான உயர்ந்த வகை மீன்களைப் பற்றி முன்பு குறிப்பிட்டிருந்தோமல்லவா, அந்த வகையைச் சேர்ந்த நிறைய பெரிய மீன்கள் சமைத்து வைக்கப்பட்டிருந்தன. மீன் வளர்ப்பவன் சொன்னதுபோல, மீன் சாப்பிட்ட பிறகு பிராந்தி குடிக்க வேண்டும். இந்த நிகழ்ச்சியிலும் அப்படித்தான் நடந்தது.

ஜர்கன் அந்த வீட்டின் உள்ளேயும் வெளியேயும் உலவிக்கொண்டிருந்தான். மூன்று நாட்கள் கழிந்தபோது அவனுக்கு அங்கு இருப்பது சுலபமாக இருந்தது. தொடக்கத்திலிருந்தே தான் வாழ்ந்து வருகின்ற குடிலில் இருப்பதுபோலவே இருந்தது அவனுக்கு. முன்பு பார்த்திராத இயற்கை வளங்கள் பலவும் இங்கு உண்டு. பூக்களும் பழங்களும் தேவைக்கு அதிகமாக இருக்கின்றன.

ஜர்கனின் வளர்ப்புத் தந்தை சொன்னார்:

"நம் ஊரில் உள்ள மணல் குன்றுகள்தானே நல்லது? இந்த மணல் குன்றுகளுக்கு வலிமை போதவில்லை."

இங்கு எப்படி மணல் குன்றுகள் ஏற்பட்டன என்பதைப் பற்றி வளர்ப்புத்தந்தை ஒரு கதை சொன்னார்:

"முற்காலத்தில் ஒரு முறை கடல் ஓரத்தில் ஒரு சவஉடல் கிடப்பதை மக்கள் பார்த்தார்கள். அவர்கள் அந்த உடலை எடுத்து வந்த தேவாலயத்தின் மயானத்தில் அடக்கம் செய்தார்கள். அப்போது முதல் கடலில் அலைகள் ஓங்கி வீசத்தொடங்கின. அதனால் மணல் பறந்து வந்து வீழத் தொடங்கின. கூர்மையான அறிவுள்ள ஒருவர் சொன்னார்:

"கல்லறையைத் திறந்து பார்க்க வேண்டும். அந்த உடல் கை விரலை வாய்க்கு அருகில் வைத்திருக்கிறதா என்று பார்க்க வேண்டும். அப்படியிருந்தால் அவன் கடலின் மகனாக இருப்பான். அவன் மீண்டும் தன்னிடம் கிடைக்காதவரை கடல் அமைதியடையாது."

அதன்படி அந்தக் கல்லறை திறக்கப்பட்டது. இறந்தவனின் கை விரல் அவன் வாய்க்கு அருகில் இருந்தது. எல்லோரும் சேர்ந்து

அந்தச் சவஉடலை எடுத்து ஒரு வண்டியில் ஏற்றினார்கள். வண்டியில் இரண்டு காளைகளையும் பூட்டினார்கள். பாம்பு கொத்தியதைப்போலக் காளைகள் பாய்ந்து சென்றன. அதி வேகமாக அவை பாழ்நிலங்கள் தாண்டி, கடற்கரையை அடைந்தன. தண்ணீரில் இறங்கின. அந்த நொடி முதல் மணல் கரைக்குப் பறந்து செல்வது நின்றுவிட்டது. அதுவரை பறந்து விழுந்த மணல், குன்றுகளாயின.

இதெல்லாம் ஜர்கன் தன் குழந்தைப் பருவத்தில் கேட்டது.

முன்பு பார்த்தறியாத நாடுகளுக்குச் செல்வது, அறியாத மனிதர்களுடன் பழகுவது... இதெல்லாம் எவ்வளவு அருமையாக இருக்கும்!

ஜர்கனுக்குப் பதினான்கு வயது ஆனது. அப்போது அவன் முதன்முறையாக ஒரு கப்பலில் ஏறினான். உலகம் சுற்றிப் பார்க்க வேண்டும் என்பதுதான் அவனது ஆசை. அவனுக்குக் கப்பலில் ஒரு சிறிய வேலை கிடைத்தது. பருவ நிலை கடற்பயணத்திற்கு ஏற்றதாக இல்லை. கடல் கொந்தளித்துக்கொண்டிருந்தது. கெட்ட மனிதர்கள், அவர்களின் கோபம்... எல்லாவற்றையும் அவன் அனுபவித்தான். அவன் கொடுங்குளிரைச் சகித்துக்கொள்ளவேண்டி வந்தது. அது மட்டும் அல்ல, மேலதிகாரிகளின் அடியையும் தாங்கிக்கொள்ள வேண்டி வந்தது. அப்போதெல்லாம், ஸ்பெயினில் மேற்குடியில் பிறந்த அவனது ரத்தம் கொதிக்கும். அவன் கோபத்திலிருந்து உருவான வார்த்தைகள் அவன் தொண்டையிலிருந்து எழுந்து உதடுகள் வரை வந்துவிடும். ஆனால் அந்த வார்த்தைகளை உச்சரிக்காமல் இருப்பதுதான் நல்லது என்று அவனுக்குத் தோன்றியது. ஆயினும் ஒரு மீனைத் தோலுரித்து வெட்டி வறுக்கும்போது அந்த மீனுக்கு என்ன தோன்றுமோ அது போன்ற எண்ணம்தான் அந்தச் சூழ்நிலைகளில் அவனுக்கு ஏற்பட்டது.

கடைசியில் தன் தாய் தந்தை பிறந்த இடமான ஸ்பெயினின் கடலோரப் பகுதி அவன் கண்ணில் பட்டது. அது மட்டும் அல்ல, அவன் மகிழ்ச்சியுடனும் திருப்தியுடனும் வாழ்ந்திருந்த நகரத்தையும் அவன் பார்த்தான். ஆனால் அவனுக்கு தன் வீட்டையோ, தன் உறவினர்களையோ தெரியவில்லை. அவன் உறவுக்காரர்களுக்கும் அவனைத் தெரியவில்லை.

கப்பலிலிருந்து கரைக்கு இறங்க அவனுக்கு அனுமதி கிடைக்கவில்லை. ஆயினும் நான்காவது நாளில் நகரத்திற்குச் செல்ல வேண்டி வந்தது. கப்பலில் இருப்பவர்களுக்குப் பல பொருட்களும் வாங்க வேண்டியிருந்தது. அவற்றையெல்லாம் வாங்கிச்

சுமந்துகொண்டுவர வேண்டும். அதுதான் அவனுக்கு வழங்கப்பட்ட வேலை. அவன் உடைகள் அழுக்காக இருந்தன. அவனைப் பார்த்தால், சேற்றில் முக்கி எடுத்து அடுப்பின் அருகில் வைத்துக் காய வைக்கப்பட்டவனைப்போல் தோன்றும். மணல் குன்றுகளுக்கு இடையில் வளர்ந்தவன் இப்போதுதான் முதன் முறையாக ஒரு நகரத்தைக் காண்கிறான். கட்டடங்கள் எல்லாம் எவ்வளவு உயரமாக இருக்கின்றன! தெரு நிறைய மக்கள் பணக்காரர்கள், விவசாயிகள், பாதிரியார்கள், படைவீரர்கள் ஆகியோர் சென்றுகொண்டிருக்கிறார்கள். அவர்களுக்கிடையில் காளைகளும் கழுதைகளும் உண்டு. ஒருவருக்கொருவர் பேசிக்கொள்வது, அங்கும் இங்கும் உரக்க அழைப்பது, தேவாலய மணிகளை முழங்கச் செய்வது ஆகிய எல்லா ஓசைகளும் ஒன்று கலந்திருந்தன. ஈக்களும், வண்டுகளும், தேனீக்களும் ஒன்றாக ஒரு கூட்டில் இருந்து கத்திக்கொண்டும் பறந்துகொண்டும் இருந்தால் எப்படி இருக்குமோ, அப்படித்தான் அந்த நகரத்தின் நிலை இருந்தது. தான் எங்கே இருக்கிறோம் என்றோ, எங்கே போகிறோம் என்றோ ஜர்கனுக்குப் புரியவில்லை. ஒரு இடத்தில் அவன் ஒரு தேவாலயத்தைப் பார்த்தான். தூபப் புகையின் நெடி அவன் மூக்கில் வந்து ஏறியது. தேவாலயத்தின் படிகளில் யாசகர்களும் நின்றிருந்தார்கள். ஜர்கனை அழைத்துச் சென்ற மாலுமி, அவனைப் படியின் கீழே நிற்க வைத்துவிட்டு தேவாலயத்திற்குள் சென்றான். ஜர்கன் வெளியே நின்று தேவாலயத்தின் உள்ளே பார்த்தான். குழந்தையேசுவை சுமந்திருக்கும் கன்னிமேரியின் சிலை மேடையில் இருந்தது. அதைச் சுற்றிலும் விளக்குகளும், பூக்களும் வைக்கப்பட்டிருந்தன. பாதிரியார்களும், பாட்டுக் குழுவின் சிறுவர்களும் பொருத்தமான ஆடைகள் அணிந்து நிற்கிறார்கள். ஜர்கன் அங்கே மிகவும் தெய்வீகமான புனிதத்தை அங்கே தரிசித்தான். அவை அவனது உள்மனதைத் தொட்டன. அவன் கண்களில் கண்ணீர் நிறைந்தது.

மாலுமி, தேவாலயத்திலிருந்து வெளியே வந்து ஜர்கனை அழைத்துக்கொண்டு சந்தைக்குச் சென்றான். அங்கே வாங்கிய பொருட்களைச் சுமந்துகொண்டு ஜர்கன் கப்பலுக்குத் திரும்பிச் சென்றான். வழியின் நடுவில் மிகவும் அழகான ஒரு மாளிகையைக் கண்டான். பளிங்குத் தூண்கள், அழகான சிலைகள், அகலமான படிக்கட்டுகளெல்லாம் அந்த மாளிகையில் அழகாக அமைக்கப்பட்டன. முன்னால் இருந்த படிக்கட்டில் ஜர்கன் தன் சுமையை இறக்கி வைத்துவிட்டு சற்று நேரம் இளைப்பாறினான். அப்போது ஒரு வேலைக்காரன் வெள்ளித்தடியுடன் ஓடி வந்து ஜர்கனைத் துரத்தினான். ஆனால், அந்த மாளிகையின் உரிமையாளரின்

பேரன்தான் ஜர்கன். இந்த உண்மை அந்த வேலைக்காரனுக்கோ, ஜர்கனுக்கோ தெரியாது!

ஓய்வற்ற கடுமையான வேலையால் ஜர்கன் மிகவும் தளர்ந்தான். தவிர, அவனைத் திட்டினார்கள். அவனை அடித்தார்கள். இவை எல்லாவற்றையும் ஜர்கன் பொறுமையுடன் சகித்துக்கொண்டான்.

'வயதான காலத்தில் பயன் தரும் என்றால், இளமையில் கஷ்டப்படுவது பரவாயில்லை' என்று ஒரு பழமொழி உண்டு.

கப்பல் ஜட்லண்டை அடைந்தது. அத்துடன் ஜர்கனின் அடிமை வேலை முடிவுக்கு வந்தது. அவன் கரையில் இறங்கி வளர்ப்புத் தந்தையின் குடிலை அடைந்தான். தன் வளர்ப்புத்தாய் இறந்துபோனது அப்போதுதான் அவனுக்குத் தெரிந்தது.

ஒன்றன் பிறகு ஒன்றாக குளிர்காலமும், இலையுதிர் காலமும் கடந்து சென்றன. வசந்த காலத்தின் ஆரம்பத்தில் மீன் பிடிக்கும் வேலை தொடங்கியது. ஜர்கன் சுறுசுறுப்புடன் மீன் பிடித்தான். ஒரு வருடத்தில் அவன் சற்று வளர்ந்திருந்தான். நல்ல ஆரோக்கியத்துடனும் இருந்தான். கடலில் நீந்துவதும், குட்டிக் கரணம் போடுவதும், மூழ்கி விளையாடுவதும் அவனுக்கு நன்றாகத் தெரியும். பலரும் அவனிடம் சுறாக்களைப் பற்றி எச்சரிக்கை செய்தார்கள். ஒரு மனிதன் எவ்வளவு திறமையான நீச்சல் வீரனாக இருந்தாலும் சுறாக்கள் அவனைப் பிடித்துத் தின்றுவிடும். ஆனால் ஜர்கனுக்கு அப்படிப்பட்ட ஆபத்து எதுவும் ஏற்படவில்லை.

அருகில் இருக்கும் வீடுகளில் ஒன்றில் மார்ட்டின் என்னும் பெயருடைய சிறுவன் ஒருவன் இருந்தான். ஜர்கனும் மார்ட்டினும் நண்பர்கள். இருவரும் ஒன்றாக பழைய கப்பலில் வேலைக்குச் சேர்ந்தார்கள். முதலில் கப்பல் நார்வே நாட்டுக்குச் சென்றது. பிறகு ஹாலந்துக்குச் சென்றது.

ஆனால், பிரச்சினை சுலபமாக ஏற்படலாம். ஒருவன் இயற்கையாகவே கோபமுள்ளவனாக இருக்கலாம். அவன் எப்போதாவது தவறாக நடந்துகொள்ளலாம்.

ஒரு முறை ஜர்கனும், மார்ட்டினும் எதிர்எதிராக அமர்ந்து நடுவில் உள்ள தட்டிலிருந்து சாப்பிட்டுக்கொண்டிருந்தார்கள். ஜர்கன் எந்தக் காரணமும் இல்லாமல் பையிலிருந்து கத்தியை எடுத்தான். அதை மார்ட்டினை நோக்கி ஓங்கினான்.

அப்போது மார்ட்டின் சிரித்துக்கொண்டு சொன்னான்:

"ஓ, நீ மனிதர்களைக் கத்தியால் குத்துகிறவனா?"

அதைக்கேட்டு ஜர்கன் தலைகுனிந்தான். அவர்கள் உணவு உண்டார்கள். எதுவும் பேசிக்கொள்ளவில்லை.

வேலை முடிந்து அவர்கள் மீண்டும் ஒன்று சேர்ந்தார்கள். அப்போது ஜர்கன் சொன்னான்:

"மார்ட்டின், நீ என் கன்னத்தில் அடி! நான் அடிக்கப்பட வேண்டியவன். என் உள்ளே கோபம் கொந்தளித்துக் கொண்டிருந்தது."

மார்ட்டின் அவனைச் சமாதானப்படுத்தினான்:

"அட, அது பரவாயில்லை. நீ அதை நினைத்து வருந்தாதே!"

இருவரும் முன்பைப்போல, அதைவிடவும் அதிகமான அன்புடன் வாழந்து வந்தார்கள்.

"ஜர்கன் மிகவும் உணர்ச்சிவசப்படுபவன் என்றாலும் மிகவும் நல்லவன்" இப்படித்தான் மார்ட்டின் மற்றவர்களிடம் சொல்வான்.

இருவரும் இப்போது இளைஞர்களாக இருந்தார்கள். இருவருமே நல்ல ஆரோக்கியத்துடனும், உடல் பலத்துடன் இருந்தார்கள். ஆனால் இருவரில் மிகவும் திறமைசாலி ஜர்கன்தான்.

பொதுவாக வசந்த காலத்தின் ஆரம்பத்தில் மீனவர்கள் மேற்குக் கரையோரப் பகுதிக்குச் சென்று தங்குவதுண்டு. மணற்குன்றுகளுக்கு இடையில் அதற்கான குடில்கள் கட்டப்பட்டிருக்கும். சுவர்களுக்கு வெளியே படுக்கை அறைகளும் இருக்கும். அங்குதான் மீனவர்கள் தங்குவார்கள். ஒவ்வொரு ஆணுக்கும் உதவி செய்வதற்கு ஒரு பெண்ணும் இருப்பார்கள். அதுபோன்ற பெண் "உதவிப்பெண்" என்று அழைக்கப்படுவாள். தூண்டில் முட்களில் இரை வைப்பது, மாலை நேரத்தில் ஆண்கள் திரும்பிவரும்போது அவர்களுக்குத் திராட்சை ரசம் தயாரித்துத் தருவது, பசித்துக் களைத்து வருபவர்களுக்கு உணவு சமைத்துத் தருவது ஆகியவையெல்லாம் உதவிப்பெண்களின் பொறுப்புகள். படகுகளிலிருந்து மீன்களை எடுத்துக்கொண்டு வருவதும், அவற்றைப் பக்குவப்படுத்துவதும் மற்ற வேலைகள் செய்வதும் இந்த உதவிப்பெண்கள்தான்.

ஜர்கனும், அவனது வளர்ப்புத் தந்தையும், மற்ற சில ஆண்களும் ஒரு குடிலில் இருந்தார்கள். அதற்குப் பக்கத்துக் குடிலில் மார்ட்டினும் வேறு சில ஆண்களும் இருந்தார்கள்.

மற்றொரு குடிலில் எல்சி என்னும் பெயருடைய ஒரு பெண் இருந்தாள். ஜர்கனும் அவளும் குழந்தைப் பருவத்திலிருந்தே நண்பர்கள். ஒருவரை ஒருவர் சந்திப்பது இருவருக்குமே மகிழ்ச்சியானதுதான். அவர்கள் ஒன்றுபட்ட மனநிலை உள்ளவர்கள். உடல்நிறத்தில்தான் அவர்களிடையே சிறு வித்தியாசம் இருந்தது. ஜர்கன் சற்று தவிட்டு நிறம் கலந்த வெண்ணிறத்துடன் இருந்தான். எல்சியோ தூய வெண்ணிறத்தில் இருந்தாள். அவள் கண்கள் நீல

நிறமாக இருந்தன. சூரிய வெளிச்சத்தில் ஒளிரும் கடல்போலப் பளபளக்கும் விழிகள் அவை.

ஒருநாள் ஜர்கனும் எல்சியும் ஒன்றாக நடந்து சென்றுகொண்டிருந்தார்கள். அப்போது எல்சி சொன்னாள்:

"ஜர்கன், நான் உங்களிடம் ஒன்று சொல்கிறேன். நான் உங்கள் உதவிப்பெண்ணாக வேலை செய்கிறேன். நீங்கள் என் அண்ணனைப்போல. மார்ட்டினும் நானும் திருமணம் செய்து கொள்வதாக முடிவு செய்திருக்கிறோம். இந்த விஷயத்தை நீங்கள் யாரிடமும் சொல்லி விடாதீர்கள்!"

தன் காலடியில் உள்ள மணல் அப்படியே அமுங்குவதாக ஜர்கனுக்குத் தோன்றியது. அவன் எதுவும் பேசவில்லை. தலையாட்ட மட்டுமே செய்தான். "அப்படியே ஆகட்டும்'' என்பதுதான் அவன் தலையாட்டியதன் அர்த்தம். ஆனால் அவனுக்கு இப்போது ஒரு புதிய உணர்வு தோன்றியிருந்தது. அவன் மார்ட்டினை இப்போது மிகவும் வெறுக்கிறான். அன்றுவரை ஜர்கன் எல்சியைத் தான் திருமணம் செய்துகொள்ளப்போகும் பெண்ணாக நினைத்திருக்கவில்லை. அதற்கு நேர்மாறான எண்ணம் இப்போது ஏற்பட்டது. தனக்கு உரிமையுள்ள எல்சியை மார்ட்டின் அபகரித்திருப்பதாக அவன் நினைத்தான்.

கடல் கொந்தளித்துக்கொண்டிருக்கும்போது மீனவர்கள் கரைக்கு வந்து சேர்வது காணவேண்டிய அரிய காட்சி. ஒருவர் படகின் முன் பாகத்தில் நின்றுகொண்டிருப்பார். மற்றவர் பின்னால் நின்று துடுப்பிடுவார்கள். பெரிய ஒரு அலை உயர்ந்து வரும்போது முன்னால் நிற்பவர் கைவீசி சைகை காட்டுவார். அப்போது துடுப்பிடுபவர்கள் சக்தியோடும் வேகத்துடனும் துடுப்பிடுகிறார்கள். அப்போது படகு, கரையில் நிற்பவர்கள் அதன் கீழ்ப்பகுதியைப் பார்க்கும்படி அலையோடு சேர்ந்து உயர்கிறது. அடுத்த சில வினாடிகளில் படகு அவர்களது கண்களிலிருந்து மறைந்து தாழ்ந்து அதைக் கடல்தான் விழுங்கிவிட்டதோ என்ற எண்ணத்தை ஏற்படுத்துகிறது. பிறகும் அது ஒரு பெரிய கடற்பிராணியைப்போல அலையுடன் சேர்ந்து மேலே எழுந்து முன்னே செல்கிறது. ஒவ்வொரு கரையும் மீனவர்களைக் கரையுடன் நெருக்குகிறது. கடைசியில் அவர்கள் தண்ணீரில் தாவி இறங்கி படகை இழுத்து கரையில் ஏற்றுகிறார்கள்.

முன்னால் நிற்பவர் தான் சைகை காட்டுவதில் தவறு செய்துவிட்டால், படகு தண்ணீரில் கவிழ்ந்துவிடும்.

"அப்படியாகும்போது என் கதையும் மார்ட்டின் கதையும் முடிந்துவிடும்"

ஜர்கன் இப்படியெல்லாம் நினைத்தான். அவனும், மார்ட்டினும், வளர்ப்புத்தந்தையும் ஒன்றாகக் கடலிலிருந்து கரைக்குச் செல்லும்போது வளர்ப்புத்தந்தைக்கு உடல்நிலை சரியில்லாமல் போய்விட்டது. எனவே ஜர்கன் படகின் முன் பகுதியில் நின்றான். படகைக் கவிழ்த்துவிட வேண்டும் என்பதுதான் அவனது நோக்கம். ஆனால் அவன் தன் வளர்ப்புத்தந்தையை நினைத்துப் பார்த்தபோது தன் கெட்டஎண்ணத்தைக் கைவிட்டான். ஆனால் அது தற்காலிகமாக மட்டும்தான். தன்னை மார்ட்டின் ஏமாற்றிவிட்டான் என்பதுதான் அவனது நம்பிக்கை. மீனவர்களில் பலரும் அவன் மனதைப் புரிந்துகொண்டுவிட்டார்கள். ஆனால் மார்ட்டினுக்கு மட்டும் அது தெரியவில்லை. அவன் எப்போதும் போலவே அன்புடன் நடந்துகொண்டான்.

வளர்ப்புத் தந்தையின் உடல்நிலை மேலும் மோசமாகி வந்தது. ஒரு வாரத்துக்குள் அவர் இறந்துவிட்டார்.

மணல்குன்றின் பின்னால் உள்ள ஒரு சிறு குடிலின் உரிமையாளர் ஆனான் ஜர்கன். குடில் மிகவும் சிறிதாக இருந்தாலும் அது அவனுடைய சொந்தக் குடில் அல்லவா? ஆனால் மார்ட்டினுக்குச் சொந்தமாகக் குடில் இல்லை.

வயதான ஒரு மீனவர் கேட்டார்:

"ஜர்கன், நீ இனிமேல் கப்பல் வேலைக்குப் போகமாட்டாய் அல்லவா? இனிமேல் நீ எங்களுடன் இங்குதான் தங்குவாய் அல்லவா?"

ஆனால் ஜர்கன் அப்படி நினைக்கவில்லை. அங்கிருந்து பல இடங்களுக்கும் செல்ல வேண்டும் என்று நினைத்தான். முன்பு குறிப்பிட்ட மீன் வளர்ப்பவனின் மாமா பெரிய வியாபாரி. அவனுக்குச் சொந்தமாகச் சில கப்பல்கள் இருந்தன. அவன் நல்லவன்தான் என்று மக்கள் சொல்கிறார்கள். அவரிடம் வேலை செய்வது நல்லதுதான். வெகுதொலைவில் ஜட்லண்டின் வடக்கு எல்லையில் அந்த வியாபாரியின் நிறுவனம் இருந்தது. ஜர்கனைப் பொறுத்தவரை அது நல்ல விஷயம்தான். மார்ட்டினும், எல்சியும் திருமணம் செய்துகொள்வதற்கு முன்பு இந்த இடத்தைவிட்டுப் போய்விட வேண்டும். அந்தத் திருமணம் சில வாரங்களுக்குள் நடக்கும்.

அந்த முதிய மீனவர் சொன்னார்:

"நீ இப்போது இந்த இடத்தைவிட்டுப் போவது சரியல்ல. ஏனென்றால் உனக்குச் சொந்தமாக ஒரு குடில் இருக்கிறது. மார்ட்டினுக்கு அது இல்லை. எனவே எல்சி மார்ட்டினைக்

கைவிட்டு உன்னைத் திருமணம் செய்துகொள்வதற்கும் வாய்ப்பு இருக்கிறது."

ஜர்கன் பல சாக்குப்போக்குகள் சொன்னான். முதிய மீனவருக்கு அதைப் புரிந்துகொள்வது சிரமமாக இருந்தது. அவர் சென்று எல்சியை அழைத்துக்கொண்டு வந்தார்.

எல்சி சொன்னாள்:

"ஜர்கன், உங்களுக்கு இப்போது சொந்தமாக ஒரு குடில் இருக்கிறது. அந்த விஷயத்தை நீங்கள் பொருட்படுத்தவில்லையா?"

ஜர்கன் பலவிதமாகச் சிந்தித்தான். கடலில் பெரிய அலைகள் எழுந்தன. மனிதர்களின் இதயத்தில் அவற்றைவிடப் பெரிய அலைகள் உருவாகும்.

அவன் சொன்னான்:

"எல்சி, என்னைப்போல மார்ட்டினுக்கும் ஒரு குடில் இருக்கிறது என்று வைத்துக்கொள். அப்போது நீ யாரைத் திருமணம் செய்துகொள்வாய்?"

"ஜர்கன், மார்ட்டினுக்குக் குடில் இல்லை. இனி அவனுக்கென்று ஒரு குடில் ஏற்படவும் போவதில்லை."

"அவனுக்கு ஒரு குடில் ஏற்படும் என்று வைத்துக்கொள், அப்போது நீ என்ன செய்வாய்?"

"அப்படியென்றால் நான் நிச்சயமாக மார்ட்டினின் மனைவியாவேன்."

ஜர்கன் அன்று இரவு முழுவதும் அந்த உரையாடலைப் பற்றித்தான் நினைத்துக்கொண்டிருந்தான். அவன் மனதில் என்னென்னவோ மாற்றங்கள் ஏற்பட்டன. என்ன மாற்றங்கள் என்று அவனுக்குச் சற்றும் தெரியவில்லை. எல்சியின் மீதுள்ள நேசத்தைவிடவும் பெரிதான உணர்ச்சி அவன் மனதில் ஏற்பட்டது. அடுத்த நாள் அவன் சென்று மார்ட்டினைப் பார்த்தான். தன் குடிலை மார்ட்டினுக்குக் கொடுத்தான். தனக்குக் கப்பல் பயணம்தான் விருப்பம் என்றும் சொன்னான்.

புறப்படுவதற்கு முதல்நாள் மாலையில் ஜர்கனுக்கு ஒன்று தோன்றியது. இன்னுமொரு முறை மார்ட்டினைப் பார்க்க வேண்டும். வழியில் அவன் அந்த முதிய மீனவரைச் சந்தித்தான். ஜர்கன் ஊரைவிட்டுச் செல்வது சரியில்லை என்று அவர் அப்போதும் சுட்டிக்காட்டினார். அவர், மார்ட்டினுக்கு மாய மந்திரங்கள் தெரியும் என்றும் அதனால்தான் எல்லாப் பெண்களும் அவனை நேசிக்கிறார்கள் என்றும் சொன்னார்.

முதியவரின் வார்த்தைகளைப் பொருட்படுத்தாமல் ஜர்கன் தனியாக மார்ட்டின் வசிக்கும் குடிலுக்குச் சென்றான். உள்ளே உரத்த பேச்சுக் குரல் கேட்டது. மார்ட்டினுடன் வேறு யாரோ அங்கே இருக்கிறார்கள். தவிர, மார்ட்டின் தன்னிடம் மீண்டும் நன்றி சொல்லும்படியான ஒரு நிலையை ஏற்படுத்த வேண்டாமே என்றும் ஜர்கன் நினைத்தான். எனவே அவன் மார்டினின் குடிலுக்குள் நுழையாமல் வந்த வழியே திரும்பிச் சென்றான்.

அடுத்தநாள் அதிகாலையில் அவன் பயணத்திற்கான பொதியுடன் மணல்குன்றுகளுக்கு இடையே கடலோரத்திற்குச் சென்றான். வடக்கில் உள்ள சாலையைவிட இந்த வழிதான் நன்றாக இருந்தது. அது மட்டும் அல்ல, குறைவான தூரம் உள்ளது. மீன் வளர்ப்பவரைப் பார்க்க வேண்டும். சந்திக்க வேண்டும் என்று ஜர்கன் சொல்லியிருந்தான்.

நீலக்கடல் பரந்து விரிந்திருந்தது. சரளைக்கற்களும், கிளிஞ் சல்களும் அவை ஜர்கன் சிறுவனாக இருந்தபோது அவனது விளையாட்டுப் பொருட்களாக இருந்தன. அவனது செருப்புகளுக்குள் நெரிந்தன. எதனால் என்று தெரியவில்லை, திடீரென்று அவன் மூக்கின் உள்ளிருந்து ரத்தத் துளிகள் அவன் சட்டையில் விழுந்தன. இது ஒரு சாதாரணமான சம்பவம் என்பது சரிதான். ஆயினும் சாதாரணமான சம்பவங்களுக்கும் முக்கியத்துவம் ஏற்படலாம். ஜர்கன் துணியால் ரத்தத்தைத் துடைத்துக்கொண்டான். அத்துடன் தலைசுற்றல் அகன்றதுபோலிருந்தது. அவன் மணலில் வளர்கிற ஒரு செடியிலிருந்து பூக்கள் உள்ள ஒரு தண்டை ஒடித்து தன் தொப்பியில் செருகினான். உல்லாசமாகப் பயணம் செய்ய வேண்டும் என்று அவன் ஆசைப்பட்டான். இந்த விசாலமான உலகத்தை நோக்கியல்லவா அவன் பயணம் செய்கிறான். கரைக்கு அருகே போக அனுமதி கேட்ட பெண் மீன்களிடம் “கெட்ட மனிதர்களிடம் எச்சரிக்கையாக இருக்க வேண்டும்” என்று சொன்ன அம்மா மீனின் கதையையும், பெண் மீன்களின் கதையையும் ஜர்கன் நினைவு கூர்ந்தான். உலகில் முன்னேறுவதற்கான வழிகளைக் கண்டுபிடிக்க வேண்டும். வீரத்தை ஒரு ஆயுதமாகக் கொள்ள வேண்டும்.

மதியப்பொழுதில் ஜர்கன் கடலுக்கு அருகில் வந்தான். அவனுக்கு மிகவும் பின்னால் இருவர் குதிரை ஓட்டி வருவதைக் கண்டான். அவன் அதைப் பொருட்படுத்தாமல் கடலைக் கடப்பதற்கான படகில் ஏறினான். படகு சற்றுத் தொலைவு சென்ற பிறகு குதிரை ஓட்டி வந்தவர்கள் கரையை அடைந்தார்கள். அவர்கள், கரைக்கு வரும்படி ஜர்கனிடம் உரக்கச் சொன்னார்கள். அவர்கள் அதிகாரிகள் என்று அறிந்துகொண்ட ஜர்கன் அவர்கள் சொன்னபடி செய்தான்.

அவர்கள் தன்னை எதற்காக அழைக்கிறார்கள் என்று ஜர்கனுக்குப் புரியவில்லை.

படகு கரைக்கு வந்தபோது அதிகாரிகள் ஜர்கனைப் பிடித்து அவன் கைகளைக் கயிறால் கட்டினார்கள்.

அவர்கள் சொன்னார்கள்:

"அடேய் நீ செய்த காரியத்திற்குத் தண்டனையாக உன் உயிரைக் கொடுக்கவேண்டி வரும். நல்லவேளையாக நாங்கள் உன்னைப் பிடித்துவிட்டோம்!''

ஜர்கனின் மீது கொலைக் குற்றம் சுமத்தப்பட்டிருக்கிறது.

கழுத்தில் குத்தப்பட்ட கத்தியுடன் காணப்பட்டது மார்ட்டினின் சவ உடல். முதல் நாள் இருட்டியதற்கு பிறகு ஜர்கன் மார்ட்டினின் குடிலுக்குச் செல்வதை ஒரு மீனவன் பார்த்தான் அல்லவா? முன்பு ஒரு முறை ஜர்கன் மார்ட்டினை நோக்கிக் கத்தியை ஓங்கியிருக்கிறான். அதிகாரிகள் எல்லா விஷயங்களையும் பரிசீலித்து ஜர்கன்தான் மார்டினைக் கொன்றவன் என்ற முடிவுக்கு வந்தார்கள்.

சிறைச்சாலை இருந்த நகரம் தொலைதூரத்தில் இருந்தது. ஆனால் கடற்கரையிலிருந்து முக்கால்மணி நேரம் பயணம் செய்தால் ஒரு கோட்டையை அடைந்துவிடலாம். அந்தக் கோட்டையில் தரையின் அடியில் ஒரு கல்லறை இருக்கிறது. முன்பு ஒரு முறை மார்த்தா என்னும் பெயருடைய ஒரு பயங்கரமான பெண்ணை அந்தக் கல்லறையில் அடைத்திருந்தார்கள். தற்சமயம் ஜர்கனையும் அந்தக் கல்லறையில் அடைக்க வேண்டும் என்பதுதான் அதிகாரிகளின் முடிவு.

ஜர்கனின் விளக்கங்களையோ வாதங்களையோ அவர்கள் கேட்கவில்லை. அவன் சட்டையில் இருந்த ரத்தத் துளிகளின் அடையாளங்கள் வேறு அவனுக்கு எதிராக இருந்தன. தான் எந்தக் குற்றமும் செய்யவில்லை என்று மிகவும் உறுதியாக இருந்தான் ஜர்கன். தற்சமயம் அதை நிரூபிப்பதற்கு வழியொன்றும் இல்லை அல்லவா. எனவே அவன் அந்த அதிகாரிகளுக்குக் கட்டுப்பட்டான்.

முன்பு ஒருமுறை ஜர்கன் தன் வளர்ப்புத்தந்தையுடன் ஒரு மரணச் சடங்கில் கலந்துகொள்வதற்காக ஒரு வீட்டுக்குச் சென்றிருந்தான் அல்லவா, அந்த வீட்டுக்குப் பக்கத்தில் ஒரு கோட்டை இருந்தது. அந்தக் கோட்டைக்குத்தான் அவன் இப்போது அழைத்துச் செல்லப்படுகிறான். நேற்றுதான் அந்த இடத்தைப் பார்த்ததுபோல அவனுக்குத் தோன்றியது.

கோட்டையின் இரண்டு பகுதிகளிலிருந்து படிக்கட்டுகள் இறங்கி நுழைவாயிலில் ஒன்று சேர்கின்றன. அங்கிருந்து தரைக்கு அடியில் உள்ள அறைக்குச் செல்ல ஒரு வழி உண்டு. அந்த நிலவறையிலிருந்துதான் மார்த்தாவை கொலைக்களத்திற்குக் கொண்டு சென்றது. அந்தப் பயங்கரமான பெண் செய்த குற்றம் என்ன? அவள் ஐந்து குழந்தைகளின் பிஞ்சு இதயங்களைத் தின்றிருந்தாள். இன்னும் இரண்டு இதயங்களைத் தின்றால் காற்றில் எழுந்து பறக்கும் சக்தியும், மற்றவர்களின் கண்களுக்குப் புலப்படாத வகையில் மறைந்து நிற்கும் சக்தியும் தனக்குக் கிடைக்கும் என்று அவள் நம்பியதுதான் அவள் இப்படிச் செய்தற்கான காரணம்.

அந்த நிலவறையில் சன்னல்கள் இல்லை. காற்று உள்ளே வர சிறிய ஒரு துளைதான் இருந்தது. அங்கே இருட்டாகவும் ஈரமாகவும் இருந்தது. படுப்பதற்கு கரடுமுரடான ஒரு பெஞ்சு இருந்தது. ஆயினும் 'சுத்தமான மனசாட்சிதான் மென்மையான தலையணை' என்ற ஒரு பழமொழி இருக்கிறது அல்லவா? எனவே ஜர்கன் நிம்மதியாகத் தூங்கினான்.

நிலவறையின் கதவு வெளியிலிருந்து பூட்டப்பட்டிருந்தது. ஆனால் மூடநம்பிக்கை என்ற பிசாசுக்கு சாவித்துளையின் வழியாகவும் உள்ளே வர முடியும். பிரபுவின் கோட்டையாக இருந்தாலும், மீனவனின் கோட்டையாக இருந்தாலும் அதற்கு வித்தியாசம் இல்லை. மார்த்தாவையும், அவளது கொடுஞ் செயல்களைப் பற்றியும் யோசிக்கிற ஜர்கனிடம் மூடநம்பிக்கை என்னும் பேய் ஏன் வரக்கூடாது? ஜர்கன் திடுக்கிட்டான். ஆயினும் இருள் நிறைந்த அவன் மனதில் ஒரு சூரியஒளிக்கதிர் நுழைந்தது. முன்பு அவன் பார்த்த பூமரங்களைப் பற்றியும், எலுமிச்சை மரங்களைப் பற்றியும் அவன் நினைவுகூர்ந்தான்! அதிகாரிகள் ஜர்கனைக் கோட்டை நிலவறையிலிருந்து, நகரத்துச் சிறைக்குக் கொண்டு சென்றார்கள்.

நம் காலத்தைப்போல இல்லை அன்றைய காலம். எளிமையான மக்களுக்குக் கடும் தண்டனைகள் வழங்கப்பட்டிருந்தன. ஏழைகளின் நிலங்களைப் பிரபுக்கள் அபகரித்துக்கொண்டார்கள். பிரபுக்களின் வண்டிஓட்டிகளும், வேலைக்காரர்களும் நீதிபதிகள் ஆனார்கள். சிறிய குற்றத்திற்குக்கூட சொத்துக்களைப் பறிமுதல் செய்யவும், மரண தண்டனை விதிப்பதற்குமான அதிகாரம் அவர்களுக்குக் கிடைத்தது. அரசாங்கத் தலைநகரிலிருந்து வெகு தொலைவில் இருந்தது ஜட்லண்டு. எனவே அங்கு சட்டங்கள் முறையாகக் கடைபிடிக்கப்படாமல் மிகவும் தளர்ந்த நிலையில் இருந்தன.

ஜர்கனை அடைத்திருந்த சிறை குளிர் உள்ளே வரும்படி இருந்தது. எந்த வசதியும் அங்கே இல்லை. குற்றம் எதுவும் செய்யாத அந்த நிரபராதி துயரத்தில் ஆழ்ந்தான். இதையெல்லாம் விதி என்று சொல்லாமல் என்ன செய்வது? மனிதர்களின் நிலைமைகள் ஒருவருக்கொருவர் எவ்வளவு வித்தியாசமாக இருக்கின்றன! அவற்றைப் பற்றியெல்லாம் யோசிக்க ஜர்கனுக்கு இப்போது நிறைய நேரம் இருந்தது. இந்தக் கெட்ட அதிர்ஷ்டம் தனக்கு ஏன் வழங்கப்பட்டது? அவனது அந்தக் கேள்விக்கான பதில் அடுத்த ஜென்மத்தில் கிடைக்கலாம். ஸ்பெயினில் செல்வச் செழிப்பின் நடுவில் வாழ்கிற தந்தைக்கு இப்படியொரு சிந்தனை ஏற்படவில்லை. அது ஜர்கனைப் பொறுத்தவரை கடவுள் கருணையின் அடையாளமாக இருந்தது.

வசந்தகாலத்தில் வீசும் பலத்த காற்று வீசத் தொடங்கியது. கடலின் இரைச்சல் அனேக மைல் தூரத்தில் உள்ள உள்ளூர்களிலும் கேட்கும். உறுதியான சாலையில் ஆயிரம் வண்டிகள் ஓடுவதற்குச் சமமாக இருந்தது அந்த ஓசை. சிறையில் கிடக்கிற ஜர்கனின் செவிகளிலும் அந்த ஓசை விழுந்தது. அது அவனுக்குச் சற்று நிம்மதியளித்தது. கடலின் ஓசை அவன் இதயத்தைத் தொடுவதுபோல எந்த இசையும் அவன் இதயத்தைத் தீண்ட முடியாது. அசைந்தாடும் கடல், எல்லையற்ற கடல், அதன் வழியே கப்பல்களையும் அவற்றில் இருக்கின்ற மனிதர்களையும் காற்று முன்னோக்கிக் கொண்டு செல்கிறது. அவர்கள் எங்கே கொண்டுசெல்லப்பட்டாலும் அவர்களுடைய வீடு, அதாவது கப்பல், உடன் அழைத்துச் செல்கிறது. நத்தை அதன் ஓட்டைக்கொண்டு செல்வதைப்போல!

“சுதந்திரம்! சுதந்திரம் எவ்வளவு மகிழ்ச்சிகரமானது! செருப்பு இல்லை என்றால் என்ன? கந்தல் உடைகளே இருந்தால்தான் என்ன? சுதந்திரம் இருந்தால் மட்டும் போதுமே!” இதுபோன்று சிந்திக்கும்போது ஜர்கன் மிகவும் உணர்ச்சிவசப்படுவான். அப்போது அவன் முஷ்டியால் சுவரில் குத்துவான்.

வாரங்கள், மாதங்கள் என்று கடந்து சென்று ஒரு வருடம் கடந்து சென்றது. அப்போது நீல்ஸ் என்னும் பெயருடைய ஒரு போக்கிரியை அதிகாரிகள் பிடித்தார்கள். அப்போது ஜர்கனின் நல்ல காலம் ஆரம்பித்தது. அவனுக்குக் கொடுக்கப்பட்ட தண்டனை எவ்வளவு அநியாயம் என்று தெரிந்தது.

ஜர்கன், மார்ட்டினைப் பார்க்காமல் திரும்பிச் சென்றான் அல்லவா? அதன் பிறகு நீல்ஸும் மார்ட்டினும் மதுச்சாலையில் சந்தித்தார்கள். மார்ட்டின் சிறிதுதான் மது அருந்தினான் என்றாலும், அதன் கிறக்கத்தின் காரணத்தால் அவன் அதிகம் பேசினான்.

தனக்கு ஒரு வீடு கிடைத்திருப்பதாகவும், தான் விரைவில் திருமணம் செய்துகொள்ளப் போவதாகவும் அவன் நீல்ஸிடம் சொன்னான். அதற்குத் தேவையான பணம் உன்னிடம் இருக்கிறதா என்று கேட்டான் நீல்ஸ். மார்ட்டின் "இதோ என் பையில் இருக்கிறது" என்று சொன்னான். அப்படி அவன் சொன்னதுதான் அவன் உயிர் போவதற்குக் காரணமாயிற்று. அவன் வீட்டுக்குச் செல்லும் வழியில் அவனை நீல்ஸ் குத்திக் கொன்றான். ஆனால் மார்ட்டினின் பையில் பணம் இருக்கவில்லை!

குற்ற விசாரணையில் இந்த விவரங்கள் எல்லாம் தெரிந்தன. பிறகு ஜர்கனை விடுதலை செய்துவிட்டார்கள் என்று நாம் அறிந்துகொண்டால் மட்டும் போதும். ஒரு வருடம் அவன் சிறையில் கிடந்ததற்கும், பிற மனிதர்களிடம் தொடர்பற்றுப் போனதற்கும் ஈடாக அவனுக்கு என்ன கிடைத்தது? அவன் குற்றமற்றவன் என்று தெரிந்தது அவனது அதிர்ஷ்டம் என்று அதிகாரிகள் சொன்னார்கள், அவ்வளவுதான்! அவர்கள் ஜர்கனை வெளியே விட்டுவிட்டு அவனது கைச்செலவுக்காக இரண்டு வெள்ளி நாணயங்களைக் கொடுத்தார்கள். பல மனிதர்கள் அவனுக்கு ஒவ்வொரு பரிசு கொடுத்தார்கள். நல்ல மனிதர்கள் என்று சிலராவது இருந்தார்கள். ஜர்கனுக்கு மிகவும் நல்ல அனுபவம் ஒரு வியாபாரியிடமிருந்து கிடைத்தது. அந்த வியாபாரி யார் தெரியுமா? மீன் வளர்ப்பவரின் மாமாவான வியாபாரியிடம் வேலை பெற வேண்டும் என்று ஜர்கன் ஆசைப்பட்டிருந்தான் அல்லவா? அவர்தான். அந்த வியாபாரியின் பெயர் ப்ரோன். ஜர்கனைப் பற்றிய தகவல்கள் எல்லாம் அவருக்குத் தெரிந்தது. அது மட்டும் அல்ல, ஜர்கன் அனுபவிக்க வேண்டி வந்த துன்பங்களைக் குறித்தும் அவர் அறிந்தார். ஜர்கனுக்கு உதவி செய்ய வேண்டும் என்று ஆசைப்பட்டார் ப்ரோன். இந்த உலகில் நல்லவர்கள் சிலராவது உண்டு என்று நிரூபிக்கவும் அவர் விரும்பினார்.

சிறையிலிருந்து விடுதலை பெற்று வெளியே வந்த ஜர்கனுக்கு தான் சொர்க்கத்தில் நுழைவது போன்றிருந்தது. சுதந்திரம், அன்பு, நம்பிக்கை ஆகியவையெல்லாம் உள்ள சொர்க்கத்தில் நுழைவது போன்றிருந்தது.

ப்ரோன் சொன்னார்:

"ஜர்கன், நடந்ததையெல்லாம் நாம் மறந்துவிடலாம். இரண்டு நாட்கள் கழித்து நாம் ஸ்காஜன் என்னும் நகரத்திற்குச் செல்வோம். என் வீடு அங்குதான் உள்ளது. அந்த இடம் அன்பும் சமாதானமும் உள்ள இடம்."

இப்படி அவர்கள் இருவரும் ஒன்றாக ஸ்காஜன் நகருக்குச் சென்றார்கள்.

தெற்கு மேற்குக் கடலிலிருந்து ஒரு மைல் தள்ளி அந்த நகரம் இருக்கிறது. மணல்குன்றுகளின் இடையில் வீடுகள் இருந்தன. காற்று மணலை அள்ளி வீசி விளையாடுவதுபோலத் தோன்றும். மாலுமிகளின் கூக்குரலும், காட்டு அன்னங்களின் ஓசைகளையும் அங்கு எப்போதும் கேட்கலாம். ப்ரோனின் வீட்டில் தார் அடிக்கப்பட்டிருந்தது. பக்கத்தில் சில சிறிய கட்டடங்கள் இருந்தன. படகுகளைக் கவிழ்த்து வைத்து அவற்றின் கூரைகளாகப் பயன்படுத்தியிருந்தார்கள். எந்த இடத்திலும் வேலி என்பது இல்லை. மீன்களை வரிசை வரிசையாகக் கட்டித் தொங்கவிட்டு உலர வைத்திருந்தார்கள். கடலில் மீன்கள் மிகவும் அதிகமாக இருந்தன. வலை வீசினால் போதும், உடனே அதில் நிறைய மீன்கள் வந்து சிக்கிக் கொள்ளும். பெரும்பாலான மீன்களை மீண்டும் தண்ணீரிலேயே விட்டுவிடுவார்கள். தேவைக்கு அதிகமான மீன்களை வேறு என்ன செய்வது?

ப்ரோனின் மனைவியும், மகளும் வேலைக்காரர்களும் மனப்பூர்வமாக ஜர்கனை வரவேற்றார்கள். மகள் மிகவும் அழகாக இருந்தாள். வீட்டின் உள்ளே நிறைய இடம் இருந்தது. உணவுப் பொருட்களுக்கும், திராட்சை ரசத்திற்கும் எந்தக் குறைவும் இல்லை. ஜர்கன் அனுபவித்த துன்பங்களை அறிந்தபோது ப்ரோனின் மனைவிக்கும் மகளுக்கும் மிகவும் இரக்கம் ஏற்பட்டது. மகளின் பெயர் கிளாரா. அவளின் பார்வையில் அன்பு கனிந்திருந்தது.

ஜர்கன் வசிப்பதற்கு மகிழ்ச்சி நிறைந்த ஒரு வீடு கிடைத்தது. அவனுக்கு அது மிகப் பெரிய உதவியாக இருந்தது. இதற்கு முன்பு அவன் மிகவும் கடுமையான சோதனைகளை அல்லவா சந்தித்திருந்தான். அவன் இதயம் இப்போது அன்பின் இனிமையை அனுபவித்துக்கொண்டிருந்தது.

மூன்று வாரங்களுக்குப் பிறகு கிளாரா தன் அப்பாவின் கப்பலில் செல்லவிருக்கிறாள். அவள் அத்தையைச் சந்திப்பதற்காகத்தான் செல்கிறாள். குளிர்காலம் முழுதும் தன் அத்தையுடன் அங்கே தங்குவாள்.

புறப்படுவதற்கு முன்பான ஞாயிற்றுக்கிழமை எல்லோரும் தேவாலயத்திற்குச் சென்றார்கள். தேவாலயம் மிகவும் பெரிதாகவும் அழகாகவும் இருந்தது. அது சில நூற்றாண்டுகளுக்கு முன்பு கட்டப்பட்டது. சில இடங்களில் சற்று இடிந்திருந்தது. வீட்டிலிருந்து அந்த இடத்திற்குச் செல்ல ஒரு மணி நேரமாகும். தேவாலயத்திற்குச் செல்லும் பாதை மணல் நிறைந்தது. பக்தர்கள் அந்தச் சிரமங்களை

மகிழ்ச்சியுடன் ஏற்றுக்கொண்டார்கள். அங்கு சென்று இறை வணக்கப் பாடல்களைப் பாடவேண்டும், பாதிரியார் நிகழ்த்தும் உபதேச உரையைக் கேட்க வேண்டும் என்பதுதான் அவர்களின் விருப்பம்.

தலையில் கிரீடம் அணிந்து, குழந்தை ஏசுவைச் சுமந்தபடியிருக்கும் கன்னிமேரியின் சிலை அங்குள்ள மேடையில் உண்டு. அப்போஸ்தலர்களின் சிலைகளும் அந்தந்த இடங்களில் செதுக்கி வைக்கப்பட்டிருக்கின்றன. முன்பு இருந்த நகர அதிகாரிகளின் படங்கள் சுவர்களில் மாட்டப்பட்டிருந்தன. சூரிய வெளிச்சம் உள்ளே நுழைந்து, மெருகிட்ட பித்தளை விளக்கின் தண்டுகளை அழகாக்குகிறது.

முன்பு ஒரு முறை ஜர்கன் ஸ்பெயினில் ஒரு தேவாலயத்தின் வெளியே நின்றிருந்தான் அல்லவா, அப்போது அவனுக்கு ஒரு புனிதமான ஒரு உணர்ச்சி ஏற்பட்டது. அதுபோன்றதொரு உணர்வு அவனுக்கு இப்போதும், இந்த தேவாலயத்தில் நிற்கும்போது ஏற்பட்டது. ஆயினும் ஒரு வித்தியாசம் இருந்தது. இப்போது அவன் வழிபாட்டுக் குழுவில் ஒரு உறுப்பினராக இருந்தான்.

கிளாராவின் அருகில்தான் அவன் மண்டியிட்டு அமர்ந்திருந்தான். அவன் மனது கடவுளுடன் கலந்திருந்தது. அதனால் அவன் அவளைக் கவனிக்கவில்லை. எழுந்தபோது அவன் அவளைப் பார்த்தான். அவள் கண்களிலிருந்து கண்ணீர்த்துளிகள் பெருகி வழிந்துகொண்டிருந்தன.

இரண்டு நாட்கள் கழித்து கிளாரா நார்வே நாட்டுக்குப் பயணமானாள். ஜர்கன் ப்ரோனின் வீட்டிலேயே வசித்து வந்தான். வீட்டு விஷயங்களிலும், தொழில் விஷயங்களிலும் அவன் தன்னால் இயன்ற உதவிகளைச் செய்தான். இடையிடையே மீன் பிடிக்கவும் செய்தான். எல்லா ஞாயிற்றுக்கிழமையும் தேவாலயத்திற்குச் செல்லும்போது அவன் கன்னி மேரியின் உருவத்தையே பார்த்துக்கொண்டிருப்பான். சில முறை அவன், கிளாரா முழங்காலிட்டு நின்ற இடத்தைப் பார்ப்பான். அப்போதெல்லாம் அவள் தனக்குக் காட்டிய இரக்கத்தை நினைவுகொள்வான்.

ப்ரோனின் வீட்டில் செல்வச் செழிப்பு உண்டு, மகிழ்ச்சிகரமான குடும்ப வாழ்க்கை உண்டு. வீட்டு விலங்குகளைக்கூட அவர்கள் நல்ல முறையில் வளர்த்து வருகிறார்கள். சமையலறையில் நிறைய செப்புப் பாத்திரங்களும், இரும்புப் பாத்திரங்களும், தாம்பாளங்களும் நிறைந்திருந்தன. சரக்கு அறையில் உணவுப்பொருட்கள் பெருமளவில் இருந்தன. இவையெல்லாம் மேற்கு ஜட்லண்டில் செல்வந்தர்களான விவசாயிகளின் தனித்தன்மைகள். அவர்களிடம் தின்பதற்கும்,

குடிப்பதற்கும் நிறைய இருந்தன. அலங்கரிக்கப்பட்ட சுத்தமான அறைகள், மகிழ்ச்சி நிறைந்த சூழ்நிலை, சிறப்பான விருந்தோம்பல் இவையெல்லாம் அங்கே சாதாரணம்.

ஜர்கன் முன்பு ஒருமுறை ஒரு இறுதிச் சடங்குக்குச் சென்றிருந்தான் அல்லவா, அதன் பிறகு இப்போதுதான் இப்படி நிம்மதியாக இருக்கிறான். ஆயினும் கிளாரா தொலைவில் இருக்கிறாள். அவள் அனைவரின் மனதிலும் நிறைந்து நிற்கிறாள்.

ஏப்ரல் மாதத்தில் ஒரு கப்பல் நார்வேக்குச் செல்வதாக ஏற்பாடு ஆகியிருந்தது. அந்தக் கப்பலில் ஜர்கனும் செல்ல வேண்டும் என்றுதான் முடிவு செய்யப்பட்டிருந்தது. அவன் இப்போது மிகவும் உற்சாகமும் மகிழ்ச்சியாகவும் இருக்கிறான். அவன் உடல் பருத்திருக்கிறது. ப்ரோனின் மனைவி, ஜர்கனைப் பார்ப்பதே மகிழ்ச்சியளிக்கிறது என்று சொல்வாள்.

ப்ரோன் தன் மனைவியிடம் சொன்னார்:

“நீ சொல்வது சரிதான். குளிர்கால மாலைப்பொழுதுகளை ஜர்கன் மகிழ்ச்சி நிறைந்ததாக்குகிறான். நீயோ இந்த வருடம் மிகவும் இளமையாகத் தோன்றுகிறாய். உன் நாட்டில் மிகவும் அழகான பெண் நீயாகத்தான் இருந்தாய் அல்லவா!“

ஜர்கனின் நினைவு, நார்வே நாட்டுக்குச் சென்றிருக்கிற அழகான ஒரு பெண்ணைத் தேடிப் பறந்து சென்றது.

அந்தப் பெண்ணை அழைத்து வருவதற்காக அவன் கப்பல் பயணத்தைத் தொடங்கினான்.

பல நாட்கள் கடந்து சென்றன.

ஒரு காலையில் ப்ரோன் கடற்கரையிலிருந்து சற்றுத் தூரத்தில் உள்ள பெரிய கலங்கரைவிளக்கத்தில் ஏறி சுற்றிலும் பார்த்தான். கரையிலிருந்து ஏறத்தாழ அரை மைல் தூரத்தில் அங்கங்கே மணல் குன்றுகள் இருந்தன. அதற்கு அப்பால் கடலில் சில கப்பல்கள் நங்கூரமிட்டிருந்தன. ப்ரோன் தன் தொலைநோக்கியின் வழியாகப் பார்த்தபோது தன் கப்பலைக் கண்டுபிடித்தார்.

ஆம். அந்தக் கப்பல் கிளாராவுடனும், ஜர்கனுடனும் திரும்பி வந்திருக்கிறது. கிளாரா கப்பலின் மேல்தளத்திலிருந்து கரையில் உள்ள மணல்குன்றுகளைப் பார்த்தாள். காற்று அமைதியாக இருந்தால் அரைமணி நேரத்துக்குள் வீட்டுக்குச் சென்றுவிடலாம். அவளும் ஜர்கனும் அவ்வளவு பக்கத்தில் இருந்தார்கள். அதே நேரம் மரணத்திற்குப் பக்கத்திலும் இருந்தார்கள்! ஏனென்றால், கப்பலில் உள்ள ஒரு பலகை பெயர்ந்து விழுந்துவிட்டது. அந்தத் துளையின் வழியாக கடல்நீர் கப்பலுக்குள் குபுகுபுவென்று புகுந்தது. அந்தத்

துளையை அடைப்பதற்காக கப்பல் பணியாளர்கள் ஓடி வந்தார்கள். அதே சமயத்தில் அபாய எச்சரிக்கையும் ஒலித்தது. மீன்படிப்படகுகள் சில தெரிகின்றன என்பது உண்மைதான். ஆனால் அவையெல்லாம் மிகவும் தூரத்தில் இருக்கின்றன. கடல் காற்றும், கடல் நீரோட்டமும் கப்பல் கரை சேர்வதற்கு அனுகூலமாக இருந்தன. ஆனால் கப்பல் மூழ்கியது. ஜர்கனும் கிளாராவும் ஒன்றாக இருந்தார்கள்.

மிகவும் அச்சத்துடன் கிளாரா ஜர்கனின் முகத்தைப் பார்த்தாள். கடவுளைத் தியானித்தபடி அவளையும் தூக்கிக்கொண்டு ஜர்கன் கடலில் குதித்தான். அவள் அலறினாள் என்றாலும், தன்னை ஜர்கன் காப்பாற்றுவான் என்று எண்ணம்கொண்டிருந்தாள்.

தான் ஒரு திறமையான நீச்சல் வீரன் என்னும் நினைவு ஜர்கனுக்கும் நம்பிக்கையளித்தது. ஒரு கையால் கிளாராவைத் தாங்கிப் பிடித்தபடி, மற்ற கையாலும் கால்களாலும் நீந்தி அவன் மெதுவாகக் கரையை நோக்கி முன்னேறினான். தன் பலத்தையெல்லாம் திரட்டி அவன் நீந்தினான். கரையை அடைவதுவரை தான் சோர்ந்துபோகாமல் இருப்பதற்காக அவன் தனக்குத் தெரிந்த வித்தைகளையெல்லாம் கையாண்டான். அப்போதெல்லாம் அவளுக்கு மிகவும் ஆறுதல் சொல்லி நம்பிக்கையூட்டினான் ஜர்கன். இடையிடையே பெரிய அலைகள் வந்து அவர்களின் தலைக்கு மேலாகப் புரண்டு சென்றன. விரைவிலேயே ஒரு படகில் ஆட்கள் உதவிக்கு வந்தார்கள். அப்போது ஒரு அலை ஜர்கனை ஓங்கித் தாக்கியது. ஏதோ ஒரு உருவம் தன்னை நோக்கி வருவதாக ஜர்கனுக்குத் தோன்றியது. அடுத்த கணம் அவனுக்கு கடுமையான வலி ஏற்பட்டது. அவன் கண்களில் இருட்டு பரவியது.

அந்த இடத்தில் முன்பு ஒரு முறை ஒரு கப்பல் மூழ்கியிருந்தது. அதன் கூர்மையான நங்கூரம் தண்ணீருக்குச் சற்று மேலாகத் தூக்கிக்கொண்டிருந்தது. அலை, ஜர்கனை நங்கூரத்தின் கூர் முனைப் பகுதியை நோக்கித்தான் அதி வேகமாக மோதியது. ஜர்கன் மயங்கினான்.

அடுத்து வந்த அலை ஜர்கனையும், கிளாராவையும் நீர்ப்பரப்பிற்குக் கொண்டு வந்தது. உதவிக்கு வந்தவர்கள் இருவரையும் இழுத்துப் படகில் ஏற்றினார்கள். ஜர்கனின் முகத்திலிருந்து ரத்தம் பெருகிக் கொண்டிருந்தது. அவன் மயக்க நிலையில் இருந்தாலும் கிளாராவை இறுக்கமாகப் பிடித்திருந்தான். படகுக்காரர்கள் பலவந்தமாக அவன் பிடியிலிருந்து கிளாராவை விடுவித்தார்கள். கிளாராவும் அசையாமல் படுத்திருந்தாள். அவர்கள் தேவையான சிகிச்சையெல்லாம் செய்து பார்த்தார்கள். ஆனால் அவள் இறந்தாள்.

அவளது உயிரற்ற உடலைப் பிடித்துக்கொண்டுதான் ஜர்கன் நீந்தியிருக்கிறான்!

படகுக்காரர்கள் ஜர்கனை பக்கத்தில் உள்ள மணல் குன்றின் அருகில் உள்ள ஒரு வீட்டுக்கு எடுத்துச் சென்றார்கள். அங்கே ஒரு சாதாரண வைத்தியர் இருந்தார். அவர் ஒரே நேரத்தில் கொல்லராகவும், வைத்தியராகவும் இருந்தார். அவர் தற்காலிகமாக ஜர்கனின் காயத்திற்கு மருந்து வைத்து கட்டுப் போட்டார். அதாவது, அடுத்த நகரத்திலிருந்து திறமையான மருந்துவர் வரும்வரையிலான சிகிச்சைதான் அது.

ஜர்கன் ஏதேதோ பிதற்றிக் கொண்டிருந்தான். மூன்றாவது நாளில் அவன் சற்றுக் குணமடைந்தான். ஆயினும் மிகவும் களைப்புடன் இருந்தான். அவன் உயிர் மயிரிழையில் தொங்கிக்கொண்டிருந்தது. அந்தக் கொல்லரான வைத்தியருக்கு, மயிரிழை அறுந்துபோவதுதான் நல்லது என்று தோன்றியது.

“இவனைக் கடவுள் அழைத்துக்கொள்வதுதான் நல்லது. இல்லாவிட்டால் இவன் பைத்தியமாகிவிடுவான்” என்று சொன்னார் வைத்தியர்.

ஆனால் மயிரிழை அறுந்துபோகவில்லை. ஜர்கன் இறக்கவில்லை என்று அர்த்தம். அவன் உடல் முன்புபோல ஆரோக்கியமடைந்தது. ஒரு பூதத்தைப்போல அந்த உடல் அங்கும் இங்கும் அலைந்தது.

ப்ரோன் சொன்னார்:

“இனிமேல் ஜர்கன் என் மகன்.”

மக்கள் ஜர்கனை ஒரு ஜடப்பொருளாகத்தான் கருதினார்கள். உண்மையில் ஜடம் என்ற வார்த்தை பொருத்தமானது அல்ல. கம்பிகள் தளர்ந்து ஒலிக்காதுபோன ஒரு தந்தி வாத்தியம் போன்றிருந்தான் அவன். யாராவது சிலர், அந்தக் கம்பிகளை முறுக்கேற்றுவார்கள். அப்போது அந்த வாத்தியம் இசைக்கும். பழைய பாடல்களின் பகுதிகளைக் கேட்கவும் செய்யலாம். சித்திரங்கள் கண் முன்னால் காட்சிப்பட்டு உடனே மூடுபனியில் மறைவதுபோல. ஜர்கன் எங்கோ வெறித்துப் பார்த்தபடி எப்போதும் இருப்பான். அவனுக்குத் துயரமில்லை என்று வேண்டுமானால் நாம் நம்பலாம். ஆனால் அவன் கண்கள் ஒளியிழந்துவிட்டன, கண்ணாடியால் செய்யப்பட்டதைப்போல!

“பாவம் ஜர்கன்'' மக்கள் அவனைப் பார்த்து இரக்கப் பட்டார்கள்.

ஜர்கன் தன் மனதின் சக்திகளை இழந்திருந்தான். கஷ்டங்களும், வேதனைகளும், ஏமாற்றங்களும்தானே அவனது அனுபவங்களாக

இருந்தன! அபூர்வமான ஒரு செடியை, அது முளைத்த மண்ணிலிருந்து பிடுங்கி மணலில் போட்டால் அது வாடிக் கருகும் அல்லவா, அதுபோன்ற நிலையில்தான் ஜர்கன் இருந்தான்.

ஆயினும் கடவுளின் உருவத்தில் படைக்கப்பட்ட அவனுக்கு இலக்கு இல்லையா? அவன் எதிர்பாரா சம்பவங்களின் கைப்பாவையாக மட்டும்தான் இருப்பானா? இல்லை. அவன் சகித்துக்கொண்ட துன்பங்களையும், இழப்புகளையும் கருணையான கடவுள் ஈடுசெய்வார்.

“கடவுளின் கருணை அவர் படைத்த எல்லாப் படைப்புகளிலும் இருக்கும்.” ஒரு இறைத் துதிப்பாடலில் உள்ள இந்த வரியை ப்ரோனின் மனைவி அடிக்கடிச் சொல்வதுண்டு. அந்தப் பெண்ணின் மனப்பூர்வமான பிரார்த்தனை இதுதான்: “ஜர்கனுக்கு நித்திய வாழ்க்கை கிடைக்கட்டும்!“

காற்றடித்துப் பறந்து வந்த மணல் நிறைந்த தேவாலயத்தின் மயானக் கல்லறையில் கிளாரா அடக்கம் செய்யப்பட்டாள். அதை ஜர்கன் உணரவே இல்லையென்று தோன்றியது. அவனது சிந்தனைக்குள் அந்த உண்மை நுழையவே இல்லை. அவன் மூளையில் கடந்த காலத்தில் நடந்த சில சம்பவங்களின் நினைவுகள் மட்டுமே இருந்தன. எல்லா ஞாயிற்றுக்கிழமையும் அவன் மற்ற சிலருடன் சேர்ந்து தேவாலயத்திற்குச் செல்வதுண்டு. அங்கே அசைவற்று எங்கோ வெறித்துப் பார்த்தபடி நெடு நேரம் நிற்பான். வழிபாட்டுப் பாடல்கள் பாடப்படும்போது ஒரு முறை இவன் நெடிய பெருமூச்சு விட்டான். திடீரென்று அவன் கண்கள் ஒளிர்ந்தன. மேடையைப் பார்த்துவிட்டு அவன் கிளாராவின் பெயரை உச்சரித்தான். அந்த நேரத்தில் அவன் கண்களிலிருந்து கண்ணீர் பெருகி வழிந்தது.

சிலர் சேர்ந்து அவனைத் தேவாலயத்திலிருந்து வெளியே கொண்டு சென்றார்கள். தான் நல்லபடியாக இருப்பதாகவும், தன் உடம்புக்கு எப்போதும் எந்தப் பிரச்சினையும் இல்லை என்றும் அவன் அவர்களிடம் சொன்னான். அகதியாக இந்த உலகத்தில் எறியப்பட்ட அவனுக்கு தான் அனுபவித்த துன்பங்களைப் பற்றிய நினைவுகள் மட்டும்தான் இருந்தன. நம் கர்த்தர் அன்பின் வடிவானவரும், பெருங் கருணை மிக்கவரும் அல்லவா? யாருக்காவது இதில் சந்தேகம் உண்டா?

அங்கே தூரத்தில், ஆரஞ்சு மரங்களும் புன்னை மரங்களும் வளர்கின்ற நாட்டில், நாட்டியத்தின் ஓசையும் பாடலின் ஓசையும் எப்போதும் கேட்கின்ற அந்த நாட்டில் பெரிய ஒரு மாளிகையில் ஒரு முதியவர் இருந்துகொண்டிருந்தார். அந்த நாட்டின் மிகப்

பெரிய பணக்கார வியாபாரி அவர்தான். குழந்தைகள் கொடி பிடித்து ஊர்வலமாகத் தெருவில் சென்றுகொண்டிருந்தார்கள். தன் சொந்தக் குழந்தைகளை மார்புடன் கட்டி அணைப்பதற்கு ஒரு விலை கொடுக்க வேண்டி வந்தால்? அப்போது தனக்குள்ள சொத்து முழுவதையும் அந்த முதியவர் மகிழ்ச்சியாகக் கொடுப்பார். அவர் மகளோ, மகளின் பரிதாபத்திற்குரிய குழந்தையோ இந்த உலகத்தின் வெளிச்சத்தைக் கண்டதில்லை!

முப்பதுக்கும் அதிகமான வயதானாலும் ஜர்கனும் பரிதாபத்திற்குரிய குழந்தையாக இருந்தான்.

காற்றில் பறந்து வந்த மணல் தேவாலயத்தின் கல்லறைகளை மூடிக் கொண்டிருந்தது.

வசந்த காலம் வரத் தொடங்குகிறது. அத்துடன் காற்றும் மிகவும் வேகமாக வீசத் தொடங்கும். மணல் குன்றுகளின் உச்சியில் இருந்த மணல் உயர்ந்து பறந்தது. கடலில் பெரிய அலைகள் உருண்டு புரண்டன. பறவைகள் கூட்டம் கூட்டமாக அதிவேகத்தில் பறந்து செல்கின்றன. சில கப்பல்கள் கடலோரத்தில் உள்ள பாறையில் மோதி மூழ்கின.

ஒரு மாலைப் பொழுதில் ஜர்கன் தன் அறையில் தனியாக இருந்தான். பட்டென்று மனம் தெளிவடைவதாக அவனுக்குத் தோன்றியது. ஒருவிதமான கலக்கமும் ஏற்பட்டது. அவன் தன்னையறியாமல் கூவினான் “வீடு! என் வீடு!”

அவன் சொன்னதை வேறு யாரும் கேட்கவில்லை.

அவன் எழுந்து வெளியே சென்று மணல் குன்றுகளை நோக்கி நடந்தான். மணலும். சிறு சரளைக்கற்களும் அவன் முகத்தில் வந்து மோதின. அவன் நடந்து தேவாலயத்திற்குச் சென்றான். தேவாலயத்தின் உயரத்திற்கு மணல் சேர்ந்திருந்தது. ஆயினும் வாயிலின் அருகே உள்ள மணலை அள்ளி எடுத்திருக்கிறார்கள். உள்ளே செல்வதற்குச் சிரமமில்லை. ஜர்கன் வாயில் வழியாக உள்ளே சென்றான்.

புயற்காற்று பேரோசையுடன் வீசிக்கொண்டிருந்தது. இதற்கு முன்பு கடல் இந்தளவு கொந்தளித்ததாக யாருக்கும் தெரியவில்லை. ஜர்கன் தேவாலயத்தின் உள்ளே இருந்தான். வெளியே மிகக் கறுப்பான இரவு. ஜர்கனின் மனதில் ஒரு தீபம் சுடர் விட்டுப் பிரகாசிப்பதுபோலிருந்தது. இனி ஒருபோதும் அணையாதது அந்த தீபம். தலையை அழுத்திய கனமான கல் அகன்றதாக அவனுக்குத் தோன்றியது. தேவாலயத்தின் இசைக்கருவியிலிருந்து இனிய இசை பிறப்பதாக அவன் உணர்ந்தான். உண்மையில் அது புயற்காற்றின், கடலலைகளின் சத்தம். அவன் ஒரு இருப்பிடத்தில் அமர்ந்தான்.

அற்புதம்! மெழுகுவர்த்திகள் ஒவ்வொன்றாக எரியத் தொடங்குகின்றன. முற்காலத்தில் அவன் ஸ்பெயினில் ஒரு தேவாலயத்தில் ஒரு புனிதமான உணர்வை அனுபவித்தான் அல்லவா? அதுபோன்ற ஒரு உணர்வை இந்தத் தேவாலயத்திலும் அனுபவித்தான் அவன். முந்தைய சில நகரசபைத் தலைவர்களின் படங்கள் சுவர்களில் தொங்குகின்றன. அந்தப் படங்கள் உயிர் பெறுகின்றன. படங்களில் இருந்த மனிதர்கள் இறங்கி வருகிறார்கள். அவர்கள் அங்கே அமர்கிறார்கள். தேவாலயத்தின் கதவுகள் தாமாகவே திறந்துகொள்கின்றன. அவற்றின் வழியாக இறந்தவர்கள் உள்ளே வருகிறார்கள். அவர்கள் மிகவும் அழகான உடைகளை அணிந்திருக்கிறார்கள். எல்லோரும் இருக்கைகளில் சென்று அமர்கிறார்கள். கடல் அலைகளின் ஓசையுடன் துதிப்பாடல்கள் ஒலிக்கின்றன. அங்கு வந்திருப்பவர்களில் ஜர்கனின் வளர்ப்புத் தாயும், வளர்ப்பு அம்மாவும் இருக்கிறார்கள். அவர்கள் மட்டும் அல்ல, வியாபாரியான ப்ரோனும், அவர் மனைவியும் வந்திருந்தார்கள். ஜர்கனின் பக்கத்தில் கிளாரா இருக்கிறாள். அவள் அவனது கையைப் பிடிக்கிறாள். இருவரும் மேடையை நோக்கி நடக்கிறார்கள். பாதிரியார்கள் அவர்களின் கைகளைப் பிடித்து ஒன்று சேர்க்கிறார்கள். அப்படி அவர்கள் தம்பதியானார்கள்.

தேவாலயத்தின் மேற்தளத்தில் தொங்கவிடப்பட்டிருந்த கப்பலின் மாதிரிப் பொம்மை என்ன செய்கிறது? அது இப்போது மெதுவாகத் தரைக்கு இறங்குகிறது. அது பெரிய ஒரு கப்பலாக மாறுகிறது. ஜர்கனும் கிளாராவும் அந்தக் கப்பலில் ஏறுகிறார்கள். அங்கு வந்திருந்தவர்களும் கப்பலில் ஏறுகிறார்கள். அதற்கிடையில் சுவர்கள் பூ மரங்களாக மாறியிருக்கின்றன. அந்தப் பூ மரங்களின் கிளைகளும் இலைகளும் ஒதுங்கி அந்தக் கப்பலுக்கு வழிவிடுகின்றன. அந்த வழியில் கப்பல் தேவாலயத்திற்கு வெளியே செல்கிறது. கடலிலும், காற்றிலும் பயணிக்கிறது. தேவாலயத்திலிருந்த ஒவ்வொரு மெழுகுவர்த்தியும் நட்சத்திரங்களாகின்றன. காற்று துதிப் பாடல்களைப் பாடுகிறது. ஜர்கனும், மற்றவர்களும் “அல்லேலூயா” சொல்கிறார்கள்!

அதுதான் ஜர்கன் இந்த உலகத்தில் கடைசியாகச் சொன்ன வார்த்தை.

அவன் சடலம் தேவாலயத்தில் கிடந்தது!

மறுநாள் ஞாயிற்றுக்கிழமை. அன்றும் வழக்கம்போல பாதிரியார்களும், பக்தர்களும் தேவாலயத்திற்கு வந்தார்கள். பாதையில் மணல் கிடந்தது. அவர்கள் மிகவும் சிரமப்பட்டு தேவாலயத்திற்குள் சென்றார்கள். அதாவது வாயிலை அடைத்துக் கொண்டிருக்கிற மணல் குன்றில் ஏறி உள்ளே சென்றார்கள்.

பாதிரியார்கள் பிரார்த்தித்துவிட்டு ஒன்று சொன்னார்கள்: “கடவுளே நம் தேவாலயத்தின் வாயிலை அடைத்திருக்கிறார். அதனால் நாம் வேறொரு இடத்தில் புதிய ஒரு தேவாலயத்தைக் கட்ட வேண்டும்.”

எல்லோரும் பிரார்த்தித்த பிறகு தங்கள் வீடுகளுக்குத் திரும்பிச் சென்றார்கள்.

மக்கள் ஜர்கனைக் கண்டுபிடிப்பதற்காக தீவிரமாக முயன்றார்கள். ஆனால் நகரத்திலோ, மணல் குன்றுகளிலோ எந்த இடத்திலும் அவனைக் காணவில்லை. கடல் அலைகள் கரைக்கு வந்து அவனைப் பிடித்துச் சென்றுவிட்டன என்றுதான் அவர்கள் அனைவரும் நம்பினார்கள்.

உண்மையில் ஜர்கனின் உடல் மணலின் அடியில் தேவாலயத்தில்தான் கிடந்தது. புயற்காற்று வீசிக்கொண்டிருந்தபோது, கடவுள் அந்த உடலின் மீது ஒருபிடி மணலைத் தூவியிருந்தார். அதன் மேல் எழுந்த மணல் குன்று இன்றும் அங்கேதான் இருக்கிறது.

தேவாலயத்தின் மேலே புதர்ச் செடிகளும், பூச்செடிகளும் வளர்ந்து நிற்கின்றன. அந்தக் கோபுரம் மட்டும், கல்லறையின் மீதுள்ள அடையாளக் கல்போல அப்படியே இருக்கிறது. வெகு தூரத்துக்கு அப்பாலிருந்து பார்த்தாலும் அந்தக் கோபுரம் தெரியும்.

ஒரு ராஜாவின் கல்லறையைவிட உயர்வானது ஜர்கனின் கல்லறை. யாரும் அவனது நிரந்தர உரக்கத்தை தொந்தரவு செய்வதில்லை. ஏனென்றால் யாருக்கும் அதைப் பற்றித் தெரியாது அல்லவா! அது ஒரு கல்லறை என்று நாம்தான் முதன் முதலாகத் தெரிந்துகொண்டிருக்கிறோம். மணல்குன்றுகளுக்கு நடுவே ஒரு புயற்காற்று இந்தக் கதையை எனக்குச் சொன்னது.

■

8

பழைய கல்லறைக் கல்

சிறியதொரு பட்டணத்தில், பனிக்காலத்தின் தொடக்கத்தில், ஒரு மாலைப் பொழுதில், ஒரு வீட்டில் கொஞ்சம் ஆட்கள் ஒன்று கூடியிருந்தார்கள். பருவ நிலை இனிமையாகத் தொடர்கிறது. மேசை மீது வைத்திருந்த விளக்கு ஒளிவீசிக்கொண்டிருந்தது. திறந்த சன்னல்களில் திரைகள் தொங்கிக்கொண்டிருந்தன. சன்னல் படிகளில் பூச்சட்டிகள் வைக்கப்பட்டிருந்தன. வெளியே அழகான நிலா வெளிச்சம் பரவியிருந்தது. ஆனால் அங்கு கூடியிருந்தவர்கள் அவற்றைப் பற்றியொன்றும் பேசிக்கொள்ளவில்லை. சமையலறை வாயிலுக்கு வெளியே கிடந்த பெரிய ஒரு கல்லைப் பற்றித்தான் அவர்கள் பேசிக்கொண்டார்கள். துலக்கிய செப்புப் பாத்திரங்களை பணிப்பெண்கள் அந்தக்கல்லின் மீதுதான் உலரவைத்தார்கள். குழந்தைகள் அந்தக்கல்லின் மீதிருந்து விளையாடினார்கள். உண்மையில் அது ஒரு கல்லறைக்கல்.

வீட்டு உரிமைமையாளர் சொன்னார்:

"பழைய தேவாலயத்திலிருந்துதான் கல்லறைக் கல் வந்தது. முன்பு அங்கே பிரசங்க பீடங்களையும், கல்லறைக் கற்களையும் விற்றார்கள். என் அப்பா கொஞ்சம் கற்களை விலைக்கு வாங்கினார். தரையில் பதிப்பதற்காக அவற்றை இரண்டாக உடைத்தார். அதோ தெரிகிற அந்தக் கல்லை மட்டும் உடைக்கவில்லை. அன்று முதல் அது இப்படி வாசலில் கிடக்கிறது."

ஒரு முதியவர் சொன்னார்:

"சரிதான். அது ப்ரீபென் மற்றும் அவரது மனைவியின் கல்லறைக் கல்லாக இருக்க வேண்டும்."

அங்கு இருந்தவர்களுக்குத் தாத்தாவாகும் வயதில் இருந்தார் அந்த முதியவர்.

அவர் தொடர்ந்தார்:

"பழைய தேவாலயத்தின் மயானத்தில் கடைசியாக அடக்கம் செய்யப்பட்டவர்கள்தான் ப்ரீபென்னும் அவர் மனைவி மார்த்தாவும். மிகவும் அன்பும் நேர்மையும் கொண்ட கணவன் மனைவியாக

இருந்தார்கள் அவர்கள். சிறு வயது முதலே அவர்களின் நினைவு எனக்கு உண்டு. அவர்களிடம் அறிமுகம் செய்துகொள்வதை அனைவரும் விரும்பினார்கள். எல்லோரும் அவர்களை மரியாதை செய்தார்கள். பட்டணத்தில் மிகவும் வயதான தம்பதிகள் அவர்கள். அவர்களிடம் நிறையத் தங்கம் இருந்ததாக மக்கள் பேசிக்கொண்டார்கள். ஆனால் அந்தத் தம்பதியினர் சாதாரண பருத்தித் ஆடைகளைத்தான் அணிந்திருந்தார்கள். அந்த உடைகள் தூய்மையாக இருந்தன. எவ்வளவு நல்ல கணவன் மனைவியாக இருந்தார்கள் மார்த்தாவும், ப்ரீபென்னும்! பெரும்பாலும் அவர்கள் வீட்டுக்கு முன்னால் உள்ள கற்படிகளில் அமர்ந்திருப்பார்கள். பழைய மரம் ஒன்று தன் கிளைகளை அவர்களின் தலைக்கு மேலே நீட்டியிருக்கும். அந்த வழியே செல்பவர்களுக்கு அவர்கள் தலை குனிந்து மௌனமாக வணக்கம் சொல்வார்கள். அந்த வணக்கம் கடந்து செல்பவர்களின் மனத்தைக் குளிர்விக்கும். அந்தத் தம்பதியினருக்கு ஏழைகளின் மீது மிகவும் இரக்கம் உண்டு. அவர்கள் ஏழைகளுக்கு உணவும் உடைகளும் கொடுத்து வந்தார்கள். அவர்களின் தயாள குணமும், மத நம்பிக்கையும் முற்றிலும் மனப்பூர்வமானவை. முதலில் இறந்தது மனைவிதான். அந்த நாள் என் நினைவில் இன்றும் தெளிவாக இருக்கிறது. அன்று நான் ஒரு குழந்தையாக இருந்தேன். நான் என் அப்பாவுடன் அவர்கள் வீட்டுக்குச் சென்றேன். அப்போதுதான் மார்த்தா நிரந்தர உறக்கத்தில் ஆழ்ந்தாள். ப்ரீபென் துயரம் தாளாமல் சிறு குழந்தையைப்போல அழுதார். நாங்கள் இருந்த அறைக்கு அடுத்த அறையில்தான் சவம் இருந்தது. என் அப்பாவுடனும் மற்றவர்களோடும் ப்ரீபென் பேசினார்:

“இனி இந்த வீட்டில் இருக்கும் தனிமையை நான் எப்படித் தாங்குவேன்? என் மனைவி எவ்வளவு நல்லவள்! அவள் எவ்வளவு அன்புடையவள்! நாங்கள் இருவரும் வாழ்க்கைப் பாதையில் எவ்வளவு காலம் ஒன்றாகப் பயணம் செய்தோம்!”

அவர்கள் எந்தச் சூழ்நிலையில் பார்த்துக்கொண்டார்கள், அன்பு செலுத்தினார்கள் என்பதைப் பற்றியெல்லாம் அவர் பேசினார். குழந்தையாக இருந்த நான் அதையெல்லாம் பக்கத்தில் இருந்து கேட்டேன். நான் கேட்க மட்டுமே செய்தேன். ப்ரீபெனின் வார்த்தைகள் என் மனதில் நான் அன்றுவரை அனுபவிக்காத ஒரு உணர்வை ஏற்படுத்தின. திருமணத்திற்கு முன்பான நாட்கள், திருமணச்சடங்குகள், தன் மனைவியின் அழகு ஆகியவற்றை விவரித்தபோது அவரின் முகம் சிவந்ததையும் கண்கள் ஒளிர்ந்ததையும் நான் பார்த்தேன். அப்போது அவர் தன் மகிழ்ச்சியான கடந்த

காலத்திற்குத் திரும்பிச் சென்றதுபோல தோன்றியது. உண்மையில் அந்த சமயத்தில் முதிய மனைவி பக்கத்து அறையில் இறந்து கிடக்கிறாள். அவள் கணவனோ நம்பிக்கைகள் நிறைந்த பழைய காலங்களைக் குறித்து பேசிக்கொண்டிருந்தார். அன்று குழந்தையாக இருந்த நான் இப்போது முதியவன். காலம் கடந்து செல்கிறது. எல்லாவற்றிலும் மாற்றம் ஏற்படுகிறது. ப்ரீபென் தன் மனைவியின் சடலம் வைக்கப்பட்ட சவப்பெட்டியைப் பின் தொடர்ந்து சென்றதும், சவஅடக்கச் சடங்குகளைச் செய்ததும் இப்போதும் எனக்கு நன்றாக நினைவிருக்கிறது. சில வருடங்களுக்கு முன்பே அந்தத் தம்பதியினர் தங்கள் கல்லறைக்கான கல்லைத் தயார் செய்து வைத்திருந்தார்கள். அதில் தங்கள் பெயர்களைச் செதுக்கியும் வைத்திருந்தார்கள். மரணத்தேதியைப் பொறிப்பதற்கான இடம் விட்டிருந்தார்கள். மாலை நேரத்தில் கல்லறைக் கல்லை மயானத்திற்குக் கொண்டு சென்று மார்த்தாவின் கல்லறையின் மீது வைத்தார்கள். அடுத்த வருடம் ப்ரீபென்னுக்கான கல்லும், அவர் மனைவியின் கல்லறைக்குப் பக்கத்தில் உள்ள அவரது புதிய கல்லறையின் மீது வைக்கப்பட்டது. மக்கள் நினைத்ததுபோல அவர்களிடம் பெரிய செல்வம் எதுவும் இல்லை. அவர்களிடம் இருந்ததெல்லாம் தொலைதூரத்தில் இருந்த அவர்களின் உறவினர்களுக்குக் கிடைத்தன. அந்த உறவினர்களைப் பற்றி மற்றவர்களுக்கு எதுவும் தெரியவில்லை. மரத்தால் செய்யப்பட்ட பழைய வீட்டையும், படிகளையுமெல்லாம் நகரசபை எடுத்துப்போட்டது. சரி செய்ய முடியாத விதத்தில் அவையெல்லாம் சீர்கெட்டிருந்தன. பிற்பாடு அந்த நிலை, அங்கிருந்த பழைய தேவாலயத்திற்கும் வந்தது. தேவாலயத்தின் மயானத்தை மட்டப்படுத்தினார்கள். ப்ரீபென் மற்றும் அவர் மனைவியின் கல்லறைக் கற்களை “மற்ற எல்லாவற்றையும் விற்றதுபோல” விற்றார்கள். ஆனால் மற்ற எல்லா கல்லறைக் கற்களும் இரண்டாக உடைக்கப்பட்டன. ஆனால் ப்ரீபென் மார்த்தா கல்லறைக் கல் மட்டும் அவ்வாறு செய்யப்படவில்லை. அது இப்போதும் முற்றத்தில் கிடக்கிறது. வெயிலடிக்கும்போது பணிப்பெண்கள் அதில் துவைத்த துணிகளை உலர்த்துகிறார்கள். அதில் பிள்ளைகள் விளையாடுகிறார்கள். தம்பதியினரின் கல்லறைகள் இருந்த இடத்தின் மேலாக புதிய சாலை அமைக்கப்பட்டிருக்கிறது. அவற்றை யாரும் இப்போது நினைவு கொள்வதும் இல்லை.

இவ்வளவும் சொன்ன அந்த முதியவர் ஆட்சேபிப்பதுபோலத் தலைகுலுக்கிச் சொன்னார்:

“மறக்கப்படும்! எல்லாமும் மறக்கப்படும்!”

வந்திருந்தவர்கள் பிற்பாடு மற்ற பலவற்றைப் பற்றியும் பேசினார்கள். மிகவும் வயது குறைந்த கறுப்புச் சிறுவன், பக்கத்தில் கிடந்த நாற்காலியில் ஏறி நின்று சன்னல் வழியே முற்றத்தைப் பார்த்தான். அங்கே பழைய கல்லின் மீது நிலவின் ஒளி வீழ்ந்துகொண்டிருந்தது. முன்பெல்லாம் அதை அவன் வெறும் ஒரு பரந்த கல்லாகத்தான் எண்ணியிருந்தான். ஆனால் இப்போது அது வரலாற்றின் ஏடுபோலத் தோன்றியது. அவன் ப்ரீபெனையும் மார்த்தாவையும் பற்றிக் கேட்டதெல்லாம் அந்தக் கல்லில் அடங்கியிருப்பதாக அவன் நினைத்தான். அவன் கவனத்துடன் கல்லையும், நிலவையும், தெளிவான ஆகாயத்தையும் மாறி மாறிப் பார்த்தான். அப்போது கடவுளின் முகம் மேலே தெரிவதுபோல அவனுக்குத் தோன்றியது.

“மறக்கப்படும்! எல்லாம் மறக்கப்படும்!“ இடையிடையே அந்த வார்த்தைகள் அறைக்குள் ஒலித்தன.

கண்ணுக்குப் புலனாகாத ஒரு தேவதூதன், அந்தச் சிறுவனின் நெற்றியில் முத்தமிட்டு மென்குரலில் இப்படிச் சொன்னான்:

“உன் மனதில் ஒரு கருத்தின் விதை இருக்கிறது. அது ஒரு முறை வளர்ந்து பயன் தரும். அதை மிகவும் பாதுகாப்பாக வைத்துக்கொள். பழைய கல்லறைக் கற்களில் செதுக்கி வைத்திருந்ததெல்லாம் மறைந்திருக்கின்றன அல்லவா! குழந்தையே, எதிர்காலத் தலைமுறைக்காக அவையெல்லாம் உன்னில் தங்க எழுத்துக்களில் பதியப்படட்டும். அப்படியானால் அந்த முதிய தம்பதியினர் புன்னகையுடன் கைகோர்த்து தெருவழியே நடந்துபோவார்கள். அவர்கள் மரத்தின் கீழுள்ள கற்படிகளில் அமர்வார்கள். செல்வந்தர்களுக்கும் ஏழைகளுக்கும் ஒன்றுபோல தலைகுனிந்து வணக்கம் செலுத்துவார்கள். உன் மனதில் உள்ள விதை, கொஞ்சம் காலம் கழித்து மலர்ந்து மணம் பரப்புகிற ஒரு கவிதையாகும். அழகும், உண்மையும், நன்மையும் மறக்கப்பட மாட்டாது. அவை கதைகளின் வழியாகவும், பாடல்களின் வழியாகவும் என்றென்றும் வாழ்ந்திருக்கும்.”

■

9

மிகவும் அழகான ரோஜாப்பூ

முன்னொரு காலத்தில் ஒரு ராணி ஒரு நாட்டை ஆண்டு வந்தாள். ராணியின் தோட்டத்தில் நிறைய பூச்செடிகள் இருந்தன. அவற்றில் மிகவும் அழகான பூக்கள் மலர்ந்திருந்தன. எல்லாப் பருவ காலங்களிலும் பூக்கும் செடிகள் அவை. அவை உலகத்தின் பல பகுதிகளிலிருந்து அங்கே கொண்டுவரப்பட்டவை. ராணிக்கு ரோஜாப் பூக்களைத்தான் மிகவும் பிடிக்கும். அதனால் அவள் பல வகையான ரோஜாப்பூச்செடிகள் வைத்திருந்தாள். கொடிகளாக வளர்கின்ற செடிகளும் நிறைய இருந்தன. அவ்வகையான செடிகள் சுவர்களில் படர்ந்து வளர்ந்தன. மற்ற சில செடிகள் தூண்களில் பற்றிப் படர்ந்தன. சன்னல்படிகளிலும், வராந்தாக்களிலும், அறைகளின் மேல்தளங்களில்கூட படர்கின்ற செடிகள் இருந்தன. பூக்களின் மணமும், நிறமும், வடிவமும் ஒன்றுக்கொன்று மிகவும் வித்தியாசமாக இருந்தன.

ஆனால், அரண்மனை முழுதும் கவலையும் துயரமுமாக இருந்தது. ராணி நோய்ப்படுக்கையில் வீழ்ந்துவிட்டாள். ராணி இறக்கப்போகிறாள் என்று வைத்தியர்கள் சொன்னார்கள். ராணியின் நோய் குணமடைவதற்கு ஒரு வழி சொன்னார் ஒரு வைத்தியர்:

"உலகத்திலேயே மிகவும் அழகான ரோஜாப்பூவைக் கொண்டு வாருங்கள். அந்தப் பூவால் மட்டும்தான் ராணியின் உயிரைக் காப்பாற்ற முடியும். மிகவும் பரிசுத்தமான தூய அன்பின் உருவம் கொண்டதாக இருக்க வேண்டும் அந்த ரோஜாப்பூ. அதைக் கொண்டு வந்தால் ராணி உயிர் பிழைத்துவிடுவார்கள்."

வெவ்வேறு தோட்டத்திலிருந்து பறித்தெடுத்த பூக்களுடன் இளஞர்களும், முதியவர்களும் வந்தார்கள். ஆனால் எந்தப் பூவும் வைத்தியர் சொன்னதுபோன்ற பூவாக இல்லை. அன்பின் தோட்டத்திலிருந்துதான் பூவைக் கொண்டு வரவேண்டும்.

ஆனால் பரிசுத்தமான அன்பே உருவாக வடிவெடுத்த பூ எந்தப் பூ? அது எங்கே இருக்கிறது?

அப்படிப்பட்ட ஒரு பூவைப் பற்றி கவிஞர்கள் கவிதை இயற்றிப் பாடினார்கள். அன்பு துடிக்கும் எல்லா இதயத்திற்கும், அனைத்துப் பிரிவு மக்களுக்கும், எல்லா வயதுடையவர்களுக்கும் அவர்கள் இந்தத் தகவலைச் சொன்னார்கள்.

நோய் தீர வழிகாட்டிய வைத்தியர் சொன்னார்:

"நான் சொன்ன பூவை யாரும் கண்டுபிடிக்கவில்லை. அது எங்கே பூத்திருக்கிறது என்று சொல்லவும் இல்லை. தன் சொந்த நாட்டுக்காக உயிர் துறக்கிற வீரனின் நெஞ்சிலிருந்து வழியும் ரத்தத்திலிருந்து அந்தப் பூ உருவாகவில்லை, அதைவிட இனிமையான மரணம் வேறொன்றில்லை என்றாலும். சிலர் அறையை பூட்டிக்கொண்டு உறக்கமற்ற இரவுகளையும், வாழ்நாளின் பெரும் பகுதியையும் ஒரு பூவிற்காகச் செலவழிக்கிறார்கள், அதாவது அறிவியலின் மந்திரப் பூவிற்காக. நான் சொன்ன பூ அதுவும் அல்ல!"

தன் அழகான குழந்தையுடன் ராணியின் படுக்கைக்கு அருகில் சென்ற ஒரு அம்மா சொன்னார்கள்:

"உலகத்திலேயே மிகவும் அழகான ரோஜாப்பூ எங்கே மலர்ந்திருக்கிறதென்று எனக்குத் தெரியும். என் குழந்தை சிலமுறை தூக்கக் கலக்கமான கண்களைத் திறப்பாள். நிறைந்த அன்புடன் என்னைப் பார்த்து புன்னகை புரிவாள். அப்போது குழந்தையின் கன்னங்களில் பரிசுத்தமான அன்பு வெளிப்படும். அந்த அன்பின் வடிவம்தான் மிகவும் அழகான ரோஜாப்பூ!"

இதைக் கேட்டு வைத்தியர் சொன்னார்:

"நீங்கள் சொன்ன ரோஜாப்பூ அழகானதுதான். நான் ஏற்றுக்கொள்கிறேன். ஆனால் அதைவிட அழகான ரோஜாப்பூ வேறொன்று இருக்கிறது."

மற்றொரு பெண் சொன்னாள்:

"ஒரு இரவில் ராணி தன் கிரீடத்தை எடுத்து வைத்தாள். பிறகு நோயாளியான தன் குழந்தையைத் தூக்கிக்கொண்டு நடந்தாள். குழந்தையை முத்தமிட்டாள். அழுதாள். கடுமையான துயரம் உள்ளபோது ஒரு அம்மா பிரார்த்திப்பதுபோல பிரார்த்தித்தாள். அப்போது நான் ராணியின் கன்னத்தில் ஒரு ரோஜாப்பூவைக் கண்டுபிடித்தேன். அதைவிடப் பரிசுத்தமானது மற்றொன்று இல்லை."

வைத்தியர் சொன்னார்:

"கடும் துயரத்தின் ரோஜாப்பூ வியப்பானது, புனிதமானது என்பது சரிதான். ஆயினும் நமக்குத் தேவையான பூ அது அல்ல."

ஒரு பாதிரியார் தன் கருத்தைச் சொன்னார்:

“ஒரு முறை சில பெண்கள் தேவாலயத்திற்கு வந்தார்கள். ஞானஸ்நானம் நடத்தியபோது செய்த வாக்குறுதியை திரும்பச் சொன்னார்கள். அப்போது அவர்களின் கன்னங்களில் ரோஜாப் பூக்கள் மலர்ந்து மணம் பரப்பின. ஒருத்தி மிகவும் தூய்மையுடனும் அன்புடனும் சொர்க்கத்தைப் பார்த்துக் கண்கள் உயர்த்தினாள். மிகவும் உயர்வான பரிசுத்த அன்பின் வெளிப்பாடாக இருந்தது அது. ஒரு தேவதூதனின் முகம் காட்சியளித்ததுபோல எனக்குத் தோன்றியது. அதுதான் உலகத்திலேயே மிகவும் அழகான ரோஜாப்பூ!”

வைத்தியர் பதில் சொன்னார்:

“அந்தப் பெண்ணுக்கு இறைவனின் ஆசி கிடைக்கட்டும்! ஆனால் நான் சொன்ன பூவை நீங்கள் யாருமே கண்டுபிடிக்கவில்லை.“

“அப்போது ராணியின் சின்ன மகன் அறைக்கு வந்தான். இளவரசனின் கண்களிலும் கன்னங்களிலும் கண்ணீர் இருந்தது. சிறுவன், திறந்த ஒரு பெரிய புத்தகத்தைக் கையில் வைத்திருந்தான். அந்தப் புத்தகத்திற்கு வெல்வெட் துணியாலான மேலட்டையும், வெள்ளிக்கொக்கிகளும் இருந்தன.

குட்டி இளவரசன் ராணியிடம் சொன்னான்:

“அம்மா நான் வாசிப்பதை நீங்கள் கவனமாகக் கேளுங்கள்.”

தொடர்ந்து சிறுவன் கட்டிலின் அருகே அமர்ந்து அந்த மனிதரைக் குறித்தான புத்தகத்திலிருந்து வாசிக்கத் தொடங்கினான். வாழ்ந்துகொண்டிருப்பவர்களையும், இனி பிறக்கப் போகின்றவர்களையும் காப்பாற்றுவதற்காக சிலுவையில் மரணம் அடைந்த அநத மனிதர்!

“அதைவிட உயர்வான அன்பு இல்லை”

அப்போது ராணியின் கன்னங்களில் ரோஜாவின் சிவப்பு நிறம் படர்ந்தது. புத்தகத்தின் காகிதங்களிலிருந்து மிக அற்புதமான ஒரு ரோஜாப்பூ தோன்றியது. சிலுவையில் அறையப்பட்டுக் கிடக்கிற கிருஸ்து சிந்திய ரத்தத்திலிருந்து வந்த ரோஜாப்பூ!

ராணி சொன்னாள்:

“உலகத்திலேயே மிகவும் அழகான இந்த ரோஜாவைப் பார்ப்பவர்கள் ஒருபோதும் இறப்பதில்லை!”

■

10

பேனாவும் மைப்புட்டியும்

ஒருமுறை ஒரு கவிஞரின் அறையிலிருந்து ஒருவர் சொன்னார்:

“ஒரு மைப்புட்டியிலிருந்து என்னவெல்லாம் உருவாகி வருகின்றன! அற்புதம்! மிகவும் அற்புதம்!”

அப்போது மேசையில் மைப்புட்டி இருந்தது.

பிறகு அந்த மைப்புட்டி பேனாவிடமும், தன் குரல் கேட்கும் தொலைவில் உள்ள மற்ற பொருட்களிடமும் உரத்த குரலில் சொன்னது:

“ஆமாம், ஆமாம். நான் எப்போதும் இந்த விஷயத்தைத்தான் சொல்கிறேன். என்னிலிருந்து என்னவெல்லாம் உருவாகி வருகின்றன என்று அறியும்போது வியப்பாக இருக்கும். நம்புவதற்குக்கூட சிரமமாக இருக்கும்! கவிஞர் அடுத்தமுறை என்னில் பேனாவை முக்கும்போது என்ன உருவாகும் என்று எனக்குக்கூடத் தெரியவில்லை. அரைப் பக்கம் எழுதுவதற்கு என்னில் உள்ள ஒருதுளி மை போதும். அரைப்பக்கத்தில் அடக்க முடியாதபடி என்ன இருக்கிறது? தாங்கள் பார்த்திருப்பதாக மக்கள் நினைக்கின்ற உயிருள்ள மனிதர்கள்; ஆழமான உணர்வுகள் சிந்தனைகள்; பொழுதுபோக்குகள்; இயற்கையின் விளக்கச் சித்திரங்கள் ஆகியவைபோன்று கவிஞரின் எல்லாப் படைப்புகளும் என்னிலிருந்து உருவாகின்றன. இது எப்படி என்று எனக்குக்கூடத் தெரியவில்லை. ஏனென்றால் எனக்கு இயற்கையைத் தெரியாது. ஆயினும் இயற்கை என்னில் இருக்கிறது. அழகான பெண்கள், குதிரையில் செல்லும் வீரர்கள், முடவர்கள், கண் தெரியாதவர்கள், எனக்குத் தெரியாத பல வகைப்பட்ட மனிதர்கள் எல்லோரும் என்னிடமிருந்து உருவாகிறார்கள். நான் அவர்களைப் பற்றி முன்பே அறிந்ததில்லை. இந்த விஷயத்தை நான் உறுதியாகச் சொல்கிறேன்.”

பேனா சொன்னது:

“அன்பான மைப்புட்டி அவர்களே, நீங்கள் சொன்னது சரிதான். நீங்கள் எதைப் பற்றியும் சிந்திப்பதில்லை. சிந்தித்திருந்தால், நீங்கள் திரவத்தைத் தரும் வேலையை மட்டும்தான் செய்கிறீர்கள் என்று

நீங்கள் புரிந்துகொண்டிருப்பீர்கள். என் உள்ளே உள்ள விஷயங்களைக் காகிதத்தில் எழுதுவதற்கான திரவத்தை நீங்கள் தருகிறீர்கள். அவ்வளவுதான். பேனாவான நான்தான் எழுதுகிறேன். இந்த விஷயத்தைப் பற்றி எந்த மனிதருக்கும் சந்தேகமில்லை. உண்மையில் கவிதையைப் பற்றி, ஒரு மைப்புட்டிக்கு இருக்கும் அறிவுதான் உங்களுக்கு இருக்கிறது."

மைப்புட்டி வாதம் செய்தது:

"திருவாளர் பேனா அவர்களே, உங்களுக்கு உள்ள உலக அனுபவம் குறைவுதான். நீங்கள் இங்கு வந்து சேர்ந்து ஒரு வாரம்தான் ஆகிறது. அதற்குள் நீங்கள் பாதியளவு தேய்ந்துவிட்டீர்கள். நீங்கள்தான் கவிஞர் என்று உங்களை நினைத்துக்கொள்கிறீர்கள். அப்படித்தானே? சரியாகச் சொன்னால் நீங்கள் ஒரு வேலைக்காரர் மட்டும்தான். உங்கள் முன்னோர்களான நிறையப் பேனாக்களை எனக்குத் தெரியும். சிலர் பறவை இறகுகளால் உருவான பேனாவாக இருந்தார்கள். மற்ற சிலர் இங்கிலாந்தில் உள்ள பேனாத் தொழிற்சாலைகளிலிருந்து வந்தவர்கள். எனக்கு ஸ்டீல் பேனாவையும், இறகுப் பேனாவையும் நன்றாகத் தெரியும். அவர்களில் பலர் என் வேலையைச் செய்திருக்கிறார்கள். இனியும் பலர் என் வேலையைச் செய்வார்கள். அதாவது கவிஞர் வரும்போது. கவிஞர் எழுத மட்டும்தான் செய்கிறார். எழுதும் விஷயமோ என்னிடமிருந்து உருவாகிறது. இனி அடுத்த முறை அவர் என்னிடமிருந்து பெறப்போகிறார்? அதைத் தெரிந்துகொள்வதற்கு நான் மிகவும் ஆர்வமாக இருக்கிறேன்."

இரவு மிகவும் தாமதமாக கவிஞர் வீட்டுக்குத் திரும்பி வந்தார். அவர் ஒரு இசைக்கச்சேரிக்குச் சென்றிருந்தார். புகழ் பெற்ற ஒரு வயலின் இசைக்கலைஞனின் நிகழ்ச்சி அது. பாராட்டுக்குரிய இசைஞனின் திறமை, கவிஞரை மிகவும் கவர்ந்திருந்தது. இசைஞன் தன் வயலின் இசைக் கருவியிலிருந்து பலவிதமான இன்னொலிகளை எழுப்பினார். சிலமுறை மழைத்துளிகள் வந்து பதிகின்ற ஓசை, மற்ற சிலமுறை பறவைகள் ஒன்றாகக் கத்துவதுபோன்ற சத்தம். அதுமட்டும் அல்ல, மரங்களை அலைக்கழித்துப் பாயும் புயலின் ஓசையையும் அவர் எழுப்பினார். அதையெல்லாம் கேட்டபோது தன் இதயம் அழுவதுபோல கவிஞருக்குத் தோன்றியது. ஆனால் அந்த அழுகை இனிமையான பெண் குரலுக்கொப்பாயிருந்தது. இசைக் கருவியின் தந்திகள் மட்டும் அல்ல, அதன் ஒவ்வொரு பகுதியும் அதிர்வதுபோல அவர் உணர்ந்தார். அருமையான நுண் உணர்வுகளைத் தூண்டுவதாக இருந்தது அந்தக் கச்சேரி. இசைப்பதற்கு மிகவும் சிரமமான இசைக்கோவைகள்தான் அவை.

ஆயினும் வயலின் வில், தந்திகளின் மேலாக அங்கும் இங்கும் இழைந்தது. அவர் அந்த இசையை எளிமையாக இசைத்த பாங்கு, தங்களாலும் இது இயலும் என்ற ஆசையை பார்வையாளர்களிடத்தில் தோன்றச் செய்தது. வயலின் தானே ஓசை எழுப்புவதாகவும், வில் தனியாக அசைவதாகவும் ஒரு தோற்றத்தை ஏற்படுத்தியது இசைஞரின் திறமை. வயலினையும், வில்லையும் கட்டுப்படுத்தி அவற்றுக்கு உயிர் கொடுக்கும் இசைஞரை சபையினர் மறந்துவிட்டார்கள். ஆனால் கவிஞரோ இசைஞரை மறக்காதது மட்டும் அல்ல, அவரைப் பற்றி இப்படி எழுதவும் செய்தார்.

"உங்களுடைய திறமையைக் குறித்து வயலினும் வில்லும் கர்வம் கொண்டால் அது எவ்வளவு பெரிய முட்டாள்தனமாக இருக்கும்! ஆயினும் மனிதர்களான நாம் இதுபோன்ற முட்டாள்தனங்களைச் செய்கிறோம். கவிஞர், கலைஞர், அறிவியல் ஆய்வாளர்கள், படைத் தலைவர்கள் எல்லோரும் இப்படித்தான். கடவுள் பயன்படுத்துகின்ற கருவிகள் மட்டும்தான் நாம். எல்லாப்புகழும் இறைவனுக்கு மட்டும்தான். கர்வம் கொள்வதற்கான எதுவொன்றும் நம்மிடம் இல்லை!"

ஆமாம். இப்படித்தான் கவிஞர் எழுதி வைத்தார். நீதிக் கதையின் வடிவத்தில். அந்த நீதிக் கதைக்கு "குருநாதனும் கருவிகளும்" என்று தலைப்புக் கொடுத்தார்.

பேனாவும் மைப்புட்டியும் தனியாக இருந்தன. அப்போது பேனா கேட்டது:

"மைப்புட்டி அவர்களே, நான் எழுதியதை கவிஞர் உரக்கப் படிக்கும்போது நீங்கள் கேட்டீர்களா?"

மைப்புட்டி பதில் சொன்னது:

"பேனா அவர்களே, எழுதுவதற்கான விஷயம் தந்தது நான்தான் அல்லவா! இது தெரிந்தும் ஏன் என்மீது பொறாமைப் படுகிறீர்கள்?"

"பேசாமலிருங்கள்!" என்று கோபத்துடன் சொன்னது பேனா.

"பேசாமலிருங்கள்!" என்று மைப்புட்டியும் கோபத்துடன் சொன்னது.

தான் தகுதியான பதிலடி கொடுத்துவிட்டோம் என்றுதான் ஒவ்வொன்றும் நம்பிக்கொண்டிருந்தன. அநத வகையான நம்பிக்கை நிம்மதியானதுதான். நிம்மதியுடன் நன்றாக உறங்கலாம். பேனாவும், மைப்புட்டியும் இப்படித்தான் உறங்கின. ஆனால் கவிஞருக்கு உறக்கம் வரவில்லை. அவரின் மனதில் எண்ணங்கள் உயர்ந்து வந்தன. தண்ணீர்த்துளிகள் வந்து விழுவதுபோலவும், பவழங்கள்

உருள்வதுபோலவும், பறவைகள் பாடுவதுபோலவும், புயற்காற்று வீசுவதைப்போலவும் அந்த வயலின் கருவியிலிருந்து பிறந்த இனிய இசையை நினைவூட்டும் எண்ணங்கள் அவை! அவற்றின் மூலமாகக் கவிஞர் தன் இதயத்தை நன்றாகப் புரிந்துகொண்டார். காரணம் என்றும் நிரந்தரமான அந்தக் கடவுளிலிருந்து ஒரு ஒளிக்கீற்று கவிஞரின் இதயத்தில் புகுந்திருந்தது.

அழிவற்ற கடவுளுக்கு ஸ்துதி!

■

11

வானம்பாடி

உங்களுக்கு ஒரு விஷயம் தெரிந்திருக்கும், அதாவது சீனச் சக்கரவர்த்தியும், அவருடன் உள்ளவர்களும் சீனர்கள் என்று. சம்பவம் நடந்து நிறைய வருடங்கள் ஆகின்றன. அதனால் கதை மறந்துபோவதற்கு முன்பு அதைக் கேட்க வேண்டும்.

சக்கரவர்த்தியின் அரண்மனை உலகத்திலேயே மிகவும் ஆடம்பரம் மிக்கதாக இருந்தது. விலை உயர்ந்த பீங்கான் களிமண்ணால் உருவாக்கப்பட்டது அது. அந்த வகையான களிமண் பலவீனமானது. எளிதில் உடைந்துவிடக்கூடியது. அதனால் அரண்மனையின் சுவர்களை மிகவும் கவனமாகத் தொடவேண்டும். தோட்டத்தில் அற்புதமான நிறைய பூக்கள் மலர்ந்திருக்கின்றன. அவற்றில் அரிதான பூக்களில் கிலுங்குகின்ற வெள்ளி மணிகள் கட்டப்பட்டிருக்கின்றன. அந்த வழியே செல்பவர்கள் அந்த மலர்களைப் பார்க்காமல் இருக்கக்கூடாது. அதனால்தான் வெள்ளி மணிகள் கட்டித் தொங்கவிட்டிருக்கிறார்கள். சக்கரவர்த்தியின் தோட்டத்தில் எல்லாம் சீராக வைக்கப்பட்டிருக்கின்றன. மிகவும் விரிந்து பரவியிருந்தது அந்தத் தோட்டம். அதன் எல்லை எங்கே இருக்கிறது என்று தோட்டக்காரனுக்குக்கூடத் தெரியாது. ஒருவன் அந்தத் தோட்டத்தின் வழியாக நெடுந்தூரம் நடந்து செல்கிறான் என்று வைத்துக்கொள்ளுங்கள். பெரிய மரங்களும், ஆழமான ஏரிகளும் உள்ள காட்டைச் சென்றடைவான் அவன். நீலக் கடல்வரை செல்லும் அந்தக் காடு. மரங்களின் கிளைகளுக்கு அடியில் கப்பல்கள் கடந்து செல்லும்.

மரங்களில் ஒரு வானம்பாடிப் பறவை வாழ்ந்து வந்தது. மிக இனிமையாகப் பாடும் அந்தப் பறவை. சில சமயம் இரவுகளில் மீனவர் ஏரியில் வலை வீசுவார். அப்போது அவர் வானம்பாடியின் பாட்டைக் கேட்டுத் தன்னை மறந்து நிற்பார். தன்னையறியாமல் அவர் “எவ்வளவு நல்ல பாட்டு” என்று சொல்லிவிடுவார். ஆனாலும் அவர் தன் வேலையைச் செய்யாமல் இருக்க முடியாது அல்லவா. அவர் வேலையில் மூழ்கும்போது அவருக்கு வானம்பாடியின் பாட்டு மறந்துபோகலாம். ஆயினும் எல்லா இரவுகளிலும் அவர் அந்தப்

பாட்டைக் கேட்பார். “எவ்வளவு நல்ல பாட்டு!” என்று சொல்வார்.

சக்கரவர்த்தியைத் தேடி உலகத்தில் உள்ள எல்லா நாடுகளிலிருந்தும் பயணிகள் வருவார்கள். நகரத்தையும், அரண்மனையையும், தோட்டத்தையும் அவர்கள் போற்றிப் பாராட்டுவார்கள். ஆனால் அந்த வானம்பாடியின் பாட்டைக் கேட்கும்போது அவர்கள் சொல்வார்கள்:

“எல்லாவற்றையும்விட இந்தப் பாட்டுதான் சிறந்தது!”

பயணிகள் தங்கள் சொந்தநாட்டுக்குத் திரும்பும்போது, வெளிநாட்டில் தாங்கள் பார்த்தவற்றையெல்லாம் விவரிப்பார்கள். சக்கரவர்த்தியின் நகரத்தைக் குறித்து, அரண்மனையைக் குறித்து, தோட்டத்தைக் குறித்து பண்டிதர்கள் நிறைய நூல்கள் எழுதினார்கள். ஆயினும் அவர்கள் வானம்பாடியை மறக்கவில்லை. அவர்கள் அனைத்தையும்விட மேலாக அந்தப் பறவையை மதித்தார்கள். ஏரிக்கருகில் காட்டில் வாழ்கிற அதைக் குறித்து கவிஞர்கள் அருமையான கவிதைகள் எழுதினார்கள்.

அந்த நூல்களும் கவிதைகளும் உலகம் முழுக்கப் பரவின. அவற்றில் சில சீனாவில் இருந்த சக்கரவர்த்தியின் கையிலும் கிடைத்தன. தங்க சிம்மாசனத்தில் அமர்ந்து அவர் அவற்றைப் படித்துப் பார்த்தார். மீண்டும் மீண்டும் வாசித்துப் பார்த்தார். சில சமயம் அவர் ரசித்துத் தலையாட்டுவார். ஏன் தெரியுமா? தன் தலைநகரையும், அரண்மனையையும், தோட்டத்தையும் பற்றிய வர்ணனைகள் அவரை மகிழ்வித்தன. ஆனால் சக்கரவர்த்தியின் நாட்டில் உள்ள அனைத்தையும்விடச் சிறந்தது அங்குள்ள வானம்பாடிப் பறவைதான் என்று அனைவரும் எழுதியிருந்தார்கள்.

சக்கரவர்த்தி யோசித்தார்:

“ஏது இந்த வானம்பாடி? எனக்கு இதைப் பற்றி ஒன்றுமே தெரியவில்லையே. என் சாம்ராஜ்யத்தில் இப்படி ஒரு பறவை இருக்கிறதா? நான் அதைப் பற்றிக் கேள்விப்பட்டதே இல்லையே. புத்தகத்திலிருந்துதான் இதைப் பற்றி முதன்முதலாகப் புரிந்துகொள்கிறேன்! விசித்திரம்தான்!”

அவர் ஒரு பிரபுவை அழைத்தார்.

மிகவும் கௌரவக்காரராயிருந்தார் அந்தப் பிரபு. சில சமயத்தில் அவரைவிடச் சற்றுத் தாழ்ந்த நிலையில் உள்ளவர் பிரபுவிடம் பேச முற்படுகிறார் என்று வைத்துக்கொள்ளுங்கள். இல்லையென்றால் பிரபுவிடம் ஏதாவது கேட்க முற்படுகிறார் என்று

வைத்துக்கொள்ளுங்கள், அப்போதெல்லாம் பிரபு “ம்” என்று முனகுவார். அதுதான் பிரபுவின் பதில். பிரபுவின் இந்த முனகலுக்குக் குறிப்பாக எந்த அர்த்தமும் இருக்காது.

சக்கரவர்த்தி சொன்னார்:

“ஓ, வானம்பாடி என்று ஒரு அற்புதப் பறவை இருக்கிறது போலும்! என் சாம்ராஜ்யத்திலேயே மிகவும் சிறப்பானது அந்தப் பறவைதான்போலும். எதனால் நான் அதைப் பற்றி இதுவரைக் கேள்விப்படாமல் இருந்தேன்?”

பிரபு சொன்னார்:

“நானும் அந்தப் பறவையைப் பற்றிக் கேள்விப்பட்டதில்லை. இதுவரை அந்தப் பறவை ராஜ சபையில் ஆஜர்படுத்தப்படவில்லை அல்லவா!”

சக்கரவர்த்தி அறிவித்தார்:

“இன்று மாலைக்குள் அந்த வானம்பாடி என் முன்னால் வந்து பாடவேண்டும். இது என் கட்டளை! எனக்கு உரிமைப்பட்டதாக என்னென்ன இருக்கின்றன என்று மற்ற எல்லோரும் தெரிந்திருக்கிறார்கள். ஆனால் எனக்குத்தான் தெரியவில்லை. மிகவும் விசித்திரம்!”

பிரபு பணிவுடன் சக்கரவர்த்தியின் கட்டளையை ஏற்றுக்கொண்டார்:

“எனக்கு அந்தப் பறவையைப் பற்றி இதுவரை ஒன்றுமே தெரியாது. ஆயினும் நான் அதைத் தேடிக்கண்டுபிடிக்கிறேன்!”

ஆனால் அதை எங்கே கண்டுபிடிப்பது? பிரபு எல்லாப் படிகளிலும் ஏறி இறங்கினார். எல்லா அறைகளிலும், வராந்தாக்களிலும் அலைந்தார். கண்ணில்பட்ட எல்லோரிடமும் விசாரித்தார். ஆனால் வானம்பாடியைப் பற்றி யாருக்குமே தெரிந்திருக்கவில்லை. பிரபு மீண்டும் சக்கரவர்த்தியிடம் ஓடிச்சென்று சொன்னார்:

“சக்கரவர்த்தி அவர்களே, இதெல்லாம் நூலாசிரியர்கள் பொய்யாக உருவாக்கிய கதைகள்தான். அவர்கள் எழுதிய கற்பனைக் கதைகளை நம்பவே முடியாது. கெட்ட மந்திர தந்திரங்கள் என்று சொல்லப்படுவதும் அவற்றிற்கிடையில் உண்டு.”

சக்கரவர்த்தி சொன்னார்:

“நான் படித்த ஒரு நூல் ஜப்பானின் சக்கரவர்த்தி அனுப்பியது. அதனால் அந்த நூல் பொய்யான நூலாக இருக்காது. நான் வானம்பாடியின் பாட்டைக் கேட்டே ஆக வேண்டும். அதையும் இன்று மாலையே கேட்டாக வேண்டும்! நான் அந்தப் பறவைமீது

அன்புகொண்டிருக்கிறேன். அது இங்கே வரவில்லை என்றால் பிரபுக்களான உங்களையெல்லாம் இரவு உணவு முடிந்த பிறகு மிதித்து எலும்பை உடைத்துவிடுவேன்!"

பிரபு மீண்டும் எல்லாப் படிகளும் ஏறி இறங்கினார். எல்லா அறைகளிலும் வராந்தாக்களிலும் தேடித் திரிந்தார். இந்த முறை மொத்த பிரபுக்களில் பாதிக்கும் அதிகமானோர் அவருடன் இருந்தார்கள். ஏனென்றால் மிதிக்கப்பட்டு தங்கள் எலும்புகள் உடைபட அவர்களுக்கு விருப்பம் இல்லை.

கடைசியில் அவர்கள் சமையலறையில் எடுபிடி வேலை செய்யும் ஒரு சிறுமியைச் சந்தித்தார்கள்.

அவள் சொன்னாள்:

"எனக்கு அந்த வானம்பாடியைத் தெரியும். அந்தப் பறவை மிகவும் அழகாகப் பாடும். பெரும்பாலான நாட்களில் மற்றவர்கள் உண்டதுபோக மிச்சம் மீதி மேசை மீது இருக்கும். அதை எடுத்துச் சென்று நான் என் அம்மாவுக்குக் கொடுப்பேன். அம்மா உடல் நிலை சரியில்லாதவர்கள். அவர்கள் ஏரியின் கரையில்தான் வசிக்கிறார்கள். நான் சிலமுறை காட்டின் அருகே சென்று அமர்ந்திருப்பேன். அப்போது வானம்பாடியின் பாட்டை நான் கேட்பேன். அந்த நேரத்தில் என் கண்கள் கண்ணீரால் நிறையும். என் அம்மா என்னை முத்தமிடுவதுபோல எனக்குத் தோன்றும்!"

பிரபு ஆவேசத்துடன் சொன்னார்:

"அடி பெண்ணே, வானம்பாடியின் பாட்டு ஏற்பாடு செய்யப்பட்டிருக்கிறது. நீ எங்களை வானம்பாடியிடம் அழைத்துச் செல்ல வேண்டும். நீ அப்படிச் செய்தால் நான் உனக்கு சமையலறையில் இன்னும் கொஞ்சம் நல்ல வேலையாக உனக்குத் தருகிறேன். சக்கரவர்த்தி உணவு உண்பதை பார்ப்பதற்கு நான் உனக்கு வாய்ப்புத் தருகிறேன்."

இப்படி எல்லோரும் ஒன்றாக வானம்பாடி வசிக்கும் காட்டு வழியே நடந்து சென்றார்கள்.

பாதி வழி சென்றபோது ஒரு உறுமல் சத்தம் கேட்டது.

பிரபு சத்தமாகச் சொன்னார்:

"இப்போது கேட்பதுதானா வானம்பாடியின் பாட்டு? இவ்வளவு சிறிய பிராணியின் சக்தியைப் பார்த்தீர்களா! நான் இந்த சத்தத்தை முன்பு கேட்டிருக்கிறேனே!"

சிறுமி பிரபுவிடம் சொன்னாள்:

"நீங்கள் இப்போது கேட்டது காளையின் உருமல். நாம் இனியும் கொஞ்சம் தூரம் செல்ல வேண்டியிருக்கிறது."

சற்று நேரம் கழித்து சதுப்புநிலத்திலிருந்து தவளையின் கூச்சல் கேட்டது.

அந்தக் குழுவில் இருந்த ஒரு மதபோதகர் உரக்கச் சொன்னார்:

"எவ்வளவு இனிமையான குரல்! தேவாலயத்தின் சின்ன மணிகள் ஓசையெழுப்புவதைப்போல இருக்கிறது!"

சிறுமி சொன்னாள்:

"நீங்கள் கேட்டது தவளையின் குரலை. வானம்பாடியின் பாட்டு சீக்கிரமே கேட்கும்."

அப்போது வானம்பாடி பாடத் தொடங்கியது.

"இதுதான் வானம்பாடியின் பாட்டு. அதோ பாருங்கள். அதோ அந்த மரக்கிளையில் அது இருக்கிறது!"

என்று அவள் ஒரு மரக்கிளையில் இருக்கிற வானம்பாடியைச் சுட்டிக்காட்டினாள்.

பிரபுவுக்கு சந்தேகமாக இருந்தது.

"இது உண்மைதானா? பறவை இப்படித்தான் இருக்கும் என்று நான் நினைத்துப் பார்க்கவில்லை. இது மிகவும் அசிங்கமாக இருக்கிறதே! எங்களைப்போன்ற பெரிய மனிதர்களைப் பார்த்தபோது இது தன் நிறத்தை இழந்திருக்கும்!"

சிறுமி மேலே பார்த்து சத்தமாகச் சொன்னாள்:

"அன்பான வானம்பாடி, நீ தன் முன்னால் பாட வேண்டும் என்று சக்கரவர்த்தி விரும்புகிறார்."

வானம்பாடி சொன்னது:

"நான் மகிழ்ச்சியாகப் பாடுவேன்!"

அதைத் தொடர்ந்து அந்தப் பறவை இனிமையாகப் பாடியது.

பிரபுவின் ஆவல் அதிகரித்தது.

"கண்ணாடிமணிகள் கிலுங்குவது போல் இருக்கிறது இதன் குரல். பறவையின் சிறிய தொண்டையில் உள்ள உறுதியைப் பார்த்தீர்களா! நாம் ஏன் இந்தப் பாட்டை முன்பே கேட்கவில்லை என்று நினைத்து எனக்கு வியப்பாக இருக்கிறது. இது சக்கரவர்த்தியின் முன்னால் பாடினால் மிகவும் அருமையாக இருக்கும்!"

வானம்பாடி சத்தமாகக் கேட்டது:

"நான் சக்கரவர்த்தியின் முன்னால் இன்னும் கொஞ்சம் பாடட்டுமா?"

அந்தப் பிரபுவைத்தான் சக்கரவர்த்தி என்று நினைத்துக் கொண்டிருந்தது பறவை.

பிரபு வானம்பாடியிடம் சொன்னார்:

"நல்லது பறவையே, சக்கரவர்த்தியின் முன்னால் வந்து பாடும்படி நான் உன்னை அன்புடன் அழைக்கிறேன். இன்று மாலை நேரம் நீ இனிமையாகப் பாடவேண்டும். எங்கள் சக்கரவர்த்தியின் மனதை மகிழ்விக்க வேண்டும்."

வானம்பாடி பதில் சொன்னது:

"ஆனால் ஒரு விஷயம். நான் இந்தக் காட்டில் பாடும் பாட்டுதான் மிகவும் இனிமையாக இருக்கும்!"

ஆயினும் சக்கரவர்த்தி அழைத்ததால் அந்தப் பறவை தன் விருப்பத்துடன் அவரது முன்னால் சென்றது.

அரண்மனை ஆடம்பரமாக அலங்கரிக்கப்பட்டிருந்தது. ஆயிரக்கணக்கான விளக்குகளின் ஒளியால் பீங்கான் களிமண் சுவர்கள் ஒளிர்ந்தன. வெள்ளி மணிகள் கட்டப்பட்ட அழகான பூக்கள் வராந்தாக்களில் வரிசையாக வைக்கப்பட்டிருந்தன. ஆட்கள் அங்கும் இங்கும் ஓடிக்கொண்டிருந்தார்கள். மணிகள் உரத்து ஒலியெழுப்பின. அந்தக் களேபரத்தில் ஒருவர் பேசுவது அவருக்கே கேட்காது.

விசாலமான கூடத்தின் நடுவில் சக்கரவர்த்தி அமர்ந்தார். வானம்பாடி அமர்வதற்காக ஒரு மரக்கிளையும் தயார் செய்து வைத்திருந்தார்கள். அங்கே எல்லா பிரபுக்களும் வந்திருந்தார்கள். சமையலறையில் எடுபிடி வேலை செய்யும் சிறுமிக்கு, கதவின் பின்னால் நிற்பதற்கு அனுமதி கிடைத்தது. அவளுக்கு சமையல்காரி என்னும் பட்டமும் வழங்கப்பட்டிருந்தது. எல்லோரும் சிறப்பான உடைகள் அணிந்திருந்தார்கள். அவர்கள் சிறிய வானம்பாடியைப் பார்த்துக்கொண்டிருந்தார்கள். சக்கரவர்த்தி அடிக்கடி தலையசைத்தார்.

வானம்பாடி அதி அற்புதமாகப் பாடியது. அதைக் கேட்ட சக்கரவர்த்தியின் கண்களிலிருந்து கண்ணீர் பெருகி கன்னங்களை நனைத்தது. பிறகும் வானம்பாடி முன்பைவிட இனிமையாகப் பாடியது. அந்தப் பாட்டு சக்கரவர்த்தியின் இதயத்தைத் தொட்டது. அவரின் மகிழ்ச்சி எல்லை கடந்தது. வானம்பாடியின் கழுத்தில் கட்டுவதற்காக தன் தங்கச்செருப்பைப் பரிசளிக்கலாம் என்று சொன்னார் அவர். ஆனால், தனக்குத் தேவையான பரிசு கிடைத்துவிட்டது என்று சொல்லி வானம்பாடி அந்தத் தங்கச் செருப்பை நிராகரித்தது.

"நான் சக்கரவர்த்தியின் கண்களில் கண்ணீரைப் பார்த்தேன். அதுதான் எனக்குக் கிடைத்த மிகப் பெரிய பரிசு. ஒரு சக்கரவர்த்தியின் கண்ணீருக்கு பிரத்தியேகமான சில சக்திகள் உண்டு. எனக்குத் தேவையான பரிசு கிடைத்துவிட்டது!"

வானம்பாடி மீண்டும் தன் இனிய குரலால் பாடியது.

அங்கிருந்த சில பெண்கள் தங்களுக்குள் கிசுகிசுப்பாகப் பேசிக்கொண்டார்கள்:

"நாம் இதுவரை கேட்டதிலேயே பெரிதும் நம் விருப்பத்திற்குரியது இந்த வானம்பாடியின் கொஞ்சல்."

பிறகு அவர்கள் தங்கள் வாயில் தண்ணீரை ஊற்றிக்கொண்டு கலகலவென்று ஓசை எழுப்பினார்கள். தங்களுக்கும் வானம்பாடியின் குரல் கிடைக்க வேண்டும் என்பதுதான் அவர்கள் அப்படிச் செய்ததின் நோக்கம். வேலைக்காரர்களும் மற்ற பணியாளர்களும் தங்கள் திருப்தியை வெளிப்படுத்தினார்கள். அது மிகப் பெரிய விஷயமாகப் பேசப்பட்டது. ஏனென்றால் அவர்களை திருப்திப்படுத்துவதுதான் மிகவும் சிரமமான விஷயம் என்று எல்லோருக்கும் தெரியும். சுருக்கமாகச் சொன்னால் அன்று வானம்பாடிக்குப் பெரிய வெற்றி கிடைத்தது.

அன்று முதல் வானம்பாடி அரண்மனையிலேயே தங்கவேண்டும் என்று முடிவானது. அதற்காக பறவைக்கு பிரத்தியேகமான ஒரு கூடு வழங்கப்பட்டது. பகலில் இரண்டு முறையும் இரவில் ஒரு முறையும் வெளியே செல்வதற்கான சுதந்திரமும் அதற்குக் கொடுக்கப்பட்டது. பறவை தன் கூட்டிலிருந்து வெளியே இறங்கும்போது அதன் கால்களில் பன்னிரண்டு தங்கச் சரடுகள் கட்டப்பட்டிருக்கும். தங்கச் சரடுகளின் மறுமுனைகளை பன்னிரண்டு வேலைக்காரர்கள் பிடித்துக்கொண்டிருப்பார்கள். அப்படி வெளியே செல்வதில் எந்தச் சுவாரஸ்யமும் இல்லையென்று உங்களுக்குத் தெரியும் அல்லவா!

குடிமக்களுக்கொரு பேச்சுப் பொருளானது வானம்பாடி. கீழ் நிலையில் உள்ள வியாபாரிகளின் குழந்தைகளுக்குக் கூட வானம்பாடியின் பெயர் சூட்டப்பட்டது. ஆனால் எந்தக் குழந்தையாலும் வானம்பாடியைப்போல் பாடமுடியவில்லை.

ஒருநாள் "வானம்பாடி" என்று எழுதப்பட்ட ஒரு பொதி சக்கரவர்த்திக்குக் கிடைத்தது.

"நம் புகழ் பெற்ற வானம்பாடியைக் குறித்து எழுதப்பட்ட புதிய புத்தகமாக இருக்கும் இது!" என்றார் சக்கரவர்த்தி.

ஆனால் அந்தப் பொதிக்குள் இருந்தது புத்தகம் அல்ல. பிறகு என்ன இருந்தது? ஒரு பெட்டிக்குள் வைக்கப்பட்ட செயற்கை

வானம்பாடி இருந்தது. சாதாரண வானம்பாடியைப்போலப் பாடுகிற ஒரு இயந்திரப் பறவையாக இருந்தது அது. வைரக்கற்களாலும், மாணிக்கக்கற்களாலும், இந்திர நீலக்கற்களாலும் அது அலங்கரிக்கப்பட்டிருந்தது. சாவி கொடுத்தால் உடனே அது ஒரு பாட்டுப் பாடும். அந்த நேரத்தில் அதன் வால் வெள்ளிநிறமாகவும், தங்கநிறமாகவும் மாறி உயர்ந்து தாழும். அதன் கழுத்தைச் சுற்றிலும் ஒரு நாடா கட்டப்பட்டிருந்தது. நாடாவில் இந்த வரிகள் இடம் பெற்றிருந்தன:

"ஜப்பான் சக்கரவர்த்தியின் வானம்பாடியுடன் ஒப்பிடும்போது சீனச் சக்கரவர்த்தியின் வானம்பாடி மிகவும் மோசமானது!"

"நல்லது, நல்லது!" ராஜ சபையில் இருந்தவர்கள் தங்களுக்குள் சொல்லிக்கொண்டார்கள்.

செயற்கைப்பறவையைக் கொண்டு வந்தவனுக்கு "ராஜாங்கப் பறவைத் தூதன்" என்ற ஒரு விருதும் வழங்கப்பட்டது.

சபையோர்கள், "இரண்டு வானம்பாடிகளும் ஒன்றாகப் பாடட்டும். அது கேட்பதற்கு மிகவும் சுவையாக இருக்கும்" என்றார்கள்.

வானம்பாடிகள் இரண்டும் ஒன்றாகப் பாடவும் செய்தன. ஆனால் அந்தப் பாட்டுகள் கேட்பதற்கு நன்றாக இல்லை. ஏனென்றால் இரண்டு பாட்டுகளும் இரண்டுவிதமாக இருந்தன.

செயற்கைப்பறவைத் தனியாகப் பாடத் தொடங்கியது. வானம்பாடியின் பாட்டைப்போல செயற்கைப் பறவையின் பாட்டும் நன்றாக இருந்தது. மேலும், அது பார்ப்பதற்கு வானம்பாடியைவிடவும் மிகவும் அழகாக இருந்தது. ஒரே பாட்டை முப்பதுக்கும் அதிகமான முறை அது பாடியது. ஆயினும் அது களைத்துப் போகவில்லை. இன்னும் அதன் பாட்டைக் கேட்பதற்கு சபையினர் ஆர்வமாகத்தான் இருந்தனர். ஆனால் சக்கரவர்த்திதான் "இப்போது நம் வானம்பாடியும் சற்றுப் பாடட்டும்" என்றார்.

ஆனால் வானம்பாடி எங்கே?

அது சன்னல் வழியே காட்டுக்குத் திரும்பிச் சென்றதை யாரும் கவனிக்கவில்லை.

"வானம்பாடிக்கு என்ன ஆயிற்று?" என்று விசாரித்தார் சக்கரவர்த்தி.

பிரபுக்களும் வானம்பாடியைத் திட்டினார்கள். நன்றியில்லாத பறவை என்று சொன்னார்கள்.

இறுதியில் அவர்கள், "அது போனால் போய்த் தொலையட்டும். நமக்குத்தான் ஒரு நல்ல செயற்கைப் பறவை இருக்கிறதே!" என்று சமாதானம் அடைந்தார்கள்.

செயற்கைப்பறவை மீண்டும் பாடவேண்டி வந்தது. அதாவது ஒரே பாட்டை முப்பத்து நான்காம் முறை! பிறகு அந்தப் பாட்டு பிரபுக்களுக்கு மனப்பாடமாக ஆகவில்லை. காரணம் அவ்வளவு சிரமமான பாட்டாக இருந்தது அது. ஜப்பான் சக்கரவர்த்தியிடமிருந்து வந்த தூதனோ, செயற்கைப் பறவையை ஆகோ ஓகோ என்று புகழ்ந்துகொண்டிருந்தான். அதன் இறக்கையும் இறகுகளும், அதில் பதிக்கப்பட்டிருக்கும் வைரங்களுமெல்லாம் மிகவும் சிறப்பானவை என்று எடுத்துச் சொன்னான்:

"சக்கரவர்த்தி அவர்களே, பிரபுக்களே, பிரபுக்களின் மனைவியரே! ஒரு உண்மையான வானம்பாடி என்ன பாடப்போகிறது என்று நம்மால் முன்கூட்டியே சொல்ல முடியாது. ஆனால் செயற்கைப் பறவையைப் பொறுத்தவரை எல்லாம் முன்பே திட்டமிட்டு வைக்கப்பட்டிருக்கிறது. வேண்டுமென்றால் செயற்கைப் பறவையைத் திறந்து பார்க்கலாம். திறந்து பார்த்து பாட்டு எங்கிருந்து வருகிறது என்று நாம் அறிந்துகொள்ளலாம்."

பிரபுக்கள் சொன்னார்கள்:

"எங்கள் கருத்தும் இதுதான்."

அடுத்த ஞாயிற்றுக்கிழமை செயற்கைப் பறவையை பொது மக்களுக்குக் காட்ட வேண்டும். அதற்கான அனுமதி ஜப்பான் சக்கரவர்த்தியின் தூதனுக்குக் கிடைத்தது. பொது மக்கள் அதைப் பார்த்தால் மட்டும் போதாது. அதன் பாட்டைக் கேட்கவும் வேண்டும் என்று நிபந்தனை விதித்தார் சக்கரவர்த்தி.

பொதுமக்கள் அதைப் பார்த்தார்கள். அதன் பாட்டைக் கேட்டார்கள். ஒரு நல்ல தேநீர் குடித்ததைப்போல அவர்களுக்கு உற்சாகமாக இருந்தது. உற்சாகத்திற்காக தேநீர் பருகுவது என்பது சீனப் பழக்கம். அவர்கள் "அடடா! பேஷ் பேஷ்!" என்று செயற்கைப் பறவையைப் பாராட்டவும் செய்தார்கள்.

உண்மையான வானம்பாடியின் பாட்டைக் கேட்டிருந்த ஒரு ஏழை மீனவர் மட்டும் சத்தமாகச் சொன்னார்:

"பாட்டு பரவாயில்லை. ஒரே பாட்டைத்தான் இந்தச் செயற்கைப் பறவை திரும்பத் திரும்பப் பாடுகிறது. அது பரவாயில்லை. ஆனால் இதில் ஏதோ குறை இருக்கிறது. அது என்ன குறை என்று எனக்குத் தெரியவில்லை!"

சாமராஜ்யத்தின் உண்மையான வானம்பாடி நாடு கடத்தப்பட்டது. செற்கைப் பறவைக்கு சக்கரவர்த்தியின் படுக்கைக்கு அருகே ஒரு பட்டுத் தலையணையில் இடம் ஒதுக்கப்பட்டது. அதற்குப் பரிசாகக்

கிடைத்த தங்கக்கட்டிகளும், வைரங்களும் அதைச் சுற்றிலும் வைக்கப்பட்டிருந்தன. செயற்கைப் பறவைக்கு “சாம்ராஜ்யத்தின் பெரும் பாடகன்” என்ற பட்டமும் வழங்கப்பட்டது. சக்கரவர்த்திக்கு இடதுபுறத்தில்தான் அதற்கு ஒதுக்கப்பட்ட இடம் இருந்தது. சக்கரவர்த்தி இடது புறத்திற்குத்தான் முக்கியத்துவம் கொடுத்திருந்தார். அவரின் இதயம்கூட இடது புறத்தில்தான் இருக்கிறது அல்லவா! செயற்கைப் பறவையைக் குறித்து இருபத்தைந்து தொகுதிகளாக ஒரு பெரிய நூல் எழுதப்பட்டது. கடுமையான சீனச் சொற்கள் அந்த நூலில் நிறைந்திருந்தன. எழுதியவர் தன் திறமையைக் காட்ட முற்பட்டிருந்தாரே தவிர, அதைப் படித்தவர்களுக்கு ஒன்றும் புரியவில்லை. ஆயினும் மக்கள் தாங்கள் அந்த நூலை வாசித்ததாகவும், தங்களுக்கு எல்லாம் புரிந்துவிட்டதாகவும் பேசிக்கொண்டார்கள். இல்லாவிட்டால் தங்களை முட்டாள்கள் என்று மற்றவர்கள் நினைத்துவிடுவார்களே என்று அனைவரும் அஞ்சினார்கள். அந்த நூலைப் படிக்கவில்லை என்றால் சக்கரவர்த்தி மிதித்து எலும்பை உடைக்கவும் செய்வார் என்ற பயமும் அவர்களுக்கு இருந்தது.

ஒரு வருடம் கடந்து சென்றது. சக்கரவர்த்திக்கும், பிரபுக்களுக்கும், பொது மக்களுக்கும் செயற்கைப் பறவை பாடும் பாட்டின் ஒவ்வொரு வரியும் மனப்பாடமாகியிருந்தது. அதற்காக அவர்கள் செயற்கைப் பறவையின் மீது நன்றியுணர்வு கொண்டார்கள். அந்தப் பறவை பாடும்போது அதனுடன் சேர்ந்து அவர்களும் பாட முடிகிறது அல்லவா! அது பாடும்போது அதனுடன் சேர்ந்து சக்கரவர்த்தியும் பாடுவது வழக்கமானது.

ஒரு இரவில் சக்கரவர்த்தி மெத்தையில் படுத்தபடி, செயற்கைப்பறவையின் பாட்டைக் கவனித்துக் கேட்டுக்கொண்டிருந்தார். சட்டென்று பறவையின் உள்ளிருந்து “கிர்ர்ர்“ என்றொரு சத்தம் கேட்டது. அதன் உள்ளே இருந்த இயந்திரத்தில் சிறிய சக்கரங்கள் சுற்றவில்லை. பாட்டு அப்படியே நின்றுவிட்டது.

சக்கரவர்த்தி படுக்கையிலிருந்து துள்ளியெழுந்தார். அவர் உடனே அரண்மனை வைத்தியரை வரவழைத்தார். ஆனால் அரண்மனை வைத்தியரால் என்ன செய்ய முடியும்! சக்கரவர்த்தி அடுத்ததாக கடிகார ரிப்பேர்காரனை வரச் செய்தார். கடிகார ரிப்பேர்காரன் நிறையப் பேசினான், கொஞ்சம் பரிசோதித்தான். கடைசியில் அவன் ஒருவிதமாக செயற்கைப் பறவையைச் சரிசெய்தான். “செயற்கைப் பறவையை கவனமாகக் கையாள வேண்டும்” என்ற ஒரு நிபந்தனையையும் விதித்தான் அவன். ஏனென்றால் இயந்திரத்தின் உறுப்புகள் தேய்ந்திருக்கின்றன. பறவையின் உள்ளே பாடலை

ஒலிக்கும் இயந்திரத்தைப் புதிதாகச் செய்வதற்கும் வாய்ப்பு இல்லை. எல்லோரும் மிகவும் வருந்தினார்கள் என்பதைச் சொல்லவும் வேண்டுமா? இனிமேல் வருடத்திற்கு ஒரு முறை மட்டுமே செயற்கைப் பறவையைப் பாட வைக்கவேண்டும்! இதுவும் நிபந்தனைதான்! அதுதான் சற்று அதிகப்படியான செயலாகிவிட்டது.

ஐந்து வருடங்கள் கடந்தன.

அந்த சாம்ராஜ்யம் முழுதும் ஒரு பெரிய துயரம் பரவியது. என்னவென்றால் சக்கரவர்த்திக்கு ஒரு பெரிய நோய் வந்துவிட்டது. அவர் அதிக நாட்கள் வாழமாட்டார் என்றுதான் அனைவரும் சொல்கிறார்கள். சீன மக்கள் தங்கள் சக்கரவர்த்தியின் மீது மிகவும் அன்பு கொண்டிருந்தார்கள். இப்போது ஒரு புதிய சக்கரவர்த்தி தேர்ந்தெடுக்கப்பட்டிருக்கிறார். மக்கள் தெருக்களிலெல்லாம் கூட்டம் கூடி நிற்கிறார்கள். முதலில் வானம்பாடியைத் தேடிச் சென்றார் அல்லவா ஒரு பிரபு, அவரிடம் மக்கள் கேட்டார்கள்:

“சக்கரவர்த்திக்கு உடல் நிலை எப்படி இருக்கிறது?”

பிரபு எப்போதும் செய்வதுபோல “ம்” என்று முனக மட்டுமே செய்தார்.

உடலெல்லாம் வெளுத்து, அசைவற்று ஒரு பெரிய பட்டு மெத்தையில் படுத்துக் கிடந்தார் நோயாளி சக்கரவர்த்தி. அவர் இறந்துவிட்டார் என்றே பிரபுக்கள் கருதினார்கள். அவர்கள் எல்லோரும் புதிய சக்கரவர்த்திக்குத் தங்கள் வணக்கத்தைத் தெரிவிப்பதற்குச் சென்றார்கள். அரண்மனை அதிகாரிகளும் மக்களுக்கு விவரங்கள் சொல்வதற்காக வெளியே சென்றார்கள். காலடி ஓசை கேட்காமல் இருப்பதற்காக அறைகளிலும், வராந்தாக்களிலும் தடித்த கம்பளங்கள் விரிக்கப்பட்டிருந்தன. அரண்மனை முழுதும் முழுமையான அமைதி நிலவியது.

உண்மையில் பழைய சக்கரவர்த்தி இறக்கவில்லை. நீண்ட வெல்வெட் திரைகளும், அலங்காரத் தொங்கல்களும் உள்ள பெரிய பட்டு மெத்தையில் அவர் படுத்திருந்தார். கொஞ்சம் உயரத்தில் இருந்த ஒரு சன்னல் திறந்து வைக்கப்பட்டிருந்தது. அதன் வழியே நிலா வெளிச்சம் உள்ளே வந்து செயற்கைப் பறவையின் மேல் விழுகிறது. சக்கரவர்த்தி மிகவும் சிரமப்பட்டு மூச்சுவிட்டுக் கொண்டிருக்கிறார். கனமான ஏதோ ஒன்று தன் நெஞ்சின் மீது அழுத்துவதுபோன்று தோன்றியது அவருக்கு. அவர் கண் திறந்து பார்த்தார். தன் நெஞ்சில் மரணம் அமர்ந்திருப்பதைக் கண்டார். சக்கரவர்த்தியின் கிரீடத்தைத் தான் அணிந்திருக்கிறது மரணம். ஒரு கையில் சக்கரவர்த்தியின் உடைவாளைப் பிடித்திருக்கிறது. மறு

கையில் அழகான கொடியைப் பிடித்திருக்கிறது. நான்குபுறமும் இருந்த வெல்வெட் திரைமறைப்புகளுக்குள்ளிருந்து அறிமுகமற்ற முகங்கள் எட்டிப் பார்க்கின்றன. அவற்றில் சில முகங்கள் அழகாக இருக்கின்றன. சில முகங்கள் அசிங்கமாக இருக்கின்றன. சக்கரவர்த்தி செய்த நன்மைகளும் தீமைகளும்தான் அந்த முகங்கள். மரணம் அவரின் இதயத்தின் மேலே வந்து அமரும்போது அந்த முகங்களும் வந்திருக்கின்றன. "நீ செய்த இந்தச் செயல் உனக்கு நினைவிருக்கிறதா?", "நீ செய்த இந்தச் செயல் உனக்கு நினைவிருக்கிறதா?" என்று அந்த முகங்கள் எல்லாம் கேட்கின்றன. அதையெல்லாம் கேட்டபோது சக்கரவர்த்தியின் நெற்றியிலிருந்து வியர்வை வழிகிறது. அவர் உரக்கச் சொன்னார்:

"எனக்கொன்றும் தெரியாது! எனக்கொன்றும் தெரியாது! நான் இசை கேட்கிறேன், இசை! பெரிய சீனமேளம் ஒலிக்கட்டும்! இவர்கள் சொல்வதெல்லாம் என் காதில் விழவேண்டாம்! என் அன்பான செயற்கைப் பறவையே நீ பாடு, பாடு! நான் உனக்கு மிகவும் மதிப்புடைய தங்கக் கட்டிகளும் மற்ற பரிசுகளும் நிறையக் கொடுத்திருக்கிறேன் அல்லவா! எனக்காக நீ இப்போது பாடு!"

ஆனால் செயற்கைப் பறவை அமைதியாக, அசைவில்லாமல் இருந்தது. அதைச் சாவி கொடுத்துப் பாட வைப்பதற்கு அங்கே யாரும் இல்லை. யாராவது சாவி கொடுக்காமல் அதனால் பாட முடியாது. மரணம் தன் பெரிய உள்ளீடற்ற கண்களால் அவரைப் பார்த்துக்கொண்டிருந்தது. அந்த நேரத்து அமைதி மிகவும் பயங்கரமாக இருந்தது.

திடீரென்று சன்னலிலிருந்து மிக இனிய பாட்டு கேட்டது. சன்னலுக்கு வெளியே ஒரு மரக்கிளையிலிருந்தது பழைய, உயிருள்ள வானம்பாடி. சக்கரவர்த்தியின் பரிதாபமான நிலையைக் குறித்து வானம்பாடி கேள்விப்பட்டது. அவர் நலமடைய வேண்டியும், அவருக்கு அமைதி கிடைக்க வேண்டியும் பாடுவதற்காக வந்திருக்கிறது அந்தப் பறவை. அது பாடிக்கொண்டிருக்கும்போது மாய உருவங்கள் ஒன்றன்பின்னால் ஒன்றாக மறையத் தொடங்கின. சக்கரவர்த்தியின் பலவீனமான தளர்ந்த கைகால்களில் புதிய வேகத்துடன் ரத்தஓட்டம் ஏற்பட்டது. பாட்டைக் கேட்டுக்கொண்டிருந்த மரணம் கூட வானம்பாடியிடம் தாழ்மையாகக் கேட்டுக் கொண்டது:

"வானம்பாடி, பாடு! நீ தொடர்ந்து பாடு!"

மரணத்திடம் கேட்டது வானம்பாடி:

"உங்களிடம் இருக்கும் சக்கரவர்த்தியின் உடைவாளை எனக்குத் தருகிறாயா மரணமே? சக்கரவர்த்தியின் கிரீடத்தைத் தருவாயா? சக்கரவர்த்தியின் கொடியைத் தருவாயா?"

மரணம் அவை மூன்றையும் ஒவ்வொன்றாக வானம்பாடிக்குக் கொடுத்தது. அதற்குப் பதிலாக வானம்பாடியைப் பாடச் சொல்லிக் கேட்டது!

வானம்பாடி தொடர்ந்து பாடிக்கொண்டிருந்தது. வெண்ணிற ரோஜாக்கள் மலர்கிற தேவாலய மயானத்தைக் குறித்து, அங்கே உள்ள மணமான மற்ற பூக்களைக் குறித்து, வாழ்ந்திருப்பவர்களின் கண்ணீர் வீழ்ந்து நனைந்த புற்களைக் குறித்து வானம்பாடி பாடியது.

அந்தத் தோட்டத்தைக் காண வேண்டும் என்று பெரிதும் விரும்பியது மரணம். எனவே அது மூடுபனியின் உருவத்தில் சன்னல் வழியே வெளியே சென்றது.

சக்கரவர்த்தி வானம்பாடியிடம் சொன்னார்:

"சொர்க்கத்திலிருந்து வந்த பறவையே, உனக்கு நன்றி! நன்றி! உன்னை எனக்குத் தெரியும். உன்னை நான் ராஜ்யத்திலிருந்து நாடு கடத்தினேன். ஆயினும் நீ என் முன்னால் இருந்த மாய உருவங்களை அகற்றினாய். அது மட்டும் அல்ல, என் இதயத்தில் அமர்ந்திருந்த மரணத்தையும் போகச் செய்துவிட்டாய். உனக்கு நான் என்ன கைமாறு செய்வேன்?"

வானம்பாடி பதில் சொன்னது:

"நீங்கள் எனக்குக் கைமாறு செய்துவிட்டீர்கள். நான் உங்கள் முன்னால் முதன் முறை பாடியபோது உங்கள் கண்களில் கண்ணீர் நிறைந்தது. நான் ஒருபோதும் அதை மறக்கமாட்டேன். ஒரு பாடகனின் இதயத்தை மகிழ்ச்சிப்படுத்துகின்ற முத்துக்கள்தான் அவன் பாடலுக்குப் பரிசாகக் கிடைக்கும் கண்ணீர்த் துளிகள். நீங்கள் இப்போது நன்றாக உறங்குங்கள், மீண்டும் சக்தி பெறுங்கள். நான் உங்களுக்காக மற்றொரு பாட்டு பாடுகிறேன்."

மீண்டும் வானம்பாடி பாடியபோது சக்கரவர்த்தி ஆழ்ந்து உறங்கினார். அடடா! அந்த உறக்கம் எவ்வளவு சந்தோஷமான உறக்கம் தெரியுமா? அவர் விழித்தபோது சன்னல் வழியாக வந்த சூரியக்கதிர்கள் அவர் உடலில் பதிந்தன. சேவகர்களோ, பிரபுக்களோ இன்னும் திரும்பி வரவில்லை. சக்கரவர்த்தி இறந்துவிட்டார் என்றுதான் அவர்கள் நினைத்துக்கொண்டிருந்தார்கள். வானம்பாடி மட்டும் அவர் பக்கத்திலிருந்து பாடிக்கொண்டிருந்தது.

சக்கரவர்த்தி சொன்னார்:

"வானம்பாடி, நீ இனிமேல் என்னுடன்தான் இருக்க வேண்டும். நீ உன் விருப்பப்படி பாடிக்கொள். அந்த செயற்கைப் பறவையை நான் உடைத்து ஆயிரம் துண்டுகளாக்குவேன்."

அதைக் கேட்டு வானம்பாடி சொன்னது:

“வேண்டாம் சக்கரவர்த்தி அவர்களே! செயற்கைப் பறவை அதனால் எவ்வளவு காலம் முடியுமோ அவ்வளவுகாலம் உங்களுக்காக வேலை செய்தது. இதுவரை செய்ததுபோல இனியும் நீங்கள் அதை வைத்துக்கொள்ளுங்கள். என்னால் உங்கள் அரண்மனையில் தங்க முடியாது. எனக்குத் தோன்றும்போது நான் இங்கே வந்து பாடுகிறேன். மாலை நேரங்களில் நான் இந்த மரக் கிளையிலிருந்து உங்களுக்காகப் பாடுகிறேன். மகிழ்ச்சியைக் குறித்தும் துயரத்தைக் குறித்தும் நான் பாடுகிறேன். உங்களைச் சுற்றிலும் ஒளிந்திருக்கின்ற நன்மையைக் குறித்தும் தீமையைக் குறித்தும் நான் பாடுகிறேன். பாட்டுப் பாடும் சின்னப் பறவையான நான், ஏழை மீனவரிடம், விவசாயியிடம், உங்கள் அரண்மனையிலிருந்து வெகு தொலைவில் வாழ்பவர்களின் வசிப்பிடங்களுக்குச் செல்கிறேன். எனக்கு உங்களின் கிரீடத்தைவிடவும் மதிப்பு மிக்கது உங்கள் இதயம்தான். ஆயினும் உங்களின் கிரீடத்திற்கு நன்மையின் சக்தி இருக்கிறது. நான் வந்து உங்களுக்காகப் பாடுகிறேன். ஆனால் நீங்கள் எனக்கு ஒரு வாக்குறுதி கொடுக்க வேண்டும்.”

“என்ன வேண்டுமானாலும் தருகிறேன்! எல்லாவற்றையுமே தருகிறேன்!“ என்றார் சக்கரவர்த்தி.

பிறகு அவர் சக்கரவர்த்திக்குரிய தன் ஆடைகளை அணிந்துகொண்டு, தன் தங்க உடைவாளைக் கையில் பிடித்தார்.

“சக்கரவர்த்தி அவர்களே, எல்லாம் சொல்லித் தருகிற ஒரு சிறிய பறவை உங்களிடம் இருக்கிறது என்று யாரிடமும் சொல்லிவிடாதீர்கள்!”

இதைச் சொல்லிவிட்டு வானம்பாடி பறந்து சென்றது.

மக்களும், பிரபுக்களும், பணியாளர்களும் இறந்துவிட்டதாகத் தாங்கள் நினைத்திருந்த சக்கரவர்த்தியின் சவஉடலுக்கு மரியாதை செய்வதற்காக வந்தார்கள்.

ஆனால் சக்கரவர்த்தி எழுந்து நின்று அவர்களிடம் கம்பீரமாகச் சொன்னார்:

“உங்களுக்கு என் காலைவணக்கம்!”

■

12

மரத்தின் கனவு

கடலோரத்தில் ஒரு காடு இருந்தது. அந்தக் காட்டில் ஒரு உயரமான இடத்தில் ஒரு மரம் இருந்தது. மிகவும் வயதான மரம் அந்த மரம். அந்த மரத்திற்கு என்ன வயது தெரியுமா? சரியாக முந்நூற்று அறுபத்தைந்து வருடம்! நமக்கு முந்நூற்றி அறுபத்தைந்து நாட்கள் எப்படியோ அப்படித்தான் மரத்திற்கு அத்தனை வருடம்! நாம் பகலில் விழித்திருக்கிறோம். இரவில் உறங்குகிறோம். மரத்தின் நிலை முற்றிலும் வித்தியாசமானது. அது குளிர் காலத்தில் மட்டும் உறங்குகிறது. மற்ற எல்லாக் காலங்களிலும் விழித்திருக்கிறது. அது உறங்குவதற்கான காலம் குளிர் காலம்தான். அதாவது வசந்தத்திற்கு முன்பான காலம்!

ஒரு நாள் மட்டும் வாழ்கின்ற ஒரு பூச்சி உண்டு. அது பறக்கும். மிகச்சிறிதாக இருக்கும். “ஒரு நாள் பூச்சி” என்று அதைச் சொல்வார்கள். கோடை காலத்தில் பெரும்பாலும் ஒரு நாள் பூச்சிகள் மரத்தின் மேல் முனையைச் சுற்றிலும் மகிழ்ச்சி நடனம் செய்து பறப்பதுண்டு. அவை வாழ்க்கையை அனுபவித்து திருப்தி கொள்ளும். சில நொடி நேரம் அவை மரத்தின் இலைகளில் அமர்ந்து ஓய்வெடுக்கும்.

ஒரு முறை ஒரு மரமும், ஒருநாள் பூச்சியொன்றும் பேசிக்கொண்டன. மரம் சொன்னது:

“ஏ, பூச்சியே உன்னைப் பார்த்தால் எனக்குப் பரிதாபமாக இருக்கிறது. நீ ஒரே ஒரு நாள்தான் வாழ்வாய்! அது எவ்வளவு குறைவான காலம் தெரியுமா?”

“பரிதாப்படுகிறீர்களா? எதற்கு என்னைப் பார்த்துப் பரிதாபப்படுகிறீர்கள்? என்னைச் சுற்றிலும் சூரிய வெளிச்சம் இருக்கிறது! இயற்கையின் அழகு இருக்கிறது! இவையெல்லாம் எனக்கு மிகவும் மகிழ்ச்சியளிக்கின்றன!”

“எப்படியானாலும் உன் மகிழ்ச்சி ஒரு நாள் பொழுதுதானே நிலைத்திருக்கும்? ஒரு நாள் முடிந்தால் எல்லாமும் முடிந்துவிடும் அல்லவா?”

“மரமே, எல்லாம் முடிந்துவிடும் என்றா சொல்கிறீர்கள்? அதன் அர்த்தம் என்ன? நீங்கள் முடிந்துவிட மாட்டீர்களா?”

“உன் ஒருநாளுக்குப் பதிலாக ஆயிரக்கணக்கான நாட்கள் நான் வாழ்ந்திருப்பேன். என் வாழ்நாளின் நீளத்தை உன்னால் புரிந்துகொள்ள முடியாது.”

“என்னால் உங்களைப் புரிந்துகொள்ள முடியவில்லை. ஆயிரக் கணக்கான நாட்கள் நீங்கள் வாழ்ந்திருக்கலாம். எனக்கு ஆயிரக்கணக்கான நொடிகள்தான் உள்ளன. அவ்வளவு நொடிகளிலும் நான் மிகவும் மகிழ்ச்சியாக இருக்கிறேன். என்ன, இறந்துவிட்டால் இந்த உலகத்தின் அனைத்து அழகுகளும் அழிந்துவிடுமா?”

“அப்படியில்லை. இந்த உலகத்தின் அழகுகள் நெடுங்காலம் நிலை நிற்கும். என்னால் கற்பனை செய்ய முடிவதிலும் அதிகக் காலம்.”

“மரமே, நமக்கெல்லாம் காலம் ஒன்றுதான். நாம் காலத்தை பல வகையாக அளக்கிறோம் என்பதுதான் வித்தியாசம்.”

இப்படிச் சொல்லிவிட்டு ஒருநாள்பூச்சி நடனமாடியபடியே காற்றில் எழுந்து பறந்தது. மிக மெல்லிய பட்டுத் துணியைப்போன்ற தன் சிறகுகளை விரித்துப் பறந்து, புல் பரப்பின் மணத்தை நுகர்ந்து மிகவும் மகிழ்ந்தது. அங்கு பல வகையான பூக்களின் மணங்கள் ஒன்று கலந்திருந்தன. அந்தப் பூச்சியைப் பொறுத்தவரை மிகவும் நெடியதாயிருந்தது பகல் நேரமும், மகிழ்ச்சி நிறைந்த அழகும்! சூரியன் மறைவதுவரை பூச்சியின் சந்தோஷமும், திருப்தியும் நிலைத்திருந்தது. பிறகு அதன் மெல்லிய சிறகுகளால் அதன் உடலைத் தாங்கிப் பறக்க முடியவில்லை. பூச்சி மெதுமெதுவாகத் தாழ்ந்து ஒரு புல்லில் சென்று அமர்ந்தது. பிறகு அமைதியாக உறங்கியது. அது செத்துவிட்டது என்று அர்த்தம்!

அதைப் பார்த்த மரம் தனக்குள் சொல்லிக்கொண்டது:

“பாவம் ஒருநாள் பூச்சி! அதன் வாழ்நாள் எவ்வளவு குறுகியது!”

அநதப் பூச்சியின் அனுபவங்கள் பின் வந்த தலைமுறையிலும் அப்படியேதான் தொடர்ந்தது. எல்லாத் தலைமுறையைச் சேர்ந்த பூச்சிகளும் ஒன்றுபோல மகிழ்ச்சியாகவும் திருப்தியாகவும் இருந்தன.

வசந்தம் என்ற காலைப் பொழுதில், கோடை காலம் என்ற மதியப் பொழுதில், மழைக்காலம் என்ற மாலைப் பொழுதிலெல்லாம் விழித்திருந்தது மரம். கடைசியில் அது உறங்குவதற்கான இரவுப் பொழுதான குளிர்காலம் வந்தது.

"நன்றாக உறங்கு!" என்று வாழ்த்தியபடி காற்று வீசியது.

மரத்தின் இலைகள் ஒவ்வொன்றாக உதிர்ந்து விழுந்தன. காற்று இப்படிச் சொல்வதாகத் தோன்றியது:

" மரமே, நாங்கள் உன்னை இதமாக ஆட்டுகிறோம். உன்னைக் கொஞ்சுகிறோம். உன் கிளைகளை அசைக்கிறோம். நீ நன்றாக உறங்கு! இந்த இரவு உன் முந்நூற்று அறுபத்தைந்தாம் இரவாகும். சரியாகச் சொன்னால் நீ இப்போதும் ஒரு குழந்தைதான். ஆகாயத்திலிருந்து பனி விழத் தொடங்கியிருக்கிறது. பனி உன் காலைச்சுற்றிலும் ஒரு கம்பளம் விரிக்கும். நீ நல்ல கனவுகள் கண்டு நன்றாக உறங்கு!"

இலைகள் எல்லாம் உதிர்ந்த மரம் நின்றபடியே அந்த நீண்ட குளிர்காலம் முழுதும் உறங்கியது. அதே நேரத்தில் நிறையக் கனவுகளும் கண்டது. மனிதர்கள் காணும் கனவுகளைப்போல மரத்திற்கும், அதன் வாழ்க்கையில் நடந்த சம்பவங்கள் தொடர்பாகத்தான் கனவுகள் வந்தன.

முன்னொரு காலத்தில் மரம் ஒரு காயாக இருந்தது. மனிதர்களின் கணக்குப்படி நான்காம் நூற்றாண்டுக்குத்தான் அந்த மரம் இப்போது வந்திருக்கிறது. அந்தக் காட்டிலேயே மிகவும் பெரிய மரம். மற்ற எந்த மரத்தின் உச்சியைவிட மிகவும் உயர்ந்திருந்தது அந்த மரத்தின் உச்சி. கடலில் வெகு தூரத்திலிருந்தும் அதைப் பார்க்கலாம். அதன் காரணத்தால் அது மாலுமிகளுக்கு ஒரு அடையாளமாக இருந்தது. எத்தனைக் கண்கள் தன்னைத் தேடிக் கண்டுபிடிக்கின்றன என்று அந்த மரத்திற்குத் தெரியாது. அதன் மேற்புற பச்சிலை அடர்வுகளுக்கிடையில் புறாக்கள் கூடு கட்டின. அதன் கிளைகளிலிருந்து குயில்கள் பாட்டுப் பாடின. கடல் கடந்து வலசைபோகும் பறவைகள் அதன் கிளைகளில் சற்று நேரம் ஓய்வெடுத்துச் செல்லும். ஆனால் அதெல்லாம் முன்புதான். இப்போது குளிர் காலம் அல்லவா! மரம் இலையில்லாமல் நின்றது. இப்போது பார்த்தால் யாரும், அதன் உடலிலிருந்து உருவான கிளைகள் எவ்வளவு விரிந்தும் வளைந்தும் இருக்கின்றன என்று தெரிந்துகொள்ளலாம். அதன் கிளைகளில் காக்கைகளும் மற்ற பறவைகளும் பறந்து வந்து அமரும். இனி வரக்கூடிய பஞ்சத்தைப் பற்றியும், குளிர் கால வாழ்க்கையில் உள்ள கஷ்டங்களைப் பற்றியும் அவை பேசிக்கொள்ளும்.

கிறிஸ்துமஸ் சமயத்தில் கண்ட கனவுதான், அந்த மரம் கண்ட கனவுகளிலேயே மிகவும் அழகான கனவாக இருந்தது.

கிறிஸ்துமஸ் கொண்டாட்டத்தைப் பற்றி மரத்திற்கு தெளிவான நினைவு இருந்தது. சுற்றிலும் இருந்த தேவாலயங்களிலிருந்து

மணியோசைகள் எழுகின்றன என்று அதற்குத் தோன்றியது. அதன் கற்பனை அது முன்பே பார்த்திருந்த காட்சிகளின் வழியே சென்றது. அது தன் கனவில், புதிய பச்சிலைகளால் ஆன கிரீடம் அணிந்திருந்தது. அதன் கிளைகளுக்கும் இலைகளுக்கும் இடையே சூரிய ஒளிக் கதிர்கள் துள்ளி விளையாடின. மூலிகைச் செடிகளின் மணமும், பூக்களின் மணமும் காற்றில் கலந்திருந்தது. பல நிறமுடைய வண்ணத்துப் பூச்சிகள் ஒன்றை ஒன்று பின்தொடர்ந்து பறந்து விளையாடிக் கொண்டிருந்தன. தாங்கள் சந்தோஷமாக இருப்பதற்காகத்தான் இந்த உலகமே படைக்கப்பட்டிருக்கிறது எனும் பாவத்தில் ஒருநாள்பூச்சிகள் நடனமாடிப் பறக்கின்றன. நிறைய நிறைய வருடங்களாக அதைச் சுற்றிலும் நடந்த நிகழ்ச்சிகள் அதன் மனதில் ஊர்வலம்போலக் கடந்து சென்றன. அப்படித்தான் இப்போது மரத்திற்குத் தோன்றியது. முற்காலத்தில் இருந்த வீரர்கள் அதோ அதன் அருகே குதிரை ஓட்டிப் போகிறார்கள். குதிரை மீது வீரர்களின் பின்னால் அவர்களின் மனைவியரும் இருக்கிறார்கள். இடதுகையில் பருந்துகளை வைத்திருக்கின்ற வீரர்களின் தலைப்பாகைகளின் சிறகுகள் காற்றில் சாய்ந்தாடுகின்றன. வேட்டைக்காரர்கள் பெருத்த ஓசை எழுப்புகிறார்கள். அவர்களின் வேட்டை நாய்கள் குரைக்கின்றன. பளபளக்கும் உடைகள் அணிந்த படை வீரர்கள் கூடாரமடிக்கின்றார்கள். மரத்தடியில் மனிதர்கள் நடனமாடுகிறார்கள், உறங்குகிறார்கள். அந்த மரத்தின் அருகே, தம்பதிகள் நிலவொளியில் அமர்ந்திருக்கிறார்கள். இந்த மரம் எவ்வளவு அழகாக இருக்கிறது என்றும் இது இன்னும் எவ்வளவு காலம் உயிர் வாழும் என்றும் இரண்டு புறாக்கள் பேசிக்கொள்கின்றன. இப்படியெல்லாம் மரம் கனவு கண்டது.

அப்போது, மிகவும் அடியிருக்கும் வேர் முதல், மிகவும் உச்சியில் இருக்கும் இலை முதல் ஒரு புதிய உயிர்த்துடிப்பு அலைபோல் பரவுவதாக அந்த மரத்திற்குத் தோன்றியது. தன் சக்தி அதிகரிப்பதாகவும், தான் வளர்ந்து வருவதாகவும், தன் மேல் பகுதி மேலும் விஸ்தாரமுள்ளதாக மாறுவதாகவும் மரம் உணர்ந்தது. மரத்தின் மகிழ்ச்சி அதிகரித்தது. சூரியன் அளவு உயரமாக தான் வளர வேண்டும் என்றும் மரம் விரும்பியது!

முன்பே மரம் மேகங்களுக்கு மேலே வளர்ந்திருந்தது. சில சமயம் வலசை போகும் பறவைக் கூட்டங்களைப்போன்று கருத்த மேகங்களும், சில சமயம் வெண்ணிற மேகங்களும் மரத்தின் உச்சிப் பகுதிக்குக் கீழாகச் சென்று கொண்டிருக்கும். மரத்திற்குக் கண்கள் இருப்பதைப்போல, அதன் ஒவ்வொரு இலைகளும் பார்க்கும் திறன் பெற்றிருந்தன. ஒளிரும் நட்சத்திரங்கள் பட்டப் பகலில்கூட தெரிந்தன. அழகான கண்கள்போலக் காணப்பட்டன அந்த

நட்சத்திரங்கள். மரத்தடியில் அமர்ந்திருந்த தம்பதிகளின் கண்களை, குழந்தைகளின் கண்களை மரத்திற்கு நினைவுபடுத்தின நட்சத்திரங்கள்.

எல்லாமும் சேர்ந்து மனம் கவர்ந்த, மகிழ்ச்சியான காட்சியாக இருந்தது அந்தக் கனவு. ஆனாலும் அந்த மகிழ்ச்சியுடன், அடக்க முடியாத இன்னொரு ஆசையும் மரத்திற்கு ஏற்பட்டது. தனக்குக் கீழே வளர்ந்திருக்கும் மரங்களும், மூலிகைகளும், மற்ற செடிகளும், பூக்களும் தன் அளவு உயரமாக வளர்ந்து இந்தக் காட்சிகளையெல்லாம் பார்த்து மகிழ்ச்சியைப் பகிர்ந்துகொண்டால் எவ்வளவு நன்றாக இருக்கும் என்று மரம் விரும்பியது. எனவே மற்ற தாவரங்கள் மரம் அளவுக்குப் பெரிதாக இல்லாத காரணத்தால் மரத்தின் மகிழ்ச்சி முழுமையடையவில்லை.

மனித மனதில் தோன்றுவதைப்போல, மரத்தின் ஒவ்வொரு கிளையிலும், இலையிலும் அந்த உணர்ச்சி ஏற்பட்டது.

எதையோ தேடுவதைப்போல மரத்தின் மேற்பாகம் அங்கும் இங்கும் ஆடி அசைந்தது. அப்போது மரம் கீழே பார்த்தது. பலவிதமான பூக்களின் மணத்தை அது உணர்ந்தது. குயில்கள் தன்னைப் பெயர் சொல்லி அழைப்பதாக அதற்குத் தோன்றியது. மேகங்களுக்குக் கீழே உள்ள காட்டின் மேற்புறம் உயர்கிறது. மற்ற மரங்கள் மேலே வளர்ந்து வருகின்றன. அது மட்டுமல்ல, மூலிகைச் செடிகளும் மற்ற செடிகளும் ஆர்வத்துடன் வேர்களுடன் மேலே உயர்கின்றன. குறிப்பாக பிர்ச் மரத்தைச் சொல்லலாம். ஒல்லியான பிர்ச் மரம் அதிவேகத்தில் உயர்கிறது. அதன் கிளைகள் பச்சைக் கொடிகள்போல சுற்றிலும் அசைகின்றன. ஈட்டா எனும் செடி உட்பட அந்தக் காட்டில் உள்ள எல்லாத் தாவரங்களும் வளர்கின்றன. பறவைகள் பாடுகின்றன. காற்றில் உயர்ந்தெழும் புற்களில் வெட்டுக் கிளிகள் அமர்ந்து தங்கள் இறக்கைகளைச் சுத்தப்படுத்திக்கொள்கின்றன. வண்டுகளும், தேனீக்களும் ரீங்கரித்துப் பறக்கின்றன. ஒவ்வொரு பறவையும் அதனால் இயன்றபடி பாட்டுப் பாடுகின்றன. ஆகாயம் முழுதும் மகிழ்ச்சிப் பாட்டுகள் பரவின!

நம் மரம் உரக்கக் கேட்டது:

"குளத்திற்கு அருகில் இருக்கும் நீலப் பூ எங்கே? ஊதா நிறத்திலும் மஞ்சள் நிறத்திலும் உள்ள பூக்கள் எங்கே?"

அவையும் தன்னுடன் இருக்க வேண்டும் என்று மரம் விரும்பியது.

அந்தப் பூக்கள் ஒன்றாகக் கூறின:

"நாங்கள் இங்கே இருக்கிறோம்!"

மரம் உணர்ச்சிப் பெருக்குடன் சொன்னது:

"நல்லது. மிகவும் நல்லது. பெரிதும் சிறிதுமான எல்லாமும் என் அருகில் இருக்கின்றன! இவ்வளவு மகிழ்ச்சி எங்கே கிடைக்கும்!"

வான்வெளியிருந்து பதில் வந்தது:

"பூமியைவிட உயர்வான உலகத்தில், சொர்க்கத்தில்!"

மரம் மீண்டும் வளர்ந்துகொண்டிருந்தது. அதன் வேர்கள் பூமியிலிருந்து தனியே பிடுங்கி வருகின்றன என்று அதற்குத் தோன்றியது.

"நல்லது, மிகவும் நல்லது! எனக்கு இனி கட்டுப்பாடுகள் இருக்காது. இந்த ஒளியில் நான் இன்னும் மிக உயரத்திற்குச் செல்வேன். என் அன்புக்குரியவர்கள், பெரியவர்களும் சிறியவர்களும் என்னுடன் இருக்கிறார்கள்!"

நம் மரத்தின் கனவு இப்படித்தான் இருந்தது.

திடீரென்று மிகவும் பலமான ஒரு புயற்காற்று வீசியது. கடலில் தோன்றிய பெரும் பெரும் அலைகள் கரையில் ஓங்கி வீசின. மரம் உடைந்தது. தரையில் விழுந்தது. அது வாழ்ந்த முந்நூற்று அறுபத்தைந்து வருட நீண்ட வாழ்க்கை முழுதும் ஒருநாள் பூச்சியின் வாழ்க்கைக்குச் சமமானது.

கிறிஸ்துமஸ் நாள் புலர்ந்தபோது புயல் அடங்கியது. தேவாலயத்திலிருந்து மகிழ்ச்சியை அறிவிக்கின்ற மணிகள் முழங்கின. ஒவ்வொரு வீட்டிலும், ஒவ்வொரு குடிசையிலும் அடுப்புகளிலிருந்து நீலமேகம்போல புகை எழுந்தது. கடல் சிறுகச்சிறுக அமைதியடைந்தது. ஒரு கப்பல் அந்தப் புயலை வெற்றிகொண்டிருந்தது. அந்தக் கப்பலில் நிறையக் கொடிகள் பறந்தன. மகிழ்ச்சியின் சின்னங்கள் அந்தக் கொடிகள்.

கப்பல் மாலுமிகள் தங்களுக்குள் பேசிக்கொண்டார்கள்:

"அதோ ஒரு பழைய மரம், நம் அடையாளம், வேருடன் விழுந்து கிடக்கிறது. நேற்று இரவு அடித்த புயலில்தான் வீழ்ந்திருக்கிறது. அந்த மரத்திற்கு இணையான ஒரு மரம் இனி உருவாகப்போவதில்லை!"

நம் மரத்திற்கான அஞ்சலிப் பேச்சு, சுருக்கமாக இருந்தாலும், மிகவும் ஆத்மார்த்தமான வெளிப்பாடாக இருந்தது. கப்பலிலிருந்து ஒலித்த ஒரு பாட்டு, மரத்தையும் தீண்டியது. கிறிஸ்துமஸ் தொடர்பான ஒரு வழிபாட்டுப் பாடல்தான் அது. மனித ஆத்மாவின் உயர்ந்ததும், அழிவற்றதுமான வாழ்க்கையைப் பற்றித்தான் அது சொன்னது.

துதிப்பாடலின் மூலமாகவும், பிரார்த்தனையின் மூலமாகவும் தான் உயர்வதாக ஒவ்வொரு மாலுமிக்கும் தோன்றியது. கிறிஸ்துமஸ் தினத்தின் முதல்நாள் இரவு நம் மரத்திற்கு கனவில் ஏற்பட்ட எண்ணம்போல!

■

13

பழைய தேவாலய மணி

ஜெர்மனியில் வுர்ட்டன்பெர்க் என்னும் ஒரு இடம் இருக்கிறது. அங்கே பாதையின் இருபுறமும் பூ மரங்கள் பூத்திருக்கின்றன. இலையுதிர் காலத்தில் ஆப்பிள் மரங்களும், பேரிக்காய் மரங்களும் பழங்களின் பாரத்தால் குனிந்து நிற்கின்றன. வுர்ட்டன்பெர்க்கில் மார்பாக் என்று ஒரு சிறிய நகரம் இருக்கிறது. அழகான அந்த நகரம் நெக்கர் என்னும் குளத்தின் அருகில் இருக்கிறது. கிராமங்களையும், மிகவும் பழைய கோட்டை வீடுகளையும், திராட்சைத் தோட்டங்களையும் கடந்து அந்த நதி சென்றுகொண்டிருந்தது. இறுதியில் அது கம்பீரமான நைல்நதியில் சென்று கலந்தது.

இப்போது இலையுதிர்காலத்தின் தொடக்கம். திராட்சைக் கொடிகளில் இலைகள் பற்றிப் பிடித்திருக்கின்றன. அந்த இலைகளில் தங்க நிறம் சேரத் தொடங்கியிருக்கிறது. காற்றும், மழையும் கிராமப் பிரதேசத்தின் வழியே கடந்து செல்கின்றன. இலையுதிர்காலத்தின் குளிர்ந்த காற்றின் சக்தி அதிகரித்துக்கொண்டிருக்கிறது. அந்தப் பருவநிலை ஏழைகளுக்கு ஏற்றதல்ல.

பகல் பொழுதுகள் மேலும் குறுகியதாகவும், இருளடைந்ததாகவும் மாறிக் கொண்டிருந்தன. வெட்டவெளியான இடங்கள்கூட இருண்டிருந்த நிலையில், பழைய பாணியிலான வீடுகளுக்குள்ளே அதிக இருட்டாக இருந்தது. தெருவுக்கு எதிராக மேற்கூரை அமைந்த வீடு அவற்றில் ஒன்று. அந்த வீட்டின் சன்னல்கள் மிகவும் இடுங்கியவையாக இருந்தன. அங்கே எளிமையும், வறுமையும் நிறைந்திருந்தது. அதில் வசித்தவர்கள் ஏழைகள். ஆனால் அவர்கள் நல்லவர்கள். உழைப்பதில் ஈடுபாடு உள்ளவர்கள். அதே சமயம் ஒரு விதத்தில் அவர்கள் செல்வந்தர்கள்தான். அதாவது, அவர்கள் தங்கள் இதயத்தில் காப்பாற்றி வைத்திருந்த கடவுள் பக்தியைப் பொறுத்தவரை செல்வந்தர்கள். விரைவிலேயே கடவுள் தங்களுக்கு ஒரு குழந்தையைத் தருவார் என்று அவர்கள் எதிர்பார்த்தார்கள். குழந்தை பிறப்பதற்கான நேரமும் வந்தது. கர்ப்பிணிப் பெண்

வலியைப் பொறுத்துக்கொண்டு கிடக்கிறாள். திடீரென்று தேவாலய மணிகள் ஒலியெழுப்பின. அந்த ஓசை, அந்தப் பெண்ணின் மனதில் கடவுள் நம்பிக்கையை உறுதிப்படுத்தியது. அவள் கடவுளைப் பற்றியே நினைத்துக்கொண்டிருந்தாள். அப்போது அவளுக்குக் குழந்தை பிறந்தது. பெண்ணின் மகிழ்ச்சி முழுமையடைந்தது. தேவாலயத்திலிருந்து வந்த மணியோசை அவளின் மகிழ்ச்சியை நகரத்திலும் கிராமத்திலும் அறிவித்துக் கொண்டிருக்கிறதோ என்று தோன்றும். குழந்தை தன் அழகான கண்களால் அம்மாவைப் பார்த்தது. அதன் தலைமுடி தங்கம்போல ஒளிர்ந்தது.

அப்படி, நவம்பர் மாதத்தில் ஒரு இருண்ட நாளில், தேவாலய மணியோசை புடைசூழ, ஒரு குழந்தை பூமிக்கு வந்தது.

அப்பாவும் அம்மாவும் குழந்தையை முத்தமிட்டார்கள்.

***

அவர்கள் பைபிளில் இப்படி எழுதி வைத்தார்கள்:

“1759 ஆம் ஆண்டு நவம்பர் 10 ஆம் தேதி கடவுள் எங்களுக்கு ஒரு மகனைத் தந்தார்.”

பின்னர் ஒரு முறை, ஜோஹான் க்ரிஸ்டோப் ப்ரெட்ரிச் என்னும் பெயரில் குழந்தைக்கு ஞானஸ்நானம் செய்யப்பட்டது என்ற ஒரு குறிப்பும் காணப்பட்டது.

மார்பாக் என்ற அழகான சிறிய நகரத்தில் அந்த ஏழைக் குழந்தையின் எதிர்காலம் எப்படி இருந்தது?

அதைப் பற்றி யாருக்கும் தெரியவில்லை. அந்த தேவாலய மணிக்குக்கூடத் தெரியவில்லை.

உயரத்தில் கட்டப்பட்டிருந்த தேவாலய மணி ஒரு ஆண் குழந்தை பிறந்தபோது ஒலியெழுப்பியதல்லவா? அவன் பின் வரும் காலத்தில் அந்த மணியைப் பற்றி இனிமையாகப் பாடுவான். இதைப் பற்றி தேவாயலய மணிக்கு ஒன்றுமே தெரியாது!

அந்த சிறுவன் வளர்ந்து வந்தான். அவனுடன் இந்த உலகமும் வாழ்ந்து வந்தது. அவன் பெற்றோர்கள் மற்றொரு நகரத்திற்குக் குடிபெயர்ந்தார்கள். ஆயினும் அவர்களின் நண்பர்கள் மார்பெக்கில் தொடர்ந்து வாழ்ந்தார்கள். ஒரு நாள் அவர்களைக் காண்பதற்காக அம்மாவும் மகனும் வந்தார்கள். சிறுவனுக்கு வயது ஆறுதான். ஆயினும் அவன் பைபிளில் உள்ள பல தத்துவங்களையும், துதிப்பாடல்களையும் படித்திருந்தான். தன் அப்பா பல நூல்களை வாசிப்பதை அவன் கவனித்துக் கேட்பது வழக்கம். அவனும், அவனுக்கு இரண்டு வயது மூத்த அவன் அக்காவும், நம் நித்ய

வாழ்க்கைக்காக சிலுவையில் அறைபட்டு உடலைத் துறந்த தேவகுமாரனை நினைவுகூர்ந்து அழுவார்கள்.

சிறுவன் முதன்முறையாக மார்பெக் வந்தபோது அந்தச் சிறிய நகரத்தில் குறிப்பிடும்படியான மாற்றங்கள் ஏற்பட்டதாகத் தெரியவில்லை. அவர்கள் வேறு ஊரில் வசிக்கத் தொடங்கி நிறைய வருடங்களொன்றும் ஆகவில்லை. சரிந்த கூரைகளும், சிறிய மச்சுகளும், இடுங்கிய சன்னல்களும் கொண்ட முன்பு இருந்ததுபோலவே இருக்கின்றன. ஆனால் தேவாலயத்தின் மயானத்தில் புதிய கல்லறைகள் காணப்பட்டன. அது மட்டுமல்ல, அந்தப் பழைய ஆலய மணி சுவர் அருகே புல்லில் கிடந்தது. அது தன் உயர்ந்த இடத்திலிருந்து வீழ்ந்திருக்கிறது. இனி ஒலியெழுப்ப முடியாத விதத்தில் அது சீர்கெட்டிருந்தது. அது முன்பிருந்த இடத்தில் இப்போது புதிய ஆலய மணி தொங்கவிடப்பட்டிருக்கிறது.

அம்மாவும் மகனும் மயானத்திற்குச் சென்றார்கள். பிறகு ஆலய மணி கிடக்கும் இடத்தில் நின்றார்கள். அம்மா அந்தப் பழைய மணியைப் பற்றிச் சில விவரங்களை மகனுக்குச் சொன்னாள். நூற்றாண்டுகளாக மக்களுக்கு மிகவும் உபயோகமாக இருந்தது அந்த மணி. பெயர் சூட்டு விழா, சவஅடக்கச் சடங்கு முதலிய முக்கியமான சந்தர்ப்பங்களில் அது ஓசையெழுப்பியது. சில முறை அது விருந்து நடக்க இருப்பதைக் குறித்தும் அறிவித்தது. மற்ற சில முறை தீ விபத்து பற்றிய அபாய அறிவிப்பு மணியாகவும் முழங்கியது. சுருக்கமாகச் சொன்னால், அது மனித வாழ்க்கையைப் பற்றிப் பாடிக்கொண்டிருந்தது.

அன்று அந்தப் பழைய ஆலய மணியைப் பற்றி அம்மா சொன்ன விவரங்களை, சிறுவன் எப்போதும் மறக்கவில்லை. மணி அவன் இதயத்தில் ஒலியெழுப்பிக்கொண்டிருந்தது. எதிரொலித்துக் கொண்டிருந்தது.

தன் ஆபத்தான சூழ்நிலையில் கடவுள் நம்பிக்கை குறித்தும், சமாதானத்தைக் குறித்தும் ஆலய மணி பாடியது பற்றியும், தன் மகன் பிறந்தபோது அது பாடியதைப் பற்றியும் அம்மா மகனிடம் சொன்னாள். ஒரு வழிபாட்டு மனநிலையில் சிறுவன் அந்த மணியைப் பார்த்து நின்றான். நீண்டு வளர்ந்த புற்களுக்கு நடுவிலும், செடிகளுக்கு நடுவிலும் கிடந்தது அது. சிறுவன் குனிந்து அதை முத்தமிட்டான்.

அந்த மணியை அன்புடன் நினைத்துக்கொண்டு சிறுவன் வறுமையில் வளர்ந்து வந்தான். அவன் அதிக உயரமாகவும், ஒல்லியாகவும், இளம் சிவப்பு நிறத் தலைமுடியுடனும், புள்ளிகளும்

தேமல்களும் உள்ள முகத்துடனும் அவன் இருந்தான். ஆயினும் அவன் கண்களில் நல்ல தெளிவும், ஏரியின் ஆழமும் காணப்பட்டது. அவனுக்கு அதிர்ஷ்டம் ஏற்பட்டதா? ஏற்பட்டது. பொறாமை ஏற்படுத்தும் அதிர்ஷ்டம். ராணுவப் பயிற்சிப்பள்ளியில் அவன் ஏற்கப்பட்டதாக நாம் பார்க்கிறோம், பெரிய குடும்பங்களைச் சேர்ந்த சிறுவர்கள் கல்வி பெறுகின்ற நிறுவனத்தில். இவ்வளவு கிடைத்தால் போதாதா? அவன் ராணுவப் பயிற்சி பெற்றான். பெரிய எதிர்பார்ப்புகளுக்கு வழி ஏற்படுத்துவதாக இருந்தது அந்தப் பயிற்சி.

அதற்கிடையில் மக்கள் பெரும்பாலும் அந்த தேவாலய மணியை மறந்துவிட்டார்கள். இயல்பாகவே, அது உலைக்குக் கொண்டு செல்லப்பட்டது. ஆனால், அப்புறம் அதற்கு என்ன நடக்கும்? உறுதியாக எதுவும் சொல்லமுடியவில்லை. மார்பாக்கைச் சேர்ந்த இளைஞனின் இதயத்தில் எதிரொலித்துக்கொண்டிருந்த மணியிலிருந்து என்னவெல்லாம் ஓசைகள் வெளிப்படும்? அதையும் சொல்ல முடியாது. அவன் இதயத்தில், பித்தளையால் செய்யப்பட்ட மணி உரத்து ஒலித்துக்கொண்டிருந்தது. அது உலகம் முழுவதும் கேட்பதாகத் தோன்றியது. ராணுவப் பள்ளியின் சுவர்களுக்கு உள்ளே உள்ள இடம் சுருங்குகிறது; பயிற்சி தொடர்பான கட்டளைகள் உரத்துக் கேட்கின்றன. அத்துடன் ஆலய மணியின் ஓசை அந்த இளம் இதயத்தில் மேலும் உச்சத்தில் முழங்குகிறது. அவன் தன் உணர்ச்சிகளைத் தன் நண்பர்களுக்கு பாடல் வாயிலாக வெளிப்படுத்தினான். அந்தப் பாடல்கள் நாட்டின் எல்லைகளுக்கு அப்பாலும் கேட்கப்பட்டன. ஆனால் அதிகாரிகள் அந்த இளைஞனை ராணுவப்பள்ளியில் சேர்த்ததும், அவனுக்கு தங்கும் வசதிகள் செய்துகொடுத்ததும் அதற்காக அல்ல. நம் எல்லோரையும்போல அவனும் பெரிய இயந்திரத்தின் சிறிய உறுப்பாகித்தீர விதிக்கப்பட்டவன் அல்லவா? நம்மை நாமே சரியாகப் புரிந்துகொள்வதில்லை. பிறகு எப்படி உயர்ந்தோர்கள் உட்பட்ட அந்நியர்கள் நம்மைப் புரிந்துகொள்வார்கள்? பூமி ஏதாவது வைரத்தை இனங்கண்டுகொள்ளுமா?

தலைநகரில் ஒரு பெரிய விழா கொண்டாடப்பட்டது. ஆயிரக் கணக்கான விளக்குகளும், மெழுகுவர்த்திகளும் ஒளிவீசின. தீப் பொறிகளின் அருவிகளைச் சிதறிக்கொண்டு வாணங்கள் ஆகாயத்தில் பாய்ந்தன. அந்த நாளின் அழகு மனிதர்களின் நினைவில் மறையாதிருந்தது. நம் இளைஞனின் மனதிலும் மறையாதிருந்தது. ராணுவப்பள்ளியில் கல்வி கற்று வரும் அவன் துயறுற்றவனாகி அதிலிருந்து தப்பிக்க முயற்சி செய்கிறான். ஆனால் தன் அம்மாவை,

தன் நாட்டை, அன்புள்ளோரை விட்டுச் செல்லும் கட்டாயத்திற்கு அவன் ஆட்பட்டான். இல்லாவிட்டால் அவன் மறதியின் ஆழத்தில் மூழ்க வேண்டியிருக்கும்.

அவனைவிட உயர்ந்த நிலையில்தான் இருந்தது பழைய ஆலய மணி. மார்பாக் தேவாலயத்தின் மயானத்தில், சுவற்றுக்கு அருகில், பெரும்பாலும் மறக்கப்பட்டுக் கிடந்தது அது. காற்று அதன் மேலே சீழ்க்கையிட்டுக் கடந்து சென்றது. ஒரு இளைஞனுக்கு ஏற்பட்ட மாற்றத்தைக் குறித்து காற்று, பழைய ஆலயமணியிடம் ஏதேனும் சொல்லியிருக்குமா? அந்த இளைஞன் பிறக்கும்போது ஆலய மணி ஒலித்தது. இப்போது அவன் வெளிநாட்டின் காட்டில் இருக்கிறான். “ஹியொஸ்கோ“ என்னும் நாடகத்தின் கையெழுத்துப் பிரதியுடன் அவன் அங்கே களைப்புற்றுக் கிடக்கிறான். அந்த பிரதிதான் அவனது சம்பாத்யம். அவனது எதிர்காலம். அவனுடைய நாடகம் வாசிக்கப்படுவது, அப்போது சில கலைஞர்கள் வந்திருப்பது, அவர்களில் சிலர் இடையிடையே மகிழ்ச்சியளிக்கும் ஒருவிதமான பந்துவிளையாட்டுக்காகச் செல்வது, இளைஞன் களைத்து ஒரு குடிச்சாலையில் சென்று அமர்வது, அதன் உரிமையாளரும் மற்றவர்களும் மதுபோதையில் கூத்தாடுவது, அதற்கிடையே இளைஞன் தன் லட்சியத்தைக் குறித்துப் பாடுவது ஆகியவற்றையும் காற்று, பழைய ஆலயமணியிடம் சொல்லியிருக்கும். துன்பங்களைக் குறித்துப் பாடும் இதயமும் துன்பங்களை அனுபவித்தே ஆக வேண்டும்.

பழைய ஆலயமணியின் மேலே இருண்ட பகல்களும், குளிர்ந்த இரவுகளும் கடந்து சென்றன.

அப்புறம் அந்த ஆலயமணிக்கும், இளைஞனுக்கும் ஏற்பட்ட அனுபவங்கள் என்ன?

ஒரு காலத்தில் ஆலயமணி, தேவாலயத்தின் மேலே தொங்கிக் கொண்டிருந்தது அல்லவா? அப்போது அதன் ஓசை எட்டும் தொலைவுக்கு ஒரு எல்லை இருந்தது. இப்போது இதோ, அந்த எல்லையிலிருந்து வெகு தொலைவான இடத்திற்கு மணி கொண்டு செல்லப்பட்டது!

இளைஞனின் பார்வை எட்டும் தொலைவுக்கும், கால்கள் செல்லும் தொலைவுக்கும் எல்லைகள் உண்டு. அவன் இதயத்தின் மணி அந்த எல்லைகளை மிகவும் மீறியிருந்தது. கடலுக்கும் அப்பால், ஏன், பூமி முழுதும் அந்த ஓசை முழங்கிக் கொண்டிருக்கிறது.

நாம் முதலில் மணியைப் பற்றிப் பேசுவோம்.

அது மார்பெக்கிலிருந்து நீக்கப்பட்டுவிட்டது. பழைய உலோகம் என்று அது விற்கப்பட்டது. பவேரியாவுக்கு, உலோகம் உருக்குகிற உலைக்கு அது அனுப்பப்பட்டது. அதன் பின்னணி என்ன தெரியுமா?

பழைய ஆலய மணி உடைந்து வீழ்ந்ததற்குப் பிறகு கொஞ்சம் வருடங்கள் கழிந்தன. அப்போதுதான் அதை ஒரு நினைவுச் சின்னம் செய்வதற்காக உருக்க வேண்டும் என்று முடிவு செய்தார்கள். ஜெர்மனியில் மிகச் சிறந்த மனிதர் ஒருவரின் சிலை செய்வதற்காகத்தான் அதை உருக்க வேண்டும் என்று முடிவு செய்தார்கள். பாருங்களேன்! உலகத்தில் என்னவெல்லாம் அற்புதங்கள் நடக்கின்றன! டென்மார்க்கில், மரங்களின் சலசலப்புக் கேட்கிற ஒரு பசுந்தீவில் ஒரு ஏழைச் சிறுவன் பிறந்திருந்தான். மரச் செருப்பு அணிந்துதான் அவன் நடக்கப் பழகியிருந்தான். அவன் அப்பா கடற்கரையில் கப்பல் தயாரிப்பவர்களுக்காக மரச் சிலைகள் செய்துவந்தார். பழைய ஒரு துண்டில் உணவைப் பொதிந்துகொண்டு வந்து சிறுவன் அப்பாவுக்குக் கொடுப்பது வழக்கம். அந்த ஏழைச் சிறுவன் வளர்ந்து பெரியவனானபோது தன் நாட்டுமக்களின் அன்பிற்குப் பாத்திரமாகியிருந்தான். என்னவென்றால் அவன் பளிங்குக் கல்லில், உலகையே வியக்கவைக்கும் அழகுடைய சிற்பங்களை அவன் செய்தான். ஒரு மேதை உருவத்தைக் களிமண்ணில் செய்யும் பொறுப்பு அவனிடம் கொடுக்கப்பட்டது. பிறகு வார்ப்பில் உருவாகப் போகும் பித்தளைச் சிலைக்கு அந்தக் களிமண் சிலைதான் ஆதாரமாக இருக்கும். யார் அந்த மேதை? மார்பாக்கில் ஒரு தந்தை முன்பு ஒரு முறை எழுதி வைத்த, ஜோஹான் கிரிஸ்டோப் ப்ரெட்ரிச் என்னும் பெயருக்கு உரியவன்!

அந்தப் பழைய ஆலயமணியின் முந்தைய நிலையும், அதன் ஓசையும் மறக்கப்பட்டுவிட்டிருந்ததல்லவா? அந்த ஆலய மணிதான் உருகிப் பளபளக்கும் திராவகத்தின் உருவத்தில் சிற்பத்தின் வார்ப்பில் ஊற்றப்பட்டது. பிறகு அது விரைவிலேயே, திறக்கப்பட இருக்கும் சிலையின் தலையாகவும் உடலாகவும் மாறியது. அந்தச் சிலை இப்போது ஸ்டுட்கார்ட் நகரத்தில் அரண்மனையின் முன்னால் இருக்கிறது. முன்பு ஒரு முறை அங்கும் இங்கும் அலைந்து திரிந்து பாடுபட்ட, கஷ்டங்களை அனுபவித்த, வெளிஉலகத்தால் துன்புறுத்தப்பட்ட மனிதன்தான் அவன். ஜெர்மனியின் மாபெரும் கவிஞர். சுவிட்சர்லாண்டின் ரட்சகனையும், சொர்க்கம் புகுந்த ஜோன் ஆஃப் ஆர்க்கையும் பற்றிப் பாடியவர். இப்படிப்பட்ட மேதையின் சிலைதான் அது!

நல்ல சூரிய வெளிச்சம் உள்ள ஒருநாள். ஸ்டுட்கார்ட் நகரத்தின் வீடுகளிலும், மாளிகைகளிலும் கொடிகள் பறக்கின்றன. விழாவையும்,

கொண்டாட்டத்தையும் அறிவிக்கின்ற மணிகள் முழங்குகின்றன. ஒரு மணி மட்டும் அமைதியாக இருக்கிறது. ஆனால் அது மற்றொரு உருவத்தில் சூரிய ஒளியில் மின்னிக்கொண்டிருக்கிறது. அதாவது அந்த மேதையின் சிலையின் தலை மற்றும் உடலின் உருவத்தில். முன்பு ஒரு முறை சிறியதொரு வீட்டில், வறுமையான சூழலில் ஒரு பெண், ஆண் குழந்தையொன்றைப் பெற்றாள் அல்லவா? அப்போது மார்பாக்கின் பழைய ஆலய மணி ஒலித்து அவர்களுக்கு அமைதியும், சமாதானமும் அளித்திருந்தது. அந்த நாளின் நூறாவது ஆண்டு நிறைவு நாளில்தான் அந்தச் சிலை திறக்கப்பட்டது. அந்தச் சிறுவன் பிற்காலத்தில் செல்வந்தரானான். அவரின் படைப்புகள் இந்த உலகத்தை வளப்படுத்தின. அவர் பெண்மையின் மேன்மையைப் பற்றியும், மகத்தான பல விஷயங்களைப் பற்றிப் பாடினார். அவர்தான் ஜோஹான் க்ரிஸ்ட்டோப் ப்ரெட்ரிச் ஷில்லர்!

■

14

நிழல்

வெப்ப நாடுகளில் சூரியன் தகதகவென எரிந்து ஜொலிக்கிறது. அங்குள்ள மனிதர்கள் தவிட்டுநிறமாக இருக்கிறார்கள். மிகவும் வெப்பமான நாடுகளில் மனிதர்கள் கறுப்பு நிறமாக இருக்கிறார்கள். குளிர் பிரதேசத்திலிருந்து வெப்ப நாட்டிற்கு ஒரு பண்டிதர் வந்தார். தன் நாட்டில் இருந்ததைப் போல இங்கும் இஷ்டம்போல சுற்றித் திரியலாம் என்றுதான் அவர் நினைத்திருந்தார். ஆனால் உடனேயே அவர் தன் எண்ணத்தை மாற்றிக்கொள்ள வேண்டி வந்தது. மற்றவர்களைப்போல அவர் பகல் முழுதும் தன் வீட்டிற்குள் அடைந்து கிடப்பார். அந்த நேரத்தில் கதவுகளையும் சன்னல்களையும் கூட சாத்திக்கொள்வார். வெளியிலிருந்து அந்த வீட்டைப் பார்த்தால், வீட்டில் உள்ளவர்கள் உறங்குவதாகவும் அல்லது வெளியே சென்றிருப்பதாகவும் தோன்றும். அகலம் குறைந்த தெருவில் இருந்த உயரமான வீட்டில்தான் பண்டிதர் வசித்து வந்தார். காலை முதல் மாலை வரை தெருவில் வெயில் இருக்கும். அதற்கேற்ற வகையில்தான் வீடுகள் கட்டப்பட்டிருந்தன. அவர் பெரும் பண்டிதராக இருந்தாலும் அவர் இளைஞராக இருந்தார். தான் ஒரு அடுப்பிற்குள் இருப்பதைப்போல அவர் உணர்ந்தார். அந்தளவு அதிகமாயிருந்தது வெப்பம். அந்தக் காரணத்தால் அவர் களைத்துச் சோர்ந்து உடல் இளைத்தார். தன் சொந்த நாட்டில் இருந்ததைவிட இப்போது அவரது நிழலின் உயரம் மிகவும் குறைந்திருந்தது. சூரியன் காலையில் நிழலைக் கொண்டு சென்றது. அஸ்தமன சமயத்தில் திருப்பிக் கொண்டு வரவும் இல்லை. ஒரு வகையில் சுவாரஸ்யமாயிருந்தது இந்த அனுபவம். அறையில் விளக்கு ஏற்றும்போது அவரின் நிழல் மேல்தளத்தைத் தொடும் அளவு சுவரில் நீண்டு காணப்பட்டது. அவர் சற்று அமைதி கிடைப்பதற்காக சில சமயம் சன்னல் அருகில் சென்று அமர்வார். அழகான, களங்கமற்ற ஆகாயத்தில் நட்சத்திரங்கள் தோன்றும்போது அவருக்கு ஓய்வு கிடைக்கும். எல்லா வீடுகளின் சன்னல் அருகிலும் இளைஞர்களைப் பார்க்கலாம். தவிட்டு நிறமாக உள்ளவர்களும் தூய காற்றைச் சுவாசிக்க வேண்டும் அல்லவா? தெருவில் பல வகையான மனிதர்கள் செல்வார்கள்.

அங்கே நாற்காலிகளையும் மேசைகளையும் எடுத்துச் சென்று இடுவார்கள். ஆயிரக்கணக்கான மெழுகுவத்திகளைக் கொளுத்துவார்கள். சிலர் ஆடுவார்கள், பாடுவார்கள். மற்ற சிலர் அங்கும் இங்கும் உலவுவார்கள். நடுவில் வண்டிகள் ஓடும். கழுதைகள் நடந்துபோகும். கழுதைகளின் கழுத்தில் கட்டப்பட்டிருக்கும் மணிகள் ஓசையெழுப்பும். வழிபாட்டுப் பாடல்கள் புடைசூழ சவஊர்வலம் செல்லும். தேவாலய மணிகள் முழங்கிக் கொண்டிருக்கும். ஆக மொத்தம் ஒரே ஓசைக் களேபரமாக இருக்கும்!

ஒரு வீடு மட்டும் முற்றிலும் அமைதியாக இருந்தது. பண்டிதர் தங்கியிருக்கும் வீட்டிற்கு எதிர்வீடுதான் அது. யாரோ அங்கே வசிக்கிறார்கள் என்பது தெரிந்தது. அங்கே சன்னல் முகப்பில் பூக்கள் மலர்ந்திருக்கின்றன. நீர் ஊற்றி வளர்க்காமல் எப்படிப் பூக்கள் மலரும்? யாரோ நீர் ஊற்றுகிறார்கள் என்று தெளிவாகத் தெரிகிறது.

ஒரு மாலைக்கு முன்னால், வீட்டின் கதவு பாதி திறக்கப்பட்டது. முன்னால் உள்ள அறையில்கூட இருண்ட வெளிச்சம்தான் இருந்தது. அப்போது ஒரு பாட்டு கேட்டது. பண்டிதரின் மனதை மிகவும் கவர்ந்தது அந்தப் பாட்டு. ஒருக்கால், அது ஒரு பிரமையாகக் கூட இருக்கலாம். எதிர்வீட்டில் யார் வசிக்கிறார்கள் என்று தனக்குத் தெரியாது என்றும், தான் அங்கே யாரையும் பார்த்தது இல்லை என்றும் வீட்டு உரிமையாளர் சொன்னார். அவரைப் பொறுத்தவரை அந்தப் பாட்டு சலிப்பூட்டக் கூடியதாயிருந்தது.

அவர் பண்டிதரிடம் சொன்னார்:

“அங்கே யாரோ எப்போதும் ஒரு பாட்டைப் பாடிப் பயிற்சி செய்வதாகத் தோன்றுகிறது. எப்போதும் ஒரே பாட்டுத்தான். பயிற்சி செய்த பிறகும் சற்றும் சரியாகவுமில்லை.”

பாட்டுப் பாடும் நபர் இரவில் விழிப்பாரோ? அதைத் தெரிந்து கொள்வதற்காக பண்டிதர் சன்னல் கதவைத் திறந்து வைத்துவிட்டுப் படுத்திருந்தார். அந்த வாயிலின் திரைத்துணி காற்றில் ஆடியது. பண்டிதருக்கு ஒரு எண்ணம் தோன்றியது. “எதிர்வீட்டில் வெளிச்சம் தெரிகிறது. அங்கே பல நிறமான பூக்கள் மலர்ந்திருக்கின்றன. பூக்களின் நடுவில் அழகான பெண் நிற்கிறாள். அவளது உடலிலிருந்து அழகின் ஒளிக்கிரணங்கள் தோன்றின. பண்டிதர் துள்ளி எழுந்து சன்னலருகே சென்றார். அப்போது பெண்ணும் இல்லை. அங்கே வெளிச்சமும் இல்லை. பூக்கள் மட்டும் முன்பு இருந்ததைப் போல அங்கே இருந்தன என்பது சரிதான். ஆனால் இப்போது பூக்களுக்கு நிறமில்லை.

ஆயினும் அந்த வீட்டின் கதவு திறந்து கிடந்தது. உள்ளே அறைக்குள் பாட்டு கேட்டுக்கொண்டுதான் இருந்தது. பண்டிதருக்கு அந்தப் பாட்டு மிகவும் இனிமையாகத் தோன்றியது, ஏதோ மந்திர வித்தை பிரயோகிக்கப்பட்டதுபோல!

யார் அந்த வீட்டில் வசிக்கிறார்கள்?

அந்த வீட்டுக்குக் கீழ்த்தளத்தில் ஒரு புறம் இருக்கும் வழியின் இரு பக்கங்களிலும் கடைகள் இருந்தன. மக்கள் மேலே உள்ள வீடுகளுக்குச் செல்ல அவசரப்படுகிறார்கள். அந்த வீட்டிற்கான வழி எது?

ஒரு நாள் பண்டிதர் மாலை நேரத்திற்குப் பிறகு சன்னல் அருகே அமர்ந்திருந்தார். அவருக்குப் பின்னால் உள்ள அறையில் ஒரு விளக்கு எரிந்துகொண்டிருந்தது. அதன் காரணத்தால் அவரின் நிழல் இயல்பாக எதிர்வீட்டில் பதிந்தது. அந்த நிழல் எதிர்வீட்டின் சன்னலுக்கருகிலிருந்த பூக்களுக்கு இடையில் வந்தது. அவர் அசையும்போதெல்லாம் நிழலும் அசைந்து கொண்டிருந்தது.

அவர் நினைத்தார்:

“பூக்களுக்கிடையில் என் நிழல் எவ்வளவு அழகாக இருக்கிறது! கதவு திறந்து கிடக்கிறது. என் நிழலுக்கு அறிவு இருந்தால் அது உள்ளே சென்று பார்க்கும். அங்கே பார்த்ததையெல்லாம் என்னிடம் சொல்லும்!”

விளையாட்டாக அவர் தன் நிழலிடம் சொன்னார்:

“எனக்கு நீ ஒரு உதவி செய்ய வேண்டும். நீ அந்த வீட்டுக்குள் செல். ஆனால் அங்கேயே இருந்துவிடாதே, தெரிந்ததா?”

என்று சொல்லிவிட்டு அவர் தலையாட்டினார். அப்போது நிழலும் தலையாட்டியது. அவர் எழுந்து திரும்பி நின்றார். மற்றொருவர் பார்த்துக்கொண்டிருந்தால் அவர் சிலவற்றைப் பார்த்திருக்க முடியும். அதாவது, பண்டிதரின் நிழல் எதிர்வீட்டின் வாயில் வழியே உள்ளே செல்வதையும், பண்டிதர் சன்னல் கதவைச் சாத்திவிட்டுப் படுப்பதையும் அவர் கண்டிருக்கமுடியும்.

அடுத்தநாள் தேநீர் குடிப்பதற்கும், செய்தித்தாள் வாசிக்கவும் பண்டிதர் வீட்டிலிருந்து கிளம்பித் தெருவில் நடந்தார்.

வெயில் வந்தபோது ஒரு விஷயம் அவர் கவனத்தில் பட்டது.

“என்ன இது? எனக்கு நிழல் இல்லையே! நேற்று இரவு எதிர் வீட்டுக்குச் சென்றது அது. இன்னமும் திரும்பி வரவில்லையே! ஏதும் சிக்கலாகிவிட்டதா?”

பண்டிதர் கலக்கமுற்றார். நிழலைக் காணவில்லை என்பதைவிட மற்றொன்றுதான் பெரிய பிரச்சினையாக இருந்தது. நிழல் அற்ற ஒருவரின் கதை அவருக்குத் தெரியும். வேறு சிலரும் அறிந்ததுதான் அந்தக் கதை. பண்டிதர் தன் சொந்த அனுபவத்தை யாரிடமாவது சொல்கிறார் என்று வைத்துக்கொள்ளுங்கள். இது அந்தப் பழைய கதையைப் பின்பற்றியதுதான் என்று கேட்பவர்கள் சொல்வார்கள். அவர்கள் அப்படிச் சொல்வதைக் கேட்க பண்டிதர் விரும்பவில்லை. அதனால் அவர் யாரிடமும் இந்த விஷயத்தைப் பற்றிப் பேசவில்லை.

அடுத்தநாள் இரவிலும் அவர் சன்னலருகே சென்று அமர்ந்தார். ஒரு நிழலுக்கு அதன் ஆதாரமாக ஒரு உரிமையாளன் இருக்கவேண்டும். அது அவருக்குத் தெரியும். இப்போது அவரால் தன் நிழலைக் காண முடியவில்லை. அவர் எழுந்தார், அமர்ந்தார், நடந்தார். ஆனால் அவருக்கு நிழல் இல்லை. "என் நிழலே வா, வா!" என்று அவர் அழைத்தார். அதனால் எந்தப் பயனும் ஏற்படவில்லை.

வெப்ப நாடுகளில் எல்லாமும் வேகமாக வளரும். ஒரு வாரம் கடந்தபோது அவர் ஒரு விஷயத்தைப் பார்த்து மகிழ்ந்தார். அவர் வெயில் இருக்கும்போது அவர் காலடிகளிலிருந்து அவர் நிழல் வெளியே வருகிறது! நிழல் தன்னிடமேதான் இருந்ததா? மூன்று வாரம் சென்றதும் அந்த நிழலின் உயரம் அதிகரித்தது. அவர் வடக்குத் திசையில் உள்ள தன் சொந்த நாட்டுக்குப் பயணமாகும்போது என்ன நடந்தது? நிழலின் நீளம் அதிகரித்தது. கடைசியில் அவர் தன் சொந்தநாட்டுக்குச் சென்று சேரும்போது அவர் நிழலின் உயரம் மிகமிகவும் நீளமாக இருந்தது. நிழலின் பாதியளவு உயரத்தைக் குறைப்பதற்கு அவர் தயாராகத்தான் இருந்தார். ஆனால் அப்படிச் செய்ய முடிய வேண்டுமே!

உண்மை என்றால் என்ன, நன்மை என்றால் என்ன, அழகு என்றால் என்ன என்பது பற்றியெல்லாம் பண்டிதர் புத்தகங்கள் எழுதினார்.

பல வருடங்கள் கடந்தன.

ஒரு மாலை நேரத்தில் அவர் அறையில் ஓய்வெடுத்துக்கொண்டிருந்தார். அப்போது யாரோ கதவைத் தட்டினார்கள். "உள்ளே வாருங்கள்!" என்று அவர் உரக்கச் சொன்னார் என்றாலும் யாரும் உள்ளே வரவில்லை. அவர் எழுந்து சென்று கதவைத் திறந்து பார்த்தார். அப்போது ஏதோ ஒரு தடுமாற்றம் அவருக்கு ஏற்பட்டது. மிகவும் ஒல்லியான ஒரு ஆண் வெளியே நின்றுகொண்டிருந்தான். அவன் படு ஒல்லியாக இருந்தாலும் அவன் அணிந்திருந்த உடைகள் தரம் மிக்கதாக

இருந்தன. அவன் நல்ல நிலையில் உள்ளவன் என்று தெளிவாகத் தெரிந்தது.

பண்டிதர் கேட்டார்:

"நீங்கள் யார் ஐயா?"

வந்தவன் சொன்னான்:

"என்னை உங்களுக்குத் தெரியாது என்று எனக்குத் தெரியும். எனக்கு இப்போது பருத்த உடலும், நல்ல உடைகளும் இருக்கின்றன. என்னை இந்த நிலையில் பார்ப்போம் என்று நீங்கள் நினைத்திருக்க மாட்டீர்கள். நீங்கள் உங்கள் பழைய நிழலை மறந்துவிட்டீர்களா? உங்களை விட்டுப் பிரிந்த பிறகு எனக்கு நல்ல முன்னேற்றம் ஏற்பட்டது. எல்லாவிதத்திலும் நான் இப்போது மிகவும் பணக்காரனாக இருக்கிறேன். அடிமைத்தனத்தை முடிவுக்குக் கொண்டுவந்து சுதந்திரத்தை விலைக்கு வாங்க என்னால் முடியும்!"

வந்தவன் அதைத் தொடர்ந்து, சிறிய கடிகாரத்தில் தொங்கவிடப்பட்டிருந்த வைரமணிகளைச் சற்று குலுக்கினான். கழுத்தில் அணிந்திருந்த கனமான தங்கச்சங்கிலியைத் தடவினான். தன் விரல்களில் அணிந்திருந்த வைர மோதிரத்தைப் பார்வையிட்டான்.

பண்டிதரின் தடுமாற்றம் இன்னும் அகலவில்லை. அவர் திகைப்புடன், "இவற்றின் அர்த்தம் என்ன?" என்று கேட்டார்.

வந்தவன் சொன்னான்:

"இவை சாதாரண சம்பவங்கள் ஒன்றுமில்லை. நீங்களும் சாதாரணமானவர் இல்லையல்லவா! என் குழந்தைப் பருவம் முதல் நான் உங்களைப் பின் தொடர்ந்து வந்துகொண்டிருந்தேன். இது உங்களுக்கே தெரியும் அல்லவா? வாழ்க்கைப் பாதையில் தனித்துப் பயணம் செய்வதற்கான திறமை பெற்றேன். அப்போது நான் உங்களை விட்டுப் பிரிந்தேன். இப்போது நான் செல்வச் செழிப்புடன் இருக்கிறேன். ஆயினும், நீங்கள் இறப்பதற்கு முன்பு ஒருமுறை உங்களைப் பார்த்துவிட வேண்டும் என்று எனக்கு ஒரு ஆசை ஏற்பட்டது. இந்தப் பிரதேசங்களை இன்னொரு முறை பார்க்க வேண்டும் என்ற விருப்பமும் ஏற்பட்டது. எப்படியாயினும் எந்த மனிதருக்கும் தன் சொந்த நாடு என்பது முக்கியமல்லவா! உங்களுக்கு மற்றொரு நிழல் கிடைத்திருக்கிறது என்று எனக்குத் தெரியும். நான் உங்களுக்குப் பணம் தர வேண்டுமா? அல்லது உங்கள் புதிய நிழலுக்குக் கொடுக்க வேண்டுமா? உங்கள் விருப்பப்படி செய்யலாம்."

“அப்படியென்றால் நீங்கள்தான் என் பழைய நிழல், அப்படித்தானே? மிகவும் நல்லது. பழைய நிழலை ஒரு மனிதனாகக் காண்பேன் என்று நான் ஒருபோதும் எதிர்பார்க்கவில்லை!“

“நான் என்ன விலை தரவேண்டும் என்று நீங்கள் சொல்ல வேண்டும். யாருக்கும் கடன்காரனாக இருக்க எனக்குப் பிடிக்காது.“

“நிழலே, நீங்கள் எதற்கு இப்படியெல்லாம் பேசுகிறீர்கள். இங்கு கடன் பற்றிய பிரச்சினையே இல்லையல்லவா! நீங்கள் மற்றவர்களைப்போல சுதந்திரமானவர். நீங்கள் செல்வந்தராக இருப்பது குறித்து நான் மகிழ்கிறேன். அமருங்கள் நண்பரே! வெப்ப நாடுகளில் நீங்கள் என்னவெல்லாம் பார்த்தீர்கள்? நாம் முன்பு இருந்த வீட்டுக்கு எதிரே இருந்த வீட்டில் என்னவெல்லாம் நடந்தது? எல்லாவற்றையும் என்னிடம் சொல்.”

“சரி, சொல்கிறேன். ஒரு நிபந்தனையின் பேரில் சொல்கிறேன். நான் உங்களின் நிழலாக இருந்தேன் என்று இந்த நகரத்தில் யாரிடமும் சொல்லிவிடாதீர்கள். நான் திருமணம் செய்துகொள்ள விரும்புகிறேன். என்னால் குடும்பம் நடத்த முடியும். அதைவிடப் பெரிய காரியங்களையும் செய்ய முடியும்.”

“சந்தேகப்பட வேண்டாம். நீங்கள் யார் என்று நான் எவரிடமும் சொல்ல மாட்டேன். இதோ, நான் உங்கள் கையில் அடித்துச் சத்தியம் செய்கிறேன்! என் வாக்குறுதி பத்திரத்திற்குச் சமமானது!“

“சரி, நான் எல்லாவற்றையும் சொல்கிறேன்!”

நிழல் ஒரு உண்மையான மனிதனானது மிகவும் ஆச்சரியம்தான். அவனுடைய உடைகளும், ஷூக்களும், தொப்பியும் மிகவும் விலை உயர்ந்தவையாக இருந்தன. அவையெல்லாம் அடர்ந்த கறுப்பு நிறத்தில் இருந்தன. நாம் முன்பு குறிப்பிட்ட தங்கச் சங்கிலியும், வைர மோதிரங்களுமெல்லாம் சேர்ந்து ஒரு முழுமையான மனிதனாக இருந்தான் அவன்!

இந்த நேரத்திலெல்லாம் பண்டிதரின் பழைய நிழல் அவரின் காலடியில் சுருண்டு கிடந்தது. நிழல் மனிதன் தன் ஷூ அணிந்த கால்களை புதிய நிழலின் கைகளில் வைத்தான். ஒருக்கால், ஆணவத்தால் அவன் அப்படிச் செய்திருக்கலாம். இல்லையென்றால், தன் காலடியில் புதிய நிழல் கிடக்க வேண்டும் என்ற ஆசையாக இருக்க வேண்டும். புதிய நிழல் அசையாமல் கிடந்தது. இவர்களின் பேச்சை நன்றாகக் கேட்க வேண்டும். ஒரு நிழல் எப்படிச் சுதந்திரம் பெற முடியும்? எப்படி அது தன் விருப்பப்படி வாழ முடியும் என்பதையெல்லாம் அறிந்துகொள்ள வேண்டும் என்று நினைத்தது புதிய நிழல்.

நிழல் மனிதனும் பண்டிதரும் மீண்டும் உரையாடத் தொடங்கினார்கள்.

“அந்த எதிர்வீட்டில் இருந்தது யார் தெரியுமா? அங்கே இருந்தது கவிதை! நான் கவிதையின் அருகே மூன்று வாரங்கள் இருந்தேன். அந்த மூன்று வாரங்கள் என்பது ஆயிரம் வருடங்களுக்குச் சமம். கவிதையின் சகல படைப்புகளையும் நான் படித்தேன். நான் எல்லாவற்றையும் பார்த்தேன். எல்லாவற்றையும் புரிந்துகொண்டேன்.”

“என்ன? கவிதையா?”

“ஆமாம். அவள் பெரும்பாலும் நகரங்களில் தனியாக வாழ்கிறாள். ஒரு முறை ஒரு நொடி நேரம் நான் அவளைப் பார்த்தேன். ஆனால் அந்த நேரத்தில் தூக்கம் என் கண்களை மூடிவிட்டது. கவிதை அவளது சன்னல் அருகில் நின்றிருந்தாள். துருவ நட்சத்திரத்தைப்போல விளங்கினாள் அவள்.”

“சரி போகட்டும். நீங்கள் அவளது வீட்டிற்குள் சென்றீர்கள். அதன் பிறகு என்ன நடந்தது?”

“நான் உள் அறையில் வாழ்ந்தேன். நீங்கள் உங்கள் வீட்டில் வசித்தீர்கள். இடையிடையே நீங்கள் கவிதையின் வீட்டைப் பார்த்துக்கொண்டிருந்தீர்கள். அங்கே மங்கிய வெளிச்சம்தான் இருந்தது. ஒரு வரிசையாக நிறைய அறைகள் இருந்தன. அறைகளின் கதவுகளெல்லாம் திறந்திருந்தன. உள்ளே வெளிச்சமாக இருந்தது. கவிதைப் பெண் இருக்கும் இடத்திற்கு நான் சென்றிருந்தால் என்ன நடந்திருக்கும் தெரியுமா? அங்கிருந்த வெப்பமான ஒளி என்னைக் கொன்றிருக்கும். நான் மெதுவாகவும், எச்சரிக்கையுடனும் செயல்பட்டேன். எல்லோரும் அப்படித்தான் செயல்பட வேண்டும்.”

“நிழலே, பிறகு நீங்கள் என்னவெல்லாம் பார்த்தீர்கள்?”

“நான் எல்லாவற்றையும் பார்த்தேன். எல்லாவற்றையும் புரிந்துகொண்டேன்.”

“கவிதை இருந்த அந்த அறை எப்படி இருந்தது? குளிர்ந்த கல்லறை போன்றிருந்ததா? அல்லது புனிதமான தேவாலயம் போன்றிருந்ததா? நாம் நட்சத்திரங்கள் நிறைந்த ஆகாயத்தைப் பார்ப்பது உண்டல்லவா, அதுபோலவா? புராதன காலத்துத் தேவர்கள் அந்த அறைகளில் கடந்து சென்றார்களா? அந்தக் காலத்து வீர நாயகர்கள் யுத்தம் செய்தார்களா? அழகான குழந்தைகள் விளையாடினார்களா? தாங்கள் கண்ட கனவுகளை விவரித்தார்களா?”

“பார்க்க வேண்டியதையெல்லாம் நான் பார்த்தேன் என்று புரிந்துகொள்வதில் உங்களுக்குச் சிரமம் இருக்காது அல்லவா? நீங்கள் அங்கே சென்றிருந்தீர்கள் என்றால் நீங்கள் மனிதனாகத் தொடர்ந்திருக்க மாட்டீர்கள்? நானோ, அங்கே ஒரு மனிதனாக மாறினேன். அதுமட்டுமல்ல, என் ஆன்மாவை அறிந்துகொள்ளவும் செய்தேன். கவிதைக்கும் எனக்குமுள்ள உறவையும் நான் புரிந்துகொண்டேன். நான் உங்களுடன் சேர்ந்து வாழ்ந்திருந்தபோது நான் இதுபோன்ற விஷயங்களைக் குறித்துச் சிந்தித்ததே இல்லை. சூரியன் உதிக்கும்போதும், மறையும்போதும் நான் பெரிதாவேன் என்று உங்களுக்குத் தெரியும். நிலவொளியில் நான் உங்களைவிடத் தெளிவாக இருந்தேன். அன்றைய காலங்களில் நான் என் ஆன்மாவை அறியவில்லை. கவிதையின் வீட்டில் வைத்து நான் அதைத் தெரிந்துகொண்டேன். நான் ஒரு மனிதனாகிவிட்டேன். இது போதாதா? முழுமையான மனிதனாகிவிட்டேன்! பிற்பாடு நீங்கள் அந்த வெப்ப நாட்டை விட்டுச் சென்றுவிட்டீர்கள். நான் அப்போதிருந்த நிலையில் மனிதனாக வெளியே நடக்க எனக்கு வெட்கமாக இருந்தது. உடைகளும், ஷூக்களும், மனிதனுக்குத் தேவையான மற்ற பொருட்களும் எனக்கு வேண்டியிருந்தது. நான் உங்களிடம் ஒரு ரகசியம் சொல்கிறேன். அந்த ரகசியத்தை நீங்கள் உங்கள் புத்தகத்தில் எழுதிவிடாதீர்கள். நான் ஒரு வேலைக்காரியின் உடையில் ஒளிந்திருந்தேன். தன் உடையில் என்ன ஒளிந்திருக்கிறது என்று அந்த வேலைக்காரிக்குத் தெரியாது. இரவு நேரத்தில் மட்டும்தான் நான் வெளியே சென்றிருந்தேன். நிலா வெளிச்சத்தில் நான் தெருவில் அங்கும் இங்கும் ஓடினேன். சுவர்களில் நீண்டு நிமிர்ந்து நின்றேன். என் முதுகில் சுவரின் தீண்டல் சுகமாக இருந்தது. நான் உயரமான சன்னல்கள் வழியாகவும், கூரைகள் வழியாகவும் அறைகளுக்குள் பார்த்தேன். மற்ற யாரும் பார்க்காத, பார்க்கக்கூடாத பல காட்சிகளும் நான் பார்த்தேன். பொதுவாகச் சொன்னால், இந்த உலகம் வெறுக்கத்தக்க உலகம்தான். கௌரவமான ஒரு இடம் கிடைத்திருந்தால் நான் மனிதனாக விரும்பியிருக்க மாட்டேன். ஆண்கள், பெண்கள், குழந்தைகள் ஆகியோர் இடையில் புரிந்துகொள்ள முடியாத பலவும் நடப்பதை நான் பார்த்தேன். எல்லோரும் காண விரும்புகிற, ஆனால் யாரும் காணாத பலவற்றையும் நான் கண்டேன். அதாவது, அயல்வீடுகளின் மோசமான செயல்கள். நான் ஒரு பத்திரிகை நடத்தியிருந்தேன் என்றால் அதற்கு எவ்வளவு வாசகர்கள் இருந்திருப்பார்கள் தெரியுமா! ஆனால் நான் சிலருக்கு மட்டும் நேரடியாக எழுதினேன். நான் சென்ற ஒவ்வொரு பட்டணத்திலும் மிக அதிகமான அச்சம் ஏற்பட்டது. எல்லாரும் எனக்குப் பயந்தார்கள். அந்த பயத்திலிருந்து

உருவான ஒருவித மரியாதையும் இருந்தது. ஆசிரியர் என்னைக் கல்விமானாக்கினார். தையற்காரர் எனக்குப் புதிய துணிகளைத் தைத்துத் தந்தார். (என்னிடம் நிறைய உடைகள் இருக்கின்றன). நாணயங்கள் தயாரிக்கும் தொழிற்சாலையின் தலைவர் எனக்காக புதிய நாணயங்களைத் தயாரித்துத் தந்தார். நான் அழகானவன் என்று பெண்கள் சொன்னார்கள். அப்படி நான் இப்போதைய மனிதன் ஆனேன். சரி, இனி நான் விடை பெற்றுக்கொள்கிறேன். இதோ என் முகவரி அட்டை. நான் சூரியனின் வெளிச்சத்தில் நடப்பேன். மழை பெய்யும்போது வீட்டில் இருப்பேன்."

நிழல் மனிதன் விடைபெற்று படியிறங்கிச் சென்றான்.

"அருமை!'' பண்டிதர் தன்னையும் அறியாமல் சொல்லிவிட்டார்.

சில வருடங்கள் மெதுவாகக் கடந்து சென்றன.

நிழல் மனிதன் மீண்டும் வந்தான்.

"சிறப்புச் செய்திகள் ஏதும் உண்டா?'' என்று கேட்டான் அவன்.

பண்டிதர் பதில் சொன்னார்:

"உண்மையைப் பற்றி, நன்மையைப் பற்றி, அழகைப் பற்றி நான் எழுதுகிறேன். ஆனால் அவற்றைக் குறித்தெல்லாம் எதுவும் அறிந்துகொள்ள யாருக்கும் விருப்பம் இல்லை. இது குறித்து நான் வருந்துகிறேன். நான் ஏமாற்றமடைந்திருக்கிறேன்."

நிழல் மனிதன் சொன்னான்:

"உங்களின் நிலைக்கு நேர்மாறானது என்நிலை. என் உடற் பருமன் அதிகரித்துக்கொண்டிருக்கிறது. என் மகிழ்ச்சி மேலும் அதிகரித்துக்கொண்டிருக்கிறது. எல்லோரும் இதுபோல ஆகவேண்டும். நீங்கள் உலகின் இயல்பைப் புரிந்துகொள்ளவில்லை. அதனால் நீங்கள் கலக்கமடைகிறீர்கள். நீங்கள் பயணம் செல்ல வேண்டும். கோடை காலத்தில் நான் பயணம் செல்வதுண்டு. நீங்கள் என்னுடன் வருகிறீர்களா? எனக்கொரு சக பயணி தேவைப்படுகிறது. நீங்கள் என் நிழலாக என்னுடன் வரவேண்டும். உங்களுடன் சேர்ந்து பயணம் செல்வதில் எனக்கு மிகவும் மகிழ்ச்சியாக இருக்கும். பயணச் செலவு அனைத்தையும் நான் ஏற்றுக்கொள்கிறேன்."

"நீங்கள் வெகுதூரம் செல்வீர்களா?"

"உங்கள் விருப்பப்படிச் செல்லலாம். பயணம் உங்களுக்கு மிகவும் உதவியாக இருக்கும். நீங்கள் என் நிழலாக இருப்பீர்களா? அப்படியென்றால் உங்களுக்குத் தேவையானதெல்லாம் கிடைக்கும். நீங்கள் எந்தச் சிறிய செலவும் செய்ய வேண்டியிருக்காது."

“அது சரியில்லை அல்லவா?”

“ஆனால் அதுதான் உலக நடப்பு. இது அப்படித் தொடரத்தான் செய்யும்.”

பிறகு நிழல் மனிதன் நிற்கவில்லை.

பண்டிதர் அடைந்த கவலைக்கு அளவில்லை. துயரத்தாலும், அச்சத்தாலும் அவர் துன்புற்றார். உண்மையையும், நன்மையையும், அழகையும் பற்றிய அவரின் கருத்துக்களை பெரும்பாலானோர் பொருட்படுத்தவில்லை. கடைசியில் அவர் நோயுற்றார். “அவர் ஒரு நிழலைப்போல ஆகிவிட்டார்.” என்று மக்கள் சொன்னார்கள். இந்த வார்த்தைகளைக் கேட்டு அவர் நடுங்கினார். ஏனென்றால் அவர் அதில் ஒரு ரகசிய அர்த்தம் இருப்பதாக அறிந்தார்.

நிழல் மனிதன் மீண்டும் வந்தான்.

“நீங்கள் தாது நீர் உள்ள குளியல் இடத்திற்குச் செல்ல வேண்டும். இதைத் தவிர உங்களுக்கு வேறு வழியில்லை. நம் பழைய நெருக்கத்தின் காரணமாக நான் உங்களை அழைத்துக்கொண்டு செல்கிறேன். பயணச் செலவு முழுவதையும் நான் ஏற்றுக்கொள்கிறேன். நானும் தாது நீர் உள்ள ஒரு குளியல் இடத்திற்குச் செல்ல வேண்டியிருக்கிறது. என் தாடி மீசை தேவையானபடி வளர்வதில்லை. அது ஒருவிதமான குறைபாடுதான். எனக்கு ஒரு நல்ல தாடி மீசை வேண்டும். நீங்கள் விவேகத்துடன் என் ஆலோசனையை ஏற்றுக்கொள்ளவேண்டும். நாம் நண்பர்களைப்போல ஒன்றாகப் பயணம் செல்லலாம்.”

பண்டிதர் சம்மதித்தார். இருவரும் ஒன்றாகப் புறப்பட்டார்கள். இப்போது நிழல் மனிதன் தலைவனானான். பண்டிதர் நிழலானார். வண்டியிலும், குதிரையிலும், நடந்தும் அவர்கள் முன்னேறினார்கள். சூரியன் இருக்கும் நிலைக்கு ஏற்றபடி அவர்களில் ஒருவர் முன்னால் இருந்தார்கள். மற்றவர் பின்னால் இருந்தார்கள். எப்போதெல்லாம் முதலிடம் வகிக்க வேண்டும் என்று நிழல் மனிதனுக்கு நன்றாகத் தெரியும். அந்த விஷயத்தை ஒன்றும் பண்டிதர் பொருட் படுத்தவில்லை.

ஏனென்றால் அவர் இதயம் நன்மை நிறைந்ததாயிருந்தது. அவர் அமைதியானவர், அன்புடையவர்.

கடைசியில் நிழல் மனிதனும் பண்டிதரும் தாது நீர் உள்ள ஒரு குளியல் இடத்தை அடைந்தார்கள். அங்கே நிறைய பேர் வந்திருந்தார்கள். மிகவும் அழகான ஒரு இளவரசியும் அங்கே வந்திருந்தாள். தேவைக்கு அதிகமாக எல்லாவற்றையும் விளக்கமாகப் பார்ப்பது என்பது அந்த இளவரசியின் ஒரு பிரத்தியேக அம்சம்.

அது ஒரு வியாதிபோல ஆகியிருந்தது அவளுக்கு. அவள் நிழல் மனிதனைப் பார்த்தபோது அவள், மற்றவர்களை விட இவன் முற்றிலும் வித்தியாசமாக இருக்கிறானே என்று அறிந்துகொண்டாள்.

இளவரசி தனக்குள் சொல்லிக்கொண்டாள்:

“தாடி மீசை வளர்வதற்குத்தான் இங்கே வந்ததாக அவர் சொல்கிறார். ஆனால் எனக்கு உண்மை நிழல் தெரிந்துவிட்டது. நிழல் விழவைக்க இவனால் முடியவில்லை!”

உலவும்போது நிழல் மனிதனும், இளவரசியும் சந்தித்துக்கொண்டார்கள். இளவரசி நிழல் மனிதனிடம் வெளிப்படையாகப் பேசினாள்:

“உங்களால் நிழல் விழவைக்க முடிவில்லை. அதுதான் உங்கள் நோய்!“

நிழல் மனிதனும் விடவில்லை.

“இளவரசி, பார்க்க வேண்டியதற்கு அதிகமாக நீங்கள் பார்க்கிறீர்கள். அதுதான் உங்கள் நோய் என்று எனக்குத் தெரியும். நீங்கள் இப்போது மேலும் நன்றாக இருக்கிறீர்கள் அல்லவா. எனக்கு அசாதாரணமான ஒரு நிழல் உண்டு. அதாவது எப்போதும் என்னைப் பின் தொடர்கிற மனிதன். நீங்கள் அவரைப் பார்த்திருப்பீர்கள். மற்றவர்களுக்கு முற்றிலும் சாதாரணமான நிழல் உண்டு. முற்றிலும் சாதாரணமாக இருப்பவற்றை எனக்குப் பிடிக்காது. எஜமானர்கள் தங்கள் பெருமையைக் காட்டுவதற்காக, தங்கள் வேலைக்காரர்களுக்கு மிகவும் அழகான ஆடைகள் அளிப்பது உண்டல்லவா. அதுபோல என் நிழலுக்கு நான் ஒரு மனித உருவம் கொடுத்திருக்கிறேன். அதற்கொரு நிழலும் கொடுத்திருக்கிறேன். அதற்காக எனக்குப் பெருஞ்செல்வம் செலவிட வேண்டி வந்தது. அதனால் பரவாயில்லை. எனக்கு வித்தியாசமாக இருப்பதுதான் பிடிக்கும்.”

அதைக் கேட்டு இளவரசி சிந்தித்தாள்:

“அப்படியென்றால் என் நோய் பெரும்பாலும் குணமடைந்துவிட்டது, அப்படித்தானே? இப்போது இருக்கும் குளியல் இடங்களில் மிகவும் நல்லது இந்தக் குளியல் இடம்தான். சமீபத்தில் இங்குள்ள தண்ணீர் அற்புத சக்தி பெற்றிருக்க வேண்டும். என்றாலும் இப்போது நான் இந்த இடம் விட்டுப் போகமாட்டேன். விஷயம் சுவாரஸ்யமாக ஆகத் தொடங்கியிருக்கிறது. வெளிநாட்டைச் சேர்ந்த இந்த இளவரசன்”, இவன் இளவரசனாகத்தான் இருக்க வேண்டும்.” என்னை மிகவும் மகிழ்ச்சிப்படுத்துகிறான். இவரின் தாடி மீசை

வளராமல் இருக்க வேண்டும் என்று நான் விரும்புகிறேன். வளர்ந்தால் இவர் இந்த இடத்தைவிட்டுப் போய்விடுவார்."

அன்று மாலையில் விசாலமான நடன அரங்கில் நிழல் மனிதனும் இளவரசியும் சேர்ந்து நடனமாடினார்கள். தான் எந்த நாட்டைச் சேர்ந்த இளவரசி என்று அவள் அப்போது அவனுக்குச் சொன்னாள். அந்த நாட்டுக்கு ஒரு முறை அவன் சென்றிருக்கிறான். அப்போது அவள் அங்கே இருந்திருக்கவில்லை. அன்று அவன் கீழிருந்தும் மேலிருந்தும், அவளது அரண்மனையின் சன்னல் வழியாக எட்டிப் பார்த்துக்கொண்டிருந்தான். அங்கே நடக்கும் பல சம்பவங்களையும் அவன் பார்த்தான். அதனால் அவளது கேள்விகளுக்குச் சரியான பதில் தருவதற்கு அவனால் முடிந்தது. அதைக் கேட்டு அவள் வியப்படைந்தாள் இவர் உலகத்திலேயே மிகவும் திறமைசாலியாக இருப்பார்போலிருக்கிறதே என்று நினைத்தாள் அவள். அவன் அறிவில் அவள் மிகவும் மரியாதை கொண்டாள். மீண்டும் சேர்ந்து நடனமாடிய பின் அவளுக்கு அவன் மீது நேசம் ஏற்பட்டது. அதை நிழல் மனிதனும் புரிந்துகொண்டான். அவர்கள் மீண்டும் சேர்ந்தாடினார்கள். தன் மனதில் உள்ள எண்ணத்தை வெளிப்படையாகச் சொல்ல அவள் தயாரானாள். ஆனால் கடைசி நொடியில் அவளது விவேகம் வென்றது. ஏனென்றால், தன் நாட்டைப் பற்றிய சிந்தனையும், தான் ஆளப்போகிற மக்களைப் பற்றிய சிந்தனையும் அவள் மனதில் சட்டென்று நுழைந்தது.

அவள் இப்படி யோசித்தாள்:

"இவர் பெரிய திறமைசாலிதான் என்பதில் சந்தேகம் இல்லை. இது நல்ல விஷயம். சிறப்பாக நடனமும் ஆடுகிறார். இதுவும் நல்ல விஷயம்தான். ஆயினும் இவருக்கு ஆழமான அறிவு இருக்கிறதா என்று சோதித்துப் பார்க்க வேண்டும்."

இளவரசி மிகவும் கஷ்டமான ஒரு கேள்வியைக் கேட்டாள். அவளுக்கே பதில் தெரியாத கேள்வி அது. நிழல் மனிதன் நெற்றியைச் சுளித்துச் சிந்தித்தான்.

இளவரசி கேட்டாள்:

"உங்களுக்குப் பதில் தெரியவில்லையா?"

நிழல் மனிதன் தயங்கவில்லை.

"நான் குழந்தையாக இருக்கும்போது படித்தது இது. அதோ வாயில் அருகில் நிற்கிறதல்லவா என் நிழல், அதற்குக்கூட இந்தக் கேள்விக்கான பதில் தெரியும்!"

"அப்படியா? உங்களின் நிழலா? இது பரவாயில்லையே!"

"ஒரு விஷயத்தை நான் உங்களுக்கு நினைவுபடுத்துகிறேன். தான் ஒரு உண்மையான மனிதனாகக் கருதப்படுவதில் என் நிழல் பெருமைகொள்கிறது. உங்களுக்குச் சரியான பதில் கிடைக்க வேண்டும் என்றால், என் நிழலிடம் நீங்கள் ஒரு மனிதனிடம் நடந்துகொள்வதைப்போல நடந்துகொள்ள வேண்டும்."

"சரி, நான் அப்படியே செய்கிறேன்!"

இளவரசி, கதவருகில் நிற்கிற பண்டிதரின் அருகில் சென்றாள். பிறகு அவரிடம் பல விஷயங்களைப் பற்றிப் பேசினாள். சூரியன், சந்திரன், பசுங் காடுகள், பல இடங்களில் வாழும் மனிதர்கள்போன்றவை குறித்து அவரிடம் பல கேள்விகளைக் கேட்டாள். எல்லாக் கேள்விகளுக்கும் பண்டிதர் சரியான பதிலைச் சொன்னார்.

இளவரசி தனக்குள் சொல்லிக்கொண்டாள்:

"இவ்வளவு அறிவுடைய நிழல் உள்ள இளவரசன் எவ்வளவு திறமையானவனாக இருக்க வேண்டும்! நான் அவரைத் திருமணம் செய்துகொண்டால் என்ன? என் நாட்டுக்கும் என் மக்களுக்கும் அதனால் நன்மை உண்டாகுமே!"

இருவரும் தங்களுக்குள் பேசி திருமணம் செய்துகொள்வதாக முடிவு செய்தார்கள். ஆனால் இளவரசி தன் நாட்டுக்குத் திரும்பிச் செல்வது வரை இந்தத் திருமண ஏற்பாட்டைப் பற்றி யாருக்கும் தெரியக் கூடாது என்று அவர்கள் தீர்மானித்தார்கள்.

"இளவரசி, என் நிழலுக்குக்கூட இது தெரியக்கூடாது" என்று நிழல் மனிதன் சொன்னான்.

அப்படிச் சொல்வதற்கு அவனுக்கு தனிப்பட்ட காரணமும் இருந்தது.

எல்லோரும் ஒன்றாக இளவரசியின் நாட்டுக்குச் சென்றார்கள்.

நிழல் மனிதன், பண்டிதரிடம் சொன்னான்:

"நண்பரே, கவனமாகக் கேட்டுக்கொள்ளுங்கள். நான் இப்போது அதிகாரமும் செல்வமும் உள்ளவனாக இருக்கிறேன். நான் உங்களுக்கு ஒரு உதவி செய்கிறேன். நான் உங்களை என்னுடன் அரண்மனையிலேயே வைத்துக்கொள்கிறேன். ஆடம்பரமான வாகனத்தில் அமர வைத்து உங்களை வெளியே அழைத்துச் செல்கிறேன். வருடத்திற்கு ஒரு லட்சம் வெள்ளி நாணயங்கள் உங்களுக்கு ஊதியமாகத் தருகிறேன். ஆனால், உங்களை ஒரு நிழல் என்று அழைப்பதற்கு எல்லோரையும் நீங்கள் அனுமதிக்க வேண்டும். நீங்கள் ஒரு மனிதர் என்று யாரிடமும் எப்போதும் நீங்கள்

சொல்லக்கூடாது. நான் சன்னலருகில் அமர்ந்திருக்கும்போது மக்கள் என்னைப் பார்க்கலாம். அப்போது என் நிழல் என்ன வேலை செய்யுமோ அதை நீங்கள் செய்ய வேண்டும். அதாவது நீங்கள் என் காலடியில் கிடக்க வேண்டும். ஏனென்றால் நான் இளவரசியைத் திருமணம் செய்துகொள்ளப் போகிறேன். இன்று மாலையில்தான் திருமணம்."

"இது எல்லை மீறிய செயல். நான் அப்படிச் செய்ய மாட்டேன். நான் அப்படிச் செய்தால் அந்த நாட்டு மக்களை மட்டும் அல்ல, இளவரசியையும் ஏமாற்றியவனாவேன். நான் எல்லாவற்றையும் சொல்லப்போகிறேன். அதாவது நான் மனிதன் என்றும் நீங்கள் நிழல் என்றும், நீங்கள் மனிதர்களின் ஆடைகளை அணிந்திருக்கிறீர்கள் என்றும் நான் சொல்வேன்!"

"நீங்கள் சொல்வதையெல்லாம் யாரும் நம்பமாட்டார்கள். நீங்கள் என் பேச்சைக் கேட்டு நடக்க வேண்டும். இல்லையென்றால் நான் படைவீரர்களை அழைப்பேன்."

"நான் இதோ இளவரசியைப் பார்க்கப் போகிறேன்!"

"வேண்டாம். நான் சிறைக்குச் செல்வேன். அவ்வளவுதான்!"

நிழல் மனிதன் இளவரசியின் முன்னால் வந்தான்.

இளவரசி சொன்னாள்:

"என்ன, உங்களுக்கு ஏன் இப்படி நடுங்குகிறது? உங்களுக்கு உடல் நிலை சரியில்லையா? இன்று உங்கள் உடம்புக்குப் பிரச்சினை எதுவும் வந்துவிடக் கூடாது. இன்று நமக்குத் திருமணம் அல்லவா!"

"மிகவும் துயரமான ஒரு சம்பவம் நடந்திருக்கிறது. என் நிழலுக்குப் பைத்தியம் பிடித்துவிட்டது. அது தன்னை மனிதன் என்றும், என்னை நிழல் என்றும் நினைக்கிறது. வேடிக்கையைப் பார்த்தீர்களா!"

"இது மிகவும் துயரமான விஷயம்தான்!"

"இளவரசி, இனி ஒருபோதும் இவன் குணமடையமாட்டான். இதுதான் என் நம்பிக்கை."

"பாவப்பட்ட நிழல்! இவன் அதிர்ஷ்டம் கெட்டவன்தான். அவனை வாழ்க்கையிலிருந்து விடுவித்தால் அது ஒரு நல்ல செயலாகத்தான் இருக்கும். சமீப காலத்தில் தாழ்ந்தவர்கள் எல்லாம் உயர்ந்தவர்களாக நடிக்கத் தொடங்கியிருக்கிறார்கள். அதை நினைத்துப் பார்க்கும்போது அவனைக் கொல்வது அவசியம்."

"(முரணான பொருளில்) அது சற்று எல்லை மீறிய செயல் அல்லவா? எப்படியானாலும் அந்த நிழல் மிகவும் நம்பிக்கைக் குரியதாக இருந்ததே!"

"உங்களுக்கு பெரிய மனதுதான்!"

இரவில் அந்தத் தலைநகர் முழுதும் தீப அலங்காரத்தால் ஜொலித்தது. தம்பதியினருக்கு வாழ்த்துச் சொல்லும் விதமாக துப்பாக்கிகள் முழங்கின. மிகவும் ஆடம்பரமான திருமணம்! இளவரசியும், நிழல் மனிதனும் உப்பரிகையில் வந்து நின்று குடிமக்களுக்குக் காட்சியளித்தார்கள். அவர்களின் வாழ்த்துகளை பெற்றுக்கொண்டார்கள்.

ஆனால், அது எதுவும் பண்டிதருக்குத் தெரியாது. ஏனென்றால், அவர் கொல்லப்பட்டுவிட்டார்!

■

15

சக பயணிகள்

நல்லவனான ஜான் மிகவும் துயரத்துடன் இருந்தான். அவன் அப்பாவுக்கு கடுமையான நோய். அவர் இனி குணமடையமாட்டார் என்பது நிச்சயம். சிறிய அறையில் அவர்கள் இருவர் மட்டுமே இருந்தார்கள். இரவு வெகு நேரமாகியிருந்தது. மேசையிலிருந்த விளக்கு அணையத் தொடங்கியிருக்கிறது. நோயாளி அப்பா ஜானிடம் சொன்னார்:

"மகனே, நீ மிகவும் நல்லவன். வாழ்க்கைப் பயணத்தில் கடவுள் உனக்கு உதவி செய்யட்டும்!"

அதைத் தொடர்ந்து அவர் ஜானை இமைக்காமல் பார்த்தார். நெடிய பெருமூச்சு விட்டார். இறுதி மூச்சு இழுத்துக்கொண்டிருந்தார்.

ஜான் அழத் தொடங்கினான். அவன் இந்த உலகத்தில் தனி ஆளாகிவிட்டான். அம்மா இல்லை, சகோதரியில்லை, சகோதரனுமில்லை, இப்போது அப்பாவும் இல்லை. பாவம் ! அவன் தரையில் மண்டியிட்டான். இறந்த அப்பாவின் கையில் முத்தமிட்டான். கதறி அழுதான். இப்படி வெகு நேரம் ஆனது. இறுதியில் அவன் கண்கள் தாமாக மூடிக்கொண்டன. அவன் கட்டிலில் தலை சாய்த்து தூங்கத் தொடங்கினான்.

சற்று நேரத்திற்குப் பிறகு அவன் ஒரு கனவு கண்டான். கனவில் சூரியனும் சந்திரனும் அவன் மீது வெளிச்சம் வீசுகின்றன. அவன் மீண்டும் அப்பாவைப் பார்க்கிறான். அப்பா ஆரோக்கியமாகவும், உற்சாகமாகவும் இருக்கிறார். அவர் முன்பு சிரித்ததுபோல இப்போதும் சிரிக்கிறார். தங்கக் கிரீடம் அணிந்த அழகான ஒரு பெண் ஜானைப் பார்த்துக் கை நீட்டுகிறாள். அப்போது அவனது அப்பா சொல்கிறார்:

"இதோ இவள்தான் உன் மணமகள். இவள் உலகத்திலேயே சிறந்த அழகி!"

ஜான் திடுக்கிட்டு விழித்தான். கனவின் காட்சிகள் மறைந்துவிட்டன. அவன் அப்பா கட்டிலில் இறந்து கிடந்தார். அவனைத் தவிர மற்ற எவரும் அங்கே இல்லை.

அடுத்த வாரம் சவ உடலை அடக்கம் செய்கிறார்கள். மகன் அப்பாவின் சவப்பெட்டிக்குச் சற்றுப் பின்னால் நடக்கிறான்.

தன்மீது பெரிதும் அன்பு செலுத்திய தன் அப்பாவை அவன் இனி ஒருபோதும் உயிருடன் காணப்போவதில்லை. கல்லறையில் மண் நிறைப்பதை அவன் பார்த்துக்கொண்டிருந்தான். இறுதியில் சவப் பெட்டி மண்ணுக்கு அடியில், கண்ணிலிருந்து மறைந்துவிட்டது. அப்போது அவனுக்கு எல்லையற்ற துயரம் ஏற்பட்டது. தன் இதயம் துண்டு துண்டாக உடைவதுபோல அவனுக்குத் தோன்றியது. சிலர் சுற்றி நின்று ஸ்தோத்திரம் சொல்லிக்கொண்டிருந்தார்கள். துதிப்பாடல்களின் ஒலி தெய்வீகமாயிருந்தது. ஜானின் கண்களில் கண்ணீர் நிறைந்தது. அதைத் தொடர்ந்து அவன் குமுறி அழுதான். அதன் பிறகு அவனுக்குச் சற்று ஆசுவாசமாக இருந்தது. அடர்ந்த பச்சிலைகள் நிறைந்த மரங்களில் சூரியன் வெளிச்சம் வீசினான். சூரியன் இப்படிச் சொல்வதாகத் தோன்றியது:

“ஜான், இனிமேல் நீ துயரப்பட வேண்டியது இல்லை. உன் அப்பா மேல்உலகத்தில் இருக்கிறார். நீ எப்போதும் நன்றாக இருக்க வேண்டும் என்று அவர் அங்கே கடவுளிடம் பிரார்த்தனை செய்கிறார்!“

ஜான் தனக்குள் சொல்லிக்கொண்டான்:

“நான் எப்போதும் நன்மையே செய்வேன். நான் அப்படிச் செய்தால் நான் சொர்க்கத்தில் உள்ள என் அப்பாவிடம் செல்வேன். அப்படிச் சந்திக்கும்போது எங்கள் இருவருக்கும் எவ்வளவு சந்தோஷமாக இருக்கும் தெரியுமா? அப்போது நான் அப்பாவிடம் என்னவெல்லாம் பேசுவேன் தெரியுமா? அப்பா பூமியில் வாழ்ந்திருந்தபோது எனக்குப் பல விஷயங்களையும் சொல்லித் தந்தார். இனி சொர்க்கத்தின் காட்சிகளை எனக்குக் காட்டுவார். சொர்க்கத்தின் பெருமைகளைச் சொல்வார். அது எவ்வளவு மகிழ்ச்சியாக இருக்கும்!”

இதையெல்லாம் ஜான் கற்பனை செய்து பார்த்தான். அவன் கன்னங்களில் கண்ணீர் வழிந்துகொண்டிருந்தாலும், அவன் உதடுகளில் புன்னகை விரிந்தது. மரக்கிளைகளில் பறவைகள் கத்திக்கொண்டிருந்தன. அவையும் அந்த இறுதிச்சடங்கில் பங்கெடுத்தன. ஆயினும் அவற்றிற்கு மகிழ்ச்சிதான். இறந்த ஆள் இப்போது சொர்க்கத்தில் இருக்கிறார். தங்களுடையதைவிடப் பெரிய அழகான இறக்கைகள் அவருக்கு இப்போது உண்டு. பூமியில் நல்லவனாக நடந்ததால் அவர் இப்போது சொர்க்கத்தில் மகிழ்ச்சியாக இருக்கிறார். இதெல்லாம் அந்தப் பறவைகளுக்குத் தெரிந்திருந்தது என்று தோன்றும். அவை மரக்கிளைகளிலிருந்து விசாலமான உலகத்திற்குப் பறந்து சென்றன. அதைப் பார்த்தபோது, தானும் பறக்க வேண்டும் என்று விரும்பினான் ஜான்.

அவன் ஒரு இடத்திற்குச் சென்று மரக்கட்டையால் ஒரு சிலுவை செய்தான். அந்தச் சிலுவையுடன் அவன் மாலை நேரத்தில் அப்பாவின் கல்லறைக்கு வந்தான். அந்தக் கல்லறை மலர்களால் அலங்கரிக்கப்பட்டிருப்பதை அப்போதுதான் அவன் பார்த்தான். இறந்த அவன் தந்தையின் மீது அன்புகொண்ட யாரோதான் அப்படிச் செய்திருக்க வேண்டும். அடுத்தநாள் ஜான் தனக்குச் சிறிய ஒரு பொதியைத் தயார் செய்தான். தன் சம்பாத்தியத்தை தன் பெல்ட்டில் இருந்த பையில் வைத்துக்கொண்டான். ஐம்பது வெள்ளி நாணயங்களும், கொஞ்சம் சில்லறைகளும்தான் அவனது சம்பாத்தியமாக இருந்தன. இதையெல்லாம் எடுத்துக்கொண்டு புறப்பட வேண்டும் என்று நினைத்தான் அவன். அவன் தேவாலயத்தின் மயானத்திற்குச் சென்றான். தன் அப்பாவின் கல்லறைக்குச் சென்றான். பிரார்த்தனை செய்து விடைபெற்றான். வெட்டவெளியே நடந்து சென்றான்.

இளம் வெப்பமான சூரிய வெளிச்சம்பட்டு பூக்கள் மலர்ந்து மணம் பரப்பிக்கொண்டிருந்தன. இளம் காற்றில் அவை மெல்ல சாய்ந்தாடிக்கொண்டிருந்தன. "உங்களை வரவேற்கிறோம்! இங்கே மிகவும் அழகாக இருக்கும்!" என்று பூக்கள் சொல்வதுபோல அவனுக்குத் தோன்றியது.

ஜான் திரும்பிநின்று அந்தத் தேவாலயத்தை ஒருமுறை பார்த்தான். அவன் குழந்தையாக இருந்தபோது அவனுக்கு பெயர் சூட்டியது அந்தத் தேவாலயத்தில் வைத்துத்தான். எல்லா ஞாயிற்றுக் கிழமைகளிலும் அவன் அப்பாவுடன் வழிபட்ட, ஆராதனைப் பாடல்கள் பாடிய தேவாலயம்! தேவாலய கோபுரத்தின் சன்னல் அருகில் மணியடிப்பவன் நிற்பதை அவன் பார்த்தான். அந்த வேலைக்காரன் சிவப்புத்தொப்பி வைத்திருக்கிறான். சூரியக் கதிர்கள் கண்களில் படாமல் இருப்பதற்காக அவன் தன் கைகளால் முகத்தை மறைத்திருக்கிறான். ஜான் சைகை செய்து அவனிடமிருந்து விடைபெற்றான். அவன் தன் தலையிலிருந்த சிவப்புத்தொப்பியை எடுத்து ஜானை நோக்கி வீசினான். "உன் பயணம் இனிதாக அமையட்டும்" என்று அவன் அப்படி வாழ்த்துச் சொன்னான்.

வெளி உலகத்தில்தான் என்னவெல்லாம் காட்சிகளைப் பார்க்கப்போகிறோம்! அதைப் பற்றி யோசித்தபடியே ஜான் நடந்து சென்றான். அவன் இதுவரை சென்றிராத இடங்களுக்குத்தான் அவன் செல்கிறான். அந்த இடங்களைக் குறித்தோ, அங்குள்ள மக்களைக் குறித்தோ அவனுக்கு எதுவும் தெரியாது. கடைசியில் அவன் ஒரு புதிய இடத்திற்கு வந்து சேர்ந்தான்.

அங்கு வந்த முதல் நாள் இரவு அவன் ஒரு வயலில் இருந்த வைக்கோல் போரின் மீது படுத்துத் தூங்க வேண்டி வந்தது. ஆயினும்

அவனுக்கு வைக்கோல் போரில் தூங்குவது மிகவும் பிடித்திருந்தது. ஒரு ராஜாவால்கூட இந்தளவு சுகமாகத் தூங்கமுடியாது. விரிந்து பரந்த வயல்வெளி. அதில் ஒரு சிறிய அருவி. மேலே நீல ஆகாயம்! எவ்வளவு மகிழ்ச்சியளிக்கும் ஒரு படுக்கை இது! சிவப்புப் பூக்களும், வெள்ளைப் பூக்களும் உள்ள செடிகள் நிற்கின்ற இடத்தில் பச்சைப் புற்கள் கம்பளம் விரித்திருக்கின்றன. கைகால்கள் கழுவுவதற்கு சுத்தமான நீர் உள்ள சிறிய அருவியுமுண்டு. கரும்பு போன்ற பெரிய புற்கள் தலைகுனிந்து அவனுக்கு வணக்கம் செலுத்தின. நீல ஆகாயம் என்னும் மேற்தளத்தில் ஒளிரும் சந்திரன் ஒரு இரவு விளக்கைப்போல இருந்தது. ஜான் பாதுகாப்பு உணர்வுடனும், நன்றாகவும் உறங்கினான். சூரியன் உதித்தெழுந்து கிளிகள் “காலை வணக்கம்“ என்று பாட்டுப் பாடியபோதுதான் அவன் விழித்தான்.

அன்று ஞாயிற்றுக்கிழமை. தேவாலய மணிகள் முழங்கின. போதகரின் சொற்பொழிவைக் கேட்க மக்கள் ஒன்றாகக் கூடினார்கள். ஜான் அவர்களோடு சேர்ந்து தேவாலயத்திற்குள் சென்று துதி கீதம் பாடினான். தனக்குப் பெயர் சூட்டிய, அப்பாவுடன் சேர்ந்து துதி கீதம் பாடிய பழைய தேவாலயத்தில்தான் தான் இப்போது இருக்கிறோமா என்று அவனுக்கு ஒரு சந்தேகம் அப்போது ஏற்பட்டது.

தேவாலயத்தின் மயானத்தில் நிறையக் கல்லறைகள் இருந்தன. சிலவற்றில் புற்கள் முளைத்திருந்தன. ஜான் தன் அப்பாவின் கல்லறையைப் பற்றி நினைத்துப் பார்த்தான். இந்தக் கல்லறைகளில் புற்கள் முளைத்திருப்பதுபோல, இன்னும் காலம் சென்ற பிறகு அப்பாவின் கல்லறையிலும் புற்கள் முளைக்கும்! அந்தப் புற்களை பிடுங்கி அகற்றுவதற்கோ, அந்த இடத்தை அலங்கரிப்பதற்கோ என்னால் இயலாதே! என்றெல்லாம் நினைத்த அவன், இப்போது காண்கிற கல்லறைகளில் இருந்த புற்களைப் பிடுங்கினான். வீழ்ந்து கிடந்த மரச் சிலுவைகளை நேராக வைத்தான். காற்றடித்து அகன்று கிடந்த பூமாலைகளை எடுத்து அவற்றிற்குரிய இடத்தில் வைத்தான். அவன் எண்ணம் இதுதான்:

“எனக்கு என் அப்பாவின் கல்லறையில் இப்படியெல்லாம் செய்ய முடியவில்லை. ஒருக்கால், வேறொருவர் அப்படிச் செய்யக்கூடும்.”

கம்பு ஊன்றிக்கொண்டு ஒரு முதிய யாசகன் மயானத்திற்கு வெளியே நின்றுகொண்டிருந்தார். ஜான் தன்னிடம் உள்ள சல்லிக் காசுகளையெல்லாம் அந்த முதியவருக்குக் கொடுத்தான். பிறகு மகிழ்ச்சியாக அங்கிருந்து புறப்பட்டான். மாலை நேரம் ஆனபோது பருவ நிலை மிகவும் மோசமானது. இரவு நேரம் வந்தபோது அவன் சிறிய ஒரு தேவாலயத்தின் வாயிலருகே வந்தான். ஒரு குன்றின்

மேலே, தனிமையான ஒரு இடத்தில் கட்டப்பட்டிருந்தது அந்த தேவாலயம்.

“நான் மிகவும் களைத்திருக்கிறேன். நான் சற்று நேரம் ஓய்வெடுக்க வேண்டும். தேவாயத்தின் மூலையில் சென்று அமரலாம்” என்று தனக்குள் சொல்லிக்கொண்டு ஜான் உள்ளே சென்றான். அவன் ஒரு மூலையிலிருந்து கை கூப்பி பிரார்த்தித்தான். சில நொடிகளுக்குள் உறங்கத் தொடங்கினான். வெளியே மின்னலும் இடியுமாக இருந்தது.

நள்ளிரவு நேரத்தில் அவன் உறங்கிக் கொண்டிருந்தான். அப்போது பருவ நிலை நன்றாக இருந்தது. சன்னல் வழியே சந்திரன் அவன் மீது வெளிச்சம் வீசியது. தேவாலயத்தின் நடுவில் ஒரு சவப் பெட்டி திறந்து வைக்கப்பட்டிருக்கிறது. சவப்பெட்டிக்கு உள்ளே, ஒரு ஆணின் சவம் கிடத்தப்பட்டிருக்கிறது. சும்மா அச்சப்படுபவன் அல்ல ஜான். ஏன் என்றால் அவன் மனசாட்சி மிகவும் வலிமையாக இருந்தது. இறந்தவர்கள் யாரையும் தொந்தரவு செய்வதில்லை என்று அவனுக்கு நன்றாகத் தெரியும். அதற்கு நேர்மாறாகத்தான் கெட்ட காரியங்களைச் செய்துகொண்டு வாழ்கின்ற தீய மனிதர்கள் இருக்கிறார்கள். இந்த சவத்தை மண் இட்டு மூடுவது வரை தேவாலயத்தில் வைத்திருக்கிறார்கள். அதன் அருகே இரண்டு அசிங்கமான மனிதர்கள் நிற்கிறார்கள். இறந்த ஆளைப் பற்றி அவர்களுக்கு கெட்ட எண்ணம்தான் இருக்கிறது. இறந்தவர் சவப்பெட்டியில் அமைதியாக இருப்பதற்குக்கூட அவர்கள் அனுமதிக்கவில்லை. சவத்தை வாயில் வழியே வெளியே தள்ள முயற்சி செய்கிறார்கள் அவர்கள்.

ஜான் அவர்களிடம் சொன்னான்:

“ஏன் நீங்கள் இப்படிச் செய்கிறீர்கள்? இது தவறு. அதர்மம். கடவுளுக்காக இவரை இறுதி ஓய்வுகொள்ள விடுங்கள்.”

அவர்கள் சொன்னார்கள்:

“நீதான் தவறாகப் புரிந்துகொண்டிருக்கிறாய். இந்த மனிதன் எங்களை ஏமாற்றினான். இவன் எங்களுக்குப் பணம் தர வேண்டியிருக்கிறது. அதே சமயம் இறந்தும்போய்விட்டான். நாங்கள் எங்கள் பணத்தை இழந்தோம். அதனால் நாங்கள் இவனைப் பழி வாங்குவோம். அவன் செத்த நாயைப்போல வாசலில் கிடப்பான்!”

ஜான் பதில் சொன்னான்:

“என்னிடம் ஐம்பது வெள்ளி நாணயங்கள் உள்ளன. என் முழு பிதிரார்ஜிதச் சொத்தும் இவ்வளவுதான். ஆயினும் நான் அதை உங்களுக்குத் தருகிறேன். இறந்தவரை சும்மா விட்டுவிடுகிறோம் என்று நீங்கள் வாக்குத் தரவேண்டும்.”

அந்தத் தீய மனிதர்கள் நிபந்தனையை ஒப்புக்கொண்டார்கள்.

“சரி, அவன் கடனை நீ அடைத்தால் நல்லதுதான். அப்படியென்றால் பிறகு நாங்கள் இந்த சவத்தைத் தொந்தரவு செய்ய மாட்டோம். நாங்கள் உனக்கு வாக்குறுதி தருகிறோம்.” அவர்கள் ஜான் கொடுத்த ஐம்பது வெள்ளி நாணயங்களை வாங்கிக் கொண்டார்கள். அவனது நல்ல குணத்தைக் கேலி செய்து சிரித்தார்கள். பிறகு தங்கள் வழியே சென்றார்கள்.

அந்தச் சவப் பெட்டியில் இருந்த சவத்திடம் மௌனமாக விடை பெற்ற ஜான், அந்த தேவாலயத்திலிருந்து புறப்பட்டு பயணத்தைத் தொடர்ந்தான். அவன் மனதில் ஒருவிதமான திருப்தி நிறைந்திருந்தது. மரங்களின் இடைவெளிகள் வழியே நிலவு வெளிச்சம் கடந்து வரும்போதெல்லாம் அவன் அழகான ‘எல்பு’களைப் பார்த்தான். (எல்புகள் - தேவதைகள் போன்று இவ்வுலகத் தொடர்பற்ற மிகச் சிறிய உயிரினங்கள்). அவை நான்கு புறமும் நடனமாடுகின்றன. ஜான் களங்கமற்றவனும், நல்ல மனதுடையவனுமாக இருக்கிறான் அல்லவா! அதனால் எல்புகள் அவனை வரவேற்கின்றன. கெட்ட மனிதர்களால் எல்புகளைப் பார்க்க முடியாது. ஒருவிரல் அகலநீளம்தான் அவர்கள் இருப்பார்கள். சில எல்புகள் தங்கச் சீப்புகளால், தங்கள் தங்க நிறத் தலைமுடியைச் சீவி ஒதுக்குகிறார்கள். மற்ற சில எல்புகள் இலைகளிலும், புற்களிலும் உள்ள பனித்துளிகளில் சாய்ந்தாடிக்கொண்டிருக்கிறார்கள். இடையிடையே பனித் துளிகள் உருள்கின்றன. அப்போது எல்புகள் தரைப்புல்லில் விழுகின்றன. அதையெல்லாம் பார்த்து மற்ற எல்புகள் சிரிக்கின்றன. பிறகு எல்லாமும் சேர்ந்து பாட்டுகள் பாடுகின்றன. ஜான் சிறுவயதில் பள்ளியில் பாடிய பாட்டுகளும் அவற்றில் இருந்தன. அந்தப் பாடல்களை ஜான் அடையாளம் கண்டுகொண்டான். தலையில் வெள்ளிக் கிரீடம் அணிந்த, பல நிறம் கலந்த சிலந்திகளும் நிறைய இருந்தன. அவை செடிகளுக்கிடையில் சிலந்தி வலையால் பாலங்களும், அரண்மனைகளும் பிறவும் கட்டுகின்றன. பாலங்களிலும், அரண்மனைகளிலும் பனித்துளிகள் விழும்போதோ… நிலவில் அவை தெளிவான கண்ணாடிபோலக் காணப்பட்டன.

இதெல்லாம் சூரிய உதயம் வரை நடந்தது. அப்போது எல்புகள் பூ மொட்டுகளுக்குள்ளே நுழைந்தன. பாலங்களும் அரண்மனைகளும் சிலந்திவலைகளாயின. அவற்றைக் காற்று அடித்துச் சென்றது.

ஜான் எல்புகளின் கொண்டாட்டத்தைவிட்டு மீண்டும் நடக்கத் தொடங்கினான்.

பின்னாலிருந்து ஒரு மனிதன் உரத்துக் கேட்டான்:

“நண்பரே, நீங்கள் எங்கே செல்கிறீர்கள்?”

“நான் விசாலமான உலகத்தை நோக்கிச் செல்கிறேன். எனக்கு அம்மாவும் இல்லை. அப்பாவும் இல்லை. நான் ஏழை. கடவுள் என்னைக் காப்பாற்றட்டும்!”

அந்தப் புதிய நபர் கேட்டார்:

“நானும் விசாலமான உலகத்தை நோக்கித்தான் போகிறேன். நாம் இருவரும் ஒன்றாகச் செல்லலாமா?“

ஜான் சம்மதித்தான்.

இருவரும் ஒன்றாகப் பயணத்தைத் தொடர்ந்தார்கள். சற்று நேரத்திற்குள் அவர்கள் நண்பர்கள் ஆனார்கள். ஏனென்றால் இருவரும் நல்லவர்கள் என்பதுதான் காரணம். தன்னைவிட எவ்வளவோ திறமையானவன் இந்தப் புதிய நண்பன் என்று ஜானுக்குத் தெரிந்தது. புதியவன் பெரும்பாலும் இந்த உலகம் முழுதும் சுற்றியிருக்கிறான். நடப்பில் உள்ள எல்லாவற்றைக் குறித்தும் இவனால் பேச முடியும்!

மதியப் பொழுதானது. அவர்கள் உணவு உண்பதற்காக ஒரு பெரிய மரத்தடியில் அமர்ந்தார்கள்.

அப்போது அங்கே மிகவும் வயது முதிர்ந்த ஒரு பாட்டி வந்தார்கள். அவர்களின் உடல் வளைந்திருந்தது. அவர்கள் கையில் ஒரு ஊன்றுகோலும் இருந்தது. காட்டில் கிடைத்த சுள்ளி விறகுகளைப் பொறுக்கிக் கட்டி முதுகில் வைத்திருந்தார்கள். மூன்று சிறிய குச்சிகளும் அவர்களிடம் இருந்தது. அந்தப் பயணிகளின் பக்கத்தில் வந்தபோது பாட்டி கால் தடுக்கி விழுந்து அலறினார்கள். அவர்களின் கால் ஒடிந்துவிட்டது.

பாட்டியை அவர்களின் வீட்டுக்கு எடுத்துச் செல்ல வேண்டும் என்று ஜான் சொன்னான். ஆனால் அந்த இன்னொரு பயணி என்ன செய்தான்?

தன் பையிலிருந்து ஒரு சிறிய பெட்டியை வெளியே எடுத்தான். ஒடிந்தகாலைக் குணமாக்கும் ஒரு களிம்பு அந்தப் பெட்டிக்குள் இருந்தது. அந்த களிம்பைத் தடவினால் பாட்டி முன்புபோல நடந்துபோகலாம் என்று அவன் சொன்னான். ஆனால், அதற்குப் பதிலாக பாட்டி அந்த மூன்று சிறிய குச்சிகளையும் அவனிடம் கொடுக்க வேண்டும்.

அந்தச் சின்னக்குச்சிகளைக் கொடுப்பதில் பாட்டிக்கும் சம்மதம்தான். ஒடிந்த காலுடன் ஒரு இடத்தில் படுத்திருப்பதைவிட, மூன்று குச்சிகளைக் கொடுத்துவிட்டு நடப்பது எவ்வளவோ

நல்லதுதானே! பாட்டி அந்த நிபந்தனையை ஏற்றுக்கொண்டார்கள். இரண்டாம் பயணி, பாட்டியின் ஒடிந்த காலில் அந்தக் களிம்பைத் தடவியதுதான் தாமதம், உடனே பாட்டி எழுந்து நின்றார்கள். அதுமட்டும் அல்ல, விரைவாக நடக்கவும் தொடங்கினார்கள். அந்த மருந்து அவ்வளவு அற்புதமானது. எங்குமே விலைக்கு வாங்க முடியாது.

ஜான் தன் சகபயணியிடம் கேட்டான்.

"உங்களுக்கு எதற்கு இந்தச் சின்னக்குச்சிகள்?"

அவன் பதில் சொன்னான்:

"எனக்கு அவற்றை மிகவும் பிடித்துவிட்டது. தான் ஒரு தான்தோன்றியான ஆள். உங்களுக்குப் புரிந்ததா?"

அவர்கள் தொடர்ந்து நடந்தார்கள்.

சற்று நேரம் சென்று ஜான் சொன்னான்:

"அதோ பாருங்கள், ஆகாயம் இருண்டு வருகிறது. கார் மேகங்கள் திரண்டு வருகின்றன."

சக பயணி பதில் சொன்னான்:

"ஜான், அவை கார்மேகங்கள் அல்ல, பெரிய மலைகள். நாம் அவற்றின் மேலே ஏறினால், மேகங்கள் நமக்குக் கீழே இருக்கும். அங்கே உள்ள காற்று சுத்தமான காற்றாக இருக்கும். நாளையாகும்போது நாம் நெடுந்தூரம் சென்றிருப்போம்."

நினைத்ததுபோல பக்கத்தில் இல்லை மலைகள். மலைகளை அடைவதற்காக ஒருநாள் முழுதும் நடக்க வேண்டியிருந்தது. மரங்களில் பெரிய மரங்கள் ஆகாயத்தில் தலை உயர்த்தி நின்றிருந்தன. ஒரு பட்டணம் அளவு பெரிதான பாறைக் கூட்டங்கள் அங்கே கிடந்தன. அவற்றிலெல்லாம் ஏறி இறங்குவது மிகவும் சிரமமான காரியமாக இருந்தது. இரவு உறங்குவதற்காக ஜானும் சக பயணியும் ஒரு சத்திரத்திற்குச் சென்றார்கள்.

பொதுவான, விசாலமான அறையில் பயணிகள் ஒன்று சேர்ந்திருந்தார்கள். வட்டமாக இருந்தன இருக்கைகள். நடுவில் ஒரு பாவைக்கூத்துக் கலைஞனின் நிகழ்ச்சி நடக்கப்போகிறது. முன்னால் கசாப்புக்கடைத் தடியன் அமர்ந்திருக்கிறான். அவனின் நாய் அவன் அருகில் இருக்கிறது. அது கடிப்பதற்குச் சந்தர்ப்பத்தை எதிர்பார்த்திருப்பதாகத் தோன்றியது.

ஒரு நாடக வடிவத்தில் பாவைக் கூத்து தொடங்கியது. ராஜாவும், ராணியும்தான் நாடகத்தின் முக்கியமான கதாபாத்திரங்கள். அவர்கள் தங்கக் கிரீடங்களும், தொங்கல்கள் உள்ள ஆடம்பரமான

ஆடைகளையும் அணிந்திருந்தார்கள். கண்ணாடிக் கண்களும், முறுக்குமீசைகளும் உள்ள மரப்பாவைகள் காவல் நிற்கின்றன. சோக நாடகம் அல்ல, நகைச்சுவை நாடகம்தான் நிகழ்ந்துகொண்டிருந்தது. அந்த நாய் என்ன யோசித்துக் கொண்டிருக்கிறதென்று யாருக்குத் தெரியும். அதன் எஜமானன் கசாப்புக் கடைக்காரன் அதன் பிடியை விட்டுவிட்டான். பாவை ராணி எழுந்து நடந்தவுடன் நாய் என்ன செய்தது? அரங்கின் உள்ளே தாவிக் குதித்து ராணியை ஒரே கடியாகக் கடித்தது. ராணியின் முதுகு ஒடிந்தது. தலையும் போய்விட்டது. கஷ்டம் என்று சொல்லாமல் வேறு என்ன சொல்வது?

பாவைக்காரன் அதிர்ந்துபோனான். அவன் துயரடைந்தான். பாவைகளிலேயே மிகவும் அழகான பாவை ராணிதான். பார்த்துக்கொண்டிருந்தவர்கள் கலைந்து சென்றார்கள். ஜானின் சக பயணி தன் சிறிய பெட்டியை வெளியே எடுத்தான். பிறகு முதுகு ஒடிந்து தலை போன ராணியின் மீது அந்தக் களிம்பைத் தேய்த்தான். நொடிகளுக்குள் பாவை ராணியின் உடல் ஊனம் நீங்கிவிட்டது. அது மட்டும் அல்ல, நூல் இல்லாமல் தானாகவே தன் கைகால்களை அசைக்கவும் அவளால் முடிந்தது. அவள் உயிருள்ளது போலக் காணப்பட்டாள். பேசும் சக்தி இல்லை என்பது மட்டும்தான் ஒரே குறை. பாவைக்கூத்துக்காரனுக்கு ஏற்பட்ட மகிழ்ச்சிக்கு அளவே இல்லை. இனி ராணி பாவையை நூலைப் பிடித்து இயக்க வேண்டியதில்லை அல்லவா! தானாகவே நடனமாடும் திறமை பெற்றிருக்கிறது ராணிப் பாவை. இந்தத் திறமை மற்ற எந்தப் பொம்மைக்குமே இல்லை.

அன்று இரவு சத்திரத்தில் உள்ளவர்கள் உறங்கிக் கொண்டிருந்தார்கள். சட்டென்று உரத்த பெருமூச்சுகள் ஒலித்தன. எல்லோரும் விழித்து பெருமூச்சு கேட்ட இடத்துக்குச் சென்று பார்த்தார்கள். பாவைகளை வைத்திருந்த மூலையிலிருந்துதான் அந்தப் பெருமூச்சு சத்தம் கேட்டது. ராஜாவும், ராணியும், மற்ற பொம்மைகளும் பெருமூச்சுவிட்டுக்கொண்டிருந்தன. அதே நேரம் அவற்றின் கண்ணாடிக் கண்கள் உற்றுப் பார்த்துக்கொண்டிருந்தன. "ராணிக்குச் செய்ததுபோல எங்களுக்கும் அந்தக் களிம்பைத் தடவ வேண்டும். நாங்களும் நூலின் உதவியில்லாமல் சுயமாக இயங்க வேண்டும்." என்பதுதான் பாவைகளின் ஆசை. ராணிப் பாவை, சக பயணியை நோக்கி மண்டியிட்டு கிரீடம் அணிந்த தன் தலையைத் தாழ்த்தினாள். "இந்தக் கிரீடத்தை எடுத்துக்கொண்டு என் கணவருக்கும், சேவகர்களுக்கும் அந்தக் களிம்பைத் தடவ வேண்டும்!" என்று பாவை ராணி யாசிப்பதுபோலத் தோன்றியது. அந்த ஏழைப்

பாவைக் கூத்துக்காரனுக்குத் தன் பாவைகள் மீது மிகவும் இரக்கம் ஏற்பட்டது. அவன் அழுதுகொண்டு சகபயணிக்கு ஒரு வேண்டுகோள் விடுத்தான். “நான்கு அல்லது ஐந்து பாவைகளுக்கு அந்தக் களிம்பைத் தடவ வேண்டும். அதற்குப் பதிலாக, மறுநாள் எனக்குக் கிடைக்கிற பணம் முழுவதையும் கொடுத்துவிடுகிறேன்” என்று சொன்னான். சகபயணி, பாவைக்கூத்துக்காரனிடம் “உங்களிடம் இருக்கின்ற வாளை மட்டும் எனக்குக் கொடுத்தால் போதும்.“ என்றான். அவன் அந்த வாளை வாங்கிக் கொண்டு ஆறு பாவைகளின் மீது களிம்பைத் தடவினான். உடனே அந்த ஆறு பாவைகளும் அழகாக ஆடத் தொடங்கின. அதைப் பார்த்து அங்கிருந்த மனிதப் பெண் குழந்தைகள், வண்டிக்காரன், சமையல்காரன், வேலைக்காரர்கள், தங்கியிருப்பவர்கள் ஆகிய எல்லாரும் நடனம் ஆடுகிறார்கள். எல்லாம் ஒரே கோலாகலம்!

காலையில் ஜான் தன் சகபயணியுடன் சத்திரத்திலிருந்து புறப்பட்டான். அவர்கள் வனங்களைக் கடந்து மலைகளின் மீது ஏறினார்கள். அங்கிருந்து பார்த்தபோது தேவாலயக் கட்டடங்கள் எல்லாம் மிகவும் சிறிதாகத் தோன்றின. நான்குபுறத்திலும் அவர்களால் பல மைல் தூரத்தைப் பார்க்க முடிந்தது. உலகத்தின் இவ்வளவு அழகை முன்பு ஒருபோதும் ஜான் பார்த்தது இல்லை. நீல ஆகாயத்தில் சூரியன் பிரகாசித்தது. மலையிடுக்குகளில் வேட்டைக்காரர்களின் கூச்சல்கள் கேட்டன. எல்லாவற்றையும் பார்த்துக்கொண்டும், கேட்டுக்கொண்டும் நின்றிருந்த ஜானின் கண்கள் நிறைந்தன. அவன் உரக்கச் சொன்னான்:

“இந்த உலகத்தின் வளங்களையெல்லாம் நமக்குத் தந்த கடவுள் எவ்வளவு கருணையுடைவன்!”

சக பயணியும் கைகள் கூப்பி நின்று, கீழே உள்ள காடுகளையும், பட்டணங்களையும் பார்த்தான். மேலே ஒரு சத்தம் கேட்டது. இருவரும் மேலே பார்த்தார்கள். ஒரு பெரிய வெள்ளை அன்னப் பறவை ஆகாயத்தில் எழுந்து பறக்கிறது. அந்தப் பறவை பாடவும் செய்கிறது. ஒரு பறவை இப்படிப் பாடுவதை அவர்கள் இன்று வரை கேட்டதில்லை. பாடலின் ஒலி சிறுகச்சிறுகக் குறைந்துகொண்டிருந்தது. அன்னப் பறவை அவர்களின் காலடியில் வந்து விழுந்தது. அப்போது மிகவும் அழகான அந்தப் பறவை இறந்திருந்தது.

சக பயணி சொன்னான்:

“ஜான் இதன் இறக்கைகளைப் பார்த்தாயா! அவை எவ்வளவு வெண்மையாகவும், எவ்வளவு பெரிதாகவும் இருக்கின்றன! இந்த இறக்கைகள் எனக்குப் பயன்படும். நான் அதை எடுத்துக்கொள்கிறேன்.

அந்த வாளை வாங்கியது நல்லதாகப்போயிற்று என்று உனக்குத் தோன்றவில்லையா?"

என்று சொன்ன அவன், இறந்த அன்னத்தின் இறக்கைகள் இரண்டையும் வெட்டி எடுத்தான். பிறகு அவர்கள் இருவரும் நடக்கத் தொடங்கினார்கள்.

அவர்கள் மலைகளின் வழியே வெகு தொலைவு சென்றார்கள். கடைசியில் அவர்கள் பெரிய ஒரு பட்டணத்தை வந்தடைந்தார்கள். பட்டணத்தில் நூற்றுக்கணக்கான பெரிய மாளிகைகள் இருந்தன. அவை சூரிய வெளிச்சத்தில் வெள்ளியைப்போல ஒளிர்ந்தன. பட்டணத்தின் நடுவில் தங்கக்கூரையுள்ள ஒரு பெரிய பளிங்கு அரண்மனை இருந்தது. அங்குதான் அந்தப் பகுதிக்கு உரிய ராஜா வசித்து வந்தார்.

ஜானும், சக பயணியும் நேராக பட்டணத்திற்குள் செல்லவில்லை. மாறாக அவர்கள் பட்டணத்திற்கு வெளியில் உள்ள சத்திரத்திற்குச் சென்றார்கள். அங்கே அவர்கள் நல்ல உடைகளை அணிந்துகொண்டார்கள். தெருவில் செல்லும்போது அசிங்கமான உடைகளை அணிந்து செல்லக்கூடாது அல்லவா! அங்கு ஆட்சி செய்யும் ராஜா மிகவும் நல்லவர் என்றும், யாருக்கும் எந்தத் தொந்தரவும் செய்யமாட்டார் என்றும் சத்திரத்தில் உள்ளவர்கள் சொன்னார்கள். ஆனால் ராஜாவின் மகள் மிகவும் கொடியவள். அவள் அழகி. ஆனால் அதே சமயம் கெட்ட சூனியக்காரி. அவளால் நிறைய ராஜகுமாரர்கள் மரணமடைந்திருந்தார்கள்.

"ராஜகுமாரியே, நீங்கள் என்னைத் திருமணம் செய்துகொள்கிறீர்களா?" என்று தன்னிடம் கேட்கும் சுதந்திரத்தை ராஜகுமாரி எல்லா ஆண்களுக்கும் கொடுத்திருந்தாள். அந்த ஆண்கள் ராஜாக்களாக இருந்தாலும் சரிதான், யாசகர்களாக இருந்தாலும் சரிதான். எல்லோரும் அவளுக்குச் சமம்தான். யாராவது அவளை மணம் செய்துகொள்ளும் எண்ணத்துடன் வந்தால், ராஜகுமாரி அவர்களிடம் ஒரு கேள்வி கேட்பாள்:

"நான் நினைக்கின்ற மூன்று விஷயங்கள் என்ன?"

வந்தவர் சரியான பதிலைச் சொல்லிவிட்டால் அவள் அவரைத் திருமணம் செய்துகொள்வாள். ராஜா மரணமடைந்த பிறகு அவருக்கு அந்த நாடும் கிடைக்கும். ஆனால் அவர் சொல்லும் பதில் தவறாக இருந்தால், அவரைத் தூக்கில் போட்டுவிடுவாள் ராஜகுமாரி. இல்லையென்றால் அவரது தலையை வெட்டிவிடுவாள். அவளது அந்த நடவடிக்கைகள் ராஜாவுக்கு மிகவும் துயரமளித்தன. ஆனால் அவளைத் திருத்த அவரால் முடியவில்லை. ஏனென்றால் அவள்

தன் விருப்பப்படி மணமகனைத் தேர்ந்தெடுத்துக்கொள்ளக்கூடிய சுதந்திரத்தை ராஜா அவளுக்கு வழங்கியிருந்தார். ஒவ்வொரு முறையும் ஒவ்வொரு ராஜகுமாரன் வந்து அவள் மனதில் நினைக்கிற மூன்று விஷயங்கள் என்னவாக இருக்கும் என்று ஊகித்துச் சொல்வான். ஆனால் அவனுக்குத் தவறு ஏற்பட்டுவிடும். அவன் தூக்கிலிடப்படுவான். அல்லது தலை வெட்டப்பட்டுக் கொல்லப்படுவான். ராஜகுமாரியைத் திருமணம் செய்யும் எண்ணத்துடன் வருபவர்களுக்கு, முன்பே முன்னறிவிப்புக் கிடைத்தது. அந்த நிலையில் அவர்கள் முயற்சி செய்ய வேண்டிய அவசியமும் இல்லாதிருந்தது. அந்த வயதான ராஜாவின் துயரத்தைச் சொல்ல முடியாது. வருடத்திற்கு ஒரு நாள் முழுதும் அவர் எல்லா வீரர்களுடன் சேர்ந்து பிரார்த்தனை நடத்துவார். தன் மகள் திருந்தி நல்லவளாக வேண்டும் என்பதற்காகத்தான் அந்தப் பிரார்த்தனை. ஆனால், அவள் நல்லவளாகவில்லை.

இதையெல்லாம் கேட்டு அறிந்துகொண்ட ஜான் நினைத்தான்:

“கொடிய ராஜகுமாரி! அவளுக்கு நன்றாக அடி கிடைக்க வேண்டும். அப்போதுதான் அவள் திருந்துவாள். நான் ராஜாவாக இருந்தால் நிச்சயமாக அவளைத் தண்டிப்பேன்!”

தெரு வழியே நடந்து சென்றுகொண்டிருந்தார்கள் ஜானும், சக பயணியும். அப்போது, “விலகிப்போங்கள், ராஜகுமாரி வருகிறார்!” என்னும் குரலை அவர்கள் கேட்டார்கள்.

அந்த வழியே ராஜகுமாரி செல்கிறாள். தூய வெண் ஆடை அணிந்த, கையில் பூ வைத்திருக்கின்ற பன்னிரண்டு கன்னிகள், கருத்த குதிரைகளின் மேலே ராஜகுமாரியைச் சூழ்ந்து வந்தார்கள். வைரக் கற்களும், முத்துக்களும் கொண்டு அலங்கரிக்கப்பட்ட வெள்ளைக் குதிரையின் மீது ராஜகுமாரி அமர்ந்திருந்தாள். அவள் பிடித்திருந்த சாட்டை சூரிய ஒளிக்கதிர்களுக்கு இணையாக ஒளிர்ந்தது. அவள் தலையில் அணிந்திருந்த கிரீடம் நட்சத்திரங்கள் சேர்த்துச் செய்யப்பட்டதோ என்று தோன்றியது. ஆயிரக்கணக்கான வண்ணத்துப்பூச்சிகளின் இறகுகளால் செய்யப்பட்டதோ என்று காண்போர் வியக்கும்படி அவ்வளவு அற்புதமாக இருந்தது அவள் அணிந்திருந்த மேலங்கி.

ராஜகுமாரியைப் பார்த்த அந்த நொடியே ஜான் ஸ்தம்பித்துப் போனான். அவனால் ஒரு வார்த்தையும் பேச முடியவில்லை. அவனது அப்பா இறந்த அன்று அவன் தங்கக் கிரீடம் அணிந்த ஒரு அழகான பெண்ணைக் கனவு கண்டான் அல்லவா? இந்த ராஜகுமாரி அச்சு அசலாக அவளைப்போலவே இருந்தாள்.

அவளது அழகு அவனை மிகவும் வசீகரித்தது. இவள் இளைஞர்களைத் தூக்கிலேற்றிக் கொல்பவள் அல்ல, அவர்களது தலையை வெட்டுபவள் அல்ல, கெட்ட சூனியக்காரி அல்ல, இவள் கெட்டவள் அல்ல என்று உறுதியாக நினைத்தான் ஜான்.

அவன் தன் மனதில் சொல்லிக்கொண்டான்:

"யாசகர்கள்கூட அவளைப் பெண் கேட்கலாம் அல்லவா? எனவே நான் அரண்மனைக்குச் செல்வேன். என்னால் போகாமல் இருக்க முடியாது!"

அப்படிச் செய்யக் கூடாது என்று பலரும் ஜானிடம் சொன்னார்கள். இல்லையென்றால் மற்ற இளைஞர்களைப் போல அவனும் சாக வேண்டியதுதான் என்று சொன்னார்கள். அவனுடன் வந்த சக பயணியும் அவனது முயற்சியைத் தடுக்கப் பார்த்தான். ஆனால் நான் இந்த விஷயத்தில் வெற்றி பெறுவேன் என்று உறுதியாகச் சொன்னான் ஜான். அவன் தன் கோட்டையும், ஷூக்களையும் தூசு துடைத்து சுத்தம் செய்தான். கைகளையும், முகத்தையும் சுத்தமாகக் கழுவிக்கொண்டான். தலைமுடியை நன்றாகக் கோதி சரிப்படுத்தினான். தனியாக அரண்மனைக்குச் சென்றான். அரண்மனைக் கதவைத் தட்டினான். "உள்ளே வாருங்கள்!" என்று வரவேற்றார் அந்த முதிய ராஜா.

ஜான் கதவைத் திறந்து உள்ளே சென்றான். அவனை நோக்கிச் சென்றார் ராஜா. அவருக்கு மேலங்கி, கிரீடம், செங்கோல், உடைவாள் ஆகிய எல்லாமும் இருந்தன. உடைவாளை இடது கையில் வைத்துக்கொண்டு அவர் வலதுகையை நீட்டினார். வந்த ஆளைக் கை கொடுத்து வரவேற்பதற்காகத்தான் அப்படிச் செய்தார். வந்தவன் பெண் கேட்டு வந்திருக்கிறான் என்று பிறகுதான் அவருக்குத் தெரிந்தது. உடனே ராஜா அழுதுவிட்டார். அவரது உடைவாளும், செங்கோலும் பிடிவிட்டுத் தரையில் விழுந்தன. அவர் தன் மேலங்கியால் தன் கண்களைத் துடைத்துக்கொண்டார், பாவம்!

அவர் ஜானிடம் சொன்னார்:

"இந்த முயற்சி வேண்டாம் இளைஞனே. மற்ற இளைஞர்களைப்போல நீயும் தோற்றுவிடுவாய்!"

ஜானை, ராஜகுமாரியின் பூந்தோட்டத்திற்கு அழைத்துச் சென்றார் ராஜா. அங்கே பயங்கரமான காட்சியைப் பார்த்தான் ஜான். ராஜகுமாரியைப் பெண் கேட்டு வந்து தோற்றவர்களின் எலும்புக் கூடுகள் அங்கிருந்த மரங்களில் தொங்கிக் கொண்டிருந்தன. ராஜகுமாரி நினைத்த மூன்று விஷயங்கள் என்னவென்று ஊகிக்க

முடியாமல் தோற்றவர்கள் அவர்கள். காற்றடிக்கும்போது எலும்புக்கூடுகள் அசைந்து கிலுகிலுவென்று ஓசை எழுப்பும். அந்த ஓசையில் பயந்து பறவைகள் சிறகடித்துப் பறந்து செல்லும். செடிகளில் மனிதர்களின் மண்டை ஓடுகளும், எலும்புகளும் கட்டித் தொங்கவிடப்பட்டிருந்தன. ராஜகுமாரியின் பூந்தோட்டம் மிகவும் பயங்கரமாக இருந்தது.

ஜானிடம் சொன்னார் ராஜா:

"ராஜகுமாரியால் கொல்லப்பட்டு இங்கே எலும்புக் கூடுகளாகத் தொங்கிக்கொண்டிருக்கும் இளைஞர்களுக்கு ஏற்பட்ட இதே அனுபவம் உங்களுக்கும் ஏற்படக் கூடும். எனவே, ராஜகுமாரியைத் திருமணம் செய்துகொள்ளும் உங்களின் ஆசையை விட்டு விடுங்கள். இல்லாவிட்டால் நீங்களும் என்னைத் துயரத்தில் ஆழ்த்திவிடுவீர்கள்."

தனக்கு ராஜகுமாரியை மிகவும் பிடித்துவிட்டது என்றும், தன் முயற்சி வெல்லும் என்றும் ஜான் அவரிடம் சொன்னான்.

அப்போது ராஜகுமாரி, தன் பணிப்பெண்களுடன் பூந்தோட்டத்திற்கு வந்தாள். அவள் முறைப்படி ஜானுக்குக் கை கொடுத்தாள். ஜான் அவளைப் பார்த்தான். அவள்மீது அவனுக்கு முன்பைவிட அதிகமான அன்பு தோன்றியது. எல்லாரும் சொல்வதுபோல அவள் கெட்ட சூனியக்காரி அல்ல என்றுதான் ஜான் நம்பினான். அனைவருடனும் சேர்ந்து ஜான் விசாலமான உணவு அறைக்குச் சென்றான். பணியாளர்கள் பலவிதமான அருமையான உணவுகளைக் கொண்டு வந்தார்கள். துயருற்றிருந்த ராஜா எதுவும் சாப்பிடவில்லை.

அடுத்த நாள் காலையில் ஜான் அரண்மனைக்கு வரவேண்டும் என்று முடிவு செய்யப்பட்டது. அப்போது நீதிபதிகளும், ராஜ சபை உறுப்பினர்களும், பொதுமக்களும் வந்திருப்பார்கள். அவன் முதல் தேர்வில் வென்றால், பிறகு மேலும் இரண்டு தேர்வுகள் இருக்கும். இன்று வரை யாரும் முதல் தேர்விலேயே வெல்லவில்லை. அதில் ஜான் வெற்றி பெறவில்லையென்றால் அவனும் இறக்க வேண்டிவரும்.

தான் எப்படி அந்தத் தேர்வை எதிர்கொள்வோம் என்பது குறித்து ஜானுக்கு எந்தவொரு பயமோ பதற்றமோ ஏற்படவில்லை. அவன் ராஜகுமாரியைக் குறித்து மட்டுமே சிந்தித்துக்கொண்டிருந்தான். தனக்கு உதவி கிடைக்கும் என்று அவன் உறுதியாக நம்பிக்கொண்டிருந்தான். ஆனால் அது எப்படிக் கிடைக்கும் என்று மட்டும் அவனுக்குத் தெரியவில்லை. அவன் அதைப் பற்றியொன்றும் யோசிக்க முயலவில்லை. அவன் நம்பிக்கையுடன் சத்திரத்திற்குத்

திரும்பி வந்தான். அங்கே சக பயணி அவனுக்காகக் காத்திருந்தான்.

ராஜகுமாரி பார்ப்பதற்கு எவ்வளவு அழகாக இருந்தாள். அவள் தன்னிடம் எப்படி நடந்துகொண்டாள் என்றெல்லாம் சக பயணியிடம் சொன்னான் ஜான். அடுத்த நாள் போட்டியில் கலந்துகொள்ள அரண்மனைக்குச் செல்ல வேண்டும் அல்லவா, அதற்காகத்தான் தான் காத்திருப்பதாகவும் அவன் சக பயணியிடம் தெரிவித்தான்.

தலையசைத்து மறுத்தபடி சக பயணி சொன்னான்:

"ஜான், எனக்கு உன்னை மிகவும் பிடிக்கும். நாம் இன்னும் நெடுங்காலம் ஒன்றாக இருந்திருக்கலாம். ஆனால், நான் உன்னை இழக்கப் போகிறேன். அதை நினைத்து எனக்கு அழுகை வருகிறது. ஆயினும் உன் இந்தக் கடைசி நாளில் நான் உன் மகிழ்ச்சியைக் கெடுக்க விரும்பவில்லை. நாம் ஒன்றாகச் சேர்ந்து இருக்கிற கடைசி நாள் இதுதான். நாம் இன்று சந்தோஷமாக இருப்போம். நாளை நீ சென்றால், தடையெதுவும் இல்லாமல் நான் அழலாம் அல்லவா!"

ராஜகுமாரியைப் பெண் கேட்டு புதிய ஒரு இளைஞன் வந்திருக்கிறான் என்னும் தகவலை எல்லாக் குடிமக்களும் அறிந்துகொண்டார்கள். அதற்காக எல்லோரும் வருத்தப்பட்டார்கள். நாடக சாலை பூட்டப்பட்டது. ராஜகுமாரியும், பாதிரியார்களும் தேவாலயத்தில் மண்டியிட்டு பிரார்த்தனை செய்தார்கள். முன்பு வந்த இளைஞர்களுக்கு ஏற்பட்ட அனுபவம்தான் ஜானுக்கும் ஏற்படும் என்றுதான் அனைவரும் நினைத்தார்கள்.

மாலை நேரத்தில் சக பயணி பெரியதொரு கோப்பையில் ஒயினை நிரப்பினான். "நாம் மகிழ்ச்சியாக இருக்கலாம்!" என்று சொன்னான். ஜான் இரண்டு குவளை குடித்தபோது அவனுக்கு உறக்கம் வந்தது. அவன் நாற்காலியிலிருந்து ஆழ்ந்து உறங்கினான். சக பயணி அவனை நாற்காலியிலிருந்து எடுத்து மெத்தையில் கிடத்தினான். அவன் சற்றுநேரம் விழித்திருந்தான். பிறகு செத்த அன்னப் பறவையிடமிருந்து வெட்டியெடுத்த இறக்கைகளை எடுத்தான். அவற்றை தன் இரண்டு தோள்களிலும் கட்டினான். கால் ஒடிந்த கிழவி கொடுத்த ஒரு கம்பை, தன் பையில் இட்டுக்கொண்டான். சன்னலைத் திறந்து, அதன் வழியே பறந்து சென்றான். அரண்மனையை அடைந்தான். ராஜகுமாரியின் படுக்கையறைச் சன்னலருகில் ஒளிந்துகொண்டான்.

நகரம் முழுதும் அமைதியாக இருந்தது. மணி பதினொன்றே முக்கால் ஆனது. ராஜகுமாரி சன்னல் வழியாக வெளியே வந்தாள்.

அவள் நீண்ட வெள்ளைஆடையால் தன் உடலை மறைத்திருந்தாள். அவள் தன் தோளில் வைத்துக் கட்டிய கறுப்பு இறக்கைகளை அசைத்து அவள் பறந்து சென்றாள். சக பயணியும் கண்ணுக்குத் தெரியாத வகையில் அவளைப் பின்தொடர்ந்தான். அவன் தன் கம்பை எடுத்து ராஜகுமாரியைத் தொடர்ந்து அடித்தான். “அட, பனிக்கட்டி மழை பொழிகிறதே!” என்றாள் ராஜகுமாரி. தன்னைக் கம்பால் அடிக்கும் சக பயணியை அவள் பார்க்க முடியாது அல்லவா? காற்றில் அவளது வெள்ளை ஆடை கப்பலின் பாய்மரம்போலப் பறந்தது. அதில் சந்திரனின் வெளிச்சம் வீழ்ந்தது.

இறுதியில் அவள் ஒரு மலையை அடைந்தாள். இடி இடிப்பது போன்று ஒரு சத்தம் எழுந்தது. மலையில் ஒரு பிளவு ஏற்பட்டது. ராஜகுமாரி அந்தப் பிளவின் வழியாக உள்ளே சென்றாள். அவன் பின்னால் சக பயணியும் உள்ளே சென்றான். யாராலும் அவனைப் பார்க்க முடியாது. அவன் மற்றவர்களின் கண்ணுக்குத் தெரியாத வகையில்தானே இருக்கிறான்!

இருவரும் ஒரு இடை வழியில் முன்னே சென்றார்கள். அங்கே ஆயிரமாயிரம் சிலந்திகள் சுவர்களில் அங்கும் இங்கும் ஓடிக்கொண்டிருந்தன. அந்தச் சிலந்திகளின் உடல்கள் தீச்சுவாலைபோல ஒளிர்கின்றன. அந்த வெளிச்சம் சுவர்களிலும் பிரதிபலிக்கிறது. ராஜகுமாரியும், சக பயணியும் வெள்ளியாலும் தங்கத்தாலும் கட்டப்பட்ட பெரிய அறைக்குள் நுழைந்தார்கள். அங்கே அறைச் சுவர்களில் நிறையப் பூக்கள் இருந்தன. அந்தப் பூக்கள் நீலநிறமும் சிவப்புநிறமும் கலந்ததாக இருந்தன. சூரிய காந்திப் பூக்கள் அளவு பெரிதாக இருந்தன. ஆனால் அந்தப் பூக்களை யாராலும் பறிக்க முடியாது. ஏனென்றால் அவற்றின் தண்டுகளின் வடிவில் விஷப் பாம்புகள்தான் இருக்கின்றன. அந்த விஷப்பாம்புகள் தீப்பொறிகளைத் துப்புகின்றன. மின்மினிகளும், நீலநிற வௌவால்களும் அறையின் கூரைத்தளத்தில் நிறைந்திருக்கின்றன. எல்லாம் சேர்ந்து மிகவும் பயங்கரமான காட்சியாக இருந்தது!

அறையின் நடுவில் ஒரு சிம்மாசனம் இருந்தது. நான்கு குதிரைகளின் எலும்புக் கூடுகள் சிம்மாசனத்தில் பூட்டப்பட்டிருந்தன. அந்த தீச் சுவாலைபோன்ற சிலந்திகளால் ஆன கயிறுகளால்தான் எலும்புக்கூடுகள் கட்டப்பட்டிருக்கின்றன. சிம்மாசனம் வெள்ளைக் கண்ணாடியால் ஆனது. அதில் விரிக்கப்பட்டிருக்கும் கறுப்பு விரிப்பு என்ன தெரியுமா? சிறிய கறுப்பு எலிகள்தான் விரிப்புபோல நெருக்கமாக அமைந்திருக்கின்றன. எலிகள் ஒன்றின் வாலை ஒன்று கடித்துப் பிடித்துக்கொண்டிருக்கின்றன. சிம்மாசனத்தின் மேலே இளம்சிவப்புநிற சிலந்திவலை விரிந்திருக்கிறது. அதில் அலங்காரமாக

பச்சை நிற ஈக்கள் ஒட்டியிருக்கின்றன. பச்சை வைரங்கள்போல ஒளிர்பவை இந்த ஈக்கள். வயது முதிர்ந்த ஒரு மந்திரவாதி அந்த சிம்மாசனத்தில் அமர்ந்திருக்கிறான். மந்திரவாதியின் தலையில் கிரீடமும், கையில் செங்கோலும் உண்டு. அவன் ராஜகுமாரியின் நெற்றியில் முத்தமிடுகிறான். அவளை சிம்மாசனத்தில் அமர வைக்கிறான். அப்போது ஒரு இசை எழுகிறது. பெரிய கறுத்த வெட்டுக்கிளிகள் தந்தி வாத்தியங்களை வாசிக்கின்றன. ஆந்தைகள் தங்கள் இறக்கைகளால் தாளமடித்தன. இது மிகவும் அபூர்வமான நிகழ்ச்சிதான்! கறுப்பான குட்டை பூதங்கள் நடமாடின. ஆனால் அவர்கள் யாராலும் சக பயணியைக் காண முடியவில்லை. அவன் சிம்மாசனத்திற்குப் பின்னால் நின்று எல்லாவற்றையும் பார்த்துக்கொண்டும், கேட்டுக்கொண்டும் இருக்கிறான்!

விரைவிலேயே சில சேவகர்கள் வருகிறார்கள். அவர்கள் அழகானவர்கள். அவர்கள் யார் என்று சக பயணிக்குத் தெரியும். உண்மையில் அவர்கள் துடைப்பத்தில் உள்ள ஈர்க்குக் குச்சிகள்தான். அவற்றின் மேல் முட்டைக்கோஸ் குத்தி வைக்கப்பட்டிருந்தது. மந்திரவாதி தன் மந்திர சக்தியால் அவற்றை மனித உருவங்களாக்கினான். அது அவ்வளவு உறுதியான ஏற்பாடு அல்ல. தற்காலிகமாக இந்த நிகழ்ச்சிக்கு மட்டும்தான் அவர்கள் தேவைப்படுகிறார்கள்.

சற்று நேரம் கழிந்து ராஜகுமாரி, மந்திரவாதியிடம் கேட்டாள்:

“என்னைத் திருமணம் செய்துகொள்ள வேண்டும் என்று கேட்டு ஒரு புதிய இளைஞன் வந்திருக்கிறான். அவன் நாளை அரண்மனைக்கு வருவான். அவனைப் பரீட்சிப்பதற்கு நான் என்ன யோசித்து வைக்க வேண்டும்?”

மந்திரவாதி பதில் சொன்னான்:

“நான் உனக்கு சொல்லித் தருகிறேன். மிகச் சுலபமாகப் பதில் சொல்லக்கூடியதாயிருக்க வேண்டும். உன் கேள்விக்கான பதில் மிகவும் சிக்கலான ஒன்றாகத்தான் இருக்கும் என்று அவன் நினைப்பானே தவிர, அது மிகச் சுலபமான ஒரு பதிலாக இருக்கும் என்று எதிர்பார்க்கமாட்டான். உன் கேள்விக்கான பதில் உன் செருப்பாக இருக்கட்டும். அவன் இந்த பதிலை ஊகிக்க மாட்டான். அப்போது நீ அவன் தலையை வெட்டிவிடலாம். ஆனால் நீ ஒரு விஷயத்தை மறந்துவிடக் கூடாது. நீ நாளை இரவு வரும்போது அவனது கண்களை எடுத்து வர மறக்காதே! அந்தக் கண்களை நான் தின்ன வேண்டும்!”

ராஜகுமாரி, மந்திரவாதியை மரியாதையுடன் வணங்கினாள். “கட்டாயம் அந்தக் கண்களைக் கொண்டுவருகிறேன்” என்று

உறுதியளித்தாள். மந்திரவாதி மலையில் மறுபடியும் ஒரு பிளவை ஏற்படுத்தினான். அவள் அதன் வழியாக வெளியேறினாள். தன் அரண்மனையை நோக்கிப் பறக்கத் தொடங்கினாள். அவள் பின்னால் பறந்து வந்த சக பயணி தன் கம்பை எடுத்து அவளைப் பல முறை அடித்தான். “ஓ, நிறைய பனிக்கட்டி மழை பொழிகிறதே!” என்று நினைத்தாள் ராஜகுமாரி. அவன் அடித்ததால் ஏற்பட்ட வலியைச் சகித்துக்கொண்டு அவள் அரண்மனையை அடைந்தாள். சன்னல் வழியே தன் படுக்கைஅறைக்குச் சென்றாள்.

சக பயணி, சத்திரத்திற்குத் திரும்பிச் சென்றான். ஜான் அங்கே நன்றாக உறங்குவதைப் பார்த்தான். சக பயணி தான் கட்டியிருந்த அன்னச் சிறகுகளை அவிழ்த்து வைத்தான். மெத்தையில் வந்து படுத்தான். உடனே அவனுக்கு உறக்கம் வந்தது. அவன் அந்த இரவில் கடுமையாக உழைத்திருக்கிறான் அல்லவா, அந்தக் களைப்பினால்தான் அவன் உடனே உறங்கினான்.

காலையில் சக பயணி சொன்னான்:

“ஜான், நான் நேற்று இரவு ராஜகுமாரியையும், அவளது செருப்பையும் கனவு கண்டேன். அவள் மனதில் நினைத்திருப்பது செருப்புதானே என்று நீ கேட்க வேண்டும்.”

அதைக் கேட்டு ஜான் சொன்னான்:

“செருப்பைக் குறித்துச் சொன்னால் என்ன? மற்றொன்றைக் குறித்துச் சொன்னால் என்ன? எல்லாம் எனக்கு ஒன்றுதான். நீங்கள் கனவு கண்டது சரியாகவும் இருக்கலாம். எப்படியானாலும் நான் இதோ உங்களிடம் விடைபெறுகிறேன். நான் தவறான பதிலைச் சொன்னால் நான் இனி உங்களைப் பார்க்க மாட்டேன் அல்லவா!”

அவர்கள் ஒருவரை ஒருவர் கட்டிப் பிடித்துக்கொண்டார்கள். ஜான் நடந்து அரண்மனைக்குச் சென்றான். சபை முழுதும் பார்வையாளர்களால் நிறைந்திருந்தது.

முதிய ராஜா, தன் வெள்ளைக் கைக்குட்டையால் தன் கண்ணீரைத் துடைத்துக்கொண்டார்.

விரைவிலே ராஜகுமாரி வந்தாள். அவள் நேற்று இருந்ததைவிடவும் அழகாகக் காணப்பட்டாள். எல்லோரையும் வணங்கிவிட்டு அவள் ஜானுக்குக் கைகொடுத்துக் காலைவணக்கம் சொன்னாள்.

இப்போது ராஜகுமாரியின் மனதில் உள்ளது என்ன என்று ஜான் சொல்ல வேண்டிய நேரம் வந்துவிட்டது. ஆனால் அந்த நேரத்தில் அவள் எவ்வளவு இரக்கத்துடன் ஜானைப் பார்த்தாள் தெரியுமா? ஆனால் அவன் “செருப்பு” என்று பதில் சொன்னபோது

அவள் முகம்போன போக்கைப் பார்க்கவேண்டுமே! அப்போது அவள் முகம் சிவந்தது. உடல் நடுங்கியது.

ராஜா மிகப் பெரும் மகிழ்ச்சியடைந்தார். மக்கள் எல்லோரும் ராஜாவையும், ஜானையும் வாழ்த்தி கரகோஷம் செய்தார்கள். கடைசியாக ஒருவன் சரியான பதிலைச் சொல்லிவிட்டான் அல்லவா!

ஜான், சத்திரத்திற்கு திரும்பிச் சென்று சக பயணியிடம் விவரத்தைச் சொன்னான். சக பயணியும் தனிப்பட்ட மகிழ்ச்சியடைந்தான். அவன் மீது ஜானுக்கு அளவற்ற நன்றியுணர்ச்சி ஏற்பட்டது. முதல் முறை உதவி கிடைத்ததுபோல, இரண்டாம் முறையும், மூன்றாம் முறையும் உதவி கிடைக்கும் என்பதுதான் அவனது எதிர்பார்ப்பு.

முதல் நாள் இரவைப்போலத்தான் இருந்தது அன்றைய இரவும். ஜான் படுத்துத் தூங்கும்போது, சக பயணி யார் கண்களுக்கும் தெரியாத வகையில் ராஜகுமாரியைப் பின்தொடர்ந்து பறந்து சென்றான். இந்த முறை அவன் தன்னிடம் இரண்டு கம்புகள் வைத்திருந்தான். முதல் நாள் அடித்ததைவிட வலுவாக அவன் ராஜகுமாரியை அடித்தான். யாரும் அவனைப் பார்க்கவில்லை. ஆனால் அவன் எல்லாவற்றையும் பார்த்தான்.

இந்த முறை ராஜகுமாரி மனதில் நினைத்துக்கொள்ள வேண்டிய பொருள் "கையுறை" என்று அந்த மந்திரவாதி சொன்னான். தான் ஒரு கையுறையைக் கனவு கண்டதாகவும், இன்றைக்கு ராஜகுமாரியிடம் அதையே பதிலாகச் சொல்ல வேண்டும் என்றும் ஜானிடம் சொன்னான் சக பயணி. ஜானும் ராஜகுமாரியிடம் சரியான பதிலைச் சொன்னான். கூடியிருந்தவர்கள் கரகோஷம் செய்தார்கள். வாழ்த்தொலி எழுப்பினார்கள். ராஜாவும், சபையோர்களும் மகிழ்ச்சி தாங்க முடியாமல் குட்டிக்கரணம் அடித்தார்கள். ராஜகுமாரி மட்டும் எதுவும் பேசாமல் எழுந்து சென்று தன் கட்டிலில் படுத்தாள். இந்த ஜான் மூன்றாம் முறையும் சரியான பதிலை ஊகித்துவிட்டால் என்ன செய்வது என்றுதான் அவள் சிந்தித்துக்கொண்டிருந்தாள். அவன் வென்றால் தன்னைத் திருமணம் செய்துகொள்வான். ராஜா இறந்த பிறகு அவன்தான் இந்த நாட்டுக்கு அரசனாவான். அவன் தோற்றால் தன் உயிரை இழப்பான். அவன் கண்களை மந்திரவாதி தின்பான்!

அன்று இரவு ஜான் முன்பாகவே பிரார்த்தனை செய்து படுத்துவிட்டான். சக பயணியோ, அன்னச் சிறகுகளை வைத்துக் கட்டிக்கொண்டு, வாளையும் மூன்று கம்புகளையும் எடுத்துக்கொண்டு அரண்மனைக்குப் பறந்து சென்றான்.

கடும் இருட்டாக இருந்தது அன்றைய இரவு. காற்று மிகவும் வலுவாக வீசியது. காற்றின் வலிமை தாங்கமுடியாமல் வீடுகளின் மேற்கூரை ஓடுகள் பறந்து விழுந்தன. மின்னல்கள் பளிச்சிட்டன. பூந்தோட்டத்தில் உள்ள மரங்கள் காற்றில் ஆடின. இரவு முழுவதும் தொடர்ந்து இடிமுழக்கம் கேட்டது. ராஜகுமாரி சன்னலைத் திறந்து வெளியே பறந்து சென்றாள். அவள் முகம் இறந்தவளின் முகம்போல வெளுத்திருந்தது. ஆயினும் அவள் மோசமான பருவ நிலையைப் பொருட்படுத்தவில்லை. அவளது வெள்ளை ஆடை கப்பல் பாய்மரம்போல காற்றில் விரிந்து பறந்தது. அவள் பின்னால் பறந்து வந்த பயணி தன்னிடமிருந்த மூன்று கம்புகளால் அவளை அடித்தான். அதனால் அவளுக்குப் பறப்பதற்கு மிகவும் சிரமமாக இருந்தது. ஆயினும் எப்படியோ அவள் மலையை அடைந்துவிட்டாள் என்றுதான் சொல்லவேண்டும்.

அவள் மந்திரவாதியிடம் சொன்னாள்:

"பலத்த புயல் அடிக்கிறது. பனிக்கட்டி மழை பொழிகிறது!"

அந்த மந்திரவாதி சொன்னான்:

"அந்த இளைஞனின் சிந்தனைக்கு எட்டாத ஒன்றை நான் கண்டுபிடிக்கிறேன். அப்படியும் அவன் வென்றுவிட்டால் அவன் என்னைவிடவும் பெரிய மந்திரவாதியாகத்தான் இருக்க வேண்டும். அது போகட்டும், நாம் இப்போது பாட்டுப் பாடி ஆனந்தமாகப் பொழுதுபோக்குவோம்!"

பிறகு மந்திரவாதி, ராஜகுமாரியின் கையைப் பிடித்து நடனமாடினான். அவர்களுடன் சேர்ந்து அங்கிருந்த குட்டிப் பிசாசுகளும் அவர்களுடன் சேர்ந்து குதியாட்டம் போட்டன. சிவப்புச் சிலந்திகள் சுவர்களில் கீழிருந்து மேலாகவும், மேலிருந்து கீழாகவும் ஓடிக்கொண்டிருந்தன. அது பார்ப்பதற்கு நெருப்புப் பூக்கள் சுவர்களில் விரிந்து வருவதாகத் தோன்றியது. ஆந்தைகள் தாளம் போட்டன. வண்டுகள் குழல் இசைத்தன. வெட்டுக் கிளிகள் வாத்தியங்கள் வாசித்தன. மிகவும் சுவாரஸ்யமான நடன நிகழ்ச்சி அது.

நேரம் சென்றது. ராஜகுமாரியால் திரும்பிச் செல்லாமல் இருக்க முடியவில்லை. இல்லையென்றால் அவள் அரண்மனையில் இல்லையென்று கண்டுபிடித்துவிடுவார்களே! நானும் உன்னுடன் வருகிறேன் என்று மந்திரவாதி சொன்னான். ராஜகுமாரிக்கும் அது ஒரு துணையாக இருக்கும் அல்லவா!

மோசமான பருவநிலையையும் பொருட்படுத்தாமல் இருவரும் ஒன்றாகப் பறந்து சென்றனர். சக பயணி மூன்று கம்புகளாலும்

இருவரையும் நன்றாக அடித்தான். இவ்வளவு அதிகமான பனிக்கட்டி மழையில், கண்ணுக்குத் தெரியாத இவ்வளவு அதிகமான பனிக்கட்டி முன்பு எப்போதும் வீழ்ந்ததாக மந்திரவாதிக்கு நினைவில்லை. அவன் ராஜகுமாரியை அரண்மனை வாயில் வரை கொண்டு வந்து விட்டான். அவன் திரும்பிச் செல்லும் முன்பு ரகசியமான குரலில் சொன்னான்:

"நீ என் தலையைப் பற்றி உன் மனதில் நினைத்துக்கொள்! புரிந்ததா?"

அவன் சொன்னதை, சக பயணியும் கேட்டான். ராஜகுமாரி சன்னல் வழியே படுக்கையறைக்குச் சென்றவுடன் அவன் என்ன செய்தான் தெரியுமா? மந்திரவாதியின் தாடியையும் மீசையையும் பிடித்துக்கொண்டு, தன் வாளால் அந்தக் கொடியவனின் தலையை வெட்டினான். மந்திரவாதியின் உடலை மீன்களுக்கு உணவாகக் கடலில் தள்ளினான். மந்திரவாதியின் தலையை நன்றாகக் கழுவி அதை பட்டுத்துணியால் மூடிவைத்தான். பிறகு சத்திரத்திற்குச் சென்று கட்டிலில் படுத்து உறங்கிவிட்டான்.

மறுநாள் சக பயணி, தன்னிடமிருந்த பொதியை ஜானிடம் கொடுத்தான். பிறகு ஒரு ஆலோசனையும் சொன்னான்:

"ராஜகுமாரி, நான் இப்போது என் மனதில் என்ன நினைத்துக்கொண்டிருக்கிறேன் சொல் என்று சொல்வாள் அல்லவா, அப்போது மட்டும்தான் இந்தப் பொதியை அவிழ்த்துக் காட்ட வேண்டும்."

குறிப்பிட்ட நேரமும் வந்தது. அரண்மனையின் விசாலமான சபை மக்களால் நிறைந்திருந்தது. சபை உறுப்பினர்கள் அவர்களுக்கான இருக்கைகளில் அமர்ந்தார்கள். ராஜா புதிய ஆடைகள் அணிந்திருக்கிறார். அவரின் தங்கக்கிரீடமும், செங்கோலும் மீண்டும் மெருகிடப்பட்டிருந்தன. ராஜகுமாரியின் முகம் சற்று வாட்டமாக இருந்தது. அவள் கறுப்பு நிற உடைகளை அணிந்திருந்தாள்.

அவள் ஜானிடம் கேட்டாள்:

"நான் இப்போது என் மனதில் நினத்திருப்பது என்ன என்று சொல்!"

அப்போது ஜான் சற்றும் தாமதிக்காமல் தன் கையிலிருந்த பொதியை அவிழ்த்துக் காட்டினான். அதில் மந்திரவாதியின் தலை இருந்தது. ஜான் மிகவும் பயந்துபோனான். அந்தத் தலையைப் பார்த்தவர்களும் பயத்தில் நடுங்கினார்கள். என்னவொரு பயங்கரமான காட்சி அது!

அந்த ராஜகுமாரியோ, சிலைபோல அப்படியே நின்றாள். அதுமட்டும் அல்ல, அவள் ஒரு வார்த்தையும் பேசவில்லை. சற்று நேரம் கழித்து அவள் எழுந்தாள். அவனுக்குக் கை கொடுத்தாள். அவனது ஊகம் சரி என்பதுதான் அதன் அர்த்தம். அவள் வேறு யாரையும் திரும்பிப் பார்க்கவும் இல்லை. ஒரு பெருமூச்சுடன் ஜானிடம் சொன்னாள்:

"நீங்கள்தான் என் கணவர். நம் திருமணம் இன்று மாலையில் நடக்கும்."

அப்போது முதிய ராஜா சத்தமாகச் சொன்னார்:

"மிகவும் நன்று! நான் இந்தத் திருமணத்தை ஏற்றுக் கொள்கிறேன்!"

வந்திருந்தவர்கள் எல்லாம் மகிழ்ச்சி முழக்கமிட்டார்கள். படை வீரர்கள் தெருவெங்கும் வாத்தியங்கள் இசைத்துச் சென்றார்கள். தேவாலய மணிகள் ஒலித்தன. சந்தையில் சுவையான மாமிச உணவுகள் குவித்து வைக்கப்பட்டன. தேவைப்படுபவர்கள் எல்லோரும் எடுத்துத் தின்னலாம். எங்கும் பழரசங்கள் பெருகின. இரவு நேரத்தில் பட்டணம் தீப அலங்காரத்தால் பிரகாசித்தது. படைவீரர்கள் பீரங்கிகளை முழக்கினார்கள். குழந்தைகள் பட்டாசு வெடித்தார்கள். அரண்மனையில் அற்புதமான விருந்தும், பழரசம் பருகுவதும், கொண்டாட்ட நடனமும் மிகவும் சிறப்பாக நடந்தன.

இப்படியெல்லாம் இருந்தாலும் அந்த ராஜகுமாரி உண்மையில் ஒரு மந்திரவாதி அல்லவா! அவளுக்கு ஜானைப் பிடிக்கவில்லை. அந்த விஷயத்தை சக பயணி புரிந்துகொண்டான். அவன் ஜானுக்கு, அன்னத்தின் சிறகிலிருந்து எடுத்த மூன்று இறகுகளையும், திராவகம் உள்ள சிறிய புட்டி ஒன்றையும் கொடுத்தான். பிறகு தெளிவான சில ஆலோசனைகளையும் சொன்னான்:

"நீ ராஜகுமாரியின் கட்டிலின் அருகே பெரிய ஒரு குளியல் தொட்டியை வைக்க வேண்டும். அதில் தண்ணீர் நிறைத்து, குப்பியில் உள்ள திரவத்தை அதில் கொட்ட வேண்டும். பிறகு மூன்று இறகுகளை அதில் இடவேண்டும். ராஜகுமாரி உறங்குவதற்காக கட்டிலில் சென்று படுப்பாள். அப்போது நீ அவளைக் குளியல் தொட்டியில் தள்ளிவிட வேண்டும். பிறகு அவளை மூன்று முறை தண்ணீரில் முக்கவேண்டும். அத்துடன் அவளது மந்திர சக்தியெல்லாம் போய்விடும். அவள் உன்மீது அன்பு செலுத்துவாள்"

தக்க நேரம் வந்தபோது ஜான், தன் சகபயணியின் ஆலோசனைப்படி செய்தான். குளியல் தொட்டியில் விழுந்தபோது ராஜகுமாரி உரக்க அலறினாள். பிறகு அவள் ஒரு கறுப்பு அன்னப்பறவையாக மாறித்

துடித்தாள். தண்ணீரிலிருந்து எழுந்தபோது கறுப்பு அன்னம், வெள்ளை அன்னமாக மாறியது. அதன் கழுத்தில் மட்டும் ஒரு கறுப்புக் கோடு காணப்பட்டது. பிறகும் தண்ணீரில் முக்கியபோது அந்தக் கறுப்புக்கோடும் மறைந்துபோனது. அதுமட்டும் அல்ல, அது மீண்டும் ராஜகுமாரியாக மாறியது. அவள் இப்போது முன்பைவிடவும் மிகவும் அழகாக இருந்தாள் என்பதுதான் வித்தியாசம்.

கண்ணீரால் நிறைந்த கண்களுடன் அவள் ஜானுக்கு நன்றி சொன்னாள். அவன் அவளை மந்திரத்தின் கட்டுகளிலிருந்து விடுவித்ததற்கான நன்றி அது.

ராஜா, அவரது மந்திரிகள், ஏவலாட்கள், பொதுமக்கள் எல்லோரும் வாழ்த்து சொன்னார்கள். சக பயணிதான் அந்த மணமக்களுக்கு கடைசியில் வாழ்த்து சொன்னான்! அவன் கையில் தடி பிடித்திருக்கிறான். அவன் தோளில் பயணப் பை தொங்கிக்கொண்டிருக்கிறது. ஜான் அவனை நெஞ்சோடணைத்துக் கொண்டான். பிறகு சொன்னான்:

“இனி ஒருபோதும் நீங்கள் இந்த இடத்தைவிட்டுப் போகக் கூடாது. நீங்கள் எங்களுடன்தான் இருக்க வேண்டும். எனக்குக் கிடைத்திருக்கும் நல்ல வாழ்க்கைக்கு நீங்கள்தான் காரணம்!”

சகபயணி சொன்னான்:

“இல்லை, நான் போக வேண்டும். அதற்கான நேரம் வந்துவிட்டது. நான் உனக்கு உதவி எதுவும் செய்யவில்லை. நான் உனக்குப் பட்ட கடனை அடைத்தேன் அவ்வளவுதான்! ஒரு தேவாலயத்தில் இரண்டு துஷ்டர்கள் ஒரு சவ உடலை அவமதித்தது உனக்கு நினைவிருக்கிறதா? அந்த இறந்த மனிதனுக்கு கல்லறையில் அமைதி கிடைப்பதற்காக நீ உன்னிடமிருந்த எல்லாவற்றையும் இழந்தாய் அல்லவா? அந்த இறந்த மனிதன் நான்தான்!”

அடுத்த நொடியே சக பயணி மறைந்துபோனான்!

ஜான், ராஜகுமாரி தம்பதியரின் திருமணக் கொண்டாட்டம் ஒரு மாத காலம் முழுதும் நடந்தது. அவர்கள் ஒருவரை ஒருவர் மிகவும் நேசித்தார்கள். காலக்கிரமத்தில் அவர்களுக்குக் குழந்தைகள் பிறந்தன. முதிய ராஜா தன் பேரப்பிள்ளைகளுடன் மகிழ்ச்சியாக வாழ்ந்தார். அவரது மரணத்திற்குப் பிறகு ஜான் அந்த நாட்டின் மன்னனான்.

■

16

இளவரசி

கொக்குகள் தங்கள் குஞ்சுகளுக்கு நிறையக் கதைகள் சொல்வதுண்டு. சதுப்பு நிலங்களையும், தரிசு நிலங்களையும் பற்றிய கதைகள் அவை. அந்தக் கதைகளில், கேட்பவர்களின் வயது, அறிவு ஆகியற்றுக்குத் தகுந்தபடி மாற்றங்கள் ஏற்படுவதுண்டு. எந்த விஷயமாக இருந்தாலும் அது கதையின் வடிவத்தில் இருந்தால் குழந்தைகளுக்குச் சுவாரஸ்யமாக இருக்கும். வயது வந்தவர்களுக்கு உள் அர்த்தமுள்ள கதைகள் வேண்டும். இல்லையென்றால் குடும்பக் கதைகள் வேண்டும். கொக்குகளுக்கு இடையில் புழங்கிக்கொண்டிருக்கும் கதைகளில் இரண்டு கதைகள் மிகவும் பழையவை. நீண்டவை. அதில் ஒன்று மோசாவின் கதை. அம்மா மோசாவை நைல் நதிக்கரையில் வைத்திருந்தாள். ஒரு மன்னன் மகள் மோசாவைக் கண்டுபிடித்தாள். பிற்காலத்தில் மோசா ஒரு மகானும், தீர்க்கதரிசியாகவும் ஆனான். அந்தக் கதை பரவலாக அறியப்பட்ட கதை.

இரண்டாவது கதையும் கொக்கு அம்மாவிடமிருந்து கொக்கு அம்மாவுக்கு வந்த கதைதான். ஆயிரம் ஆயிரம் ஆண்டுகளாக அது அப்படித் தொடர்ந்து வருகிறது. மூத்த தலைமுறையைவிட, இளைய தலைமுறைதான் அந்தக் கதையை மிகவும் சிறப்பாகச் சொல்லும். அதைவிட அருமையாக நான் இப்போது அந்தக் கதையைச் சொல்கிறேன்.

ஒரு கொக்குத் தம்பதியிடமிருந்துதான் இந்தக் கதை ஆரம்பிக்கிறது. ஒரு வைக்கிங்கின் (வைக்கிங் - ஸ்கான்டிநேவியாவில் உள்ள கடற்கொள்ளையர்கள். கி.பி. 8 முதல் 11 வரையான கால கட்டத்தில் வடமேற்கு ஐரோப்பாவில் ஆக்கிரமிப்புச் செய்தார்கள். சில இடங்களில் குடியேறி வாழ்ந்தார்கள்). வீட்டுக்கு மேலே கோடைக்காலத்தில் கொக்குத் தம்பதி வாழ்ந்து வந்தன. வைக்கிங்கின் வீடு மரக்கட்டைகளைக்கொண்டு கட்டப்பட்டது. அந்த வீடு, ஜட்லண்டின் வடக்கு எல்லையில் உள்ள ஒரு சமவெளியில் இருந்தது.

இன்றும் அங்கே பரந்து விரிந்த ஒரு சமவெளி இருக்கிறது. பழைய காலத்தில் அந்த இடம் கடலின் அடியில் இருந்தது என்று

சொல்கிறார்கள். கடலின் அடிப்பரப்பு மேலே உயர்ந்துவிட்டதாம். நிறைய சதுர மைல்களாக அந்தச் சமவெளி விரிந்திருக்கிறது. அதைச் சுற்றிலும் தண்ணீரும் சேறும் நிறைந்த சதுப்பு நிலங்கள் இருக்கின்றன. அங்கே பெரும்பாலும் மூடுபனியாக இருக்கும். எழுபது ஆண்டுகளுக்கு முன்புவரை அங்கு நிறைய ஓநாய்கள் இருந்தன. ஆயிரம் ஆண்டுகளுக்கு முன்பு அந்த இடம் எப்படி இருந்தது என்பதை ஊகிப்பது சிரமமில்லை. இன்று இருக்கின்ற மூங்கில்களும், மரங்களும் அன்று அங்கு இருந்தன. பிராணிகளின் நிலையும் வித்தியாசமாக இல்லை. தூய வெண்ணிறமுள்ள கொக்குகள் சிவப்புக் கீழ் காலுறைகள் அணிந்திருந்தன. மக்களின் உடைகளைத் தைக்கின்ற பாணி மட்டும் அன்று கொஞ்சம் வித்தியாசமாக இருந்தது. எஜமானன் ஆனாலும் சரி, வேலைக்காரன் ஆனாலும் சரி, வேட்டைக்காரன் ஆனாலும் சரி, எந்த மனிதன் சதுப்பு நிலத்தில் இறங்குகிறானோ அந்த மனிதனுக்கு இன்றைக்கு உள்ள முடிவுதான் ஆயிரம் வருடங்களுக்கு முன்பும் ஏற்பட்டது. அவன் உள்ளே தாழ்ந்து தாழ்ந்து சென்று "சதுப்பு நில ராஜா"வின் சன்னிதியை அடைவான். சதுப்பு நிலத்தின் அடியில் உள்ள நாட்டை ஆண்டவன் சதுப்பு நில ராஜா என்னும் அந்தப் பெயரில்தான் அறியப்பட்டான். அந்த ராஜாவின் ஆட்சியைக் குறித்து நமக்கு ஒன்றும் தெரியவில்லை. தெரியாததும் நல்லதுதான்.

சதுப்பு நிலத்திற்குப் பக்கத்தில், கடலுக்குச் சற்று அருகில் இருந்தது நம் வைக்கிங்கின் வீடு. அந்த வீட்டுக்கு, பூமிக்கடியில் அமைக்கப்பட்டிருக்கும் நிலவறைகள், மூன்று மாடிகள், பாதுகாப்புச் சுவர்கள் எல்லாம் இருந்தன. மேல் கூரையில் அப்பாக் கொக்கு கூடி கட்டியது. அம்மாக் கொக்கு கூட்டில் முட்டையிட்டுக் குஞ்சு பொரித்தது. தன் குஞ்கள் எல்லாம் நல்லபடியாக வளர்ந்து வரும் என்று அம்மாக் கொக்கு மிகவும் நம்பிக்கையுடன் இருந்தது.

ஒரு நாள் மாலை கொக்கு அப்பா வீடு திரும்ப மிகவும் தாமதமாகிவிட்டது. அது மிகவும் பதற்றத்துடன் இருந்தது. ஏதோ ஒரு பெரிய வேலை செய்ததுபோல ஒரு தோற்றத்துடன் இருந்தது அது.

அப்பாக் கொக்கு தன் மனைவியிடம் சொன்னது:

"இப்போது நான் உன்னிடம் மிகவும் முக்கியமான விஷயம் ஒன்றைச் சொல்லப்போகிறேன்!"

"அப்படியா, நான் நம் முட்டைகளை இப்போது அடை காத்துக்கொண்டிருக்கிறேன். என் மனது பாதிக்கும்படி நீங்கள் ஏதேனும் செய்தியைச் சொன்னால், அது முட்டைக்குள் இருக்கின்ற நம் குஞ்சுகளையும் பாதிக்கும்."

"அடியே, எப்படியாலும் நீ இந்த விஷயத்தைத் தெரிந்து கொண்டே ஆக வேண்டும். எகிப்திலிருந்து நம் புரவலரின் மகள் இங்கு வந்தாள். அவள் இவ்வளவு தூரம் தனியாகப் பயணம் மேற்கொள்ளத் துணிந்தாள். இங்கு வந்த பிறகு அவள் காணாமல் போய்விட்டாள்."

"நீங்கள் எல்லாவற்றையும் என்னிடம் விளக்கமாகச் சொல்ல வேண்டும். சீக்கிரமாகச் சொல்லுங்கள். என்னமோ, ஏதோ என்று நான் நீண்ட நேரம் பதற்றத்துடன் இருக்கக் கூடாது. நான் முட்டைகளை அடைகாத்துக்கொண்டிருக்கிறேன் என்று உங்களுக்குப் புரியும் அல்லவா?"

"நம் புரவலரின் மகளான ராஜகுமாரி, வைத்தியர் சொன்னதை நம்பினாள். இங்குள்ள சதுப்பு நிலத்துப் பூக்களைக் கொண்டு தன் அப்பாவின் நோயைக் குணப்படுத்திவிட முடியுமாம். அவள் அன்னங்களின் இறக்கைகளைக் கட்டிக்கொண்டு இங்கு பறந்து வந்தாள். அவளுடன் அவள் தோழிகளான இரண்டு பெண்களும் இருந்தார்கள். ராஜகுமாரியைக் காணவில்லை!"

"நீங்கள் ஏன் சுற்றி வளைத்துப் பேசுகிறீர்கள்? நான் அடைகாப்பதில் என் கவனம் குறையக் கூடாது. முட்டைகள் குளிரால் பாதிக்கப்படும். எனக்கு முற்றிலும் பதற்றம் ஆகாது."

"நான் மூங்கில்களின் இடையில் இருக்கும்போது அங்கு மூன்று அன்னப் பறவைகள் வருவதைப் பார்த்தேன். அவை பறக்கின்ற பாணியை வைத்துப் பார்க்கும்போது அவை உண்மையான அன்னப் பறவைகள் அல்ல என்று எனக்குத் தோன்றியது. அவர்கள் அன்னப் பறவைகளின் இறக்கைகளை தங்கள் உடலில் வைத்துக் கட்டிக் கொண்டு பறந்து வந்திருக்கிறார்கள். எனக்கு உள்ளது போல உனக்கும் அறிவு உண்டல்லவா, தவறு எது, சரி எது என்று உன்னால் சொல்ல முடியும்."

"எனக்கு ராஜகுமாரியைப் பற்றிச் சொல்லுங்கள். அன்னச் சிறகுகளைப் பற்றிச் சொன்னது போதும்."

"சதுப்பு நிலத்தின் நடுவில் ஏரி போன்ற ஒன்று உண்டு என்று உனக்குத் தெரியும். நீ கொஞ்சம் உயரப் பார்த்தால் உன் பார்வைக்கு அது தெரியும். மூங்கில்களுக்குப் பக்கத்தில் உள்ள சேற்றில் பெரியதொரு மரத்துண்டு கிடக்கிறது. அந்த மூன்று பெண்களும் தங்கள் அன்னச் சிறகுகளை வீசிக்கொண்டு அந்த மரத்துண்டில் சென்று அமர்ந்தார்கள். அதில் ஒருத்தி மட்டும் தன் அன்னச்சிறகுகளைக் கழட்டி வைத்தாள். அப்போதுதான் நான் அவளைத் தெரிந்துகொண்டேன். அவள்தான் எகிப்தின் ராஜகுமாரி! சேற்றுக்கு அடியில் சில பூக்கள் உண்டு என்று அவள் நினைத்தாள். பிறகு

அவள் தன் சிறகுகளைப் பத்திரமாக வைத்துக்கொள்ளும்படித் தன் தோழிகளிடம் சொன்னாள். அந்தப் பூக்களைப் பறிப்பதற்காக அவள் உடனே சேற்றுக்குள் குதித்து அமிழ்ந்துபோனாள். மற்ற இரண்டு பெண்கள், ராஜகுமாரியின் சிறகுகளைக் கைப்பற்றினார்கள். அவர்கள் உரத்த குரலில் ராஜகுமாரியிடம் சொன்னார்கள்: "அடீ, நீ அப்படியே அமிழ்ந்து போ. நீ இனிமேல் எகிப்தைப் பார்க்கமாட்டாய்! இங்கேயே கிட!" அதைத் தொடர்ந்து அவர்கள் ராஜகுமாரியின் சிறகுகளைத் துண்டுதுண்டாகப் பிய்த்து எறிந்துவிட்டார்கள். சிறகுகளின் தூவிகள் எல்லாம் பனிபோலத் தரையில் வீழ்ந்தன. அந்த இரண்டு பெண்களும் பறந்து மறைந்துவிட்டார்கள்."

"மிகவும் கஷ்டம்தான்! அப்புறம் என்ன நடந்தது?"

"சேற்றுக்குள்ளிருந்து மேலே வந்த ராஜகுமாரி ஏங்கி அழுதாள். அவளது கண்ணீர் அந்த மரத்துண்டில் விழுந்தது. உண்மையில் அது ஒரு மரத் துண்டு அல்ல. பெரிய மரத்துண்டு வடிவில் இருந்த சதுப்புநில ராஜா! மரத்துண்டு வட்டம் சுற்றியது. அதிலிருந்து கைகள் முளைப்பதைப்போல நீண்ட கிளைகள் முளைத்து வந்தன. அதையெல்லாம் நான் என் கண்களால் பார்த்தேன். அந்தப் பரிதாபத்திற்குரிய ராஜகுமாரி மிகவம் பயந்துபோய்விட்டாள். அவள் எழுந்து ஓடத் தொடங்கினாள். சற்று நேரம் கடந்தபோது அவள் சேற்றுக்குள் அமிழ்ந்துபோனாள். சதுப்பு நில ராஜாவும் சேற்றுக்குள் அமிழ்ந்துபோனார். உண்மையில் அந்த ராஜாதான் அவளைச் சேற்றுக்குள் இழுத்து அமிழ்த்தினார். இப்போதும் ராஜகுமாரி சேற்றுக்கு அடியில் கிடக்கிறாள். அவள் இனி ஒருபோதும் எகிப்திற்குத் திரும்பிச் செல்லமாட்டாள். நீ அவளைப் பார்த்திருந்தால் உன் இதயமே உடைந்திருக்கும்!"

"இப்படியெல்லாம் இந்த நேரத்தில் பேசாதீர்கள். முட்டைகளுக்குப் பிரச்சினை வரும்! எனக்கொரு நம்பிக்கை இருக்கிறது. யாராவது ராஜகுமாரியைக் காப்பாற்றுவதற்கு முன்வருவார்கள்!"

"ஆகட்டும்! ஏதாவது நடக்கிறதா என்று நானும் தினமும் சென்று பார்த்துக்கொள்கிறேன்!"

தான் சொன்னதுபோலவே செய்தது அப்பாக் கொக்கு. அது தினமும் சேற்றுப் பகுதிக்குச் சென்று என்ன நடக்கிறது என்று பார்த்து வந்தது. கொஞ்சம் நாட்கள் கடந்தன. ஒரு நாள் அது சதுப்பு நிலத்தில் ஒரு காட்சியைப் பார்த்தது. சதுப்பு நிலத்திலிருந்து ஒரு தண்டு மேல் நோக்கி வளர்கிறது. சில நாட்களுக்குப் பிறகு அந்தத் தண்டில் ஒரு இலை தோன்றியது. அந்த இலையின் நீளமும் அகலமும் அதிகரித்து வந்தது. அதன் அருகில் ஒரு மொட்டும் தோன்றியது. சூரியக் கதிர்கள் பட்டு, அந்த மொட்டு மலர்ந்து

பூவானது. பூவில் அற்புதமான அழகுடைய ஒரு பெண் குழந்தை பிறந்தது!

அந்தக் குழந்தை எகிப்து ராஜகுமாரியின் சாயலிலேயே இருந்தது. ராஜகுமாரிதான் மீண்டும் குழந்தையாகிவிட்டாளோ என்றுகூட அப்பாக் கொக்கிற்குச் சந்தேகம் வந்தது. அது இது பற்றித் தீவிரமாக சிந்தித்தபோது அதற்கு ஒரு விஷயம் புலனாயிற்று. அந்தக் குழந்தை, ராஜகுமாரிக்கும், சதுப்பு நில ராஜாவுக்கும் பிறந்த குழந்தையாக இருக்கவேண்டும்!

அப்பா கொக்கு மேலும் சிந்தித்தது:

"இந்தக் குழந்தையை இங்கே தனியாகவிட்டுச் செல்லக் கூடாது. என் கூட்டில் நாங்கள் நிறைய பேர்இருக்கிறோம். நாங்கள் கூடு கட்டியிருக்கும் வீட்டின் உரிமையாளரான வைக்கிங்கின் மனைவிக்குக் குழந்தைகள் இல்லை. தங்களுக்கு ஒரு குழந்தை வேண்டும் என்று அவர்கள் வெகு காலமாக ஏங்குகிறார்கள். கொக்குகள் குழந்தைகளைக் கொண்டுவந்து கொடுக்கும் என்று மனிதர்கள் சொல்வது உண்டல்லவா! நான் இந்தப் பெண் குழந்தையை எடுத்துச் சென்று வைக்கிங்கின் மனைவிக்குக் கொடுக்கிறேன். அந்த மனைவிக்கும் அந்த வீட்டில் உள்ள மற்றவர்களும் எவ்வளவு சந்தோஷப்படுவார்கள்!"

அப்பாக் கொக்கு இரவு நேரத்தில் அந்தக் குழந்தையைப் பூவிலிருந்து எடுத்துக்கொண்டு வைக்கிங்கின் வீட்டுக்கு வந்தது. அந்த வீட்டின் மரச்சன்னலில் தன் அலகால் கொத்தி ஒரு துளையிட்டது. அநதத் துளை வழியே உள்ளே சென்று, குழந்தையை வைக்கிங்கின் மனைவியின் அருகில் வைத்தது. பிறகு வெளியே பறந்து, தன் மனைவியிடம் வந்தது. மனைவியிடம் வந்ததும் நடந்ததையெல்லாம் அவளிடம் விளக்கமாகச் சொன்னது. அவற்றையெல்லாம் கொக்குக் குஞ்சுகளும் கேட்டுத் தெரிந்துகொண்டன. இப்போது சற்று வளர்ந்திருக்கின்றன அந்தக் கொக்குக் குஞ்சுகள்.

அப்பாக் கொக்கு, அம்மாக் கொக்கிடம் சொன்னது:

"பார், எகிப்தின் ராஜகுமாரி இறக்கவில்லை என்று இப்போது உனக்குப் புரிகிறதா? அவள்தான் தன் குழந்தையை மேலே அனுப்பியிருக்க வேண்டும். அந்தக் குழந்தைக்கு இனியொன்றும் சிரமம் இருக்காது."

அம்மாக் கொக்கு தன் கருத்தைச் சொன்னது:

"சரிதான். ஆனால் நீங்கள் உங்கள் சொந்தக் குடும்பத்தைப் பற்றியும் கொஞ்சம் கவலைப்பட வேண்டும். நாம் வலசை போவதற்கான நேரம் நெருங்கிவிட்டது. இப்போதே என் சிறகுகள்

அசையத் தொடங்கிவிட்டன. குயில்களும், வானம்பாடிகளும் முன்பே புறப்பட்டுவிட்டன. ஏற்ற வகையில் காற்று வீசத் தொடங்கினால் நாங்களும் செல்வோம் என்று காடைகள் பேசிக்கொள்வதை நான் கேட்டேன். நம் குழந்தைகள் பறப்பதற்கான பயிற்சியில் நல்ல பெயர் எடுக்க வேண்டும். இல்லையென்றால் எனக்கு மிகவும் ஏமாற்றமாகப் போய்விடும்."

வைக்கிங்கின் மனைவி காலையில் கண் விழித்துப் பார்த்தபோது என்ன நடந்தது? ஒரு அருமையான குழந்தை அவள் அருகில் கிடக்கிறது! அந்தப் பெண்மணிக்கு ஏற்பட்ட மகிழ்ச்சியை யாராலும் விவரிக்கவே முடியாது! அவள் குழந்தையைக் கொஞ்சி முத்தமிட்டாள். அந்தக் குழந்தையோ, அழுதது. கால்களைப்போட்டு உதைத்துக்கொண்டது. கடைசியில் அது அழுது அழுது உறங்கிவிட்டது.

வைக்கிங்கும், அவனது உதவியாளர்களும் எங்கோ தொலைவாகச் சென்றிருக்கிறார்கள். விரைவிலேயே அவர்கள் எல்லாம் திரும்பி வரவேண்டும் என்று விரும்பினாள் வைக்கிங்கின் மனைவி. அவள் அவர்களை வரவேற்பதற்கான எல்லா ஏற்பாடுகளையும் செய்யத் தொடங்கினாள். அவளும், வேலைக்காரர்களும் செய்ய வேண்டிய வீட்டு வேலைகள் நிறைய இருந்தன. எல்லோரும் சேர்ந்து அழகான நிறங்கள் உள்ள சித்திரக் கம்பளங்களையும், விரிப்புகளையும் தைத்து உருவாக்கினார்கள். அவற்றில் கடவுள்களின் படங்களைத் தைத்து இணைத்தார்கள். வேலைக்காரர்கள் பழைய கேடயங்களையெல்லாம் துடைத்து மெருகிட்டு வைத்தார்கள். அமரும் இடங்களில் மெத்தைகள் விரித்தார்கள். கூடத்தின் நடுவில் குளிரை அகற்றுவதற்காக விறகுகளைச் சேகரித்து வைத்தார்கள். வைக்கிங்கின் மனைவியும் மிகவும் உழைத்தாள். எனவே இரவானபோது அவள் மிகவும் களைத்துவிட்டாள். படுத்த உடனேயே ஆழ்ந்து உறங்கத் தொடங்கினாள் அவள்.

காலையில் எழுந்து பார்த்ததும் அவள் நடுநடுங்கிப்போனாள். அவள் பக்கத்தில் படுத்திருந்த குழந்தையைக் காணவில்லை! அவள் பதறியடித்துக்கொண்டு எழுந்தாள். எல்லா இடத்திலும் தேடிப் பார்த்தாள். கடைசியில் அவள் தன் படுக்கையில் பார்த்தது என்ன? குழந்தைக்குப் பதிலாக மிகவும் அசிங்கமான ஒரு பெரிய தவளை படுக்கையில் கிடந்தது!

அவளுக்குக் கடுங்கோபம் வந்தது. அந்தத் தவளையைப் பார்த்து வெறுப்படைந்தாள். அதை அடித்துக்கொல்வதற்காக தடியை ஓங்கினாள். ஆனால், அப்போது அந்தத் தவளை மிகவும் பரிதாபமாக அவளைப் பார்த்தது. அதை அடித்துக் கொல்வதற்கு அவளுக்கு

மனம் வரவில்லை. அவள் சென்று சன்னலைத் திறந்தாள். சன்னல் வழியே வந்த சூரிய வெளிச்சம் தவளையின் மீது விழுந்தது. திடீரென்று தவளையின் வாய் சுருங்கியது. அதன் கை கால்கள் நீண்டன. இப்போது, தவளை கிடந்த இடத்தில் தவளை இல்லை. அதற்குப் பதிலாக முன்பு இருந்த மனிதக் குழந்தைதான் அங்கு படுத்திருந்தது!

வைக்கிங்கின் மனைவி தனக்குள் சொல்லிக்கொண்டாள்:

"என்ன இது? இது எனக்குக் கிடைத்த குழந்தைதானா? ஆமாம். அந்தக் குழந்தைதான்!"

அவள் அந்தக் குழந்தையைத் தூக்கி முத்தம் கொடுத்தாள்.

குழந்தை கைகால்களை உதறிக்கொண்டது. காட்டுப் பூனையைப்போல எதிர்த்தது.

அன்றைய நாளிலோ, அதற்கடுத்த நாளிலோ வைக்கிங் வந்து சேரவில்லை. அவன் திரும்பும் பயணத்தில் இருக்கிறான் என்பது சரிதான். ஆனால் காற்றின் திசை அவனுக்கு ஏற்றதாக இல்லை. ஆனால் கொக்குகளுக்கு ஏற்றதாக இருந்தது அந்தக் காற்று. சில விஷயங்கள் ஒரே நேரத்தில் சிலருக்கு நல்லதாக இருக்கும், மற்ற சிலருக்கு கெட்டதாக இருக்கும்.

இரண்டு மூன்று நாட்கள் சென்றபோது வைக்கிங்கின் மனைவிக்கு குழந்தையைக் குறித்து ஒரு விஷயம் புரிந்தது. குழந்தை ஏதோ மந்திர சக்தியால் பாதிக்கப்பட்டிருக்கிறது! அந்தக் குழந்தை பகல் நேரத்தில் மிகவும் அடம்பிடித்தாலும், அவள் ஒரு தேவதையைப்போல அழகாக இருந்தாள். ஆனால் இரவு நேரத்தில் அவள் துயரமான கண்கள் உடைய ஒரு அசிங்கமான தவளையாக மாறிவிடுவாள். சூரிய ஒளி அதிகமாக இருப்பதற்கும் குறைவாக இருப்பதற்கும் ஏற்றபடி அவளுக்கு உடல் ரீதியாகவும், மனரீதியாகவும் மாற்றங்கள் ஏற்பட்டன. பகல் நேரத்தில் அந்தக் குழந்தை அவள் அம்மாவின் உடல் அழகுடனும், அப்பாவின் முரட்டுக் குணத்துடனும் இருப்பாள். இரவு நேரத்தில் அம்மாவின் குணத்துடனும், அப்பாவின் உருவத்துடனும் இருப்பாள். இதுதான் நிலை. அவளைப் பீடித்திருக்கும் மந்திர சக்தியை அகற்றுவதற்கு யாரால் முடியும்?

வைக்கிங்கின் மனைவி துயரத்துடன் நாட்களைக் கழித்தாள். அவள் அந்தக் குழந்தையின் மீது பேரன்புகொண்டிருந்தாள். தன் நிலையைக் குறித்து தன் கணவனிடம் சொல்வதற்கு அவளுக்கு மனம் வரவில்லை. சொன்னால் அவன் அன்றைய வழக்கப்படி நடந்துகொள்வான். அதாவது குழந்தையைக் கொண்டு சென்று எங்காவது விட்டுவிட்டு வந்துவிடுவான்! அப்படி எதுவும்

நடந்துவிடக் கூடாது என்பதுதான் வைக்கிங் மனைவின் ஆசை. அவள் இப்படி முடிவு செய்தாள். குழந்தையைப் பகல் நேரத்தில் மட்டும்தான் தன் கணவனிடம் காட்ட வேண்டும்!

ஒரு நாள் காலையில் வைக்கிங்கின் வீட்டுக்கு மேலே கொக்குகள் சிறகடிக்கும் சத்தம் கேட்டது. இருநூற்றுக்கும் அதிகமான கொக்குகள் நேற்று பயிற்சியை முடித்துவிட்டு இன்று தெற்கு நோக்கிப் பயணம் தொடங்கப் போகின்றன. ஆண் கொக்குகள், பெண் கொக்குகள், குழந்தைக் கொக்குகள் எல்லாம் இருந்தன அங்கே! குழந்தைக் கொக்குகள் தங்களுக்குள் பேசிக்கொண்டன:

"தவளைகளைத் தின்று நம் வயிறு பெருப்பதுபோல எவ்வளவு மகிழ்ச்சியாக இருக்கிறது! இந்த வெளிநாட்டுப் பயணத்தை நினைத்தாலே எவ்வளவு உற்சாகமாக இருக்கிறது!"

அப்பாக் கொக்கும், அம்மாக் கொக்கும் அறிவித்தன:

"பிள்ளைகளா, நீங்கள் ஒருவருக்கொருவர் நெருக்கமாகப் பறந்து செல்லுங்கள். ஒருவரை விட்டு ஒருவர் விலகிவிடாதீர்கள்!"

தூரத்தில் வாத்தியங்களின் ஓசை கேட்டது. வைக்கிங்கும் அவனது வீரர்களும் கப்பலிலிருந்து கரைக்கு வந்திருக்கிறார்கள். இதை அறிவிக்கும் ஓசைதான் இது. கால் என்ற பிரதேசத்திலிருந்து கொள்ளையடித்தசெல்வத்துடன் அவர்கள் வந்துகொண்டிருக்கிறார்கள். காலில் மக்கள் வேண்டுவதுபோல, பிரிட்டன் கடலோரப் பகுதிகளில் உள்ள மக்களும் "வடக்கிலிருந்து வருகின்ற கொள்ளைக்காரர் களிடமிருந்து எங்களைக் காப்பாற்ற வேண்டும் கடவுளே!" என்று பிரார்த்திக்கிறார்கள்.

வைக்கிங்கும், அவன் படையைச் சேர்ந்தவர்களும் வெற்றி முழக்கத்துடன் வீட்டுக்குள் நுழைந்தார்கள். மதுப்பீப்பாவை உள்ளே கொண்டு சென்று வைத்தார்கள். குளிரை அகற்றுவதற்காக விறகுகளை எரித்தார்கள். சமைப்பதற்காக, குதிரைகளைக் கொன்று அவற்றின் மாமிசத்தை எடுத்தார்கள். கடைசியில் உணவு சமைப்பதற்கான ஆயத்தங்கள் முடிந்தன. அடுப்புகள் தீ தழல்விட்டு எரிந்தன. அறையெங்கும் புகை சூழ்ந்தது. வீட்டுத் தலைவன், விருந்தினர்களுக்குப் பரிசுகள் வழங்கினான். தொடர்ந்து மது பருகினார்கள். படைவீரனான ஒரு பாடகனும் அங்கே வந்திருந்தான். வைக்கிங்கின் யுத்தப் பயணத்தில் அவனும் கலந்துகொண்டிருந்தான். அவன் தன் நண்பர்களின் வீரச் செயல்களைப் புகழ்ந்து பாடல் பாடினான். பாட்டின் சுருக்கம் இதுதான்:

"தங்கமும், மற்ற செல்வங்களும் எல்லாம் அழிகின்றன. எதிரியும் நண்பனும் அழிகிறார்கள். ஆனால் புகழ் ஒன்று மட்டும் அழிவதில்லை!"

அந்தப் பாட்டைக் கேட்டவர்கள் எல்லாம் கத்திகளைக் கொண்டும், எலும்புத்துண்டுகளைக் கொண்டும் கேடயங்களின் மீதும் மேசைகளின் மீதும் தாளம் போட்டார்கள்.

மிகவும் கௌரவமான ஒரு இடத்தில்தான் வைக்கிங்கின் மனைவி அமர்ந்திருந்தாள். அவள் பட்டாடைகளும், தங்க வளையல்களும், பவழ மாலைகளும் மற்ற ஆபரணங்களும் அணிந்திருந்தாள். அந்தப் பாடகன் அவளைக் குறித்தும் பாடினான். அதுமட்டும் அல்ல, அந்தக் குழந்தையைக் குறித்தும் அவன் பாடினான். தனக்கு மிகவும் அழகான குழந்தை கிடைத்ததில் வைக்கிங் எல்லையற்ற மகிழ்ச்சியடைந்தான். குறிப்பாக அந்தக் குழந்தை மிகவும் பிடிவாத குணத்துடனும், துணிச்சலுடன் இருப்பதைக் கண்டுதான் அவன் பெரிதும் மகிழ்ந்தான். அந்தக் குழந்தை வளர்ந்து வலிமையும், தைரியமும் உள்ள வீரப்பெண்ணாக வளர்வாள் என்று நம்பினான் அவன். அந்த நம்பிக்கையை வெளிப்படுத்தவும் செய்தான்.

முதல் மதுப்பீப்பாய் தீர்ந்துவிட்டது. எனவே மற்றொரு மதுப்பீப்பாய் கொண்டுவரப்பட்டது. ஒரு கொண்டாட்டம் என்றால் அதை முழுமையாகக் கொண்டாடித் தீர்த்துவிட வேண்டியதுதான் என்று நினைத்தார்கள் அனைவரும். ஒரு பழமொழியை அவர்கள் நினைவுகூர்ந்திருக்கலாம். அதாவது “மேய்ச்சல் இடத்திலிருந்து எப்போது திரும்பிச் செல்ல வேண்டும் என்று கால்நடைகளுக்குத் தெரியும். ஆனால் ஒரு முட்டாள் மனிதனுக்குத் தன் பசியின் அளவு தெரியாது அல்லவா?“ மற்றொரு பழமொழியும் உண்டு, “விருந்தாளி அதிக நாட்கள் தங்கினால் வரவேற்பு குறைந்துவிடும்!” ஆயினும் வைக்கிங்கின் விருந்தினர்கள் அதிக நாட்கள் அங்கே தங்கினார்கள், தேவையான அளவு பன்றி இறைச்சி தின்னலாம்! மது அருந்தலாம்! என்பதுதான் அவர்களின் எண்ணம்.

அந்த வருடத்தில் இன்னும் ஒரு முறை வைக்கிங் கடற்பயணம் புறப்பட்டான். பனிக்காலத்தில் சாதாரணமான புயற்காற்று வீசத் தொடங்கியிருந்தன. வைக்கிங் தன் வீரர்களுடன் பிரிட்டன் கடலோரத்தில் சென்று இறங்கினான். அவன் மனைவி அந்தக் குழந்தையுடன் வீட்டில் இருந்தாள். ஒரு விஷயத்தை நிச்சயமாகச் சொல்ல முடியும். காண்பவர்களையெல்லாம் அடித்து உடைத்துக் கடிக்கும் பகல் நேரக் குழந்தையைவிடவும் அவளுக்கு, மிகவும் சோகமான கண்களுடன் இருக்கும் இரவு நேரத் தவளையைத்தான் மிகவும் பிடித்தது. அந்தத் தவளையின் மீதுதான் அவள் அதிக அன்பு செலுத்தினாள்.

மரங்களின் இலைகள் உதிர்கின்ற குளிர்காலத்தில் சதுப்பு நிலம் முழுவதையும் மூடுபனி மறைத்திருந்தது. அதைத் தொடர்ந்து வந்த பனிக்காலத்தில் "சிறகில்லாத பறவைகள்" என்று அழைக்கப்படும் பனித்திவலைகள் நிறைய பொழிந்துகொண்டிருந்தன. குருவிகள், காலியாக இருந்த கொக்குக்கூடுகளில் தஞ்சமடைந்தன.

அப்பாக் கொக்கும், அம்மாக் கொக்கும், குஞ்சுக் கொக்குகளும் எங்கே?

அவையெல்லாம் எகிப்திற்குச் சென்றிருந்தன.

அங்கே சூரியன் வெப்பமாகத் தகித்தான். புளிய மரங்களும், கருவேல மரங்ளும் தழைத்து வளர்ந்திருந்தன. பள்ளிவாசல்களின் கோபுரங்களில் பிறைச் சின்னங்கள் ஒளிர்ந்தன. நெடுந்தூரம் பயணம் செய்து வந்த கொக்குகள் அந்தக் கோபுரங்களின் மீது தங்கின. தேவாலயங்களின் விஸ்தாரமான ஆர்ச்சுகளில், மிகவும் பழமையான தூண்களில் கொக்குகள் கூடுகட்டின. அவற்றிற்கு மேலே குடை பிடித்ததைப்போல ஈச்சை மரங்கள் நின்றிருந்தன. தூரத்தில் பாலைவனத்தில் சாம்பல் நிறம் கலந்த பிரமிடுகள், நிழல் கூட்டங்களைப்போன்று நின்றிருந்தன. நெருப்புக் கோழிகள் அதி வேகத்தில் ஓடிக்கொண்டிருந்தன. சிங்கங்கள், மணலில் பாதி அமிழ்ந்த "ஸ்பிங்"குகளைப் பார்த்துக்கொண்டு படுத்திருந்தன. நைல் நதியில் நீர் மட்டம் குறைந்திருந்தது. கரைகளில் நிறையத் தவளைகள் நெருக்கமாக வாழ்ந்திருந்தன. இது கொக்குக் குடும்பங்களுக்கு மிகவும் மகிழ்ச்சியளித்தது. காண்பதெல்லாம் கனவா நினைவா என்றுகூட கொக்குகள் சந்தேகப்பட்டன. அம்மாக் கொக்கு சொன்னது:

"அடடா! இங்கே மிகவும் அருமையாக இருக்கிறதே! எப்போதும் இப்படியே இருந்தால் நன்றாக இருக்கும்!"

கொக்குக் குஞ்சுகள் கேட்டன:

"இன்னும் பார்க்க வேண்டிய இடங்கள் இருக்கின்றனவா அம்மா? நாங்கள் சற்றுத் தூரம் பறந்து போகலாமா?"

அம்மாக் கொக்கு மறுத்தது:

"நீங்கள் பார்ப்பதற்கு இனி ஒன்றும் மிச்சமில்லை. அந்தப் பக்கம் நிறைய மரங்கள் உள்ள காடுகள் உண்டு. மரங்களின் கிளைகள் எல்லாம் ஒன்றோடு ஒன்று பின்னிப் பிணைந்திருக்கும். தரையில் முட் செடிகள் படர்ந்திருக்கும். யானைகளால் மட்டுமே அதன் உள்ளே செல்ல முடியும். அங்கே உள்ள பாம்புகளும் பல்லிகளும் நம்மைவிடப் பெரிதாக இருக்கும். நம்மைவிட வேகமாகவும் இருக்கும். நீங்கள் பாலைவனத்திற்குச் செல்கிறீகள் என்று வைத்துக்கொள்ளுங்கள். அங்கே ஒரு சிறிய காற்றடித்தால் போதும், உங்கள் கண்களில் மணல்

துகள்கள் வந்து விழும். இன்னும் வேகமாகக் காற்று வீசுகிறது என்றால் நீங்கள் மணலுக்குள் புதைந்துவிடுவீர்கள். நீங்கள் இங்கே இருப்பதுதான் நல்லது. இங்கே தவளைகளும், வெட்டுக் கிளிகளும் தேவையான அளவு உள்ளன! உங்கள் அப்பாவும், நானும், நீங்களும் வேறு இடத்திற்குச் செல்லப்போவதில்லை. இங்கேதான் இருக்கப்போகிறோம்!"

அம்மாக் கொக்கும், அப்பாக் கொக்கும் ஒரு பள்ளிவாசலின் கோபுரத்தில் உள்ள தங்கள் கூட்டில் அமர்ந்திருந்தன. அவை நன்றாக ஓய்வெடுத்தன. ஆயினும் செய்வதற்குச் சிரமமற்ற சில வேலைகளையும் செய்தன. அதாவது, சிறகுகளைக் கோதி சுத்தப்படுத்துவது, தங்கள் அலகு முதல் கால் வரை தேய்த்துப் பளபளப்பாக்குவது போன்ற வேலைகளைச் செய்தன. இடையிடையே அவை கழுத்தை நீட்டின. குனிந்து குனிந்து நிமிர்ந்தன. சிறுமி கொக்குகள், குஞ்சுகளுக்கிடையில் சுற்றித்திரிந்தன. வெவ்வேறு இடங்களிலிருந்து வந்த கொக்குகள் பரஸ்பரம் அறிமுகம் செய்துகொண்டன. அவை, தவளைகளையும், சிறிய பாம்புகளையும் தின்றன. பையன்களான கொக்குகள், தங்களுக்குள் சண்டையிட்டுக்கொண்டன. சிறகுகளால் ஒன்றை ஒன்று அடித்துக்கொண்டன. அலகுகளால் குத்திக்கொண்டன. இளைஞர்களான சில கொக்குகளும், இளம் பெண்களான சில கொக்குகளும் தங்களுக்குள் திருமண நிச்சயதார்த்தம் செய்துகொண்டன. அவற்றிற்குத் திருமணம்தான் மிகவும் தேவை. அவற்றின் வாழ்க்கை இலட்சியமே திருமணம்தான். புதிய தம்பதிகள் தனியாகக் கூடு கட்டி வாழ்ந்தன. தங்களுக்குள் சண்டைபோட்டுக் கொள்ளவும் செய்தன. வெப்ப நாடுகளில் இருக்கும் மக்களுக்குக் கோபம் அதிகமாக இருக்கும் அல்லவா! வயதான கொக்குகள் மிகவும் அமைதியாக, ஓய்வாக இருந்தன. அவற்றிற்குத் தின்பதற்கு அங்கே நிறைய உணவு கிடைத்தது. எல்லாவற்றையும் வைத்துப் பார்க்கும்போது அந்த இடம் மிகவும் மகிழ்ச்சிகரமான இடம்தான்!

அதே நேரம் அவற்றின் புரவலரான எகிப்து ராஜாவின் அரண்மனையில் இதற்கு நேர்மாறாக இருந்தது நிலைமை!

விசாலமான படுக்கை அறையில் ராஜா அசைவற்றுப் படுத்திருந்தார். கைகால்களை அசைக்கக்கூட அவரால் முடியவில்லை. உயிருள்ள பிணம் போன்றிருந்தார் அவர். குடும்ப உறுப்பினர்களும், பணியாளர்களும் அவரைச் சுற்றி நின்றுகொண்டிருக்கிறார்கள். தன் மகள் மீது ராஜா எல்லையற்ற அன்பு கொண்டிருந்தார். அவரது நோயைக் குணப்படுத்துவதற்கான பூவைத் தேடிச் சென்ற ராஜகுமாரி

இன்னும் திரும்பி வரவில்லை. அன்னச் சிறகுகளைக் கட்டிக்கொண்டு கடல் மீதும், கரை மீதும் பறந்து சென்ற அவள் இனி திரும்பி வரப்போவதில்லை. அவளுடன் சென்ற இரண்டு தோழிகளும், ராஜகுமாரி இறந்துவிட்டாள் என்று சொன்னார்கள். உண்மையில் அந்தத் தோழிகள் ஒரு கட்டுக்கதையை மன்னனிடம் சொல்லியிருந்தார்கள். அந்தக் கதை இதுதான்:

"நாங்கள் மூன்று பேரும் உயரத்தில் பறந்துகொண்டிருந்தோம். ஒரு வேட்டைக்காரன் எங்களை நோக்கி அம்பு எய்தான். எங்களின் அன்பிற்குரிய ராஜகுமாரியை அம்பு தைத்தது. ராஜகுமாரி அன்னப் பறவையின் பாடலைப் பாடியவாறு கழிமுகத்தில் விழுந்து இறந்துவிட்டார்கள். நாங்கள் கழிமுகத்தின் கரையில் உள்ள ஒரு மரத்தடியில் அவர்களை அடக்கம் செய்தோம். அதே சமயம் நாங்கள் அந்த வேட்டைக்காரனைப் பழி வாங்கவும் செய்தோம். அவனது கீற்றுக் குடிசையில் ஒரு குருவி கூடு கட்டி வாழ்ந்து வந்தது. நாங்கள் அந்தக் குருவியின் சிறகின் அடியில் தீ வைத்தோம். அந்தத் தீ பரவி குடிசையை எரித்துச் சாம்பலாக்கியது. வேட்டைக்காரன் தீயில் வெந்து இறந்தான். அந்தத் தீயின் வெளிச்சம், ராஜகுமாரியை அடக்கம் செய்த இடம் வரை பரவியது. இனி ஒருபோதும் ராஜகுமாரி எகிப்திற்குத் திரும்பி வரமாட்டார்கள். இதைச் சொல்வதற்கே மிகவும் துயரமாக இருக்கிறது."

இப்படிச் சொல்லிவிட்டு இரண்டு பெண்களும் பொய்யாக அழுதார்கள்.

இந்தக் கட்டுக்கதையைக் கேட்டுக் கோபமடைந்த அப்பாக் கொக்கு, தன் மேல்அலகையும் கீழ்அலகையும் வேகமாக மோதியது. அந்தச் சத்தம் வெகு தொலைவுக்குக் கேட்டது. அது உரக்கச் சொன்னது:

"பச்சைப் பொய்! பெரிய சதி! நான் அந்த இரண்டு பெண்களின் நெஞ்சிலும் என் அலகால் குத்துவேன்!"

இடையில் அம்மாக் கொக்கு சொன்னது:

"நீங்கள் அப்படிச் செய்தால் ஒருக்கால் உங்கள் அலகு உடைந்துவிடக்கூடும். அப்போது அது பார்ப்பதற்கு நன்றாகத்தான் இருக்கும்! நீங்கள் உங்கள் குடும்பத்தை மட்டும் பார்த்தால் போதும். மற்றவர்களின் குடும்ப விஷயத்தில் நீங்கள் ஏன் அனாவசியமாக அலகை நுழைக்கிறீர்கள்?"

ஆனால் அப்பாக் கொக்கு விடவில்லை:

"நாளை ராஜாவின் நோயை எப்படிக் குணப்படுத்தலாம் என்பதைக் குறித்து விவாதிப்பதற்கு அறிஞர்கள் ஒன்று கூடுகிறார்கள். நான் அரண்மனைக் கூரையில் ஒளிந்திருந்து எல்லாவற்றையும்

கேட்பேன்!"

அறிஞர்கள் ஒன்றுகூடி நிறையப் பேசினார்கள். அவர்கள் பேசியதொன்றும் அப்பாக் கொக்கிற்குப் புரியவில்லை.

நோயாளியான ராஜாவுக்கோ, சதுப்பு நிலத்தின் அடியில் இருக்கும் ராஜகுமாரிக்கோ அந்த அறிஞர்களின் பேச்சால் எந்தப் பயனும் ஏற்படவில்லை.

அது எப்படியிருந்தாலும், பொதுமக்கள் என்ன நினைக்கிறார்கள் என்பதை நாம் தெரிந்துகொள்ள வேண்டும்:

"அன்புதான் வாழ்வைத் தருகிறது. பேரன்பு பெரிய வாழ்க்கையைத் தருகிறது. அன்பால் மட்டுமே வாழ்க்கையை நிலை நிறுத்த முடியும்!"

அப்பாக் கொக்கு, தன் மனைவியிடம் சொன்னது:

"இது மிகவும் நல்ல கருத்துதான்!"

அம்மாக் கொக்கு சொன்னது:

"எனக்கு இந்தக் கருத்து அவ்வளவாகப் புரியவில்லை. அது என் குற்றமல்ல. சிந்தனையின் குற்றம். எப்படியோ போகட்டும். நான் யோசிப்பதற்கு வேறு விஷயங்கள் நிறைய இருக்கின்றன!"

அறிஞர்கள் அன்பைப் பற்றி நிறையப் பேசினார்கள். அண்டை அயலார்களுக்கிடையே உள்ள அன்பு, பெற்றோர்களுக்கும் பிள்ளைகளுக்கும் இடையில் உள்ள அன்பு, தாவரங்களுக்கும் சூரியனுக்கும் இடையில் உள்ள அன்பு ஆகிய எல்லாவற்றைப் பற்றியும் அவர்கள் விரிவாக விவாதித்தார்கள். அப்பாக் கொக்கிற்கு அதெல்லாம் சரியாகப் புரியவில்லை. அதே சமயம் அது தீவிரமாகச் சிந்திக்கத் தொடங்கியது. அடுத்த நாள் அப்பாக் கொக்கு, தன் கண்களைப் பாதி மூடிக்கொண்டு ஒற்றைக் காலில் நின்றுகொண்டு சிந்தித்தது. தான் கேட்டதையெல்லாம் தன் மூளையில் பதிய வைத்துக்கொள்ள அதனால் முடியவில்லை.

ஆயினும் ஒரு விஷயத்தைப் புரிந்துகொள்ள அதனால் முடிந்தது. பெரிய அறிஞர்களும், சிறிய அறிஞர்களும் மனப்பூர்வமாகத்தான் பேசினார்கள். ராஜா நோய்வாய்ப்பட்டுக் கிடக்கிறார். அவர் இனிமேல் குணமடைய மாட்டார். நாட்டுக்கே பெரிய துரதிர்ஷ்டம் இது. ஒருக்கால், ராஜா நலம் பெற்றால் எல்லோரும் மகிழ்வார்கள்... அறிஞர்கள் அப்படித்தான் பேசிக்கொண்டார்கள். ராஜாவின் நோயைக் குணப்படுத்துவதற்கான பூ எங்கே இருக்கிறது? நிறைய மக்கள் அதைத் தேடித்திரிந்தார்கள். அந்தப் பூவைப் பற்றிய தகவல் ஏதும் கிடைக்கிறதா என்று பெரிய பெரிய புத்தகங்களைப் படித்துப்

பார்த்தார்கள். பருவ நிலையையும், நட்சத்திரங்களின் இருப்பையும், காற்றின் போக்கையும் பரிசீலித்தார்கள். கடைசியில் அறிஞர்கள் ஒரு முடிவுக்கு வந்தார்கள்: அன்புதான் ராஜாவின் நோயைத் தீர்க்கும்! அவர்கள் ஒரு தத்துவத்தை மீண்டும் மீண்டும் சொல்லிக்கொண்டிருந்தார்கள். அது மட்டும் அல்ல, அதை எழுதியும் வைத்தார்கள்: அன்பு வாழ்க்கையளிக்கிறது! ஆனால் அந்தத் தத்துவத்தை எப்படி நடைமுறைப்படுத்துவது? அதற்கு அவர்கள் ஒரு வழியைக் கண்டுபிடிக்கவில்லை. கடைசியில் அவர்களுக்கு ஒரு விஷயம் உறுதியானது: தந்தையை மிகப் பெரும் அன்பு கொண்டிருக்கின்ற ராஜகுமாரிதான் உதவி செய்ய வேண்டும்! அதன்படிச் செய்ய ராஜகுமாரி முற்பட்டாள்.

அந்த இரவில் ராஜகுமாரி அரண்மனையிலிருந்து புறப்பட்டு, ஸ்பிங்ஸின் அருகில் வந்தாள்.

கால் செருப்பில் ஒட்டியிருந்த தூசியைத் தட்டி உதறிக்கொண்டாள். நீண்ட ஒரு வராந்தாவின் வழியே நடந்தாள். பெரிய ஒரு பிரமிடை வந்தடைந்தாள். மிகப் பழைய காலத்தில் வாழ்ந்திருந்த ஒரு ராஜாவின் மம்மி அங்கே பாதுகாக்கப்பட்டிருந்தது. அறிஞர்கள் சொன்னது போன்று ராஜகுமாரி செயல்பட்டாள் "அதாவது தன் காதை மம்மியின் இதயத்தோடு சேர்த்து வைத்தாள். அப்படிச் செய்தால்தான் தந்தையின் உயிரைக் காப்பாற்றுவதற்கான வழியைக் கண்டுபிடிக்க முடியும். இப்படித்தான் அறிஞர்கள் சொல்லியிருந்தார்கள். ராஜகுமாரி ஒரு கனவில் அந்த வழியைக் கண்டுபிடித்தாள். வடக்கு திசையில், ஒரு சதுப்புநிலக் கழிமுகத்தில் ஒரு இடத்தில் மலர்ந்திருக்கும் மலரைக் கொண்டுவரவேண்டும்! அதற்காகத்தான் அவள் அன்னச் சிறகுகளைக் கட்டிக்கொண்டு எகிப்திலிருந்து பறந்து சென்றாள். பிறகு நடந்ததெல்லாம் முன்பே நாம் பார்த்தோம் அல்லவா.

அந்தக் கதையெல்லாம் அப்பாக் கொக்கும், அம்மாக் கொக்கும் அறிந்திருந்தன. முன்பைவிட விரிவாக இப்போது நாமும் அறிந்திருக்கிறோம். சதுப்பு நிலத்தின் ராஜா, ராஜகுமாரியை சதுப்பு நிலத்தின் உள்ளே பிடித்து இழுத்துவிட்டார். அவளது சொந்தக்காரர்களைப் பொறுத்தவரை அவள் இறந்துவிட்டாள். ஆனால் அம்மாக் கொக்கு சொன்னதுபோல ஒரு அறிஞரும் ராஜகுமாரி வந்துவிடுவார்கள் என்று சொன்னார்.

அப்பாக்கொக்கு தன் மனைவியிடம் சொன்னது:

"ராஜகுமாரியை ஏமாற்றிய இரண்டு பெண்களின் அன்னச் சிறகுகளை நான் கைப்பற்றுவேன். அப்படிச் செய்தால் அவர்கள் இன்னொரு முறை சதுப்புநிலத்திற்குச் சென்று சதிச் செயல்புரிய அவர்களால் முடியாது. அந்த அன்னச் சிறகுகள் இனியொரு முறை

யாருக்காவது பயன்படலாம். எனவே நான் அவற்றை ஒளித்து வைப்பேன்.”

அம்மாக் கொக்கு கேட்டது:

“நீங்கள் அந்தச் சிறகுகளை எங்கே ஒளித்து வைக்க நினைக்கிறீர்கள்?”

அப்பாக் கொக்கு பதில் சொன்னது:

“சதுப்பு நிலத்தின் அருகில் உள்ள நம் கூட்டில்தான் அவற்றை ஒளித்து வைக்க வேண்டும். நாம் இருவரும், நம் பிள்ளைகளும் மாறி மாறி சிறகுகளை எடுத்துக்கொண்டு பறக்க வேண்டும். அதில் சிரமம் ஏற்படுகிறது என்று வைத்துக்கொள், நாம் திரும்பும் வழியில் சில பிரத்தியேக இடங்கள் இருக்கின்றன. அடுத்த முறை நாம் வலசை புறப்படுவதுவரை அந்த இடங்களில் சிறகுகளை ஒளித்து வைப்போம். நம் ராஜகுமாரிக்கு இரண்டு சிறகுகள் போதும். என்றாலும் நம் கைவசம் நான்கு சிறகுகள் இருக்கட்டும். இரண்டைவிட நான்கு சிறகுகள் நல்லதல்லவா?”

அம்மாக் கொக்கு சொல்லி முடித்தது:

“இதற்கெல்லாம் யாரும் உங்களுக்கு நன்றி சொல்லமாட்டார்கள். தெரிந்துகொண்டீர்களா? சரி, போகட்டும். நீங்கள்தானே குடும்பத் தலைவர். நான் முட்டைகளை அடைகாக்கும் நேரத்தைத் தவிர மற்ற எப்போதும் உங்களை எதிர்த்துப் பேசமாட்டேன்.”

அங்கே வைக்கிங்கின் வீட்டில் என்னவெல்லாம் நடந்தன?

அந்துப் பெண் குழந்தைக்கு ஹெல்கா என்று பெயர் சூட்டப்பட்டது. அவளது தோற்றம் மிகவும் அழகாக இருந்தது என்பது சரிதான். ஆனால் அவள் கல்போன்ற இதயத்தைக் கொண்டிருந்தாள். அவளது நடவடிக்கைகள் மிகவும் முரட்டுத்தனமாக இருந்தன. வெளிப்பார்வைக்கு அழகாக இருந்தாலும் உள்ளே கசக்கும் பழத்தைப்போல இருந்தாள் அவள். அன்றைக்குப் பெரும்பாலான ஆட்கள் இருந்ததைப்போலவே அவளும் கருணையற்றிருந்தாள். கடவுளுக்குப் பலி கொடுப்பதற்காக கொல்லப்படும் குதிரைகளின் வெப்பமான ரத்தத்தை அள்ளித் தன் வெண்ணிற உடலில் பூசிக்கொள்ள அவளுக்குப் பிடிக்கும். சில சமயம் அவள், பலி கொடுக்கப்படுவதற்காக பாதிரியாரின் கையில் இருக்கிற கறுத்த கோழியைப் பிடுங்கி அதன் கழுத்தைக் கடித்துக் கொல்வதுண்டு. ஆயினும் வைக்கிங்கை அவள் அடிமைப்படுத்தியிருந்தாள். எப்போது எப்படி அவள் குணம் மாறும் என்று அவளுக்குத் தெரியவில்லை. அவள், குதிரை மீது சேனம் வைக்காமல் சவாரி செய்வாள். அப்போது அவள் குதிரையின் ஒரு உறுப்புதானோ என்றுகூட

பார்ப்பவர்களுக்குத் தோன்றும். குதிரை பாய்ந்து செல்லும்போதும், அந்த விலங்கு மற்றவற்றுடன் சண்டையிடும்போதும் அவள் கீழே இறங்கமாட்டாள்.

இடையிடையே வைக்கிங் வெளிநாட்டுப் பயணம் முடிந்து தன் நாட்டுக்கு கப்பலில் திரும்பி வருவான். அப்போது கடலோரத்தில் மிகவும் உயரமான ஒரு இடத்தில் நிற்கும் ஹெல்கா, கடலில் பாய்ந்து நீந்தி வைக்கிங்கின் கப்பலில் ஏறுவாள். அதுமட்டுமல்ல, தன் நீண்ட தலைமுடியை வெட்டி எடுத்து வில்லுக்கு நாணும் செய்வாள்.

வைக்கிங்கின் மனைவி மனோதிடமுள்ள ஒரு பெண்ணாக இருந்தாள். ஆனால், ஹெல்காவுடன் ஒப்பிடும்போது அவள் பலவீனமாகவும், கோழையாகவும் இருந்தாள் என்று சொல்லலாம். அவளுக்கு ஒரு விஷயம் மட்டும் தெளிவாகத் தெரிந்திருந்தது "ஹெல்கா ஏதோ மந்திர சக்தியால் பாதிக்கப்பட்டிருக்கிறாள்!"

தன் 'அம்மா' வாயிலருகில் வந்து நிற்கும்போதோ, வாசலில் நடக்கும்போதோ சில சமயம் ஹெல்கா என்ன செய்வாள் தெரியுமா?

தெரிந்தே கிணற்றருகில் செல்வாள். கிணற்றில் குதிப்பாள். தவளையைப்போலத் தண்ணீரில் முங்குவாள் மிதப்பாள். அப்படி அவள் நீண்ட நேரம் விளையாடுவாள். பிறகு மேலே ஏறுவாள். நனைந்த உடைகளுடன் வீட்டுக்கு உள்ளே செல்வாள்.

ஆனால் ஹெல்காவுக்குத் துன்பளிக்கும் ஒன்று இருந்தது "அதாவது பகலும் இரவும் ஒன்று சேரும் அந்தி நேரம். அப்போது அவள் மௌனமாவாள். சிந்தனையில் ஆழ்ந்திருப்பாள். என்னவென்று தெரியாத ஏதோ மன உணர்ச்சி அவளைத் தன் அம்மாவுடன் சேர்க்கும். அஸ்தமித்த உடனே அவளது உடலுக்கும் மனதுக்கும் மாற்றம் வரும். அவள் ஒரு தவளையாக மாறி ஒரு மூலையில் சென்று அமைதியாக அமர்ந்திருப்பாள். அவள் இப்போது சாதாரணத் தவளையைவிட மிகப் பெரிதாக இருக்கிறாள். அவள் பார்வையில் துயரம் நிறைந்திருக்கும். அப்போது அவளால் பேச முடியாது. 'க்ராக், க்ராக்' என்று கத்தத்தான் முடியும். ஒரு மனிதக் குழந்தையின் அழுகைபோல ஒலிக்கும் அந்தச் சத்தம். வைக்கிங்கின் மனைவி அவளை எடுத்துத் தன் மடியில் வைத்துக்கொள்வாள். அவளது அசிங்கமான தோற்றத்தைப் பொருட்படுத்தாமல், துயரம் பொங்கும் அவள் கண்களையே பார்த்துச் சொல்வாள்:

"நீ எப்போதும் இப்படித் தவளையாக இருக்க வேண்டும் என்று சில சமயம் நான் ஆசைப்படுவதுண்டு. காரணம், அழகான தோற்றத்திற்குள், நீ உன் பிறப்பிலேயே கொண்டிருக்கும் குணத்தை

ஒளித்து வைக்கும்போது நீ மிகவும் பயங்கரமானவளாக இருக்கிறாய்!"

ஹெல்காவைப் பீடித்திருக்கும் மந்திர சக்தியைப் போக்குவதற்கான அடையாளங்களையும், நட்சத்திரங்களையும் வைக்கிங்கின் அம்மா வரைவதுண்டு. ஆனால் அப்படிச் செய்வதன் மூலம் எதிர்பார்த்த நல்ல பலன்கள் ஏற்படவில்லை. அதுதான் அந்த அம்மாவின் அனுபவம்.

இதற்கிடையே கடந்து சென்ற வருடங்களில் அப்பாக் கொக்கும், அம்மாக் கொக்கும் அவற்றின் பிள்ளைகளும் என்ன செய்தன? அவை வசந்தகாலத்தின் ஆரம்பத்தில் தங்களின் நிரந்தர வசிப்பிடமான சதுப்பு நிலத்திற்கு வரும். குளிர்காலத்தில் எகிப்திற்கு வலசை போகும்.

ஹெல்காவுக்கு பதினாறு வயதானபோது அப்பாக் கொக்கு சொன்னது:

"அவள் முதலில் ஒரு பூவுக்குள் இருந்தாள் என்று இப்போது நம்புவது சிரமம். ஏனென்றால் அவள் இப்போது அச்சு அசலாக தன் அம்மாவான எகிப்து ராஜகுமாரியைப்போன்றே வளர்ந்திருக்கிறாள். பாவம்! அந்த ராஜகுமாரியை இனி பார்க்க முடியாது. அறிஞர்களும் நீயும் நானும் சொன்னதுபோல அவளால் தப்புவதற்கான வழியைக் கண்டுபிடிக்க முடியவில்லை. நான் சதுப்பு நிலத்தின் மேலே அங்கும் இங்கும் நிறைய முறை பறந்து கவனித்துப் பார்த்திருக்கிறேன். அந்த ராஜகுமாரி வாழ்ந்து கொண்டிருக்கிறாள் என்பதற்கு ஒரே ஒரு அடையாளத்தைக்கூட என்னால் பார்க்க முடியவில்லை. நான் ஒரு ஆந்தையைப்போல, ஒரு வெளவாலைப்போல இரவு நேரங்களில் சதுப்பு நிலத்தின் மேலே பறந்து ஆராய்ந்திருக்கிறேன். என் முயற்சிகள் எல்லாம் தோல்வியில் முடிந்தன. நாம் ஏமாற்றுக்காரிகளான அந்த இரண்டு தோழிகளின் அன்னச் சிறகுகளை எடுத்துக்கொண்டு வந்திருக்கிறோம் அல்லவா? அவற்றால் இன்று வரை எந்தப் பயனும் ஏற்படவில்லை. அந்தச் சிறகுகளைத் தொடர்ந்து தூக்கிக்கொண்டு வர முடியாமல் வழியில் மூன்று இடங்களில் தங்கிதான் நாம் அவற்றை இங்கு கொண்டுவந்து சேர்த்தோம். அவை இதோ நம் கூட்டில் சும்மாக் கிடக்கின்றன. ஏதாவது தீ விபத்து ஏற்பட்டு வைக்கிங்கின் வீடு எரிந்தால்...! அந்த அன்னச் சிறகுகளும் எரிந்து சாம்பலாகிப்போகும்."

அதைக் கேட்டு அம்மாக் கொக்கு சொன்னது:

"அப்போது சிறகுகள் மட்டும் அல்ல, நம் கூடும் எரிந்து சாம்பலாகிவிடும். நம் வீட்டைவிட ராஜகுமாரியின் சிறகுகள்தான்

உங்களுக்கு முக்கியமாக இருக்கிறது அப்படித்தானே? நீங்கள் சதுப்பு நிலத்திற்கு உள்ளே சென்று அந்த ராஜகுமாரியுடனேயே இருந்துகொள்ளுங்கள்! நீங்கள் உங்கள் குழந்தைகளுக்கு நல்ல தகப்பனாக இல்லை. அந்த விஷயத்தை நான் முதன்முதலாக அடையிருந்தபோதே தெரிந்துகொண்டேன். இந்த ஹெல்கா இருக்கிறாளே, ஹெல்கா. அவளது அம்புகள் நம் குஞ்சுகளின் மீது படாமல் இருக்க வேண்டும். அதுதான் என் ஆசை. ஹெல்கா, தான் என்ன செய்கிறோம் என்று யோசித்துச் செய்வதில்லை. நாம் அவளைவிட அதிக காலமாக இங்கே வாழ்ந்து வருகிறோம். நாம் நமது கடமைகளை மறக்கவில்லை. அவ்வப்போது நம் இறகுகளையும், முட்டைகளையும், நம் குஞ்சுகளையும் அந்த மனிதக் குடும்பத்திற்குக் கொடுத்து வந்திருக்கிறோம். இதையெல்லாம் இந்த ஹெல்கா மறந்துவிடக் கூடாது. நான் முன்புபோல இங்கே சுதந்திரமாக நடமாட முடியுமா? எகிப்தாக இருந்தால் நான் சுதந்திரமாக இருக்கலாம். அங்கே உள்ள மக்கள் என் விளையாட்டுத் தோழர்களைப்போன்றவர்கள். அதற்கு நேர் எதிராகத்தான் இங்கே இருக்கிறது. நான் இப்படி எல்லா நேரமும் கூட்டுக்குள்ளேயே அடைபட்டுக் கிடக்க வேண்டியிருக்கிறது. எனக்கு ஹெல்காவின் மீது கோபம் கோபமாக வருகிறது. முட்டாள் பெண்! நீங்கள் அவளை அந்தப் பூவிலிருந்து எடுத்துக்கொண்டு வந்திருக்க வேண்டியதில்லை. அவள் அங்கேயே கிடந்து செத்திருக்க வேண்டும்."

அப்பாக் கொக்கும் விடவில்லை.

"அடியே, நீ சும்மாத்தான் இப்படியெல்லாம் பேசிக்கொண்டிருப்பாய். உனக்கு உன்னைத் தெரிவதைவிட அதிகமாக எனக்கு உன்னைத் தெரியும்!"

அதைத் தொடர்ந்து அப்பாக் கொக்கு கொஞ்சம் நேரம் ஒற்றைக் காலில் நின்றது. பிறகு கழுத்தை முன்னால் நீட்டியது. பிறகு அப்படியே தாவிக் காற்றில் உயர்ந்தது. இரண்டு முறை சிறகுகளை அசைத்தது. கால்களைப் பின்னால் மடக்கி வைத்தது. இப்போது சிறகுகளை அசைக்காமல் பறந்து சென்றது. இல்லையென்றால், காற்றில் மிதந்து சென்றது என்று வேண்டுமானாலும் சொல்லலாம். சூரியவெளிச்சம் அதன் இறக்கைகளில் பதிந்தது. அதன் முக பாவத்தில் சக்தி தெரிந்தது. அது மட்டுமல்ல, மிகவும் துணிச்சலுடையதாகவும் தோன்றியது.

அதைப் பார்த்து அம்மாக் கொக்கு தனக்குள் சொல்லிக்கொண்டது:

"என்ன சொன்னாலும் சரிதான். என் கணவர் மற்ற அனைவரையும்விட மிகவும் அழகானவர்தான்! இந்த விஷயத்தை நான் அவரிடம் நேரடியாகச் சொல்வதில்லை!"

வழக்கம்போல அந்த வருடக் குளிர்கால ஆரம்பத்தில் வைக்கிங், தான் கொள்ளையடித்த பொருட்களோடும், சிறைபிடித்த மக்களோடும் திரும்பி வந்தான். அந்தக் கைதிகளில் ஒரு இளம் பாதிரியும் இருந்தான். வடக்குநாட்டில் உள்ள புராதன தெய்வங்களை மறுப்பவன் அவன்.

அக்காலத்தில் வீடுகளிலும் மற்ற இடங்களிலும் புதிய ஒரு மதத்தைப் பற்றிய சர்ச்சைகள் நடந்து கொண்டிருந்தன. தெற்கு நாடுகளில் எல்லா இடங்களிலும் புகழ் பெறத் தொடங்கியிருந்தது அந்த மதம். மனிதர்களின் மீதான அன்பின் பெயரால், மனிதர்களின் மோட்சத்திற்காக தன் உயிரைப் பலி கொடுத்தார் அல்லவா தேவகுமாரன்? அந்த தேவகுமாரனை நம்புபவர்களைக் குறித்து ஹெல்காவும் கேள்விப்பட்டிருந்தாள். ஆனால் அவள் கேட்டதெல்லாம், பழைய ஒரு பழமொழியைப்போல ஒரு காதின் வழியே நுழைந்து மறு காதின் வழியே வெளியேறியது. அன்பு என்ற வார்த்தையின் அர்த்தம் அவளுக்கு எப்போதாவது சில முறைதான் புரிந்தது. அதாவது ஒரு தவளையாகி மூலையில் பதுங்கியிருக்கும்போது மட்டும். வைக்கிங்கின் மனைவியோ, எல்லா நாடுகளிலும் பேசப்படுகின்ற வரலாற்றுச் சம்பவங்களைப் பற்றிக் கேள்விப்பட்டிருக்கிறாள். அதில் அவள் மிகவும் ஆர்வம் கொண்டிருந்தாள்.

இந்த முறை திரும்பி வந்த பிறகு வைக்கிங் தன் வீரர்களிடம் தேவாலயங்களைப் பற்றி மீண்டும் மீண்டும் பேசினான். அவை தேவகுமாரனை வழிபடுகின்ற தேவாலயங்களாக இருந்தன. அவர்கள் கொள்ளையடித்துக் கொண்டு வந்த பொருட்களில் விசித்திரமான செதுக்கு வேலைப்பாடுகள் உள்ள சில தங்கப் பாத்திரங்களும் இருந்தன. அவற்றில் பிரத்தியேகமான ஒரு வித வாசனை இருந்தது. கிறிஸ்தவப் பாதிரியார்கள் பலிபீடங்களில் சாம்பிராணி புகை போடுவதற்குப் பயன்படுத்திய தங்கப் பாத்திரங்கள் அவை.

வைக்கிங் வீட்டில் தரைக்குக் கீழே இருந்த நிலவறையில்தான் அந்த இளம் பாதிரி அடைத்து வைக்கப்பட்டான். அவன் கைகால்கள் கட்டப்பட்டிருந்தன. இந்தக் கைதி மிகவும் அழகானவன் என்று வைக்கிங்கின் மனைவி சொன்னாள். அவனது துரதிர்ஷ்டம் அவளது இதயத்தைத் தொட்டது. ஆனால் ஹெல்கா வேறொன்று சொன்னாள்: "அந்தப் பாதிரியின் கால்களையும், காட்டு எருமையின் வாலையும் ஒன்றாகக் கட்ட வேண்டும்." அவள் வேறொன்றும்

சொன்னாள்: "அப்படிக் கட்டிய பிறகு காட்டெருமைகளின் பின்னால் நான் வேட்டை நாய்களை அவிழ்த்துவிடுவேன். தரிசு நிலங்களிலும், சதுப்பு நிலங்களிலும் அந்தக் காட்டெருமை கைதியைப் போட்டு இழுத்துக்கொண்டு ஓடும். கடவுள்கள்கூட அந்தக் காட்சியைப் பார்த்து குலுங்கிக் குலுங்கிச் சிரிப்பார்கள்."

ஆனால் வைக்கிங் அந்தக் கிறிஸதவப் பாதிரிக்கு அதுபோன்ற தண்டனை கொடுக்க வேண்டும் என்று முடிவு செய்யவில்லை. அவனைச் சேர்ந்தவர்கள் பரம்பரை பரம்பரையாக சில கடவுள்களை வழிபட்டு வருகிறார்கள் அல்லவா, அந்தக் கடவுள்களை மறுப்பவன் இவன். எனவே, இவனை வெளியே ஒரு இடத்தில் உள்ள பலிக் கல்லில் வைத்துப் பலி கொடுக்க வேண்டும்! என்று முடிவு செய்தான் வைக்கிங்.

ஹெல்கா, வைக்கிங்கிடம் ஒரு வேண்டுகோள் விடுத்தாள். அது என்ன தெரியுமா? கிறிஸ்தவப் பாதிரியின் வெப்பமான ரத்தத்தை பழையக் கடவுள் சிலைகள் மீதும், பார்வையாளர்களின் மீதும் தெளிக்கத் தன்னை அனுமதிக்க வேண்டும் என்றாள் அவள்

அவள் தன் பளபளக்கும் கத்தியைத் தீட்டினாள். அப்போது வைக்கிங்கின் ஒரு நாய் அவளருகில் ஓடிச் சென்றது. "இந்தக் கத்தியின் கூர்மையைப் பரிசோதித்துப் பார்க்க வேண்டுமே" என்று சொல்லிக்கொண்டே அவள் அந்த நாயின் வயிற்றில் கத்தியால் குத்தினாள். அப்போது சற்றுத் தொலைவில் நின்று வைக்கிங் தன் மகளைத் துயரத்துடன் பார்த்தான்.

இரவு வந்தபோது வழக்கம்போல ஹெல்கா தன் அழகான மனித உருவத்தைத் துறந்து தவளையாக மாறினாள். வைக்கிங்கின் மனைவி தன் துயரத்தைக் குறித்து ஹெல்காவிடம் சொன்னாள். அவளை உற்றுப் பார்த்தபடியே தவளை கவனத்துடன் கேட்டது. அப்போதும் அவளுக்கு மனித புத்தி உண்டல்லவா.

வைக்கிங்கின் மனைவி தொடர்ந்து சொன்னாள்:

"ஹெல்கா, உன்னால் நான் அனுபவிக்கின்ற துயரத்தைக் குறித்து நான் என் கணவரிடம் ஒரு வார்த்தையும் இன்னும் பேசியதில்லை. உன்னைப் பற்றி நினைத்தால் ஏற்படும் வேதனையைத் தாங்க முடியவில்லை. ஒரு அம்மாவின் அன்பு என்பது மிகவும் உயர்வானது. உன் இதயத்தில் துளி அளவுகூட அன்பு இல்லை. உன் இதயம் மிகவும் மரத்துப்போயிருக்கிறது!"

அந்த வார்த்தைகளைக் கேட்டு தவளையின் உடல் நடுங்கியது. அவை, அவளது உடலுக்கும் மனதிற்கும் இடையில் உள்ள தொடர்பைத் தீண்டியதுபோலத் தோன்றியது. அவளது தவளைக் கண்களில் கண்ணீர் நிறைந்தது.

“நீ கஷ்டப்படுகிற காலம் வந்து சேரும். என்னால் அதைச் சகித்துக்கொள்ள முடியாது. நீ இங்கு வந்த அன்றே உன்னை எங்காவது கொண்டுபோய் விட்டிருந்தால் நன்றாக இருந்திருக்கும்!” என்று சொன்ன வைக்கிங்கின் மனைவி ஏங்கி அழுதுகொண்டே படுக்கையறைக்குச் சென்றாள்.

தவளை, அறையின் மூலையிலேயே இருந்தது. அங்கே எல்லா இடங்களிலும் முழுமையான அமைதி நிலவியது. இடையிடையே அது பெருமூச்சு விட்டது. தன் உள்ளே ஒரு புதிய உணர்ச்சி ஏற்படுவதாகத் தோன்றியது அதற்கு. ஹெல்கா ஓசையெழுப்பாமல் நிலவறை வாயிலை நோக்கி நடந்தாள். கத்தியும், எரிகிற ஒரு விளக்கும் கையில் வைத்திருந்தாள். அவள் மெதுவாக நிலவறையின் தாழை நீக்கினாள். கதவைத் திறந்து நிலவறைக்கு உள்ளே சென்றாள். அப்போது, அந்தக் கைதியான பாதிரி உறங்கிக் கொண்டிருந்தான். அவன் சத்தம் கேட்டு எழுந்து பார்த்தான். அவன் அங்கே என்ன பார்த்தான்? அருவருப்பு தோற்றுவிக்கும் ஒரு பயங்கரமான உருவம். பேயைக் கண்டதுபோல அவன் திகைத்து ஸ்தம்பித்தான். அவள் கத்தியினை எடுத்து அவன் கைகால்களில் கட்டியிருந்த கயிறுகளை அவிழ்த்துவிட்டாள். பிறகு தன்னோடு வரும்படிச் சைகை காட்டினாள். அவன் கடவுளின் பெயர்களைச் சொல்லிக்கொண்டு நெற்றியிலும் நெஞ்சிலும் தோளிலும் சிலுவையிட்டுக்கொண்டான். அவன் கேட்டான்:

“நீ யார்? உனக்குக் கருணை உண்டு என்று புரிகிறது. உன் இந்தக் கோரமான உருவம் உனக்கு எப்படி வந்தது?”

அவள் ஒன்றும் சொல்லாமல் தன்னோடு வரும்படி மீண்டும் சைகை காட்டினாள். அவனை வராந்தாக்களின் வழியே அழைத்துச் சென்றாள். கடைசியில் அவர்கள் குதிரை லாயத்திற்குச் சென்றார்கள். அவள் ஒரு குதிரையைப் பாதிரிக்குச் சுட்டிக்காட்டினாள். அவன் அந்தக் குதிரை மீது தாவி ஏறினான். ஹெல்கா அவன் முன்னால் குதிரை மீது அமர்ந்திருந்தாள். அவள் என்ன நினைக்கிறாள் என்று அந்தப் பாதிரிக்குப் புரிந்தது. அவன் விரைந்து குதிரையை ஓட்டிச் சென்று புதர்க் காட்டை அடைந்தான்.

ஹெல்காவின் கோரமான தவளை உருவத்தை அவன் பொருட்படுத்தவில்லை. கடவுளின் அன்பும், கருணையும் அவள் வழியாக வெளிப்படுகிறது என்று அவனுக்குத் தோன்றியது. அவன் பிரார்த்தனைகள் செய்தான். துதிப்பாடல்கள் பாடினான். அதையெல்லாம் கேட்டுக் கொண்டிருந்த அவள் மிகவும் நடுங்கினாள். பிரார்த்தனைகளின், துதிப் பாடல்களின் புனித சக்தி அவளுக்குள் செயல்படுகிறதா? அல்லது அந்த இரவின் கடைசிகட்டக் குளிரால்

அவள் நடுங்குகிறாளா? அவள் குதிரையை நிறுத்தி கீழே இறங்க முற்பட்டாள். ஆனால் பாதிரி அவளை பலமாகப் பிடித்து இருக்கையிலேயே அமர வைத்தான். அவன் மீண்டும் துதிப் பாடல்கள் பாடினான். குதிரை முன்பைவிட வேகத்தில் ஓடத் தொடங்கியது. கிழக்கு வானில் தங்க நிறம் ஒளிர்ந்தது. மேகங்களின் இடையே சூரியக் கதிர்கள் வெளி வந்தன. அப்போது தவளை உருவம் மாறி அவள் அழகான ஹெல்காவாக மாறினாள். பாதிரி தாங்கவியலாத வியப்படைந்தான். அவன் குதிரை மீதிருந்து கீழே இறங்கினான். இது ஏதோ மந்திர வேலைதான் என்று அவனுக்கு தெளிவாகப் புரிந்தது. அப்போது ஹெல்காவும் தரையில் இறங்கி கத்தியை உயர்த்தி உரக்கச் சொன்னாள்:

“இப்போது நான் உன் நெஞ்சில் குத்தப்போகிறேன்!” அதைத் தொடர்ந்து அவள் அவனை நோக்கிப் பாய்ந்தாள். அவர்கள் இருவருக்கும் இடையில் சண்டை ஏற்பட்டது. பாதிரிக்கு ஏதோ மிகப் பெரிய சக்தி வந்தது போலத் தோன்றியது. அவன் அவளை அடக்கினான். பக்கத்தில் இருந்த மரம் அவனுக்கு உதவியாக இருந்தது. தரையிலிருந்து மேலே உயர்ந்து நின்ற வேர்களைப் பிடுங்கி அவள் கால்களைக் கட்டினான். அருகில் இருந்த நீரூற்றிலிருந்து தண்ணீர் எடுத்து வந்து அவள் மீது தெளித்தான். அவளைப் பீடித்திருக்கும் கெட்ட மந்திர சக்தி அகலட்டும் என்று பிரார்த்தனை செய்தான். பிறகு கிறிஸ்தவ முறைப்படி அவளுக்கு ஆசி வழங்கினான். ஆனால், ஆசீர்வதிக்கப்பட்டவர்களின் மனதில் நம்பிக்கை இல்லையென்றால் என்ன செய்வது? அத்தகைய நிலையில் ஆசீர்வாதத்தால் எந்தப் பயனும் ஏற்படாது. ஆயினும் அந்தப் பாதிரியின் ஆன்ம சக்தி வேறொரு வழியில் வெளிப்பட்டது. தன் பலம் குறைவதாக ஹெல்காவிற்குத் தோன்றியது. அவள் கத்தியை ஓங்கிய தன் கையைப் பின்னால் இழுத்துக்கொண்டாள். பயந்த கண்களுடன் அவனை உற்றுப் பார்த்தாள். அவன் ஒரு கத்தியைக் கொண்டோ, கோடரியைக் கொண்டோ அவளைத் தாக்க முற்பட்டிருந்தாலும் அவள் அப்படியேதான் நின்றிருப்பாள். அவள் நெற்றியிலும், நெஞ்சிலும் அவன் சிலுவைக்குறி வரைந்த போது என்ன நடந்தது? அவள் மிகவும் களைப்படைந்த ஒரு பறவையைப்போல தன் தலையைத் தாழ்த்தி அப்படியே அமர்ந்துவிட்டாள்.

அவன் அவளிடம் அமைதியாகப் பேசினான். அவள் இரவு நேரத்தில், தவளையின் உருவத்தில் அவனைச் சென்று பார்த்தாள் அல்லவா? அவனை விடுதலை செய்து வெளிச்சத்தை நோக்கி, வாழ்க்கையை நோக்கி அழைத்துச் செல்லத்தான் அவள் சென்றாள்.

அதற்கெல்லாம் நன்றி தெரிவித்துவிட்டு அவன் சில விஷயங்களைச் சொன்னான்:

“நிலவறையில் எனக்கு இருந்ததை விடவும் வலுவான கட்டுப்பாடுகள் உனக்கு இருக்கின்றன. நான் அந்தக் கட்டுப்பாடுகளிலிருந்து உன்னை விடுதலை செய்கிறேன். உன்னைச் சற்றுத் தொலைவில் உள்ள கிறிஸ்தவ தேவாலயத்திற்கு அழைத்துச் செல்கிறேன். அங்கு வைத்து உன்னைப் பீடித்திருக்கும் மந்திர சக்தியை அழிக்கிறேன்!” என்று சொன்னான் அவன்.

“குதிரைமீது உங்கள் முன்னால் நான் அமர்ந்துகொள்கிறேன்” என்று சொன்னாள் ஹெல்கா. ஆனால் அவன் அதை ஏற்றுக்கொள்ளவில்லை.

“நீ அமர வேண்டியது என் முன்னால் அல்ல. என் பின்னால்தான் நீ அமர வேண்டும். உன் அழகு தீமையிலிருந்து உருவானது. நான் உன் அழகுக்கு அஞ்சுகிறேன். ஆயினும் என்னால் ஒரு விஷயத்தை உறுதியாகச் சொல்ல முடியும். நம்பிக்கை உள்ளவர்களுக்கு வெற்றி நிச்சயம்.”

என்று சொன்ன பாதிரி மண்டியிட்டுப் பிரார்த்தனை செய்தான். அந்தப் பிரார்த்தனையின் பலமாக அந்தக் காடு முழுதும் தேவாலயத்தைப்போல பரிசுத்தமானதாகத் தோன்றியது. அங்குள்ள காய் கனிகள் எல்லாம் சாம்பிராணி புகையைப் போன்று மணம்வீசின. அசைவற்று நின்றிருந்த குதிரை தலையைத் தூக்கி மரக்கிளைகளைக் கடித்துத் தாழ்த்தியது. மரக்கிளைகளிலிருந்து பழங்கள் ஹெல்காவின் கைகளில் வீழ்ந்தன. அவற்றை அவள் சுவைத்து உண்டாள்.

பாதிரி அவளை குதிரை மீது ஏற்றி அமர வைத்தான். ஏதோ தூக்கக்கலக்கத்தில் இருப்பதுபோல அவள் அமர்ந்திருந்தாள். அவன் இரண்டு கம்புகளை எடுத்து அவற்றை கொடியால் கட்டி ஒரு சிலுவை செய்தான். அந்தச் சிலுவையை உயர்த்திப் பிடித்துக்கொண்டு அவன் குதிரை ஓட்டினான். முன்னே செல்லும்தோறும் காடு மேலும் மரங்கள் அடர்ந்ததாக மாறிக்கொண்டிருந்தது. அவன் வழி நடுவே இருந்த காட்டுச் செடிகளைச் சுற்றிக்கொண்டு முன்னே சென்றான். சதுப்பு நிலத்தையும் கடந்தான். இளங்குளிருடைய காற்று சற்று ஆசுவாசமளித்தது. அவன் அன்புடனும், அமைதியாகவும் பேசினான். அவன் பேச்சில் மிகப் பெரிய ஆன்ம சக்தி அடங்கியிருந்தது. ஹெல்காவை வெளிச்சத்தை நோக்கி, புதிய வாழ்க்கையை நோக்கி அழைத்துச் செல்ல வேண்டும் என்பதுதான் அவனது நோக்கம்.

தொடர்ந்து பாறையின் மீது ஒரே இடத்தில் சொட்டிக் கொண்டிருக்கும் மழைத் துளிகள், அந்தப் பாறையில் துளை இடும்

என்று சொல்வதுண்டு. கடலின் அலைகள் கரடுமுரடான பாறைகளை பளபளப்பாக்கும் என்றும் சொல்வதுண்டு. அதுபோலத்தான், அந்தப் பாதிரியின் கருணை என்னும் துளிகள் ஹெல்காவில் மாற்றத்தை உருவாக்கின. அவை அவளது முரட்டுத்தனமான குணத்தை மென்மையாக மாற்றின. அதன் பயன் உடனடியாகக் காணப்படவில்லை என்பது சரிதான். அதைக் குறித்து அவளுக்கு உணர்வில்லை. பனியும் சூரியக் கதிர்களும் படும்போது, பூமியின் நெஞ்சில் கிடக்கிற விதைக்கு, வளர்வதற்கும் பூப்பதற்கும் தனக்குச் சக்தி உண்டு என்று தெரியுமா? ஒரு அம்மாவின் பாட்டு, குழந்தையின் மனதில் நுழைகிறது. அதைக் கேட்டுக் குழந்தை என்னவோ சொல்ல முயற்சி செய்கிறது. பாட்டில் உள்ள வார்த்தைகளின் அர்த்தம் குழந்தைக்குப் புரியவில்லை. காலம் செல்லும்போது அந்த அர்த்தம் குழந்தையின் வாய் வழியே வெளியே வருவது உண்டல்லவா? அதுபோலத்தான் பாதிரி பைபிளிலிருந்து படித்த வாசகங்கள்.

மரங்கள் அடர்ந்த காட்டின் வழியாகவும், புதர்க் காடுகள் வழியாகவும் பாதிரி குதிரை ஓட்டிச் சென்றான். அவன் பின்னால் ஹெல்காவும் அமர்ந்திருந்தாள்.

மாலை நேரமானது. அப்போது கொள்ளைக் கூட்டம் ஒன்று அவர்களைச் சுற்றி வளைத்தது.

கொள்ளைக்காரர்கள் கேட்டார்கள்:

“ஓ, பாதிரியே நீ எங்கே இந்த அழகியைக் கொண்டு போகிறாய்?”

பதிலுக்குக் காத்திராத கொள்ளைக்காரர்கள் குதிரையின் கடிவாளத்தைப் பிடித்து நிறுத்தி அவர்கள் இருவரையும் கீழே பிடித்துத் தள்ளினார்கள். ஹெல்காவிடமிருந்து வாங்கி வைத்த கத்தி மட்டுமே இப்போது பாதிரியிடம் இருந்தது. ஆயினும் அதைக் கொண்டு அவன் கொள்ளைக்காரர்களை எதிர்க்க முயன்றான். கொள்ளைக்காரர்களில் ஒருவன் பாதிரியைக் கொல்வதற்காகக் கோடரியை ஓங்கினான். ஆனால் பாதிரி சட்டென்று விலகினான். அதனால் அந்த வெட்டு குதிரையின் கழுத்தில் விழுந்தது. பெருகும் ரத்தத்துடன் குதிரை தரையில் விழுந்தது. அப்போதுதான் ஹெல்கா பட்டென்று சுதாரித்தாள். அவள் துடிக்கிற குதிரையின் அருகில் இருந்தாள். கொள்ளைக்காரர்கள் அவளை நெருங்கினார்கள். அவளைக் காப்பாற்றுவதற்காகப் பாதிரி இடைபுகுந்தான். ஒரு கொள்ளைக்காரன் இரும்புத் தடியால் பாதிரியின் தலையில் அடித்தான். பாதிரி மண்டைஉடைந்து வீழ்ந்தான்.

கொள்ளைக்காரர்கள் ஹெல்காவைப் பிடித்துக்கொண்டார்கள். அந்த நேரம் சூரியன் மறைந்தது. அவள் உடனே தவளையாக மாறினாள். இதைப் பார்த்துக் குழப்பமும், பீதியும் கொண்ட கொள்ளைக்காரர்கள் அவளை விட்டுவிட்டார்கள். அவள் தவளையின் இயல்புடன் தவ்வித்தவ்விச் சென்று ஒரு பொந்தில் மறைந்தாள். இது ஒரு கெட்ட தேவதையாக இருக்குமோ, ஏதும் மந்திரதந்திர வேலையாக இருக்குமோ என்று எண்ணித் திகைப்படைந்த கொள்ளைக்காரர்கள் அங்கிருந்து திடுதிடுவென்று ஓடினார்கள்.

வானில் முழு நிலவு உதித்தெழுந்தது. சந்திரனின் ஒளி பட்டு பூமி முழுதும் ஒளிர்ந்தது. தவளையான ஹெல்கா பொத்துக்குள்ளிருந்து வெளியே வந்தாள். குதிரை மற்றும் பாதிரியின் சவ உடல்கள் கிடக்கும் இடத்திற்கு வந்தாள். கண்ணீர் நிறைந்த கண்களுடன் அவற்றைப் பார்த்து நின்றாள். நடந்து சென்று உள்ளங்கையில் கொஞ்சம் தண்ணீர் எடுத்துக்கொண்டு திரும்பி வந்தாள். அந்தத் தண்ணீரைச் சவ உடல்களின் மீது தெளித்தாள். ஆனால், அதனால் எந்தப் பயனும் ஏற்படவில்லை.

அந்த இரண்டு பிணங்களும் பிணங்களாகத்தான் இருந்தன. அவற்றில் எந்த மாற்றமும் இல்லை என்று அவளுக்குப் புரிந்தது. விரைவிலேயே ஏதாவது விலங்குகள் வந்து அந்த உடல்களைக் கடித்துக் கிழித்துத் தின்னும். ஐயோ! அப்படி நடக்கக்கூடாது. அந்த உடல்களை அடக்கம் செய்ய வேண்டும். ஹெல்கா விரைவில் பள்ளம் தோண்டத் தொடங்கினாள். பள்ளம் தோண்டுவதற்கு அவள் தன் கைகளையும், ஒரு கம்பையும் மட்டும்தான் பயன்படுத்தினாள். சற்று நேரம் சென்றபோது அவள் கைகள் உடைந்து ரத்தம் வந்தது. தன் எண்ணம் நிறைவேறாது என்று அவளுக்குப் புரிந்தது. அவள் மீண்டும் தண்ணீரால் பாதிரியின் முகத்தைக் கழுவினாள். பிறகு புதிய இலைகள் பறித்து வந்து அவனது முகத்தை மூடினாள். அவன் உடலில் மரக் கிளைகளை வைத்து மூடினாள். அவளால் தூக்க முடிகிற அளவுக்கு உள்ள பெரிய கற்களைக் கொண்டு வந்து அதன் மேலே வைத்தாள். இது ஒரு பாதுகாப்பான கல்லறையாக அமைந்துவிட்டது என்று நம்பினாள் அவள்.

அந்த நேரத்தில் மேகங்களுக்கிடையே சூரியன் எட்டிப் பார்த்தது. மனித உருவம் பெற்ற ஹெல்கா தன் இயல்பான அழகுடன் அங்கே நின்றாள். அதே நேரம் அவள் கைகளிலிருந்து ரத்தம் கொட்டிக்கொண்டிருந்தது. கண்களிலிருந்து கண்ணீர் பெருகியது. இப்போதுதான் அவள் முதல் முறையாக அழுகிறாள்.

அவள் உடல் முழுதும் நடுங்கியது. ஒரு துயரக் கனவைக் கண்டு எழுந்ததுபோல அவள் சுற்றிலும் பார்த்தாள். மெலிவான ஒரு மரத்தை நோக்கி அவள் ஓடிச் சென்றாள். சற்று நேரம் அந்த மரத்தைப் பிடித்துக்கொண்டிருந்தாள். பிறகு அதன் மீது ஏறினாள். பயந்து நடுங்கும் ஒரு அணிலைப் போன்று மர உச்சியில் அமர்ந்திருந்தாள் அவள். அந்தக் காட்டின் தனிமையில், அமைதியில் அவள் பகல் முழுதும் மரத்தின் மேலே இருந்தாள். அவளைச் சுற்றிலும் வண்ணத்துப் பூச்சிகள் பறந்து விளையாடின. மண் புற்றுகளில் வசிக்கின்ற ஆயிரம் ஆயிரம் எறும்புகள் ஏதேதோ வேலைகளில் ஈடுபட்டு அங்கும் இங்கும் ஓடிக் கொண்டிருந்தன. குளவிகளும், வண்டுகளும், தேனீக்களும் அங்கு நிறையப் பறந்துகொண்டிருந்தன. மண்புழுக்களும், எலிகளும் தரைக்குள்ளிருந்து எட்டிப் பார்த்தன. இவற்றைத் தவிர எல்லாமும் அமைதி. காக்கைகள் கத்தியபடியே, ஹெல்கா இருந்த மரத்தின் உச்சியில் ஒன்றுகூடின. மற்ற பறவைகள் கிளைகளில் அமர்ந்து அவளை உற்றுப் பார்த்தன. அவள் அவற்றைப் பார்த்தபோது அவை பறந்து சென்றன. அவற்றிற்கு அவளைப் பற்றி எந்த விவரமும் தெரியவில்லை. அது ஏன், அவளுக்கே தன்னைப் பற்றித் தெரியாதே!

சூரிய அஸ்தமனம் நெருங்கும்போது, தனக்கு ஏற்படப்போகும் மாற்றத்தைக் குறித்து அவள் நினைத்துப் பார்த்தாள். அவள் மரத்தின் மேலிருந்து தரைக்கு வந்தாள். பிறகு விரைவிலேயே தவளையாக மாறிப்போனாள். அவள் அழகான ஒரு பெண்ணாக இருந்தபோது இல்லாத ஒரு பளபளப்பு இப்போது அவள் கண்களில் இருந்தது. இப்போது அந்த தவளைக் கண்கள் தூய்மையும், கடவுள் பக்தியும் நிறைந்து காணப்பட்டன. அந்தக் கண்களிலிருந்து கண்ணீர் பெருகியது. கண்ணீர் அவளது இதயத்தை ஒரு விதமாக லேசாக்கியது.

பாதிரிக்காக அவள் ஒரு கல்லறை அமைத்தாள் அல்லவா? அதன் மேலே என்ன இருந்தது. அதன் மேலே மரக்கம்பால் உருவாக்கிய சிலுவை கிடந்தது. பாதிரி கடைசியாகச் செய்தது அந்தச் சிலுவை. அவள் அதை எடுத்து அந்தக் கல்லறை மீது ஊன்றி வைத்தாள். இறந்துபோன அந்தப் பாதிரியைக் குறித்த துயர நினைவுகள் அவள் கண்களில் கண்ணீரை நிறைத்தன. அவள் அந்தக் கல்லறைக்குச் சுற்றிலும் உள்ள இடத்தில் சிலுவை அடையாளங்களை வரைந்தாள். இரண்டு கைகளிலும் விரல்களால் சிலுவை வரைந்தாள். திடீரென்று அவளது கைகள் இரண்டும் கழன்று விழுந்தன. தவளைக் கைகள் இருந்த இடத்தில் மனிதப் பெண்ணின் கைகள் தோன்றின. அவள் தன் புதிய கைகளை நீரூற்றில் கழுவினாள். அவற்றின் வெண்ணிறம்

அவளுக்கு வியப்பளித்தது. அவள் தனக்கும் கல்லறைக்கும் நடுவில் காற்றில் இன்னும் ஒரு சிலுவை வரைந்தாள். குதிரையின் மீது பயணம் செய்து வந்தபோது பாதிரி ஒரு புனிதப் பெயரைச் சொல்லிக் கொடுத்தான் அல்லவா, அவள் அந்தப் புனிதப் பெயரை உரக்கச் சொல்லத் தொடங்கினாள். அந்த நேரத்தில் அவளது தோல் கழன்று விழுந்தது. அவள் முன்பு இருந்ததைப்போல அழகான பெண்ணாக மாறினாள்!

அப்போது அவளுக்கு மிகவும் களைப்பாக இருந்தது. ஓய்வெடுக்க வேண்டும்போல இருந்தது. அவள் தரையில் படுத்து உறங்கினாள்.

அவள் நள்ளிரவில் விழித்தாள். அவள் முன்னால் முன்பு போலவே உற்சாகத்துடன் உயிர்த்தெழுந்து நிற்கிறது இறந்துபோன குதிரை. குதிரையின் பக்கத்தில் உயிருடன் நிற்கிறான் பாதிரி. அவன் தீயின் நடுவில் நின்றுகொண்டிருந்தான்!

பாதிரி மிகக்கூர்மையாக ஹெல்காவைப் பார்த்தான். அந்தப் பார்வை அவள் இதயத்தில் துளைத்து இறங்குவது போலத் தோன்றியது. அவள் உடல் முழுதும் நடுங்கியது. அவள் நினைவுகள் விழித்தன. அவளுக்காகச் செய்யப்பட்ட எல்லா நன்மைகளும், அவளுக்காகச் சொல்லப்பட்ட எல்லா நல்ல வார்த்தைகளும் புதிய உயிர் பெற்றிருப்பதாக அவளுக்குத் தோன்றியது. துன்ப துயரங்களிருந்து தன்னைக் காப்பாற்றியது அன்புதான் என்று அவளுக்குப் புரிந்தது. உயர்வான பலவும் அவளுக்கு வழங்கப்பட்டிருந்தது. எல்லாவற்றிற்கும் காரணம் கடவுள்தான். அவள் தலை குனிந்து நின்றாள். அவளது எண்ணங்களையெல்லாம் அறிகின்ற ஒரு சக்தி அவள் முன்னால் நிற்கிறது. அவள் தான் புரிந்த குற்றங்களை ஏற்றுக்கொண்டாள்.

அப்போது பாதிரி பேசினான்:

“நீ சதுப்பு நிலத்திலிருந்து வந்தாய். நீ இப்போது பூமியிலிருந்து எழுகிறாய். இறந்தவர்களின் உலகத்திலிருந்துதான் நான் வந்திருக்கிறேன். ஒரு காலத்தில் நீயும், அன்பும் கருணையும் உள்ள அந்த உலகத்திற்கு வருவாய். ஞானஸ்நானம் செய்யப்படும் நகரத்திற்கு உன்னை அழைத்துச் செல்ல என்னால் முடியாது. நீ உன் திறமைகளையெல்லாம் நல்ல காரியத்திற்காகப் பயன்படுத்த வேண்டும்.”

பிறகு பாதிரி ஹெல்காவைக் குதிரையில் அமர வைத்தான். வைக்கிங்கின் வீட்டில் கண்டதுபோன்ற ஒரு தூபப் பாத்திரத்தையும் அவளுக்குக் கொடுத்தான். அவனின் நெற்றியில் இருந்த அந்த

ஆறாத காயம் அவனுக்கு ஒரு கிரீடம்போல விளங்கியது. அவன் கல்லறையிலிருந்து சிலுவையை எடுத்துத் தூக்கிப் பிடித்தான். பிறகு ஹெல்காவுடன் குதிரையை ஓட்டிச் சென்றான். பூமிக்கடியில் இருந்த தங்கப் புதையலுக்குக் காவல் இருந்த யாளி தலை தூக்கி அவர்களைப் பார்த்தது. அது மட்டும் அல்ல, காட்டில் வசிக்கின்ற பூதங்களும் அவர்களைப் பார்த்தன. புதர்க்காடுகளையும், நதிகளையும், சேற்றுப் பகுதிளையும் கடந்து அவர்கள் முன்னே சென்றார்கள். அப்படி அவர்கள் பழைய சதுப்பு நிலத்தை அடைந்தார்கள். பாதிரி தூக்கிப் பிடித்திருந்த சிலுவை தங்கம் போல மின்னியது. அவன் உதடுகளிலிருந்து துதிப் பாடல்கள் ஒலித்தன. அம்மா பாடும்போது குழந்தையும் பாடுவதுபோல ஹெல்கா அவனுடன் சேர்ந்து பாடினாள். அவள் அந்த தூபப் பாத்திரத்தை அங்கும் இங்கும் அசைத்தாள். அதிலிருந்து அமானுடமான ஒரு நறுமணம் பரவியது. சுற்றிலுமிருந்த செடிகள் நிறையப் பூக்கள் மலர்ந்தன. உயிருள்ள எல்லாவற்றிலும் ஒரு புதிய ஒளி தோன்றியது. ஒரு இடத்தில் தரையில் லில்லிப் பூக்கள், கம்பளம் விரித்ததுபோன்று மலர்ந்திருந்தன. மிகவும் அழகான ஒரு பெண் அந்த மலர்க் கம்பளத்தில் தூங்கிக்கொண்டிருப்பதை அவர்கள் பார்த்தார்கள். அவள் அப்படியே தன்னைப்போலவே இருப்பதாக ஹெல்காவுக்குத் தோன்றியது. அவள்தான் எகிப்து நாட்டு ராஜகுமாரி. சதுப்பு நில மன்னனின் மனைவி. ஹெல்காவின் அம்மா!

பாதிரி அவளையும் குதிரையில் கிடத்தினான். ஆனால் அவளின் கனத்தைத் தாங்க முடியமல் குதிரை தரையில் விழுந்தது. அப்போதும் பாதிரி புனிதச் சின்னமான சிலுவையை வரைந்தான். அந்தச் சின்னம் குதிரைக்குப் புதிய உயிர் கொடுத்தது. மூவரும் அந்தச் சதுப்பு நிலத்தைக் கடந்தார்கள்.

பொழுது விடிந்ததை அறிவிப்பதாக வைக்கிங்கின் வீட்டில் கோழி கூவியது. அப்போது பாதிரியும், அந்தக் குதிரையும் வெளிச்சத்தில் கரைந்து மறைந்துபோனார்கள். ஹெல்காவும், அவளது அம்மாவும் மட்டுமே அங்கே நின்றிருந்தார்கள்!

அம்மா கேட்டாள்:

“நான் சதுப்பு நிலத்தின் அடியிலிருந்து என் சொந்த உருவத்தைத்தான் பார்த்துக் கொண்டிருக்கிறேனா என்று தெரியவில்லையே!”

மகள் கேட்டாள்:

“என் பிம்பத்தைத்தான் நான் பார்த்துக்கொண்டிருக்கிறேனா?”

சற்று நேரம் கழிந்து இருவரும் ஒருவரை ஒருவர் புரிந்துகொண்டு கட்டித் தழுவிக் கொண்டார்கள்.

“என் அருமை மகளே!” என்று அம்மா தன் மகளைக் கட்டித் தழுவிக்கொண்டு அழுதாள்.

தன் கண்ணீரால் அம்மா நிகழ்த்திய ஞானஸ்நானம் தனக்குப் புதிய ஒரு வாழ்க்கையைக் கொடுத்ததுபோல ஹெல்கா உணர்ந்தாள்.

அம்மா சொன்னாள்:

“மகளே, அன்னச் சிறகுகளைக் கட்டிக்கொண்டு நான் இங்கே வந்தேன். பிறகு நான் என் சிறகுகளைக் கழட்டி வைத்தேன். சதுப்பு நிலத்தில் அமிழ்ந்துவிட்டேன். உள்ளே கறுப்புச் சேறாக இருந்தது. என்னைச் சுற்றிலும் சுவர்போன்றிருந்தது சேறு. விரைவிலேயே மற்றொரு அனுபவமும் எனக்கு ஏற்பட்டது. ஏதோ ஒரு சக்தி என்னைப் பிடித்து இன்னும் உள்ளே அமிழ்த்தியது. அப்போது ஏற்பட்ட உறக்கத்தின் காரணமாக என் கண்கள் மூடிக்கொண்டன. நான் கனவு கண்டேன். கனவில் நான் எகிப்துப் பிரமிடுக்கு திரும்பிச் சென்றேன். ஆயினும் அந்த மரத்துண்டு, சதுப்பு நிலத்தில் நான் கண்டு பயந்த மரத்துண்டு அப்போதும் என் முன்னால் இருந்தது. அந்த மரத்துண்டில் சில பிளவுகளும், சில மடிப்புகளும் தென்பட்டன. அவை நிறங்கள் கலந்து சித்திர எழுத்துக்களாக மாறின. அப்போது நான், மம்மியை அடக்கம் செய்த பெட்டகத்தைப் பார்த்தேன். பெட்டகம் உடைந்தது. அதன் உள்ளிருந்து ஆயிரம் ஆண்டுகளுக்கு முன்னால் வாழ்ந்திருந்த ராஜா எழுந்து வந்தார். அப்போது ராஜா பதப்படுத்தப்பட்ட மம்மியாகத்தான் தோன்றினார். அது மம்மிதானா, அல்லது சதுப்பு நில ராஜாவா என்று எனக்குத் தெரியவில்லை. ராஜா என்னைப் பிடித்துக் கொண்டார். நான் இறந்துகொண்டிருக்கிறேனோ என்று எனக்குத் தோன்றியது. எனக்கு நினைவு வந்தபோது என் நெஞ்சில் ஒரு கிளி அமர்ந்திருந்தது. அந்தக் கிளி பாடிச் சிறகடித்தது. சட்டென்று அது எழுந்து மேலே பறந்து சென்றது. ஆயினும் நீண்ட ஒரு பச்சை நாடா என்னையும் கிளியையும் பிணைத்திருந்தது. அந்தக் கிளியின் பாட்டில் “சுதந்திரம்! பிரகாசம்! என் தந்தையின் சன்னதி!” என்ற வார்த்தைகளை நான் கேட்டேன். அப்போது சில விஷயங்கள் என் நினைவுக்கு வந்தன. என் அப்பா, நான் பிறந்த நாடு, என் வாழ்க்கை, என் நேசம் ஆகியவற்றை நான் நினைவுகூர்ந்தேன். நான் அந்த நாடாவை அவிழ்த்துவிட்டு அந்தக் கிளி பறந்துபோகச் சுதந்திரம் அளித்தேன். அதற்குப் பிறகு நான் கனவு கண்டதேயில்லை. இந்த நேரம் வரையில் நான் உறக்கத்தில் ஆழ்ந்திருந்தேன். இப்போது நான் சுதந்திரமடைந்திருக்கிறேன்!”

ஹெல்காவின் அம்மாவையும், கிளியையும் பிணைத்திருந்த அந்த நாடா எங்கு சென்றது? நம் அப்பாக் கொக்குக்கு மட்டும்தான் அது தெரியும். முனையில் பூவுள்ள ஒரு பச்சைத் தண்டுதான் அந்த நாடா. அந்தப் பூ எந்தப் பூ தெரியுமா? அப்பாக் கொக்கு, சதுப்பு நிலத்தில் ஒரு பூவில் பெண் குழந்தை இருப்பதைப் பார்த்தது அல்லவா? அந்தப் பூதான்!

இப்போது இதோ அந்தக் குழந்தை வளர்ந்து பெரிய பெண்ணாகியிருக்கிறாள். மிகச் சிறந்த பேரழகியாக இருக்கிறாள். அவளை மீண்டும் தன் நெஞ்சோடு சேர்த்து அணைத்துக்கொண்டாள் அம்மா.

அப்பாக் கொக்கு தன் கூட்டிற்குப் பறந்து சென்றது. நெடுங்காலமாகப் பாதுகாத்து வைத்திருந்த இரண்டு ஜதை அன்னச் சிறகுகளையும் எடுத்தது. அவற்றை எடுத்துக்கொண்டு ஹெல்காவும் அவள் அம்மாவும் இருக்கும் இடத்திற்கு வந்தது. இருவருக்கும் அன்னச் சிறகுகளை மகிழ்ச்சியுடன் அன்பளித்தது.

அப்பாக் கொக்கு ஹெல்காவிடமும் அவள் அம்மாவிடமும் சொன்னது:

“ராஜகுமாரி நீ இன்று வந்தது நல்லதாயிற்று. நாளை நானும் என் குடும்பமும் தெற்குப் பகுதிக்கு வலசை போகிறோம். நான் உங்களின் நலன் விரும்பி. என் மனைவிக்கு அவள் அலகைவிடப் பெரிய இதயம் உண்டு. அவள் எப்போதும் ‘ராஜகுமாரி தப்பித்துவிடுவாள்’ என்றே சொல்லிக் கொண்டிருப்பாள். நாங்கள் எகிப்திலிருந்து இந்த அன்னச்சிறகுகளை எடுத்துக்கொண்டு வருகிறோம். எனக்கு இப்போது எவ்வளவு மகிழ்ச்சியாக இருக்கிறது தெரியுமா? நானும் ஒரு அதிர்ஷ்டக்காரன்தான். தக்க சமயத்தில் என்னால் இங்கு வர முடிந்தது அல்லவா! நாளை அதிகாலையில் ஒரு கொக்குக் கூட்டத்துடன் சேர்ந்து நாங்களும் இந்த இடத்தை விட்டுச் செல்கிறோம். நீங்கள் இருவரும் எங்களைப் பின்தொடர்ந்து பறந்து வாருங்கள். அப்படிச் செய்தால்தான் உங்களுக்கு வழி தவறாது. நாங்கள் உங்களைப் பார்த்துக் கொள்வோம்.

எகிப்து ராஜகுமாரி சொன்னாள்:

“நான் சதுப்பு நிலத்திலிருந்து ஒரு பூ எடுத்துக்கொண்டு வரவேண்டியிருந்ததல்லவா? அந்தப் பூதான் என் மகள். இவள் என்னுடன் சேர்ந்து அன்னச்சிறகுகள் வீசிப் பறந்து வருவாள். என் இதயத்தின் பூதான் இவள். தீர்க்கதரிசிகள் சொன்ன விஷயத்திற்கு சரியான அர்த்தம் இவள்தான்!”

அப்போது ஹெல்கா சொன்னாள்:

“என் வளர்ப்புத் தாயை, அதாவது வைக்கிங்கின் மனைவியிடம் விடை பெறாமல் சென்றால் நன்றாக இருக்காது.”

அந்தப் பெண்மணியின் அன்பு நிறைந்த வார்த்தைகளையும், தனக்காக அவள் சிந்திய கண்ணீரையும் ஹெல்கா நினைத்துப் பார்த்தாள். அந்த சமயத்தில் அவளுக்கு இப்படி ஒரு எண்ணமும் வந்தது: “நான் மிகவும் அதிகமாக நேசிப்பது என் வளர்ப்புத் தாயைத்தான்!'

அப்பாக் கொக்கு சொன்னது:

“நீ சொல்வதும் சரிதான். நாம் வைக்கிங்கின் வீட்டுக்குச் செல்வோம். அங்கே என் மனைவியும் கொக்குகளும் எனக்காகக் காத்திருக்கிறார்கள். என் மனைவி அதிகம் பேசமாட்டாள். பேசினால் மிகவும் சுருக்கமாகவும், அழகாகவும் பேசுவாள். தூய இதயத்தைக் கொண்டவள் அவள்.”

மூவரும் ஒன்றாக வைக்கிங்கின் வீட்டுக்குப் பறந்து சென்றார்கள். அங்கே எல்லோரும் ஆழ்ந்து உறங்கிக்கொண்டிருந்தார்கள். மிகவும் தாமதமாகத்தான் வைக்கிங்கின் மனைவி படுக்கச் சென்றாள். அவள் ஹெல்காவைக் குறித்து மிகவும் கவலைப்பட்டுக்கொண்டிருந்தாள். ஹெல்கா அந்தப் பாதிரியுடன் சென்று சில நாட்கள் ஆகின்றன. அவனை விடுதலை செய்தது ஹெல்காதான் என்று அவளுக்குத் தெரியும். குதிரை லாயத்திலிருந்து ஒரு குதிரையும் காணாமல் போய்விட்டது அல்லவா? இதெல்லாம் எப்படிச் சாத்தியமாயிற்று என்பதை வைக்கிங்கின் மனைவி ரகசியமாகவே வைத்திருந்தாள். பாதிரியின் அதிசயச் செயல்களைப் பற்றி அவளும் கேள்விப்பட்டிருந்தாள். அவரை நம்பியவர்களுக்கும், அவரைப் பின்பற்றுபவர்களுக்கும் அரிய சக்திகள் இருந்தன. வைக்கிங்கின் மனைவியின் எண்ணங்கள், அவள் உறங்கியதற்குப் பிறகு ஒரு கனவாக உருவம் கொண்டது. அவள் எங்கும் இருட்டாக இருப்பதாக உணர்ந்தாள். கடும்புயல் வீசியது. கடலில் மிகப் பெரிய அலைகள் எழுந்தன. பூமியைச் சுற்றி கடலின் அடியில் கிடக்கிற ராட்சசப் பாம்பு நெளிந்து புரண்டது. தேவர்கள் உட்பட எல்லாம் அழியப்போகிற கடைசி இரவு இதுதானோ என் வைக்கிங்கின் மனைவி நினைத்தாள். மிகவும் பயங்கரமான ஒரு கனவு அது!

அவள் தன் கனவில் மற்ற சில விஷயங்களையும் பார்த்தாள். தவளையின் உருவத்தில் ஹெல்கா மூலையில் இருந்து நடுங்குகிறாள். வைக்கிங்கின் மனைவி அவளைத் தூக்கித் தன் மடியில் வைத்துக் கொண்டு அன்புடன் வருடுகிறாள். போர் ஆயுதங்கள் மோதிக் கொள்ளும் ஓசை அவளுக்குக் கேட்கிறது. அம்புகள் சீறிப் பாயும் ஓசையும் அவளுக்குக் கேட்கிறது. பூமியும் ஆகாயமும் உடைகின்றன.

நட்சத்திரங்கள் நிலை தவறி வீழ்கின்றன. எல்லாவற்றையும் விழுங்குகிற நெருப்பு பற்றிப் படரும் நேரம் வந்துவிட்டது. இப்படியெல்லாம் ஆனாலும்கூட, புதிய ஒரு பூமியும், புதிய ஒரு சொர்க்கமும் தோன்றும் என்று வைக்கிங்கின் மனைவி நம்பினாள். விவரிக்க முடியாத ஒரு கடவுள் எல்லாவற்றையும் அடக்கி ஆட்சி செய்வார் என்றும் அவள் நம்பினாள். அதோ, அவள் முன்னால் ஒரு உருவம் தோன்றியது. கைதியாயிருந்த அந்தப் பாதிரிதான்! அவன் தவளையின் நெற்றியில் முத்தமிடுகிறான். உடனே தவளை மறைந்து அந்த இடத்தில் ஹெல்கா முன்னால் நிற்கிறாள். அவள் முன்பைவிட அழகாவும், அன்புடையவளாகவும் மாறியிருக்கிறாள். அவள் தன் வளர்ப்புத் தாயின் கைவிரல்களில் முத்தமிடுகிறாள். தன்னிடம் காட்டிய அன்பிற்கு நன்றி செலுத்துகிறாள். பிறகு ஒரு அன்னப் பறவையாக மாறுகிறாள். சிறகடிக்கும் ஒலி எழுப்பிப் பறந்து செல்கிறாள்!

வைக்கிங்கின் மனைவி திடுக்கிட்டு விழித்தாள். அபபோது சிறகடிக்கும் ஓசை கேட்டது. கொக்குகள் வலசை போகும் நேரம் வந்து விட்டது என்று அவளுக்குப் புரிந்தது. அந்தக் கொக்குகளைக் கொஞ்சம் பார்க்க வேண்டும் என்றும் அவற்றுக்கு விடை கொடுக்க வேண்டும் என்றும் அவளுக்கு ஆசை ஏற்பட்டது. அவள் எழுந்து தாழ்வாரத்திற்கு வந்தாள். கூரைக்கு மேலே, மரங்களின் கிளைகளில் நிறையக் கொக்குகள் இருக்கின்றன. சில கொக்குகள் வட்டமிட்டுப் பறக்கின்றன. பக்கத்திலேயே, வைக்கிங்கின் மனைவியை உற்றுப் பார்த்தபடி அமர்ந்திருந்தன இரண்டு அன்னப் பறவைகள். அவை அவளைப் பார்த்துக் கழுத்தை நீட்டி சிறகுகளை வீசின. அவை அவளுக்கு வணக்கம் சொல்கின்றனவோ என்று தோன்றியது. வைக்கிங்கின் மனைவி அவற்றைப் பார்த்து கைகளை ஆட்டினாள். கண்ணீருடன் புன்னகை புரிந்தாள்.

எல்லாக் கொக்குகளும், தெற்கு திசைப் பயணத்தின் ஆரம்பமாக சிறகடிக்கத் தொடங்கின.

அம்மாக் கொக்கு தன் கணவனிடம் சொன்னது:

"அன்னப் பறவைகளுக்காக நாம் காத்திருக்க வேண்டாம். வேண்டுமென்றால் அவை நம்முடன் சேர்ந்து வரட்டும். நாம் குடும்பங்களாகச் சேர்ந்து ஒன்றாகப் பறப்பது எவ்வளவு அழகு தெரியுமா? சில இனத்தைச் சேர்ந்த பறவைகள் ஆண்கள் ஒரு கூட்டமாகவும், பெண்கள் தனி கூட்டமாகவும் பறக்கிறார்களாம். அது மிகவும் மோசமான பழக்கம் என்று எனக்குத் தோன்றுகிறது."

"அடிப் பெண்ணே, ஒவ்வொரு பறவையும் அதனதன் பாணியில் பயணிக்கிறது. சில பறவைகள் சேர்ந்து நேராகப் பறக்கின்றன. சில

இனத்தைச் சேர்ந்த பறவைகள் ஒன்று சேர்ந்து முக்கோண வடிவில் பறக்கின்றன. ஒரு இனத்தைச் சேர்ந்த பறவைகள் பறப்பதைப் பார்த்தால் பாம்புகள் பறப்பதைப் போன்றிருக்கும். இப்படி ஒவ்வொன்றும் அதனதன் தன்மைக்கு ஏற்ற வகையில் பறக்கும். அவ்வளவுதான்."

"பாம்புகளைப் பற்றி இப்போது பேசாதீர்கள். நம் பிள்ளைகள் கேட்டால் அவற்றைத் தின்ன வேண்டும் என்று விரும்புவார்கள். இப்போது அவர்களுக்குப் பாம்பைக் கொடுக்க நம்மால் முடியாது அல்லவா?"

கொக்குகள் பயணத்தைத் தொடங்கின. அவற்றின் பின்னால் ஹெல்காவும் அவள் அம்மாவும் பறந்து சென்றார்கள்.

சற்று நேரம் கழித்து ஹெல்கா கேட்டாள்:

"அம்மா, அதோ கீழே தெரிவது மலைகளா?"

அம்மா பதில் சொன்னாள்:

"இல்லை, அவை கார்மேகங்கள்."

ஹெல்கா மேலும் தெரிந்து கொள்ள வேண்டும் என்று விரும்பினாள்:

"அப்படியென்றால் தூரத்தில் தெரிவது வெள்ளை மேகங்கள்தானே?"

"இல்லை, அவை பனி மூடிய மலைகள்."

பறவைக் கூட்டங்கள் ஆல்ப்ஸ் மலைத் தொடரைக் கடந்து மத்தியதரைக் கடலுக்கு அருகில் சென்றன.

தொலைதூரத்தில் இளம் மஞ்சள் நிறம் கலந்த ஒரு கரை தென்பட்டபோது ஹெல்காவின் அம்மா உத்வேகத்துடன் சொன்னாள்:

"இதோ எகிப்து! நம் சொந்த நாடு!"

அம்மாக் கொக்கு, அப்பாக் கொக்கிடம் சொன்னது:

"இதோ இப்போதே நைல் நதியின் மணமும், அதில் உள்ள தவளைகளின் மணமும் என் மூக்கில் நுழைகின்றன. அத்துடன் எனக்கு நல்ல பசியாகவும் இருக்கிறது. விரைவிலேயே நாம் எல்லாம் அருமையான உணவு உண்போம்!"

கொக்குகள் வரத் தொடங்கிவிட்டன என்று நைல் நதிக் கரையில் உள்ள அரண்மனையில் இருப்பவர்கள் பேசிக்கொண்டார்கள். அந்த அரண்மனையில் நோயுற்ற ராஜா படுத்திருந்தார். உயிருள்ள ஒரு சவம்போன்றிருந்தார் அவர். ஆயினும் வாழ்வின் மீதான ஆசை

அவருக்கு இன்னும் போகவில்லை. தன் மகள் சதுப்பு நிலத்திலிருந்து தன் நோய் தீர்க்கும் பூவைக் கொண்டுவருவாள் என்று அவர் மிகுந்த நம்பிக்கையுடன் இருந்தார். அவரைச் சுற்றிலும் உறவினர்களும், பணியாட்களும் நின்றிருந்தார்கள்.

இரண்டு அழகான அன்னப் பறவைகள் பறந்து வந்து அவர்கள் அருகே நின்றன. உடனே அவை இரண்டும் பேரழகு வாய்ந்த இரண்டு மனிதப் பெண்களாக உருமாறின. இரண்டு பனித்துளிகளுக்கு இடையில் எந்தளவு ஒற்றுமை இருக்குமோ அந்தளவு ஒற்றுமை இருந்தது அவர்கள் இருவரின் தோற்றத்திலும். அவர்கள் குனிந்து ராஜாவின் முகத்தோடு தங்கள் முகத்தைச் சேர்த்து வைத்தார்கள். அடுத்த நொடியே நோயாளியின் வெளுத்த கன்னங்களில் செம்மை படர்ந்தது. கண்கள் ஒளிர்ந்தன. தளர்ந்த கைகால்கள் வலுவடைந்து இயங்கத் தொடங்கின. அவர் மிகவும் மகிழ்ச்சியுடனும், நல்ல ஆரோக்கியத்துடனும் படுக்கையைவிட்டு எழுந்தார். தன் மகளையும், பேத்தியையும் கட்டிப் பிடித்துக்கொண்டு கண்ணீர் வடித்தார்.

அரண்மனை எங்கும் மகிழ்ச்சியின் அலைகள் வீசின. அங்கு மட்டுமல்ல, அப்பாக் கொக்கு மற்றும் அம்மாக் கொக்கின் கூட்டிலும் மகிழ்ச்சிதான். இதைத் தவிர அந்தக் கொக்குகளுக்கு மகிழ்ச்சியடைவதற்கு வேறு காரணங்களும் இருந்தன. நல்ல உணவுப் பொருட்களும், தவளைகளும் அங்கே ஏராளமாக இருந்தன. அவை பூமிக்கடியிலிருந்து கூட்டம் கூட்டமாக மேலே எழுந்து வந்ததைப்போலத் தோன்றியது!

நடந்த நிகழ்ச்சிகளையெல்லாம் வைத்து அறிஞர்கள் கதை எழுதத் தொடங்கினார்கள். இரண்டு ராஜகுமாரிகளைப் பற்றியும், அற்புத சக்தியுள்ள பூவைப் பற்றியும் அவர்கள் விரிவாக எழுதினார்கள்.

அம்மாக் கொக்கு, அப்பாக் கொக்கிடம் சொன்னது:

"நீங்கள் இனிமேல் பெரிய ஆளாகிவிடுவீர்கள். அதில் எனக்கு எந்தச் சந்தேகமும் இல்லை."

"நான் எப்படிப் பெரிய ஆளாவேன். நான் ஏதாவது பெரிய சாதனை செய்தேனா? இல்லையே!"

"நீங்கள் மற்ற யாரைவிடவும் பெரிய செயல் புரிந்திருக்கிறீர்கள் ! நீங்கள் உதவி செய்திராவிட்டால் அந்த இரண்டு ராஜகுமாரிகளும் மீண்டும் எகிப்தைப் பார்த்திருக்க மாட்டார்கள். ராஜாவின் நோய் குணமாகியிருக்காது. நிச்சயமாக நீங்கள் பெரிய பதவி வகிப்பீர்கள். உங்களுக்கு மிக உயர்வான விருது அளிக்கப்பட வேண்டும். நம் பிள்ளைகளுக்கு அந்த விருது மிகவும் முக்கியமான பரம்பரைச்

சொத்தாக இருக்கும். அது மட்டுமல்ல, நம் பேரப் பிள்ளைகளும் அந்த விருதை போற்றிப் பாதுகாப்பார்கள். மற்ற எவருக்கும் உங்களின் பெருமையும், சிறப்புகளும் தெரியவில்லை என்றாலும் என் கண்களுக்கு நீங்கள் பேரறிஞராகத்தான் தெரிகிறீர்கள்!"

"ராஜ சபையில் அறிஞர்கள் பேசியதையெல்லாம் நான் கேட்டேன் என்பது சரிதான். ஆனால் கேட்டதையெல்லாம் திரும்பச் சொல்ல என்னால் முடியவில்லை. அந்த அறிஞர்கள் பேசிக்கொண்டது எனக்குப் புரியவில்லை. எப்படியானாலும் அவர்களுக்கெல்லாம் பதவிகளும், பரிசுகளும் கிடைத்தன. தலைமைச் சமையல்காரனுக்குக்கூட, அவன் நன்றாக சமையல் செய்ததற்காகப் பரிசு கொடுத்திருக்கிறார்கள்!"

"அனைத்தையும்விட முக்கியமாக உங்களுக்குத்தான் கொடுத்திருக்க வேண்டும்! அந்த விஷயத்தை அவர்கள் மறந்துவிடக் கூடாது. அந்த அறிஞர்கள் அத்தனை பேரும் எல்லா நேரமும் சும்மா தங்கள் நாக்குகளைப் போட்டு அசைத்துக்கொண்டிருந்தார்களே தவிர என்ன செயலாற்றினார்கள்? நிச்சயமாக உங்களுக்குத் தகுதியானது உங்களுக்குக் கிடைத்தே தீரும்."

அமைதி நிறைந்த அரண்மனையில், நள்ளிரவில் எல்லோரும் உறங்கியபோது, ஒரு ஆள் மட்டும் உறங்கவில்லை. அது அப்பாக் கொக்கு அல்ல. அப்பாக் கொக்கு, குடும்பத்தின் காவல்காரனாக ஒற்றைக்காலில் நின்று உறங்குகிறது. அப்படி விழித்திருந்த ஒரு ஆள் ஹெல்காதான். அவள் உப்பரிகையில் நின்றுகொண்டு நட்சத்திரங்களை உற்றுப் பார்த்துக்கொண்டிருக்கிறாள். முன்பு வடக்கு திசையிலிருந்து அவள் பார்த்தபோது இருந்ததை விட, இப்போது நட்சத்திரங்கள் ஒளிவிட்டுப் பிரகாசித்தன. சதுப்பு நிலத்திற்குப் பக்கத்தில் உள்ள வீட்டில் இருக்கும் வைக்கிங்கின் மனைவியைப் பற்றி ஹெல்கா சிந்தித்துக்கொண்டிருந்தாள். தான் தவளையின் உருவத்துடன் இருந்தபோது தனக்காக அவள் சிந்திய கண்ணீரைப் பற்றி அவள் நினைத்துப் பார்த்தாள். "நான் இதோ, நைல் நதிக்குப் பக்கத்தில் உள்ள அரண்மனை உப்பரிகையில் நின்றுகொண்டிருக்கிறேன். ஆடம்பரமும், செல்வச் செழிப்பும் நிறைந்த வாழ்க்கை வாழ்கிறேன்! நான் அருவருப்பான தவளை உருவத்தில் இருந்தாலும் என் வளர்ப்பு அம்மா என்னை மிகவும் நேசித்தார்கள்!"

ஹெல்கா நட்சத்திரங்களைப் பார்த்தபோது அவளுக்கு அந்தப் பாதிரியின் முகத்தின் ஒளியை அவள் நினைவு கூர்ந்தாள். அவள் அவனுடன் ஒன்றாக குதிரையில் காடுகளில் பயணம் செய்யும்போது அவன் முகத்தின் ஒளியைப் பார்த்திருந்தாள். அவன் சொன்ன

வார்த்தைகளையும் அவள் கேட்டிருந்தாள். மனிதர்களின் மீதான அன்பின் உறைவிடத்திலிருந்து தோன்றி வந்தவை அந்த வார்த்தைகள்.

பெரிய பெரிய சம்பவங்கள் பலவும் நடந்துவிட்டன. தன் மகிழ்ச்சியின் மொத்தப் பயனைப் பற்றி ஹெல்கா யோசித்தாள். பரிசு பெற்ற ஒரு குழந்தை, பரிசு கொடுக்கிற ஆளிடமிருந்து தன் கவனத்தை அகற்றி, கிடைத்த பரிசுப் பொருளில் கவனம் வைப்பதுபோன்று. பெருகும் மகழ்ச்சியில் அவள் கரைந்தாள். எதிர்காலத்தில் இனி அனுபவிக்கப்போகிற மகிழ்ச்சியிலும் திளைத்தாள் அவள். ஒரு நாள் அவள் மகிழ்ச்சியில் தன்னை மறந்திருந்தாள். திடீரென்று நடு வாசலிலிருந்து எழுந்த ஒரு பெரும் சத்தம் அவளைத் திடுக்கிட வைத்தது. அங்கே நெருப்புக் கோழிகள் மிக விரைவாக வட்டமாக ஓடுவதைப் பார்த்தாள். அதற்கு முன்பு அவள் நெருப்புக் கோழிகளைப் பார்த்தது இல்லை. அந்தக் கோழிகள் சற்றும் அழகற்றவையாக இருந்தன. இறக்கைகள் இருந்தாலும் அவற்றால் பறக்க முடியாது. அவை யாராலோ துன்புறுத்தப்பட்டிருப்பதாகத் தோன்றியது. எகிப்தியர்கள் நெருப்புக் கோழியைப் பற்றிச் சொல்லும் கதை அவளுக்கு நினைவு வந்தது. அந்தக் கதை இதுதான்:

முன்பு நல்ல அழகும், பெரிய இறக்கைகளும் உள்ளவையாக இருந்தன நெருப்புக் கோழிகள். ஒரு நாள் காட்டில் உள்ள மற்ற பறவைகள் ஒரு நெருப்புக் கோழியிடம் கேட்டன: ""நீ எங்களுடன் உயரத்தில் பறக்க முடியுமா?" நெருப்புக் கோழி, "முடியும்" என்று சொன்னது. அடுத்த நாள் காலையில் எல்லாம் சேர்ந்து பறக்கத் தொடங்கின. அவை சூரியனை நோக்கிப் பறந்து சென்றன. கர்வம் மிகுந்த அந்த நெருப்புக் கோழி, எல்லாப் பறவைகளைவிட வேகமாகவும், உயரமாகவும் பறந்தது. திடீரென்று சூரிய வெப்பத்தால் அதன் இறக்கைகள் கருகிவிட்டன. பிறகு அது சோர்ந்துபோய்த் தரையில் விழுந்தது. அதன் பிறகு எந்த நெருப்புக் கோழியாலும் சிறகடித்துப் பறக்க முடியவில்லை. கடவுள் உதவி செய்தால் என்னால் உயரத்தில் பறக்க முடியும் என்று அந்த நெருப்புக் கோழி முன்பே சொல்லவில்லை. அதனால்தான் அது தோற்றுப்போய் தரையில் விழுந்தது. இதில் மனிதர்களான நமக்கும் ஒரு செய்தி இருக்கிறது. நாம் எந்தச் செயலையும் செய்வதற்கு முன்பு, கடவுளின் உதவி இருந்தால் இது வெற்றிகரமாக முடியும் என்று சொல்ல வேண்டும்.

ஹெல்கா, வட்டமாக ஓடுகின்ற நெருப்புக் கோழிகளைப் பார்த்துக்கொண்டிருந்தாள். அவை ஏதோ அச்சப்பட்டுக்

கொண்டிருப்பதாக அவளுக்குத் தோன்றியது. அது மட்டுமல்ல, அவற்றின் நிழலைப் பார்ப்பதற்கும் சுவாரஸ்யமாக இருந்தது. மிகவும் முக்கியமான ஒரு கருத்து அப்போது அவள் மனதில் தோன்றியது: கடவுளின் உதவி இருந்தால் என் எதிர்காலம் மிகவும் அழகாக இருக்கும்!

வசந்த காலம் தொடங்கியதுடன் மீண்டும் கொக்குகள் வடக்குத் திசை நோக்கித் திரும்பத் தயாராயின. ஹெல்கா தன் கையிலிருந்து தங்க வளையலைக் கழட்டி அப்பாக் கொக்கின் கழுத்தில் அணிவித்தாள். அந்த வளையலில் அவளது பெயர் பொறிக்கப்பட்டிருந்தது. இந்தத் தங்க வளையலை வைக்கிங்கின் மனைவியிடம் கொண்டுபோய்க் கொடுக்க வேண்டும். இதுதான் அவளது ஆசை. நான் நலமாக இருக்கிறேன். என் வளர்ப்புத் தாயான உங்களை நான் மறக்கவில்லை என்று வைக்கிங்கின் மனைவிக்கு உணர்த்துவதுதான் இந்தச் செயலின் நோக்கம். இதன் பொருளை வைக்கிங்கின் மனைவி அறிந்து மகிழ்வாள்.

அப்பாக் கொக்கு, தன் மனைவியிடம் சொன்னது:

"என் கழுத்தில் உள்ள வளையல் கனமாக இருக்கிறது. ஆனாலும், தங்கத்தையும் பதவியையும் தெருவில் எறிந்துவிட முடியாது அல்லவா. கொக்குகள் நல்ல லட்சணம் உள்ளவை. என்னைப் பார்த்து வடக்கில் உள்ளவர்கள் அந்த விஷயத்தைப் புரிந்துகொள்ளட்டும்."

அம்மாக் கொக்கு திருப்தியடையவில்லை:

"நீங்கள் தங்கத்தைச் சுமக்கிறீர்கள். நான் முட்டையிடுகிறேன். நீங்களாவது ஒரு முறை மட்டும் இந்த வேலையைச் செய்தால் போதும். நானோ, ஒவ்வொரு வருடமும் முட்டையிட வேண்டும். நம் சிரமத்தை யாரும் புரிந்து கொள்வதில்லை. கஷ்டம்தான்!"

அப்பாக் கொக்கு ஒரு விஷயத்தைச் சுட்டிக்காட்டியது: "ஆனால் நமக்கு மனசாட்சி உண்டு அல்லவா!"

அம்மாக் கொக்கு கோபத்துடன் சொன்னது:

"மன சாட்சியைத் தங்க நகைபோலக் கழுத்தில் போட்டுக்கொள்ள முடியாதல்லவா! மனசாட்சி நமக்குச் சோறுபோடுமா?"

புளிய மரத்தில் அமர்ந்து பாடும் வானம்பாடியும் வடக்கே வலசை புறப்பட்டது. அந்தப் பறவையிடம் ஒரு செய்தியைக் கொடுத்து அனுப்ப நினைத்தாள் ஹெல்கா. அவளுக்குப் பறவைகளின் மொழி தெரியும். கொக்குகள், தூக்கணாங்குருவிகள் ஆகிய பறவைகளிடம் அவள் அடிக்கடி உரையாடுவது உண்டு. தன் மொழியை வானம்பாடி புரிந்துகொள்ளும் என்று அவளுக்குத் தெரியும். கற்களாலும்,

மண்ணாலும், கிளைகளாலும் அவள் பாதிரியின் கல்லறையைக் கட்டியிருந்தாள் அல்லவா, வானம்பாடி அங்கே செல்ல வேண்டும் என்பதுதான் அவளது வேண்டுகோள். அது மட்டுமல்ல, அதைச் சுற்றிலும் கூடுகள் கட்டும்படி மற்றப் பறவைகளிடம் வானம்பாடி சொல்ல வேண்டும் என்று அவள் வேண்டினாள். அப்படிச் செய்தால் அந்தக் கல்லறையின் அருகே பறவைகளின் பாடல் என்றென்றும் ஒலிக்கும். அந்தச் செய்தியுடன் வானம்பாடி வடக்குத் திசை நோக்கிப் பறந்து சென்றது.

குளிர்காலத்தில் ஒரு நாள், ஒரு பிரமிடின் மேலே அமர்ந்திருந்த பருந்து ஒரு காட்சியைக் கண்டது. முதுகு நிறைய பெட்டிகளைச் சுமந்துகொண்டு நிறைய ஒட்டகங்கள் நடந்து சென்றுகொண்டிருக்கின்றன. அழகாக உடையணிந்த வீரர்கள் அரபிக் குதிரைகளின் மீது அமர்ந்து வருகிறார்கள். அந்த அரபிக் குதிரைகள் தூய வெண்ணிறத்தில் இருந்தன. அவற்றின் பிடரி ரோமங்கள் அவற்றின் கழுத்தின் இருபுறங்களிலும் நீண்டு தொங்கிக்கொண்டிருந்தன. அழகான ஒரு அரபு ராஜகுமாரனின் பரிவாரங்கள்தான் அவை. அவர்கள் எல்லோரும் அரண்மனைக்குச் செல்கிறார்கள். அங்கே ஒரு திருமணம் நடக்கிறது. மணமக்கள் யார் தெரியுமா? ஹெல்காவும், அந்த அரபு ராஜகுமாரனும்தான்.

வெயிலில் கறுத்துப்போன கன்னங்கள், சுருண்ட ரோமங்கள் உடைய கூர்மையான தாடி மீசை, பளபளக்கும் கறுப்புக் கண்கள் ஆகியவை அந்த ராஜகுமாரனின் சிறப்பம்சங்களாக இருந்தன. ஆனால் ஹெல்கா எங்கே பார்த்துக்கொண்டிருந்தாள்? அவள் தொலைதூர வானத்தில் ஒளிரும் ஒரு நட்சத்திரத்தையே பார்த்துக்கொண்டிருந்தாள்.

தூரத்தில் சிறகடி சப்தம் கேட்டது. அப்பாக் கொக்கும், அம்மாக் கொக்கும், அவற்றின் பிள்ளைகளும் பறந்து வந்துகொண்டிருந்தன. உண்மையில் நெடுந்தூரப் பயணத்தால் அம்மாக் கொக்கும் அப்பாக்கொக்கும் களைத்திருந்தன. அவற்றிற்கு அவசியம் ஓய்வு தேவை. ஆயினும் அவை ஹெல்காவின் திருமணத்தில் கலந்துகொள்வதற்காக வந்தன.

வரும்போது அவை, தங்கள் படங்களை ஹெல்கா சுவரில் வரைந்து வைத்திருக்கிறாள் என்று அவை கேள்விப்பட்டன. அந்தக் கொக்குகளும் அவர்கள் வாழ்க்கைத் தோழர்கள் அல்லவா!

அப்பாக் கொக்கு, மனைவியிடம் சொன்னது:

“பார், இது எவ்வளவு நல்ல விஷயம்!”

அம்மாக் கொக்கு திருப்பியடித்தது:

"ஓ, அது ஒன்றும் பெரிய விஷயமில்லை. இது மிகவும் சாதாரணமான விஷயம்தான்!"

கொக்குத் தம்பதி வராந்தாவில் வந்து இறங்குவதைக் கண்ட ஹெல்கா ஓடி வந்து அவற்றைக் கட்டிப் பிடித்துக்கொண்டாள். தடவிக்கொடுத்தாள். அன்புடன் முத்தமிட்டாள். கொக்குகள் கழுத்தை நீட்டின. குரு குரு என்று சப்தமிட்டன. கொக்குக் குஞ்சுகளும் தங்களுக்குக் கிடைத்த வரவேற்பு குறித்து மிகவும் மகிழ்ந்தன.

ஹெல்கா மீண்டும் அந்த ஒளிரும் நட்சத்திரத்தைப் பார்த்தாள். அதன் பிரகாசம் அதிகரித்து வருவதாக அவளுக்குத் தோன்றியது. அந்த நட்சத்திரத்திற்கும் அவளுக்கும் இடையே ஒரு உருவம் இறங்கி வந்தது. இறந்த அந்தப் பாதிரியின் ஆன்மாதான் அது. அந்த ஆன்மாவும் சொர்க்கத்திலிருந்து, ஹெல்காவின் திருமணத்தில் கலந்துகொள்ளத்தான் வந்திருக்கிறது.

அந்த உருவம் சொன்னது:

"பூமியில் உள்ள அனைத்தைவிடவும் சொர்க்கம் மேலானது, ஒளி மிக்கது!"

இன்றுவரை இல்லாத தீவிரத்துடனும், பக்தியுடனும் ஹெல்கா அந்த உருவத்திடம் வேண்டிக் கேட்டுக்கொண்டாள்:

"நான் ஒரு நொடி நேரம் அந்த சொர்க்க ராஜ்ஜியத்தைப் பார்க்க வேண்டும்!"

அந்த ஆன்மா அவளை உயரே எடுத்துச் சென்றது. சொர்க்க ராஜ்ஜியத்தை அவளுக்கு ஒரு நொடி காட்டிவிட்டு அவளைத் திரும்பவும் பூமிக்கு அழைத்து வந்தது.

கொக்குகளை அங்கே காணவில்லை. வந்திருந்த விருந்தினர்களைக் காணவில்லை. அவ்வளவு ஏன், கல்யாண மாப்பிள்ளையைக்கூட காணவில்லை. ஹெல்கா மிகவும் பயந்துபோனாள். அடுத்த அறைக்குச் சென்று பார்த்தபோது, அங்கே தெரியாத சில படைவீரர்கள் படுத்து உறங்கிக் கொண்டிருந்தார்கள். அடுத்த நொடி அவள் நந்தவனத்தில் இருந்தாள். பொழுது விடிந்திருந்தது.

பிறகு அவள் கொக்குகளைக் கண்டுபிடித்தாள். அவற்றை அழைத்தாள். பேசினாள். அப்பாக் கொக்கு அவளிடம் பேசியது:

"உன்னை எனக்குத் தெரியவில்லை. நீ யார்? நீ எதற்காக இங்கே வந்தாய்? உனக்கு என்ன வேண்டும்?"

"என்னைத் தெரியவில்லையா? நான்தான் ஹெல்கா! என்ன, என்னைத் தெரியவில்லையா? நாம் சற்று நேரம் முன்பு இந்த வராந்தாவில் பேசிக்கொண்டிருந்தோமே, நினைவில்லையா?"

"ஏ, பெண்ணே, நீ ஏதாவது கனவு கண்டிருப்பாய். அதுதான் இப்படி உளறிக்கொண்டிருக்கிறாய்."

"இல்லை, இல்லை நான் கனவு காணவில்லை! உண்மையைத்தான் சொல்கிறேன்!"

பிறகு ஹெல்கா தனக்கும், அந்தக் கொக்குகளுக்கும் உள்ள பழக்கத்தையும், சம்பவங்களையும் எடுத்துச் சொன்னாள். அவள் சொன்னதையெல்லாம் அப்பாக் கொக்கு கேட்ட பிறகு இப்படிச் சொன்னது:

"அடடா! அதெல்லாம் பழைய கதை அல்லவா! நான் என் கொள்ளுத் தாத்தா இந்தக் கதையைச் சொல்லிக் கேட்டிருக்கிறேன். எகிப்திலிருந்து ஒரு ராஜகுமாரி டென்மார்க் வந்துவிட்டு, இங்கே திரும்பி வந்தாள். சரிதான், நூறு நூறு ஆண்டுகளுக்கு முன்பு அவளது திருமணம் நடந்தது. அன்றைய நாளில் அவள் மறைந்துவிட்டாள். இன்றுவரை அவள் திரும்பி வரவில்லை. அதோ, அந்த நந்தவனத்திற்குச் சென்று பார்த்தால் அந்தக் கதை உனக்குப் புரியும். அங்கே சில அன்னப்பறவைகளின் உருவங்களையும், கொக்குகளின் உருவங்களையும் செதுக்கி வைத்திருக்கிறார்கள். அதற்கு மேலே பளிங்குக் கல்லில் உன் உருவத்தையும் செதுக்கி வைத்திருக்கிறார்கள்!"

அந்தக் கொக்கு சொன்னது சரியாகத்தான் இருந்தது.

ஹெல்காவுக்கு எல்லாம் புரிந்தது.

அவள் மண்டியிட்டுப் பிரார்த்தனை செய்தாள்.

ஆகாயத்தில் சூரியன் பிரகாசித்துக்கொண்டிருந்தது. ஹெல்கா நின்றிருந்த இடத்திலிருந்து ஒளிக் கதிர்போன்ற ஒரு உருவம் ஆகாயத்திற்கு உயர்ந்து சென்றது. ஹெல்காவின் உருவம் மண்ணாக மாறியது. அங்கே ஒரு புதிய பூ கிடந்தது.

அப்பாக் கொக்கு, அம்மாக் கொக்கிடம் சொன்னது:

"இப்படியொரு முடிவு கதைக்குப் புதிதாக இருக்கிறது. நான் இதை முற்றிலும் எதிர்பார்க்கவில்லை. ஆயினும் இந்த முடிவு எனக்குப் பிடித்திருக்கிறது."

அம்மாக் கொக்கு கேட்டது:

"அதைப் படிக்கின்ற குழந்தைகள் என்ன சொல்வார்கள்?"

அப்பாக் கொக்கு முடிவாகச் சொன்னது:

"ஆமாம். அவர்களது கருத்துதான் மிகவும் முக்கியம்."

■

17

பழைய தெருவிளக்கு

நீங்கள் எப்போதாவது பழைய தெருவிளக்கின் கதையைக் கேட்டிருக்கிறீர்களா? அது அவ்வளவு நல்ல கதையொன்றும் அல்ல. ஆயினும் ஒருமுறை அதைக் கேட்பதால் ஒன்றும் தவறில்லை.

மிகவும் நேர்மையான தெரு விளக்கு அது. நிறைய வருடங்களாக அது வேலை செய்து வந்தது. இப்போது அதற்கு ஓய்வு கொடுக்கப்போகிறார்கள். இன்றைய நாளில் அந்தத் தெருவிளக்கு தூணில் தொங்கிபடி, கடைசி முறையாக ஒளிகொடுத்துக் கொண்டிருக்கிறது. நடன அரங்கில் கடைசி முறையாக நடனமாடி, அடுத்த நாள் எல்லோராலும் மறக்கப்பட்டு வீட்டில் தனித்திருக்கிற ஒரு நடன மங்கைக்கு என்ன உணர்வு ஏற்படுமோ, அதுபோன்ற உணர்வுதான் இப்போது அந்தத் தெருவிளக்கிற்கு ஏற்பட்டது. அடுத்த நாள் எப்படியிருக்கும் என்று அதற்குப் பெரிய பயம் ஏற்பட்டது. என்னவென்றால், அது நாளை நகர் மன்றத்திற்கு எடுத்துச் செல்லப்படும். அங்கு அது நகரத் தலைவராலும், உறுப்பினர்களாலும் பரிசோதிக்கப்படும். இந்த விளக்கை இன்னும் உபயோகிக்க முடியுமா? முடியாதா? என்று அவர்கள் ஆய்வு செய்வார்கள்.

எதிர்காலத்தில் எங்காவது, புறநகரிலோ நாட்டுப்புறத்திலோ, தொழிற்சாலையிலோ அந்த விளக்கு வெளிச்சம் கொடுக்க வேண்டுமா என்று அப்போது தீர்மானிக்கப்படலாம். ஒருக்கால் அது வார்ப்புக் கூடத்திற்கு எடுத்துச் செல்லப்பட்டு உருக்கப்படலாம். அதை வேறு ஏதாவது கருவியாகவும் மாற்றுவதற்கு வாய்ப்பு இருக்கிறது. அப்படி ஆனால், நான் முன்பு ஒரு தெருவிளக்காக இருந்தேன் என்று எனக்கு நினைவிருக்குமா? இந்த ஒரு கேள்விதான் அதன் மனதை மிகவும் துன்புறுத்திக்கொண்டிருந்தது. "எப்படியானாலும் நான் விளக்குக் காவலரிடமிருந்தும், அவரின் மனைவியிடமிருந்தும் பிரிந்துபோக வேண்டியிருக்கும்" என்று தெருவிளக்கு வருந்தியது. அது அவர்களைத் தன் குடும்ப உறுப்பினர்களைப்போல நினைத்திருந்தது.

முதன் முதலாக அதைத் தூணின் உச்சியில் தொங்கவிட்டபோது, விளக்குக் காவலன் ஆரோக்கியமுள்ள ஒரு இளைஞனாக இருந்தான்.

அவன் வேலையில் சேர்ந்த நாளும் அதுதான். அன்றுதான் முதன் முதலாக அது ஒரு தெருவிளக்காகவும், அவர் அதன் காவலராகவும் ஆனார்கள். வெகு காலத்திற்கு முன் நடந்தது இந்தச் சம்பவம். அன்றெல்லாம், காவலரின் மனைவி சற்று கர்வத்துடன் இருப்பாள். மாலை நேரத்தில் விளக்கின் அருகே கடந்துபோகும்போது மட்டும்தான் அதை ஒரு முறை பார்ப்பதற்கு அவளுக்கு மனம் வரும். பகலில் ஒரு முறைகூட அதைப் பார்த்தது இல்லை. ஆனால் கடந்த சில வருடங்களாக "விளக்குக்கும், விளக்குக் காவலருக்கும், அவர் மனைவிக்கும் வயதானபோது அவள் தெரு விளக்கைத் துடைத்துச் சுத்தம் செய்து அதற்கு எண்ணெய் ஊற்றி வருகிறாள். அந்தத் தம்பதியினர் மிகவும் நல்லவர்கள். தெருவிளக்குக்காக ஒதுக்கப்பட்டிருக்கும் எண்ணெயிலிருந்து ஒரு துளிகூட அவர்கள் திருடியது இல்லை.

அன்று தெருவிளக்கின் கடைசி நாள்! நாளை நகர் மன்றத்திற்குச் செல்ல வேண்டும்! இப்போது அதை வாட்டும் இரண்டு எண்ணங்கள் இவைதான். தெருவிளக்கிற்கு வெளிச்சம் குறைந்ததில் வியப்பொன்றும் இல்லை. அதன் மனதில் மற்ற சில நினைவுகளும் கடந்து சென்றன. அது எத்தனை சம்பவங்களுக்குச் சாட்சியாக இருந்திருக்கிறது! எத்தனை காட்சிகளை நேரடியாகப் பார்த்திருக்கிறது! நகர தலைவரும், உறுப்பினர்களும் எத்தனை சம்பவங்களுக்குச் சாட்சியாக இருந்திருப்பார்களோ அந்தனை சம்பவங்களுக்கு தெருவிளக்கும் சாட்சியாக இருந்திருக்கும். அவர்கள் கண்ட காட்சி அளவு அதுவும் பார்த்திருக்கும். ஆனால், அவை தொடர்பான எண்ணங்களை தெருவிளக்கு வார்த்தைகளால் வடிக்கவில்லை. நற்குணம் மிகுந்த வயதான தெருவிளக்கு அல்லவா அது. அது யாருக்கும் தொந்தரவு செய்ததில்லை. குறிப்பாக அதிகாரம் உள்ளவர்களை. நினைவுகள் மனதில் கடந்து சென்றபோது அது இடையிடையே பெரிதாக எரிந்தது. அப்போது அதற்கு ஒன்று தோன்றியது " நான் மறக்கப்பட மாட்டேன்!"

தெருவிளக்கு நினைத்துப் பார்த்தது:

"வெகு காலத்துக்கு முன்பு நடந்தது இது. அழகான ஒரு இளைஞன் தன் கையில் ஒரு கடிதத்தை வைத்திருந்தான். அந்தக் கடிதம் இளஞ்சிவப்பு நிறத்தில் இருந்தது. அதன் விளிம்பில் தங்க நிறம் பூசப்பட்டிருந்தது. அது அழகாக எழுதப்பட்டிருந்தது. ஒரு பெண்ணில் கையால் எழுதப்பட்டதுபோலத் தோன்றியது. அவன் இரண்டு முறை அந்தக் கடிதத்தை வாசித்தான். பிறகு அதை உதட்டில் ஒற்றிக்கொண்டான். பிறகு தலை நிமிர்ந்து என்னைப் பார்த்தான். அவன் கண்கள் மௌனமாக இப்படிச்

சொல்வதுபோன்றிருந்தன: ஆண்களிலேயே மிகவும் சந்தோஷமானவன் நான்! அவனது மணமகள் அனுப்பிய முதலாவது கடிதத்தில் என்ன எழுதப்பட்டிருந்தது என்று எனக்கும் அவனுக்கும் மட்டுமே தெரியும்."

"ஆமாம், வேறு இரண்டு கண்களையும் எனக்கு நினைவிருக்கிறது. நம் எண்ணங்கள் அங்குமிங்கும் எப்படியெல்லாம் அலைபாய்கின்றன! அது மிகவும் வியப்பானதுதான். தெருவில் ஒரு இறுதி ஊர்வலம் சென்றுகொண்டிருந்தது. அலங்கரிக்கப்பட்ட சவப்பெட்டியில் அழகான ஒரு பெண்ணின் சடலம் இருந்தது. எரிந்துகொண்டிருந்த நிறைய தீப்பந்தங்கள் என் வெளிச்சத்தை மங்கலாக்கின. வீடுகளின் முன்பாக நிறைய மக்கள் கூடி நின்றார்கள். நிறைய பேர் சவ வண்டியின் பின்னால் வந்தார்கள். தீப்பந்தங்கள் என் முன்னால் கடந்து சென்றன. ஒரு ஆண் என் தூணில் சாய்ந்து நின்று அழுதுகொண்டிருந்தான். அவனது துயரமான கண்கள் நிமிர்ந்து எனனைப் பார்த்தன. நான் அந்தக் கண்களை ஒருபோதும் மறக்க மாட்டேன்!

அந்தப் பழைய தெருவிளக்கின் மனதில் இதுபோன்ற எண்ணங்கள் கடந்து சென்றன. இந்த இரவில் கடைசியாக எரிகிற அந்தத் தெருவிளக்கின் மனதில்!

வேலையிருந்து மாற்றப்பட்ட பாராக்காரனுக்கு தனக்குப் பிறகு இந்த வேலையைச் செய்பவர் யார் என்று தெரிந்திருக்கும். அவன், தான் முன்பு பார்த்த பணியை இப்போது பார்த்துக் கொண்டிருப்பவனிடம் அமைதியான குரலில் ஏதாவது பேசவும்கூடும். ஆனால் தனக்குப் பின்னால் யார் வரப்போகிறார்கள் என்று தெருவிளக்கிற்குத் தெரியவே இல்லை. அப்படித் தெரிந்திருந்தால் என்ன நடந்திருக்கும்? தெருவில் கற்கள் பதித்த பாகத்தில் எந்த இடம் வரை சந்திரனின் வெளிச்சம் விழுகிறது; சாதாரணமாக எந்தப் பக்கத்திலிருந்து காற்று வீசும் என்பதுபோன்ற விஷயங்களையும் இன்னும் பல விஷயங்களையும், பின் வரும் விளக்கிற்கு சொல்லிக் கொடுக்க முடிந்திருக்கும்!

கால்வாய்க்கருகே மூன்று உருவங்கள் நிற்கின்றன. பழைய தெருவிளக்கிடம் தங்களை அறிமுகப்படுத்திக்கொள்ள வேண்டும் என்பதுதான் அவற்றின் நோக்கம். முதல் உருவம், இருட்டிலும் சற்றுப் பிரகாசிக்கிற ஒரு விதக் கல். தன்னை விளக்குத் தூணின் மேலே வைத்தால் எண்ணெய் மிச்சமாகும் அல்லவா என்று நினைத்தது அது. இரண்டாவது உருவம், சற்றுப் பளபளப்பான ஒரு வித மரத் துண்டு. காட்டின் பெருமைக்குரிய தூண்போல நின்றிருந்த பெரு மரத்தின் சந்ததி நான் என்று எண்ணிக்கொண்டிருந்தது அது.

மூன்றாவது உருவம் ஒரு மின்மினி. அந்த மின்மினி எங்கிருந்து வந்தது என்று பழைய தெருவிளக்குக்குத் தெரியவில்லை. ஆயினும் அந்த மின்மினியால் வெளிச்சம் தர முடிகிறது. ஆனால், ஒளிரும் கல்லும், மரத் துண்டும் என்ன சொல்கின்றன? மின்மினியால் விட்டுவிட்டு மட்டும்தான் வெளிச்சம் தர முடியும். எனவே எங்களுடன் போட்டியிட மின்மினிக்குச் சக்தியில்லை என்று சொல்கின்றன.

ஒரு தெருவிளக்கிற்கு இணையாக வெளிச்சம் தர உங்கள் மூவராலும் முடியாது என்று வெளிப்படையாகச் சொன்னது தெருவிளக்கு. ஆனால் அவை மூன்றும் தெருவிளக்கு சொன்னதை நம்பவில்லை. நியமனத்திற்கான அதிகாரம் இனி தெருவிளக்கிற்கு இல்லை என்று அவை புரிந்துகொண்டன. அதில் அவை பெரிதும் மகிழ்ந்தன. மிகவும் வயதாகிவிட்ட அந்தப் பழைய தெருவிளக்கால் நல்லதைத் தேர்ந்தெடுக்க முடியாது என்று அவை நினைத்தன.

அப்போது தெரு முனையிலிருந்து காற்று வந்து தெருவிளக்கின் கூட்டில் உள்ள துளைகளுக்குள் வீசியது. பிறகு சொன்னது:

"பழைய தெருவிளக்கே, நான் கேள்விப்பட்டது உண்மைதானா? நீங்கள் நாளை இந்த இடத்தைவிட்டுப் போகிறீர்களா? இப்போது நான் உங்களைக் கடைசி முறையாகப் பார்க்கிறேனா? அப்படியென்றால் நாம் பிரியப்போகும் இந்த வேளையில் உங்களுக்கு நான் ஒரு பரிசு தர நினைக்கிறேன். நான் உங்கள் மூளைக்குள் பலமாக ஒரு முறை ஊதுவேன். பிறகு உங்கள் நினைவு என்றும் மங்காமல் இருக்கும். நீங்கள் கேட்டதும், பார்த்ததும் எல்லாம் என்றென்றும் உங்கள் ஞாபகத்திலிருக்கும். மேலும், உங்கள் உள்ளே புதிய ஒரு வெளிச்சம் உருவாகி வரும். அதனால், உங்கள் முன்னால் வைத்து வாசிக்கப்படும் எதையும் காண்பதற்கும், சொல்லப்படும் எதையும் புரிந்து கொள்ளவும் உங்களால் முடியும்."

பழைய தெருவிளக்கு சொன்னது:

"காற்றே, அது ஒரு பெரிய விஷயம்தான். உங்களுக்கு மிகவும் நன்றி. என்னை உருக்கிவிடக் கூடாது என்று மட்டும்தான் நான் விரும்புகிறேன்"

அப்போது காற்று தான் சொன்னபடி தெருவிளக்கின் மூளையில் ஊதியது.

மேகங்களுக்குப் பின்னாலிருந்து நிலவு வெளியே வந்தது.

"நிலவே, நீங்கள் பழைய தெருவிளக்கிற்கு என்ன பரிசு கொடுக்கப்போகிறீர்கள்?" என்று காற்று நிலவிடம் கேட்டது.

“காற்றே, நான் எதுவும் கொடுக்கவில்லை. இப்போது எனக்கு தேய்பிறைக் காலம். அது மட்டுமல்ல, விளக்குகள் எனக்கு ஒருபோதும் வெளிச்சம் தந்தது இல்லை. மாறாக, பெரும்பாலும் நான்தான் விளக்குகளுக்கு வெளிச்சம் கொடுத்திருக்கிறேன்.”

இப்படிச் சொல்லிவிட்டு நிலவு மீண்டும் மேகங்களின் பின்னால் மறைந்துவிட்டது. மேலும் கேட்கப்படும் கேள்விகளிலிருந்து தப்புவதற்காகத்தான் அது அப்படிச் செய்தது.

மேலிருந்து ஒரு நீர்த்துளி பழைய தெருவிளக்கின் மேல் விழுந்தது.

தான் மேகத்திலிருந்து ஒரு பரிசாக வந்திருப்பதாக அந்த நீர்த்துளி சொன்னது.

“நான் உங்கள் உள்ளே நுழைகிறேன். உங்களுக்கு விருப்பம் என்றால் ஒரே இரவில் துருவாக மாற முடியும். அப்போது நீங்கள் மண்ணில் கலந்துவிடலாம்.” என்றது நீர்த்துளி.

இது மிகவும் மோசமான ஒரு பரிசு என்று பழைய தெருவிளக்கிற்கும், காற்றுக்கும் தோன்றியது.

“வேறு யாரும் பழைய தெருவிளக்குக்கு பரிசு கொடுக்கவில்லையா?” என்று பொதுவாக உரத்துக் கேட்டது.

அந்த நேரத்தில் ஒரு எரி நட்சத்திரம் வந்து விழுந்து மிகவும் பிரகாசமான நீளக் கோடாகக் கிடந்தது.

ஒளிரும் கல் உரக்கச் சொன்னது:

“என்ன இது? ஒரு எரி நட்சத்திரமா விழுந்தது? அதை இப்போது காணவில்லையே! அது பழைய தெருவிளக்கின் உள்ளே சென்றுவிட்டது என்று தோன்றுகிறது! இவ்வளவு பெரியவர்கள் இந்த வேலைக்குப் போட்டியிடுவதால் நாம் பின்வாங்கிவிடுவதுதான் நல்லது!”

அவை மூன்றும் உடனே அந்த இடத்தைவிட்டுச் சென்றன.

தனக்குக் கிடைத்த அற்புதமான புதிய பிரகாசத்தை எங்கும் வீசியபடி பழைய தெருவிளக்கு சொன்னது:

“மிகவும் உயர்ந்த ஒரு பரிசு இது. எப்போதும் ஜொலித்துக்கொண்டிருக்கும் நட்சத்திரங்களின் மீது என்றும் பெரிய மரியாதை கொண்டவன் நான். நான் எவ்வளவுதான் ஒளிர்ந்தாலும் அந்த நட்சத்திரங்களுக்கு இணையாக மாட்டேன். ஆனாலும் அவர்கள் ஏழைக்கிழவனான என்னைக் கௌரவித்திருக்கிறார்கள். அது மட்டுமல்ல, எனக்கு ஒரு பரிசும் கொடுத்து அனுப்பியிருக்கிறார்கள். இந்தப் பரிசால் அனைத்தையும் நான் தெளிவாகப் பார்க்கிறேன்.

எல்லாவற்றையும் நினைவுகூர்கிறேன். நான் நேசிக்கிறவர்கள் எல்லாம் என்னையும் பார்க்கக்கூடும். அதில்தான் உண்மையான மகிழ்ச்சி இருக்கிறது. மற்றவர்களுடன் பகிர்ந்துகொள்ளாத மகிழ்ச்சி பாதி மகிழ்ச்சிதான்!"

காற்று சொன்னது:

"பழைய தெருவிளக்கே, நீங்கள் இப்படிச் சொல்வது உங்கள் உயர்ந்த உள்ளத்தைக் காட்டுகிறது. ஆயினும் நீங்கள் மெழுகுவர்த்திகளின் வெளிச்சத்தைத் தவிர்க்கக் கூடாது. உங்கள் உள்ளே மெழுகுவர்த்திகள் எரியவில்லை என்றால் உங்கள் அபூர்வ சக்திகள் மற்றவர்களுக்குப் பயன்படாது. இந்த விஷயத்தைப் பற்றி நட்சத்திரங்கள் நினைத்துப் பார்க்கவில்லை. சரி, நான் வருகிறேன்!"

இப்படிச் சொல்லிவிட்டு புறப்பட்டுச் சென்றது காற்று.

அடுத்த நாள் நாம் அதைத் தாண்டிச் செல்வதுதான் நல்லது. அதற்கடுத்த மாலை நேரத்தில் பழைய தெருவிளக்கு ஒரு வீட்டில் ஓய்வெடுத்துக்கொண்டிருந்தது. அதாவது விளக்குக் காவலரின் வீட்டில். அவர், பழைய தெருவிளக்கைத் தனக்குத் தந்துவிட வேண்டும் என்று ஒரு விண்ணப்பத்தை நகரத் தலைவருக்கும், நகர சபைக்கும் சமர்ப்பித்திருந்தார். அவர் அதில், நெடுங்காலம் நம்பிக்கைக்குரிய முறையில் பணியாற்றியதைக் கணக்கில் எடுத்துக்கொள்ள வேண்டும் என்று வாதிட்டிருந்தார். இருபத்து நான்கு வருடங்களுக்கு முன்பு அவர் முதன்முதலாகப் பணியில் சேர்ந்தார். அவர்தான் முதலாவதாக, முதல் நாளில் அந்த விளக்கை ஏற்றினார். அவர் அதைத் தன் சொந்தக் குழந்தையைப்போலக் கருதி வந்தார். அதையெல்லாம் பரிசீலித்த அதிகாரிகள் கடைசியில் பழைய தெருவிளக்கை அவரிடமே கொடுத்துவிட்டார்கள்.

இப்போது இதோ பழைய தெருவிளக்கு ஒரு சாய்வு நாற்காலியில் கிடக்கிறது. சாய்வு நாற்காலியில் அது மட்டும்தான் இருந்தது. அது இப்போது சற்றுப் பெரிதாகியிருப்பதுபோலத் தோன்றுகிறது.

முதிய தம்பதியினர் இரவுச் சாப்பாடு சாப்பிட அமர்ந்தார்கள். அவர்கள் பழைய தெருவிளக்கை அன்புடன் பார்த்தார்கள். அதற்கு தங்கள் உணவு மேசையில் இடம் கொடுக்கவும் அவர்கள் தயங்கவில்லை.

ஒரே ஒரு அறை கொண்டதுதான் அவர்களின் வீடு. ஒரு தாழ்வாரத்தில் நடந்துதான் அந்த வீட்டுக்குள் செல்ல வேண்டும். அறை கதகதப்பாகவும், சுகமாகவும் இருந்தது. கதவில் துணித்

தொங்கல்கள் ஆணியடித்து மாட்டப்பட்டிருந்தன. அறையில் இருந்த எல்லாமும் சுத்தமாகவும், அழகாகவும் வைக்கப்பட்டிருந்தன. கட்டிலைச் சுற்றிலும், சிறிய சன்னல்களிலும் திரைகள் விரிக்கப்பட்டிருந்தன. சன்னல் படியில் விசித்திரமான இரண்டு பூச்சட்டிகள் வைக்கப்பட்டிருந்தன. கிழக்கில் உள்ள இந்தியாவிலிருந்தோ, மேற்கு இந்தியத் தீவுகளிலிருந்தோ கொண்டுவரப்பட்டவை அந்த பூச்சட்டிகள். களிமண் கொண்டு அவை யானைகளின் உருவத்தில் செய்யப்பட்டிருந்தன. யானைகளின் பின்பாகம் வெட்டப்பட்டிருந்தது. அவற்றின் முன்பாகத்தில் மண் நிறைக்கப்பட்டிருந்தது. ஒரு யானையில் சிறிய வெங்காயச் செடிகள் வளர்கின்றன. அதுதான் தம்பதியினரின் சிறிய சமையலறைத் தோட்டம். மற்றொரு யானையில் ஒருவித காட்டுச் செடி இருக்கிறது. அதுதான் அவர்களின் பூந்தோட்டம். ஒரு அரசியல் பொதுக்கூட்டத்தின் பெரிய வர்ணப் படம் சுவரில் தொங்குகிறது. படத்தில் நிறைய சக்கரவர்த்திகளும், ராஜகுமாரர்களும் இடம் பெற்றிருக்கிறார்கள். ஒரு கடிகாரம் டிக் டிக் என்று ஓசை எழுப்பிக்கொண்டிருக்கிறது.

உண்மையில் அந்தக் கடிகாரம் இருப்பதைவிட அதிகமான நேரத்தைக் காட்டிக்கொண்டிருந்தது. ஆனால் அந்தத் தம்பதியினர் இப்படிச் சொல்வார்கள்: "இருப்பதைவிட குறைவான நேரம் காட்டும் கடிகாரத்தைவிட, அதிகமான நேரம் காட்டும் கடிகாரம் சிறந்ததுதானே!"

இருவரும் இரவுச் சாப்பாடு உண்டார்கள். நான் முன்பு சொன்னதுபோல பழைய தெருவிளக்கு சாய்வு நாற்காலியில் கிடக்கிறது. உலகமெல்லாம் முற்றிலும் மாறிவிட்டதாக தெருவிளக்குக்குத் தோன்றியது. ஆனால் விரைவிலேயே அந்த எண்ணம் விலகியது. அதாவது, விளக்குக் காவலர் இடையிடையே அதைப் பார்த்துக்கொண்டு பேசியபோது. அவரும், தெருவிளக்கும் ஒன்றாக அனுபவித்த சம்பவங்களைப் பற்றி அவர் சொல்லிக்கொண்டிருந்தார். மழையில், மூடுபனியில், கோடை காலத்து மிகவும் வெளிச்சமாக இருக்கும் பகலில், குளிர்காலத்தின் நீண்ட இரவில், நிறையப் பனி விழும் நேரத்தில், தான் வீட்டில் இருந்தால் நன்றாக இருக்கும் என்று நினைக்கும் நேரத்தில் அவரும் பழைய தெருவிளக்கும் ஒன்றாக இருந்ததைப் பற்றி அவர் சொல்லிக்கொண்டிருந்தார். அதையெல்லாம் கேட்டபோது பழைய தெருவிளக்கின் மனது அமைதியடைந்தது. அது நடந்து முடிந்த சம்பவங்களையெல்லாம் மனக்கண்ணால் மீண்டும் பார்த்தது. அந்த நிகழ்ச்சிகள் எல்லாம் இப்போது அதன் கண்முன்னால்

நடப்பதுபோலத்தான் அதற்குத் தோன்றியது. அவ்வளவு தெளிவாகத் தெரிந்தன காட்சிகள். அதற்கு காற்று ஒரு விஷேடமான சக்தியைப் பரிசாகக் கொடுத்திருக்கிறது அல்லவா, அதனால்தான் அப்படித் தெரிந்தது.

அந்த முதிய தம்பதியினர் உற்சாகமானவர்களாகவும், உழைப்பவர்களாகவும் இருந்தனர். ஒரு மணி நேரம்கூட அவர்கள் சோம்பலாக இருந்ததில்லை. ஞாயிற்றுக்கிழமை மதியத்திற்குப் பிறகு அவர்கள் ஏதாவது புத்தகத்தை எடுப்பார்கள். பெரும்பாலும் பயண இலக்கியங்களைத்தான் அவர்கள் படிப்பார்கள். ஆப்பிரிக்கா, பெரியக் காடுகள், காட்டு யானைகள் ஆகியவற்றைப் பற்றியெல்லாம் கணவர் உரக்க வாசிப்பார். மனைவி மிகவும் கவனத்துடன் அவற்றைக் கேட்டுக்கொண்டிருப்பாள். பூச்சட்டிகளாக இருக்கின்ற அந்தக் களிமண் யானைகளை அடிக்கடி பார்த்துக் கொண்டிருப்பாள்.

"நீங்கள் சொல்வதையெல்லாம் என்னால் கற்பனையில் பார்க்க முடிகிறது" என்று அவள் சொல்வாள்.

தன் உள்ளே ஒரு மெழுகுவர்த்தியை வைத்துப் பற்ற வைக்க வேண்டும் என்பதுதான் அந்த தெருவிளக்கின் ஆசை. ஒன்றோடொன்று பிணைந்து கொண்டிருக்கும் கிளைகள் கொண்ட பெரிய மரங்கள், இடையில் மட்டும் ஆடை அணிந்து குதிரை ஓட்டிச் செல்லும் கறுப்பினத்தவர், மூங்கில் காடுகளை துவம்சம் செய்துபோகும் யானைக் கூட்டங்கள், அவற்றையெல்லாம் அது தன் கற்பனையில் விளக்கமாகப் பார்க்க முடியும். தெருவிளக்கில் ஒரு மெழுகுவர்த்தியை ஏற்றி வைத்தால், அந்த முதியவளாலும், தனக்குச் சுற்றிலும் உள்ள காட்சிகளை தெளிவாகப் பார்க்க முடியும்.

"எனக்கு மெழுகுவர்த்தி இல்லையென்றால் பிறகு என் சக்தியால் என்ன பயன்? இவர்களுக்கு எண்ணெய் விளக்கு உள்ளது. இவர்களுக்கு இதுபோதும்." என்று சொல்லிப் பெருமூச்சுவிட்டது பழைய தெருவிளக்கு.

ஒரு நாள் நிறைய மெழுகுவர்த்தித் துண்டுகள் அந்த அறைக்கு வந்தன. பெரிய துண்டுகளைப் பற்ற வைத்தார்கள். சிறிய துண்டுகளை சரடுகளில் தேய்ப்பதற்குப் பயன்படுத்தினார்கள். ஒரு மெழுகுவர்த்தித் துண்டையாவது பழைய தெருவிளக்கினுள் வைத்துப் பற்ற வைக்க வேண்டும் என்று ஒருவரும் நினைக்கவில்லை.

பழைய தெருவிளக்கு தனக்குள் சொல்லிக் கொண்டது:

"இதோ, நான் ஒரு அபூர்வ சக்தியுடன் இருக்கிறேன். எல்லாம் என் உள்ளே இருக்கிறது. ஆயினும் எதையும் இவர்களுக்குக்

கொடுக்க என்னால் முடியவில்லை. இந்த வெள்ளைச் சுவர்களை அழகான சித்திரக் கம்பளங்களாக மாற்ற, இல்லையென்றால் அவற்றை வனங்களாக உருமாற்ற, இல்லையென்றால் மற்ற நிறைய மாற்றங்களைச் செய்ய என்னால் முடியும் என்று முதிய தம்பதியினருக்குத் தெரியாததுதான் பெரிய சோகம்!"

ஆயினும் அவர்கள் பழைய தெருவிளக்கைத் துடைத்துச் சுத்தம் செய்வதுண்டு. அனைவரின் கவனத்தையும் கவர்ந்தபடி அது அங்கே மூலையில் நிற்கிறது. வரும் விருந்தாளிகளில் சிலர் அதைக் குப்பைத் தொட்டியில் போட வேண்டும் என்று அலட்சியமாகச் சொல்வார்கள். ஆனால் முதிய தம்பதியினர் அதைப் பொருட்படுத்த மாட்டார்கள். அவர்கள் அந்தப் பழைய தெருவிளக்கை அந்தளவு நேசித்தார்கள்.

முதியவரான விளக்குக் காவலரின் பிறந்த நாள் வந்தது. அவரது மனைவி புன்னகையுடன் பழைய தெருவிளக்கின் பக்கத்தில் சென்று சொன்னாள்:

"என் கணவரைப் பெருமைப்படுத்துவதற்காக நான் இன்று தீப அலங்காரம் செய்வேன்."

பழைய தெருவிளக்கு அதைக் கேட்டு மகிழ்ச்சியுடன் தனக்குள் சொல்லிக்கொண்டது:

"கடைசியில் இதோ, என் உள்ளே மெழுகுவர்த்தி எரியப்போகிறது!"

ஆனால், அதன் உள்ளே சென்றது மெழுகுவர்த்தி இல்லை. எண்ணெய்தான். அது இரவு முழுவதும் எரிந்துகொண்டிருந்தது. அதற்கு ஒன்று இப்போது தெளிவாகத் தெரிந்தது, "நட்சத்திரங்கள் கொடுத்த பரிசு தன் வாழ்க்கை முழுதும் ஒளித்து வைத்த ஒரு புதையலுக்குச் சமமாகத்தான் இருக்கும்!"

அபூர்வ சக்தியுள்ள ஒருவர் கனவு காண்பதில் சிரமமொன்றுமில்லை. பழைய தெருவிளக்கும் ஒரு கனவு கண்டது. அந்தக் கனவில் முதிய தம்பதியினர் இறந்துவிட்டிருந்தனர். தெருவிளக்கான அதை உருக்குவதற்காக வார்ப்புக் கூடத்திற்கு எடுத்துச் சென்றுவிட்டார்கள். முன்பு ஒரு முறை நகரத் தலைவரும், உறுப்பினர்களும் பரிசீலிப்பதற்காக அதை நகர்மன்றத்திற்கு எடுத்துச் சென்றார்கள் அல்லவா, அப்போது ஏற்பட்ட அச்சமும், அதிர்ச்சியும் அதற்கு இப்போதும் ஏற்பட்டது. அது விரும்பியிருந்தால், துருவாகி மண்ணோடு மண்ணாய்க் கலந்திருக்கலாம். ஆயினும் அது அப்படிச் செய்யவில்லை. இதோ அது உலையில் வெந்து உருகி ஒரு விளக்குக் காலாக தண்டாக உருவம் மாறுகிறது. மெழுகுவர்த்தி ஏற்றி வைப்பதற்கான ஒரு அழகான விளக்குக் கால்! விளக்குக் காலான பழைய தெருவிளக்கு

இப்போது, பூச்செண்டைப் பிடித்துக்கொண்டிருக்கும் தேவதூதனின் வடிவத்தில் இருக்கிறது. பூச்செண்டின் நடுவில்தான் மெழுகுவர்த்தி ஏற்றி வைக்க வேண்டும்.

பச்சை விரிப்பு விரிக்கப்பட்ட ஒரு எழுத்து மேசையின் மீது அந்த விளக்குக் காலுக்கு இடம் கொடுக்கப்பட்டது. அந்த எழுத்து மேசை நல்ல ஒரு அறையில் இருந்தது. சுவர்களில் அழகான சித்திரங்கள் மாட்டப்பட்டிருக்கின்றன. நிறைய புத்தகங்களும் அடுக்கி வைக்கப்பட்டிருக்கின்றன. அந்த அறை ஒரு கவிஞரின் அறை. அவர் எழுதியதையெல்லாம் அவரைச் சுற்றிலும் காட்சிகளாக விரிந்தன. அவற்றில் இயற்கை சில சமயம் இருண்ட காடுகளாக உருவம் கொண்டது. மற்ற சிலமுறை கொக்குகள் தத்தி நடக்கும் மிக அழகான புல்வெளியாக மாறியது. அலையடிக்கும் கடலில் செல்லும் கப்பல், நட்சத்திரங்கள் நிறைந்த நீல ஆகாயம் எல்லாம் தோன்றின. அவற்றின் வழியே கவிஞரின் நூல்களில் இயற்கை வெளிப்பட்டது.

கனவிலிருந்து விழித்தபோது பழைய தெருவிளக்கு நினைத்தது:

"என்னிடம் என்னவெல்லாம் சக்திகள் ஒளிந்திருக்கின்றன! தேவையென்றால் உருகி இல்லாமல்போக என்னால் முடியும். ஆனால், இந்த முதிய தம்பதியினர் வாழ்ந்துகொண்டிருக்கும்போது அப்படி நடக்கக்கூடாது. இவர்கள் என்னைத் துடைத்துச் சுத்தம் செய்திருக்கிறார்கள். எனக்கு எண்ணெய் தந்திருக்கிறார்கள். என் மீது அன்பு செலுத்தியிருக்கிறார்கள்!"

அப்போதுமுதல் பழைய தெருவிளக்கின் மனது மிகவும் திருப்தியாக இருந்தது.

அந்த திருப்தியை அடைவதற்கு அது முற்றிலும் தகுதியானதுதான்.

■

18

உண்ணி

சக்கரவர்த்திக்குப் பிரியமான குதிரையின் நான்கு கால்களிலும் ஒவ்வொரு தங்க லாடங்கள் இருந்தன.

ஏன்?

அந்தக் குதிரை மிகவும் அழகான குதிரையாக இருந்தது. நீண்ட மெலிதான கால்கள், அறிவு சுடரும் கண்கள், கழுத்திற்குப் பின்னால் அடர்ந்த பிடரி ரோமம் எல்லாம் அதற்கு அழகாக அமைந்திருந்தன. எத்தனையோ போர்க்களங்களில் நெருப்பிற்கும் புகைக்கும் நடுவிலெல்லாம் அது தன் எஜமானரான சக்கரவர்த்தியைச் சுமந்து சென்றிருக்கிறது. தன்னைச் சுற்றிலும் தோட்டாக்கள் சீறிப் பாய்வதை அது கேட்டிருக்கிறது. எதிரிகள் முன்னேறும்போது அவர்களைக் கடித்து, உதைத்து அதுவும் போரில் பங்கு பெற்றிருக்கிறது. தன் மேல் அமர்ந்திருக்கிற எஜமானனையும் சுமந்துகொண்டு, வீழ்ந்து கிடக்கின்ற எதிரிப் படைவீரர்களை தாண்டிச் சென்றிருக்கிறது. தங்கத்தைவிட எத்தனையோ மடங்கு மதிப்புடைய சக்கரவர்த்தியின் உடலையும், அவரது கிரீடத்தையும் காப்பாற்றியிருக்கிறது. இந்தக் காரணங்களால்தான் அதற்கு தங்க லாடங்கள் பரிசளிக்கப் பட்டிருக்கின்றன.

லாயத்தில் இருந்த ஒரு உண்ணி தனக்குள் சொல்லிக்கொண்டது:

"எனக்கும் தங்க லாடம் வேண்டும். முதலில் பெரியவர்களுக்கு வாய்ப்பு வரட்டும். பிறகு சிறியவர்களுக்கும் வாய்ப்பு வரட்டும். ஆனால், பருமன் அல்லவா முக்கியம்!"

உண்ணி ஒரு பொற்கொல்லனின் குடிலுக்குச் சென்றது. அப்போது பொற்கொல்லர் அந்த உண்ணியைப் பார்த்துக் கேட்டார்:

"என்ன உண்ணி, உனக்கு என்ன வேண்டும்?"

"எனக்கு ஒரு தங்க லாடம் வேண்டும். அதைத் தவிர வேறென்ன?"

"நல்லது! உனக்குத் தங்க லாடம் வேண்டும், அப்படித்தானே? உனக்கென்ன ஏதும் பைத்தியம் பிடித்துவிட்டதா?"

“சக்கரவர்த்தியின் அந்தக் குதிரைக்கு இருக்கிறதல்லவா தங்க லாடம்! வேலைக்காரர்கள் அந்தக் குதிரையைப் பராமரிக்கிறார்கள். அதன் உடலைத் தேய்த்து சுத்தப்படுத்துகிறார்கள். அதற்கு மிகவும் சுவையான உணவு கொடுக்கிறார்கள். அந்தக் குதிரையின் ஸ்தானம் எனக்கு வேண்டும். நானும் சக்கரவர்த்தியின் லாயத்தில்தான் வாழ்கிறேன்!”

“உண்ணியே, ஏன் அந்தக் குதிரைக்கு தங்க லாடம் கொடுத்திருக்கிறார்கள் என்று உனக்குத் தெரியாதா?”

“என்ன, எனக்குத் தெரியாதா என்றா கேட்கிறீர்கள்? எனக்கு நன்றாகத் தெரியும். என்னை மட்டம் தட்டுவதற்காக, எனக்குக் கோபமூட்டுவதற்காக, என்னை எதிர்ப்பதற்காக!”

“உன் வேலையைப் பார்த்துக்கொண்டு போ உண்ணியே!”

“உங்களுக்குக் கொஞ்சம்கூட மரியாதை தெரியவில்லை!”

இப்படிச் சொல்லிவிட்டு உண்ணி எழுந்து பறந்து சென்றது. கொஞ்ச தூரம் சென்ற போது அது ஒரு பூந்தோட்டத்தை அடைந்தது. ரோஜாப் பூக்களின் மணமும், மற்ற பூக்களின் மணமும் அந்த இடம் முழுதும் கமழ்ந்தது. மென்மையான சிறகுகளும். சிவப்பும் கறுப்பும் கலந்த நிறத்தில் உடல்கொண்ட ஒரு விதமான பூச்சிகள் அந்த இடம் முழுதும் பறந்துகொண்டிருந்தன. அவை தங்களுக்குள் இப்படிப் பேசிக்கொண்டன:

“ஓ! இந்த இடம் எவ்வளவு அழகாக இருக்கிறது! இங்கே எவ்வளவு மகிழ்ச்சியாக இருக்கிறது!”

உண்ணி அதைக் கேட்டு அவர்களிடம் சொன்னது:

“இதைவிடச் சிறப்பான எத்தனையோ இடங்களுடன் நான் பழகியிருக்கிறேன். இங்கே அழகும் மகிழ்ச்சியும் இருக்கிறது என்றா சொல்கிறீர்கள்? இங்கே ஒரு குப்பை குழிகூட இல்லையே!”

உண்ணி ஒரு வைக்கோல் துரும்பின் அருகில் சென்று அமர்ந்தது. அங்கே ஒரு வண்ணத்துப் பூச்சிப் புழு ஊர்ந்து செல்வதைப் பார்த்தது. வண்ணத்துப் பூச்சிப் புழு சொன்னது:

“இந்த உலகம் எவ்வளவு அழகாக இருக்கிறது! இங்கே உள்ள எல்லாமும் அனுபவிப்பதற்கானதுதான். நான் உறங்கும்போது, இறந்துவிட்டதாகக்கூட சிலர் சொல்வார்கள். பிறகு நான் ஒரு வண்ணத்துப்பூச்சியாக உயிர்த்தெழுவேன். அப்போது நான் பறப்பதற்கு மிக அழகான சிறகுகளும் எனக்கு இருக்கும்!”

அது அப்படிச் சொன்னது, உண்ணிக்குப் பிடிக்கவில்லை. அது சொன்னது:

"உனக்குத்தான் எவ்வளவு தற்பெருமை! நீ வண்ணத்துப் பூச்சியாகப் பறந்து செல்லப் போகிறாயா? அதை நான் நம்ப வேண்டுமா? நான் சக்கரவர்த்தியின் குதிரை லாயத்திலிருந்து வருகிறேன் தெரியுமா? அங்கே யாருக்கும், சக்கரவர்த்தியின் அன்பிற்குரிய குதிரைக்கும்கூட, நான் வேண்டாம் என்று மறுத்த தங்க லாடத்தைத்தான் குதிரை அணிந்துகொள்கிறது என்பது வேறு செய்தி இப்படி ஒரு தற்பெருமை இல்லை. உனக்குச் சிறகுகள் கிடைக்கும் என்று நீ சொல்கிறாய்! இதைக் கேட்டு எனக்குச் சிரிப்புதான் வருகிறது. என்னால்தான் பறக்க முடியும். உன்னால் அல்ல! எதற்கும் எரிச்சலடைவது எனக்குப் பிடிக்காது. ஆனால் இப்போது எனக்கு எரிச்சலாக வருகிறது!" என்று சொன்ன உண்ணி பறந்து சென்றது.

அது விசாலமான ஒரு புற்பரப்பில் சென்று அமர்ந்தது. சற்று நேரம் உறங்குவதுபோல கண்களை மூடிக்கொண்டு படுத்திருந்தது. பிறகு உண்மையாகவே உறங்கத் தொடங்கியது.

திடீரென்று ஒரு பலத்த மழை பெய்தது. திடுக்கிட்டு விழித்தது உண்ணி. அது நிலத்தின் அடியில் பதுங்கிக்கொள்ள முயன்றது. ஆனால் முடியவில்லை. மழை அதை அங்கும் இங்கும் உருட்டியது. சிலமுறை கவிழ்ந்தும், சிலமுறை நிமிர்ந்தும் அது நீந்த வேண்டி வந்தது. உண்ணியால் இப்போது பறக்க முடியவில்லை. உயிரைக் காப்பாற்றிக்கொள்ள முடியுமா என்பதே அதற்கு பலத்த சந்தேகமாக இருந்தது. கடைசியில் அது அப்படியே அசைவற்றுக் கிடந்தது.

சற்று நேரத்திற்குப் பிறகு தரையில் மழை நீர் ஓடும் வேகம் சற்றுக் குறைந்தது. பெய்துகொண்டிருக்கும் மழையின் சக்தியும் குறைந்தது. உண்ணி, தன் கண்களிலிருந்து மழை நீரைத் துடைத்துவிட்டுக்கொண்டது. அப்போது அது ஒரு வெள்ளை நிறத்தை முன்னால் கண்டது. அது உலரப்போட்டிருந்த வெள்ளைத் துணி. உண்ணி எப்படியோ துணிக்கருகில் சென்றது. அது துணியின் மடிப்புகளுக்குள் புகுந்துகொண்டது. அந்தத் துணி மழையில் குளிர்ந்திருந்தது. கதகதப்பான குதிரை லாயத்தில் கிடைக்கும் மகிழ்ச்சி ஈரத்துணியில் கிடைக்கவில்லை. ஆனால் இப்போது அந்தத் துணியைவிட நல்லதாக வேறொன்றும் இல்லையே! உண்ணி, ஒரு பகலும் ஒரு இரவும் துணியின் மடிப்புகளுக்குள் இருந்தது. ஏனென்றால் மழை தொடர்ந்து பொழிந்துகொண்டிருந்தது. காலையில் அது ஒருவிதமாக வெளியே இறங்கியது. அப்போது நிலவிய பருவ நிலையை அது மிகவும் வெறுத்தது.

அந்தத் துணியில் இரண்டு தவளைகளும் இருந்தன. அவற்றின் பளபளக்கும் கண்களில் மகிழ்ச்சி பிரதிபலித்தது. ஒரு தவளை சொன்னது :

"எவ்வளவு அருமையான பருவ நிலை! இந்த நனைந்து ஊறிய துணி தண்ணீரைச் சேகரித்து வைத்திருப்பதைப் பார்த்தாயா! நீந்தும்போது எனக்கு எவ்வளவு மகிழ்ச்சியாக இருக்குமோ அந்தளவு மகிழ்ச்சியாக இருக்கிறது இப்போது!"

மற்றொரு தவளை சொன்னது:

"தூக்கணாங்குருவி வெகு தொலைவில் உள்ள நாடுகளுக்குப் பறந்து செல்வது உண்டல்லவா. அது போகும் இடங்களில் உள்ள பருவ நிலை இங்கு உள்ளதைவிடவும் நன்றாக இருக்குமா என்பது சந்தேகம்தான். இங்கே எவ்வளவு நன்றாக இருக்கிறது! நீர் நிறைந்த குழியில் இருப்பதைப்போல இன்பமாக இருக்கிறது!"

உண்ணி பதில் சொன்னது:

" நீங்கள் சக்கரவர்த்தியின் குதிரை லாயத்திற்குச் சென்றிருக்கிறீர்களா? அங்கே புத்துணர்ச்சி அளிக்கும் கதகதப்பு உண்டு. அதுதான் எனக்கு ஏற்ற பருவ நிலை. ஆனால், நான் போகும் இடத்திற்கெல்லாம் எனக்கான பருவ நிலையையும் கொண்டுபோக முடியாது அல்லவா! என்னைப் போன்ற பெரிய நிலையில் உள்ள ஒருவன் வசிப்பதற்கு ஏற்ற வகையில் ஒரு குப்பைக் குழி இந்த புல்வெளியில் இல்லையா?"

உண்ணி சொன்னதன் அர்த்தத்தை தவளைகள் புரிந்துகொள்ளவில்லை, இல்லையென்றால் புரிந்துகொள்ள முயலவில்லை.

உண்ணி மூன்று முறை தன் கேள்வியைத் திரும்பக் கேட்டது.

நான் ஒரு கேள்வியை இரண்டு முறை கேட்பதில்லை என்று சொல்லி அந்த இடத்தைவிட்டுப் பறந்து சென்றது உண்ணி.

சற்று நேரம் கழித்து அது உடைந்து கிடைந்த ஒரு மண் பாத்திரத்திடம் சென்றது. மண் பாத்திரம் அங்கே உடைந்து கிடக்கக்கூடாதுதான், ஆயினும் அது மழையிலிருந்தும் வெயிலிலிருந்தும் உண்ணிக்குப் பாதுகாப்பளித்தது. அதன் உள்ளே செவிப் பாம்புகள் நிறையக் குடும்பங்களாக வசித்து வந்தன. செவிப் பாம்புகளின் குடும்பங்களில், பெண் செவிப் பாம்புகள் மிகவும் பரிசுத்தமான தாயன்பு நிறைந்தவையாக இருந்தன. அந்தக் காரணத்தால் தன் குழந்தைதான் மிகவும் அழகான குழந்தை என்றும் மிகவும் திறமையான குழந்தை என்றும் ஒவ்வொரு அம்மா செவிப் பாம்பும் நினைத்திருந்தன.

ஒரு அம்மா செவிப் பாம்பு இப்படிச் சொன்னது:

"என் மகன் நல்ல உழைப்பாளி. எவ்வளவு அருமையான பையன்! அவனது மிகப் பெரிய ஆசை என்ன தெரியுமா? என்றாவது ஒரு

முறை ஒரு பாதிரியின் காதுக்குள் நுழைய வேண்டும்! அது ஒரு நல்ல செயல்தான்! அவனது அம்மாவான எனக்கு இதை நினைத்தால் எவ்வளவு சந்தோஷமாக இருக்கிறது தெரியுமா!"

மற்றொரு அம்மா செவிப்பாம்பு சொன்னது:

"என் மகன் இப்போதுதான் முட்டையிலிருந்து வெளியே வந்தான். அதற்குள் அவன் இழைந்து திரியத் தொடங்கிவிட்டான் பார்த்தீர்களா! அவன் மிகவும் சுறுசுறுப்பாகவும் உற்சாகமாகவும் இருக்கிறான்! அதைப் பார்த்து எனக்கு ஏற்படும் மகிழ்ச்சியைச் சொல்வதற்கு வார்த்தைகளே இல்லை! சரிதானே உண்ணியே!"

அது உண்ணியை அடையாளம் கண்டுதான் இப்படிக் கேட்டது.

பதில் சொன்னது உண்ணி:

"நீங்கள் இருவரும் சொல்வது சரிதான்."

செவிப் பாம்புகள், உண்ணியை உள்ளே அழைத்தன. அதாவது, உடைந்த மண் பாத்திரத்திற்குள்.

மூன்றாவதாக ஒரு அம்மா செவிப்பாம்பு உண்ணியிடம் சொன்னது:

"என் சிறிய பிள்ளைகளைக் கொஞ்சம் பாரேன். அவர்கள் எவ்வளவு அழகானவர்களாக இருக்கிறார்கள்! எப்போதாவது சிலமுறைதான் அவர்கள் அமைதியற்று இருப்பார்கள். அதாவது அவர்களின் வயிற்றுக்கு ஏதாவது பிரச்சினை ஏற்படும்போது. மற்ற எப்போதும் அவர்கள் நல்ல குணத்துடன் இருப்பார்கள்!"

அப்படி ஒவ்வொரு அம்மா செவிப் பாம்பும் தன் குஞ்சைப் பற்றி உண்ணியிடம் கூறின. குஞ்சுகள் தங்களுக்குள் பேசிக்கொண்டிருந்தன. அதுமட்டுமல்ல, தங்கள் வாலில் உள்ள குறடுகளைப் பயன்படுத்தின. எதற்கு? உண்ணியின் ரோமங்களைப் பிடுங்குவதற்காக!

"இவர்கள் எப்போதும் ஏதாவது செய்துகொண்டுதான் இருப்பார்கள். குட்டித் திருடர்கள்!" என்று பெருமையுடன் அம்மா செவிப் பாம்புகள் கூறின.

ஆனால், உண்ணிக்கு அதையெல்லாம் கேட்டு எரிச்சல் வந்தது. அது அந்த செவிப் பாம்புகளிடம் கேட்டது:

"இங்கே மிகவும் பக்கத்தில் ஏதாவது குப்பைக் குழி இருக்கிறதா?"

ஒரு செவிப் பாம்பு சொன்னது:

"அது வெளி உலகத்திலிருந்து மிகவும் தொலைவில் இருக்கிறது. அதாவது அந்தக் கால்வாய்க்கு மறுபக்கம். என் பிள்ளைகள்

அவ்வளவு தூரம் போகக் கூடாது என்பதுதான் என் ஆசை. போனால் நான் பயத்தில் செத்துக்கூடப் போகலாம்!"

"அப்படியென்றால் நான் அங்கே போக முடியுமா என்று பார்க்கிறேன்."

என்று சொல்லிவிட்டு உண்ணி விடைபெறாமல் பறந்து சென்றது.

"விடைபெறாமல் செல்வது நல்ல மரியாதைதான் போங்கள்!" என்றது ஒரு செவிப் பாம்பு.

உண்ணி, கால்வாயின் மறுபுறம் சென்றது. அது அங்கே, அறிமுகமானவர்கள் சிலரைச் சந்தித்தது. அவையும் உண்ணிகள்தான்.

அவை, நமது உண்ணியிடம் கூறின:

"நாங்கள் இங்குதான் வசிக்கிறோம். இங்கு வசிப்பது எங்களுக்கு மிகவும் நன்றாக இருக்கிறது. இந்தக் குழைந்த மண்ணில் இறங்கி வரும்படி உன்னை நாங்கள் அழைக்கிறோம். உனக்கு பயணக் களைப்பு இருக்கிறதல்லவா? இங்கு வந்து ஓய்வெடுத்துச் செல்!"

நம் உண்ணி சொன்னது:

"ஆமாம், ஆமாம். மிகவும் களைப்பாக இருக்கிறேன். நான் மழையில் அகப்பட்டுக்கொண்டேன். நனைந்த துணியிலும் கிடந்தேன். சுத்தம், தூய்மை என்பதெல்லாம் என்னைத் தொந்தரவு செய்யும் விஷயங்கள்தான். உடைந்த மண் பாத்திரத்தின் அடியிலும் நான் கொஞ்சம் நேரம் இருந்து பார்த்தேன். அதனால் என் ஒரு சிறகில் கொஞ்சம் வலி இருக்கிறது. இன்னும் ஒரு முறை நண்பர்களுடன் சேர்ந்து இருப்பது மகிழ்ச்சியான அனுபவம்தான்!" மிகவும் வயதான உண்ணி கேட்டது:

"நீ இப்போது குப்பைக் குழியிலிருந்துதானே வருகிறாய்?"

நம் கதாநாயகனான உண்ணி பதில் சொன்னது:

"இல்லை, குப்பைக் குழியைவிட எத்தனையோ உயர்வான ஒரு இடத்திலிருந்துதான் நான் வருகிறேன். அதாவது, சக்கரவர்த்தியின் குதிரை லாயத்திலிருந்து. நான் அங்குதான் பிறந்தேன், ஆமாம், காலில் தங்க லாடம் அணிந்துகொண்டுதான் பிறந்தேன். ரகசியமான ஒரு செய்தியைத்தான் நான் இப்போது கொண்டு செல்கிறேன். நீங்கள் என்னிடம் கேள்வி எதுவும் கேட்காதீர்கள். நான் ரகசியத்தை வெளியே சொல்லக் கூடாது."

இப்படிச் சொல்லிவிட்டு உண்ணி ஒரு சேற்றுக் குழியில் இறங்கியது. அங்கே, இன்னும் மணமாகாத மூன்று பெண்

உண்ணிகள் இருந்தன. என்ன பேசவேண்டும் என்று அந்தப் பெண் உண்ணிகளுக்குத் தெரியவில்லை. அதனால் அவை மெதுவாகச் சிரிக்க மட்டுமே செய்தன.

அந்த பெண் உண்ணிகளின் அம்மா உண்ணி, நம் உண்ணியிடம் சொன்னது:

“இந்தப் பெண்களில் யாருக்கும் இன்னும் திருமணம் நிச்சயம் செய்யவில்லை.”

மூன்று பெண் உண்ணிகளும் மறுபடியும் லேசாகச் சிரித்தன. இந்த முறை அவை வெட்கத்தால்தான் அப்படிச் சிரித்தன.

ஓய்வெடுக்கத் தொடங்கிய நம் உண்ணி சொன்னது:

“இவர்களைவிட அழகான பெண்களை நான் சக்கரவர்த்தியின் குதிரை லாயத்தில்கூடப் பார்த்தது இல்லை.!”

இதைக் கேட்டு அம்மா உண்ணி,

“சும்மா இவர்களைப் புகழ்ந்து கொண்டாட வேண்டாம். தெரிந்ததா? உங்களுக்கு நல்ல நோக்கம் இல்லையென்றால் இவர்களுடன் பேசவும் வேண்டாம். ஆனால் உங்களுக்கு நல்ல நோக்கம் இருப்பதாகத் தோன்றுகிறது. அதனால் நான் உங்களை ஆசீர்வதிக்கிறேன்!”

மூன்று பெண் உண்ணிகளும் சிரித்து தங்கள் மகிழ்ச்சியை வெளிக்காட்டிக்கொண்டன. உடனே அந்தப் பெண் உண்ணிகளில் ஒன்றுக்கும், நம் கதாநாயகன் உண்ணிக்கும் திருமண நிச்சயம் நடந்தது. அதைத் தொடர்ந்து திருமணமும் நல்லவிதமாக நடந்து முடிந்தது.

அடுத்த நாள் மிகவும் நன்றாக இருந்தது. அதற்கு அடுத்த நாளும் பரவாயில்லை. மூன்றாம் நாள் நம் உண்ணி, தன் மனைவிக்கான உணவைப் பற்றி சிந்திக்க வேண்டி வந்தது.

உண்ணி நினைத்தது:

“என்னை நானே ஏமாற்றினேன். இனி மனைவியையும் ஏமாற்ற வேண்டியதுதான்.”

அது காலையில் புறப்பட்டுச் சென்றது. பகலிலும் அது திரும்பி வரவில்லை. இரவான பிறகும் திரும்பி வரவில்லை. அதன் மனைவி அதற்காகக் காத்திருந்து காத்திருந்து ஏமாந்துபோனது.

மனைவியின் குடும்பத்தினர் சொன்னார்கள்:

“நாம் ஒரு போக்கிரிப் பையனுக்கு நம் பெண்ணைத் திருமணம் செய்துகொடுத்துவிட்டோம். அவன் போய்த் தொலைந்துவிட்டான் என்பது மட்டும் அல்ல, அவன் மனைவியைக் காப்பாற்றுகிற பொறுப்பும் நம் தலையில் போட்டுவிட்டான்!”

அம்மா உண்ணி சொன்னது:

“திருமணம் ஆன என் மகள் இனி கணவன் இல்லாமல் வாழட்டும். வேறு என்ன செய்ய முடியும்? அவள் என் மற்ற பிள்ளைகளுடன் சேர்ந்து இருந்துகொள்ளட்டும். இவளைக் கைவிட்டுச் சென்றவன் அயோக்கியப்பயல்தான்! அதில் சந்தேகம் இல்லை.”

அந்த நேரத்தில் நம் உண்ணி ஒரு முட்டைக்கோசின் இலையில் அமர்ந்து வாய்க்காலில் மிதந்து சென்றுகொண்டிருந்தது. காலையில் இரண்டு மனிதர்கள் வாய்க்கால் அருகே வந்து அதைப் பார்த்தார்கள். அவர்கள் முட்டைக்கோசு இலையை எடுத்து உண்ணியைப் பிடித்தார்கள். அதைத் திருப்பித் திருப்பிப் பார்த்தார்கள். அந்த இருவரில் ஒருவன் சிறுவன். அவன் மற்றவருக்கு உண்ணியின் உருவத்தைப் பற்றி விவரித்தான். உண்ணியை வீட்டுக்குக் கொண்டு செல்ல வேண்டும் என்றும், இதுபோன்ற ஒரு உண்ணிதான் தமக்கு வேண்டும் என்றும் மற்றவன் சொன்னான்.

இது மிகவும் மரியாதை கெட்ட பேச்சு என்று உண்ணிக்குத் தோன்றியது. அது பட்டென்று எழுந்து பறந்து சென்றது. இதற்குள் அதன் சிறகுகள் உலர்ந்திருந்ததால் சற்று தூரம் பறக்க முடிந்தது. கண்ணாடிக் கூரையுள்ள ஒரு வளையல் அருகே சென்றது. கண்ணாடிக் கூரையில் ஒரு இடத்தில் உள்ள துவாரத்தின் மூலம் உள்ளே இறங்கி அங்கே அமர்ந்திருந்தது.

“இங்கே இருப்பதற்கு மிகவும் நன்றாக இருக்கிறது!”

என்று தனக்குத்தானே சொல்லிக்கொண்டது உண்ணி.

உடனேயே அது உறங்கியும்விட்டது. விரைவிலேயே அது உறக்கத்தில் ஒரு கனவு கண்டது. சக்கரவர்த்தியின் அன்பிற்குரிய குதிரை தரையில் விழுந்துவிட்டது. அது தன் தங்க லாடங்களை உண்ணிக்குப் பரிசளிக்கிறது. அதுதான் அந்தக் கனவு! எவ்வளவு மகிழ்ச்சியான கனவு அது!

தூங்கி எழுந்த பிறகு உண்ணி, வளையலுக்கு வெளியே பார்த்தது. சுற்றிலும் உயரமான பனை மரங்கள் நின்றிருந்தன. சூரிய ஒளி அவற்றை மிகவும் அழகாக்குகிறது. கீழே பச்சைப் புல்வெளி விரிந்திருக்கிறது. அங்கே நிறையப் பூச்செடிகள் நிறைந்திருக்கின்றன. அவற்றில் தீபோலச் சிவந்த பூக்கள். மஞ்சள் நிறம் கலந்த பூக்கள். பனிபோன்ற வெண்ணிறப் பூக்கள்!

உண்ணி தனக்குள் சொல்லிக்கொண்டது:

“மிகவும் நல்ல செடிக் கூட்டம் இவை. இவை அழுகினால் எவ்வளவு சுவையாக இருக்கும்! முதல் தரமான ஒரு உணவுப் பிரதேசம்தான் இது! என் உறவினர்கள் யாராவது இங்கே

வாழக்கூடும். என்னோடு ஒன்றாக வாழத் தகுந்த யாராவது இங்கு இருக்கிறார்களா என்று பரிசோதிக்க வேண்டும். எனக்குச் சற்று அகங்காரம் உண்டு, நிச்சயமாக. அந்த அகங்காரம் குறித்தும் அகங்காரம் உண்டு!"

அது அங்கும் இங்கும் அலைந்து திரிந்தது. முன்பு பார்த்த அழகான கனவைப் பற்றியே நினைத்துக்கொண்டிருந்தது "சக்கரவர்த்தியின் சாகப்போகும் குதிரையைப் பற்றியும், தனக்குக் கிடைக்கப்போகும் தங்க லாடங்களைப் பற்றியும் நினைத்துக் கொண்டிருந்தது!"

திடீரென்று ஒரு கை உண்ணியைப் பிடித்து அங்கும் இங்கும் அசைத்தது.

அந்த இடத்தின் உரிமையாளரின் சிறிய மகனும், அவனது நண்பனும் அங்கே வந்திருந்தார்கள். அவர்கள் உண்ணியைப் பார்த்தார்கள். அதை வைத்துப் பொழுதுபோக்க அவர்கள் முற்பட்டார்கள். ஒருவன் உண்ணியை திராட்சை இலையில் வைத்து மூடி தன் காற்சட்டைப் பையில் வைத்துக்கொண்டான். உண்ணி அங்கே துள்ளித் துடித்துக்கொண்டிருந்தது. சிறுவன் அதை மேலும் அழுத்தினான். அசையாமல் இருக்க வேண்டும் என்று அறிவித்தது அந்த அழுத்தம். சிறுவன் தோட்டத்தின் பக்கத்தில் உள்ள கழிமுகத்தின் கரைக்குச் சென்றான். உண்ணியை உடைந்து கிடந்த ஒரு மரச் செருப்பில் வைத்தான். அந்த மரச் செருப்பில் பாய்மரமாக ஒரு கம்பைக் குத்தி வைத்தான். கம்பளி நூலால் உண்ணியை பாய்மரத்தில் கட்டினான். அப்படி உண்ணி ஒரு மாலுமியாகிவிட்டது. இனி நீர் வழியில் பயணம் செய்ய வேண்டியதுதான்!

கழிமுகம் அவ்வளவு விஸ்தாரமாக இல்லை. ஆயினும் உண்ணிக்கு அது ஒரு கடல்போலத் தோன்றியது. அது அப்படியே மல்லாந்து விழுந்துவிட்டது. கைகால்களைப்போட்டு அடித்துக்கொண்டது.

சிறிய மரச் செருப்புக் கப்பல் முன்னே சென்றது. அலைகள் அதை தள்ளிச் சென்றன. கரையிலிருந்து சற்று அகலும்போது என்ன நடந்தது? ஒரு சிறுவன் காற்சட்டையை மேலே ஏற்றிவிட்டுக்கொள்வான். தண்ணீரில் இறங்கிச் சென்று மரச் செருப்பைப் பிடிப்பான். அதை மீண்டும் கரை சேர்ப்பான். சற்று நேரம் அப்படிக் கடந்து சென்றபோது சிறுவர்களை வீட்டுக்காரர்கள் அழைத்தார்கள். மரச் செருப்புக் கப்பலை அப்படியே விட்டுவிட்டு சிறுவர்கள் கழிமுகத்திலிருந்து வீட்டுக்கு ஓடிச் சென்றார்கள். மரச் செருப்புக் கப்பல் கழிமுகத்திலிருந்து அகன்று அகன்று சென்றது. உண்ணிக்கு இது அபாயகரமான ஒரு நிலையாக இருந்தது. அது பாய்மரத்துடன் கட்டப்பட்டிருக்கிறதல்லவா!

ஒரு ஈ அதைச் சந்தித்தது.

அந்த ஈ சொன்னது:

"உண்ணியே, இப்போது பருவ நிலை எவ்வளவு நன்றாக இருக்கிறது! நான் இங்கு அமர்ந்து மகிழ்ச்சியாக வெயில் காய்ந்து கொண்டிருப்பேன். உனக்கும் மகிழ்ச்சியாகத்தான் இருக்கிறது அல்லவா? "

உண்ணி பதில் சொன்னது:

"ஈயே, நீ விஷயம் தெரியாமல் பேசிக்கொண்டிருக்கிறாய். நான் ஒரு கைதியாக இருப்பதை நீ கவனிக்கவில்லையா?"

"ஆனால் நான் கைதி இல்லை அல்லவா?" என்று சொல்லி ஈ பறந்து சென்றது.

உண்ணி முணுமுணுத்தது:

"இப்போது எனக்கு உலகத்தின் போக்கு புரிந்துவிட்டது. இந்த உலகம் மிகவும் கெட்ட உலகம். இங்கே நான் மட்டுமே நல்லவனாக இருக்கிறேன். மனிதர்கள் எனக்கு தங்க லாடம் தரவில்லை. நான் தண்ணீரில் ஊறிய துணியின் மடிப்புகளில் இருக்க வேண்டி வந்தது. சில உண்ணிகள் சேர்ந்து ஒரு மனைவியை என் தலையில் கட்டின. ஆனால் நான் அவளைவிட்டு விசாலமான உலகத்திற்குப் பறந்து சென்றேன். வாழ வழிதேடி அங்கும் இங்கும் அலைந்தேன். அப்போது இதோ, மனிதச் சிறுவர்கள் வருகிறார்கள். என்னை இப்படி இங்கே கட்டிப்போடுகிறார்கள். கழிமுகத்தில் தள்ளிவிடுகிறார்கள். அதே நேரம் சக்கரவர்த்தியின் அன்பிற்குரிய குதிரையோ? அது கர்வத்துடன் தங்க லாடங்கள் அணிந்து தத்தித் தத்தி நடக்கிறது. அந்தக் குதிரையின் நடைதான் மற்ற எல்லாவற்றைவிடவும் எனக்குக் கோபமூட்டுகிறது. ஆனால் ஒரு விஷயம் இருக்கிறது. இந்த உலகத்தில் யாரும் அனுதாபத்தை எதிர்பார்க்கக் கூடாது. ஆரம்பத்திலெல்லாம் என் வாழ்க்கை சுவாரஸ்யமாகத்தான் இருந்தது. ஒத்துக்கொள்கிறேன். ஆனால் யாருக்கும் தெரியாதவரை அதனால் என்ன பயன்? சரியாகச் சொன்னால், என் வாழ்க்கைக் கதையைத் தெரிந்துகொள்வதற்கு இந்த உலகத்திற்குத் தகுதி இல்லை! சக்கரவர்த்தியின் குதிரைக்கு தங்க லாடம், எனக்கு எதுவும் கிடைக்கவில்லை. கிடைத்திருந்தால் நான் குதிரை லாயத்தை அலங்கரித்திருப்பேன். இப்போது, குதிரை லாயத்திற்கு மட்டும் அல்ல, இந்த உலகத்திற்கே நான் இழப்பு! ஐயோ, எல்லாம் முடிந்துவிட்டது!"

உண்மையில் எல்லாம் முடியவில்லை. ஒரு படகு, அந்த மரச் செருப்புக் கப்பலின் அருகே வந்தது. படகில் சிறுமிகள் இருந்தார்கள்.

ஒருத்தி உரக்கச் சொன்னாள்:

“அதோ பாருங்கள், ஒரு பழைய மரச் செருப்பு மிதந்து செல்கிறது!”

இன்னொரு சிறுமி சொன்னாள்:

“அதில் ஏதோ ஒரு சிறிய பிராணி கட்டப்பட்டிருக்கிறதல்லவா!”

படகு, உண்ணி இருக்கும் மரச் செருப்புக் கப்பலின் அருகே வந்தது. சிறுமிகள் குனிந்து அப்படியே மரச் செருப்புக் கப்பலை எடுத்தார்கள். ஒருத்தி பையிலிருந்து ஒரு கத்தி எடுத்து உண்ணியின் கட்டை அவிழ்த்துவிட்டாள். கரைக்கு வந்த பிறகு அவள் உண்ணியைத் தரைப் புல்லில் வைத்துச் சொன்னாள்:

“உண்ணியே, உன்னால் முடியும் என்றால் ஊர்ந்து போ. இல்லையென்றால் பறந்து போ. சுதந்திரம் மிகவும் உயர்வானது, தெரிந்ததா!“

உண்ணி எழுந்து நெடுந்தொலைவு பறந்தது. அரண்மனையை அடைந்து சன்னலின் உள்ளே சென்றது. ஒரு இடத்திற்குச் சென்று களைத்து அமர்ந்தது. எங்கே அமர்ந்தது? சக்கரவர்த்தியின் அன்பிற்குரிய குதிரையின் பிடரி ரோமத்தில்!

சற்று நேரம் அங்கு அமர்ந்து களைப்பு நீங்கிய பிறகு உண்ணி தனக்குள் சொல்லிக்கொண்டது:

“இதோ, நான் சக்கரவர்த்தியின் அன்பிற்குரிய குதிரையின் மீது அமர்ந்திருக்கிறேன், சக்கரவர்த்தியைப்போல! நான் என்ன நினைத்துக்கொண்டிருந்தேன் என்று மறந்துவிட்டதே. சரி, சரி இப்போது நினைவு வந்துவிட்டது. குதிரைக்கு எதற்காக தங்க லாடங்கள் கொடுத்தார்கள் என்று அந்தப் பொற்கொல்லர் கேட்டார் அல்லவா? என்னை நினைத்துதான் கொடுத்திருக்கிறார்கள். அது இப்போதுதான் எனக்குப் புரிந்தது!”

அப்போது உண்ணியின் மனக்கலக்கம் தீர்ந்திருந்தது. சூரியக் கதிர்கள் லாயத்திற்குள் நுழைந்தன. ஒளி உண்ணியின் மீதும் பதிந்தது. லாயத்தில் ஒளி பரவியது.

உண்ணி நினைத்தது:

“பொதுவாகச் சொன்னால், இந்த உலகம் அவ்வளவு மோசம் ஒன்றும் இல்லை. மாறிக்கொண்டிருக்கும் நிலைமைகளை எதிர்கொள்ளத் தெரிந்திருக்க வேண்டும். அவ்வளவுதான்!”

■

19

கணவன் செய்வதெல்லாம் சரி!

நான் குழந்தையாக இருந்த போது எனக்குச் சொன்ன கதையை நான் உங்களுக்குச் சொல்கிறேன்.

அந்தக் கதையைப் பற்றி ஒவ்வொரு முறை யோசிக்கும்போதும் அது மிகவும் நல்ல கதை என்று எனக்குத் தோன்றுகிறது. சில மனிதர்களைப் போலத்தான் கதைகளும். காலம் செல்லச் செல்ல மேலும் சிறப்படைகின்றன.

நீங்கள் அந்த நாட்டுப்புறத்திற்குச் சென்றிருக்கிறீர்கள் என்று நான் நினைக்கிறேன். அந்தப் பழைய விவசாய நிலத்தில் உள்ள வீட்டையும் பார்த்திருப்பீர்கள் என்றும் எனக்குத் தோன்றுகிறது. வைக்கோல் வேய்ந்த வீடு அது. மேலே பாசியும், சில சிறிய செடிகளும் வளர்கின்றன. கூரையின் மேலே ஒரு கொக்குக் கூட்டையும் பார்க்கலாம். வீட்டின் சுவர்கள் சரிந்திருக்கின்றன. திறக்கக்கூடிய சன்னல் ஒன்று மட்டும்தான் இருக்கிறது. வேலிக்கு மேலே ஒரு மரம் சாய்ந்து கிடக்கிறது. பக்கத்தில் ஒரு சிறிய குளம் இருக்கிறது. கொஞ்சம் வாத்துகள் குளத்தில் நீந்திக் குளிக்கின்றன. காவல் காக்கும் ஒரு நாய் உண்டு. அந்த நாய் யாரைப் பார்த்தாலும் குரைக்கும்.

அந்த வீட்டில் ஒரு முதிய விவசாயியும், அவர் மனைவியும் வாழ்ந்து வந்தார்கள். மிகவும் விஸ்தாரமாக இருந்தது அவர்களது தோட்டம். வேண்டுமென்றால் கைவிடக்கூடிய ஒன்று அவர்களுக்கு இருந்தது. அதாவது ஒரு குதிரை. பாதையின் இருபுறங்களிலும் வளர்ந்திருந்த புற்கள்தான் அந்தக் குதிரையின் உணவு. அந்தக் குதிரையின் மீது அமர்ந்துதான் விவசாயி பட்டணத்துக்குப் போய்வந்தார். எப்போதாவது அண்டைஅயலார்கள் குதிரையை இரவல் வாங்குவார்கள். அதற்குப் பதிலாக விவசாயிக்கு ஏதாவது உதவி செய்வார்கள். ஆயினும் அவர்கள் எல்லோரும் ஒரு கருத்தைக் கொண்டிருந்தார்கள். ஒன்று விவசாயி குதிரையை விற்க வேண்டும். இல்லையென்றால் மற்ற எந்தப் பொருளுக்காவது குதிரையைப் பண்டமாற்று செய்து கொள்ள வேண்டும். ஆனால் எந்தப் பொருளுக்கு குதிரையைக் கொடுப்பது? அது மட்டும் அவர்களுக்குப் புரியவில்லை.

மனைவி, கணவனிடம் சொன்னாள்:

“இன்று நாள் நன்றாக இருக்கிறது. நீங்கள் பட்டணத்திற்குச் சென்று குதிரையை விற்றுக் காசாக்க வேண்டும். இல்லையென்றால் எந்தப் பொருளுக்காவது அதைப் பண்டமாற்று செய்துகொள்ள வேண்டும். நீங்கள் எது செய்தாலும் எனக்குச் சம்மதம்தான்.”

முதியவள், பயணத்திற்கான துணிகளை கணவனிடம் கொடுத்தாள். விவசாயி, விற்கப்படப்போகும் அல்லது பண்ட மாற்று செய்யப்படப்போகும் தன் குதிரையில் ஏறி பயணம் சென்றார். அந்தக் குதிரையை என்ன செய்ய வேண்டும் என்று அவர்தானே முடிவு செய்ய வேண்டும்!

வெப்பமான வெயிலாக இருந்தது. ஆகாயத்தில் ஒரே ஒரு மேகம்கூட காணப்படவில்லை. வண்டிகளிலும், குதிரைகளிலும், நடந்தும் நிறைய மனிதர்கள் சென்றுகொண்டிருக்கிறார்கள். அதனால் பாதையிலிருந்து தூசுப்படலம் எழுந்து பறக்கிறது. வெளியிலிருந்து விலகி சற்று நிழலில் நிற்கலாம் என்றால் அங்கே அப்படி ஒரு இடமும் இல்லை.

அங்கே சென்றுகொண்டிருந்தவர்களில், ஒரு பசுவின் கழுத்தில் கயிறு கட்டி அழைத்துச் செல்லும் ஒருவனும் இருந்தான்.

அந்தப் பசு மிகுந்த அழகாக இருந்தது.

விவசாயி யோசித்தார்:

“இது நிறையப் பால் உள்ள பசு. அதை நான் உறுதியாகச் சொல்ல முடியும். என் குதிரையை இந்தப் பசுவுக்கு மாற்றிக் கொண்டால் பயனுள்ளதாக இருக்கும்.”

விவசாயி, பசுவின் உரிமையாளரிடம் பேசினார்:

“சகோதரா, நான் ஒரு விஷயம் சொல்கிறேன். பசுவைவிட விலையுயர்ந்தது குதிரை என்று நான் நம்புகிறேன். அதை நான் பொருட்படுத்தவில்லை. எனக்கு அதிகமாகப் பயன்படக்கூடியது பசுதான். உங்களுக்குச் சம்மதம் என்றால் நாம் இவற்றை மாற்றிக்கொள்ளலாம்.”

“நிச்சயமாக எனக்குச் சம்மதம்தான்!” என்றான் பசுவின் உரிமையாளன்.

அப்படி அந்த பண்டமாற்று நடந்தது.

அதற்குப் பிறகு விவசாயி வீட்டுக்குத் திரும்பிச் சென்றிருக்க வேண்டும். ஏனென்றால் அவன் வந்த வேலை நடந்துவிட்டது அல்லவா. ஆனால் பட்டணத்திற்குச் செல்ல வேண்டும் என்று முன்பே முடிவு செய்திருந்ததால், அவர் பட்டணத்தை நோக்கி

நடந்தார். அங்கே வேடிக்கைக் காட்சிகள் பலவற்றைப் பார்க்கலாம் அல்லவா! அவர் புதிதாகக் கிடைத்த பசுவையும் கொண்டு சென்றார்.

சற்று நேரத்திற்குப் பிறகு அவர், ஒரு ஆட்டைக் கொண்டு செல்லும் ஒரு மனிதனைச் சந்தித்தார். நன்கு பருத்த ஆடாக இருந்தது அது. அதன் மேல் முதல் தரமான கம்பளி ரோமங்களும் இருந்தன. விவசாயி சிந்தித்துப் பார்த்தார்:

"இந்த ஆடு எனக்குக் கிடைத்தால் பரவாயில்லை. இது என் வேலிக்கருகில் உள்ள நிறைய பச்சிலைகளைத் தின்னலாம். குளிர் காலத்தில் அதை அறைக்குள் தங்க வைக்கலாம். இந்தப் பசுவை எடுத்துக்கொண்டு ஆட்டைக் கொடுத்தால் எனக்கு மிகவும் பயன்படும்."

விவசாயி ஆட்டின் உரிமையாளனிடம் கேட்டார்:

"சகோதரா, நாம் இந்த பசுவையும் ஆட்டையும் மாற்றிக் கொள்ளலாமா?"

ஆட்டின் உரிமையாளன் சம்மதத்தைத் தெரிவித்தான். அந்தப் பண்டமாற்று வியாபாரமும் நல்ல முறையில் நடந்தது. விவசாயி ஆட்டை நடத்தியபடி தன் பயணத்தைத் தொடர்ந்தார்.

விரைவிலேயே ஒருவன் வயலிலிருந்து பாதைக்கு ஏறினான். அவன் குண்டான ஒரு வாத்தை தன் கையில் வைத்திருந்தான். நம் விவசாயி அவனிடம் சென்று சொன்னார்:

"சகோதரா, உங்கள் வாத்து குண்டாக இருக்கிறது. அது மட்டும் அல்ல, அதற்கு நிறைய இறகுகள் இருக்கிறது, மிகவும் சதைப் பற்றாகவும் இருக்கிறது. என் வீட்டுக்குப் பக்கத்தில் உள்ள குளத்தில் அது நீந்துவதைப் பார்ப்பதற்கு சுவாரஸ்யமாக இருக்கும். என் மனைவிக்கும் இந்த வாத்து பயன்படும். வாத்து முட்டைகளை விற்று அவள் கொஞ்சம் பணமும் சம்பாதிக்கலாம் அல்லவா! நமக்கு ஒரு வாத்து இருந்தால் நன்றாக இருக்குமே என்று அவள் எத்தனை முறை என்னிடம் சொல்லியிருக்கிறாள். என்ன, நாம் இந்த ஆட்டையும் வாத்தையும் மாற்றிக்கொள்ளலாமா? உங்கள் வாத்துக்குப் பதிலாக நான் என் ஆட்டைத் தருகிறேன்! அது மட்டுமல்ல, நான் உங்களுக்கு நன்றியும் சொல்வேன்!"

இந்த யோசனைக்கு வாத்துக்காரனிடமிருந்து எந்த எதிர்ப்பும் இல்லை. மூன்றாம் முறையாக பண்டமாற்று வியாபாரம் நடந்தது. விவசாயி அந்த வாத்தின் உரிமையாளர் ஆனார்.

அப்போது அந்த விவசாயி பட்டணத்தின் எல்லையை அடைந்திருந்தார். பிரதானத் தெருவில் மக்கள் கூட்டம் அதிகமாக

இருக்கிறது. மனிதர்களும், கால்நடைகளும் அவசர அவசரமாக முன்னோக்கிச் செல்வதை அவர் பார்த்தார். எல்லையில், நகரத்திற்குள் வருவதற்கான நுழைவுக்கட்டணம் வசூலிக்கும் அதிகாரிக்கு உருளைக்கிழங்கு வயல் உண்டு. அங்கே அவரது ஒரு கோழி அங்கும் இங்கும் சுற்றி நடந்துகொண்டிருந்தது. கோழியின் ஒரு காலில் நீண்ட ஒரு நூல் கட்டி பிணைக்கப்பட்டிருக்கிறது. மக்கள் கூட்டத்தைக் கண்டு பயந்து கோழி ஓடிப்போகாமல் இருப்பதற்காகத்தான் அந்த ஏற்பாடு. கோழியின் வாலில் இருந்த இறகுகள் குட்டையாக இருந்தன. கோழிக்கு ஒரே சமயத்தில் இரண்டு கண்களையும் இமைக்கிற வழக்கம் உண்டு. அதைப் பார்த்தால் அந்தக் கோழி மிகவும் திறமையான கோழியாக இருக்கும் என்று தோன்றும். அது, கொக்கரக்கோ என்று கூவியது. அந்த நேரத்தில் அது என்ன நினைத்துக்கொண்டிருந்தது என்று எனக்குத் தெரியவில்லை. ஆனால் நம் விவசாயி இப்படி நினைத்தார்:

"என் வாழ்க்கையில் நான் இதுவரை பார்த்ததிலேயே மிகவும் நல்ல கோழி இதுதான். இது நம் பாதிரியின் கோழியைவிட உயர்ந்த தரமான கோழியாகும். எனக்கு இது கிடைத்தே ஆக வேண்டும். கோழியாக இருப்பதால் அது தானாகவே தனக்கான உணவைத் தேடிக்கொள்ளும். தன் காரியங்களைத் தானே பார்த்துக்கொள்ளும். என் வாத்துக்குப் பதிலாக இந்தக் கோழி கிடைத்தால் நன்றாக இருக்கும்."

விவசாயி, சுங்க அதிகாரியிடம் கேட்டார்:

"நாம் இவை இரண்டையும் மாற்றிக் கொள்ளலாமா?"

சுங்க அதிகாரி பதில் சொன்னான்:

"மாற்றிக்கொள்வது பெரிய தவறு ஒன்றும் அல்லவே!"

விவசாயி வாத்தைக் கொடுத்துக் கோழியை வாங்கினார்.

இதற்குள் விவசாயி பல வேலைகள் செய்துவிட்டார் அல்லவா. அதனால் அவர் களைத்துப் போனார். மிகவும் வெப்பமாகவும் இருந்தது. ஏதாவது உண்டு, குடிக்க வேண்டும். அவர் ஒரு சத்திரத்தை அடைந்தார். சத்திரத்தின் உரிமையாளன் வெளியே வந்தான். அவன் ஒரு சாக்கு மூட்டையும் கையில் வைத்திருந்தான்.

விவசாயி கேட்டார்:

"சகோதரா, நீங்கள் உங்கள் சாக்கு மூட்டையில் என்ன வைத்திருக்கிறீர்கள்?"

"இந்தச் சாக்கு நிறைய அழுகிய ஆப்பிள்கள் இருக்கின்றன. இவற்றைப் பன்றிகளுக்குப் போட வேண்டும்."

“ ஓ, இது வீண் வேலையல்லவா? இந்தச் சாக்கில் உள்ளதையெல்லாம் எடுத்துச் சென்று என் மனைவிக்குக் கொடுக்க எண்ணுகிறேன். கடந்த வருடம் என் வீட்டில் உள்ள பழைய ஆப்பிள் மரத்தில் ஒரே ஒரு காய்தான் காய்த்தது. நாங்கள் அந்தக் காயை அலமாரியில் வைத்தோம். பிறகு அது அழுகி வீணாகிவிட்டது. ஆயினும் அது நம் ஆப்பிள் அல்லவா என்று என் மனைவி சொன்னாள். ஒரு சாக்கு நிறைய நம் ஆப்பிள்கள் கிடைப்பதற்கு அவளுக்கு இதுதான் வாய்ப்பு. நான் உங்களிடம் உள்ள இந்த அழுகிய ஆப்பிள்களை எடுத்துச் செல்கிறேன்.”

“இதற்குப் பதிலாக நீங்கள் எனக்கு எனக்கு என்ன தருவீர்கள்?”

“நான் என் கோழியைத் தருகிறேன்!”

அப்படி விவசாயி, கோழியைக் கொடுத்து, ஒரு சாக்கு நிறைய அழுகிய ஆப்பிள் பழங்களை வாங்கினார். அவர் மூட்டையை சத்திரத்தின் சமையலறையில், அடுப்பின் அருகில் வைத்தார். பிறகு உணவுக்கூடத்திற்குச் சென்றார். அடுப்பில் தீ எரிவதை அவர் கவனிக்கவில்லை. உணவுக்கூடத்தில் குதிரை வியாபாரியும், காளை வியாபாரியும் மற்றவர்களும் இருந்தார்கள். அவர்களில் இரண்டு ஆங்கிலேயர்களும் இருந்தார்கள். பணக்காரர்களான அந்த ஆங்கிலேயர்களின் பை நிறைய தங்க நாணயங்கள் இருந்தன. அவர்கள் பணம் பந்தயம் வைத்து விளையாடுபவர்களும்கூட.

“ச்! ச்! ச்!” சமையலறையிலிருந்து வரும் இந்தச் சத்தம் என்ன?

அழுகிய ஆப்பிள் பழங்கள் தீயில் கருகும் சத்தம்.

ஆங்கிலேயர்கள் உரக்கக் கேட்டார்கள்:

“என்ன இது?”

விவசாயி சொன்னார்:

“உங்களுக்குத் தெரியுமா சார்? நான்...”

அவர் பசுவுக்காக குதிரை மாற்றிக் கொண்டது முதல் , அழுகிய ஆப்பிள் பழங்கள் வாங்கியது வரையிலான செயல்களை விரிவாகச் சொன்னார். அவர் சொல்லி முடித்தும் ஒரு ஆங்கிலேயன் சொன்னான்:

“நீங்கள் வீட்டுக்குச் செல்லும்போது உங்கள் மனைவி உங்களுக்கு நல்ல பரிசு தருவார்கள்! உங்கள் இருவருக்கும் இடையில் பெரிய சண்டை ஏற்படும். இது நிச்சயம்!”

ஆனால் விவசாயி அதை ஏற்றுக்கொள்ளவில்லை. அவர் மறுத்தார்:

"நீங்கள் அப்படியா சொல்கிறீர்கள்? நான் செய்த காரியங்களுக்காக என் மனைவி என்னிடம் சண்டைபோடுவாள் என்றா சொல்கிறீர்கள்? நீங்கள் சொல்வது தவறு. நான் என்ன செய்தாலும் அவள் அதை மனப்பூர்வமாக ஏற்றுக்கொள்வாள்!"

ஆங்கிலேயனும் விடவில்லை:

"நாம் பந்தயம் வைப்போம். நூறு தங்க நாணயங்கள்!"

விவசாயி, "நூறு ஒன்றும் வேண்டாம். சிறிய தொகை போதும்" என்றார்.

ஆங்கிலேயன் சம்மதித்தான். சத்திர உரிமையாளன் வண்டி ஏற்பாடு செய்தான். அவனும், ஆங்கிலேயனும், விவசாயியும் வண்டியில் ஏறினார்கள். எல்லோரும் விவசாயியின் வீட்டை அடைந்தார்கள்.

விவசாயியை அவர் மனைவி அன்புடன் வரவேற்றாள்.

ஆங்கிலேயனும், சத்திர உரிமையாளனும் மறைந்திருந்து கேட்டுக்கொண்டிருக்க, விவசாயியும் அவர் மனைவியும் உரையாடினார்கள்:

"நான் பண்டமாற்று முறையில் வியாபாரம் செய்தேன்!"

"நீங்கள் என்ன செய்தாலும் அது சரியாகத்தான் இருக்கும் என்று எனக்குத்தான் நன்றாகத் தெரியுமே!"

"நான் குதிரையைக் கொடுத்து ஒரு பசுவை வாங்கினேன்."

"கடவுளுக்கு நன்றி! நமக்கு இனி நல்ல பால் கிடைக்கும் அல்லவா. நம் மேசையில் நிறைய வெண்ணெயும், பால் கட்டியும் இருக்கும். நீங்கள் இப்படிச் செய்தது மிகவும் நல்லதுதான்!"

"நான் பசுவைக் கொடுத்து ஒரு ஆட்டை வாங்கினேன்."

"ஓ! அது மிகவும் சிறந்த செயல். நீங்கள் எதைச் செய்தாலும் நன்றாக யோசித்துத்தான் செய்வீர்கள். ஒரு ஆடு மேய்வதற்கான இடம் நமக்கு இருக்கிறதல்லவா. ஆட்டின் பால், கம்பளி ரோமத்தால் ஆன உடை எல்லாம் நமக்குக் கிடைக்கும். இதையெல்லாம் ஒரு பசு நமக்குத் தராது."

"பார், நான் ஆட்டைக் கொடுத்துவிட்டு ஒரு வாத்து வாங்கினேன்."

"அப்படியா? அப்படியென்றால் நாம் இந்த வருடம் வாத்துக் கறி பொரித்துத் தின்னலாம் அல்லவா! எனக்கு எது பிடிக்குமோ அதைத்தான் நீங்கள் எப்போதும் செய்வீர்கள்! கொஞ்சம் நாள் வாத்தை சணலால் கட்டி வைப்போம். அது அங்கும் இங்கும் நடக்கட்டும். கொஞ்சம் கொஞ்சமாக அதன் உடல் பருமனாகும். கடைசியில் நாம் அதைப் பொரித்துத் தின்போம்!"

“ஆனால், நான் வாத்தைக் கொடுத்து கோழி வாங்கி விட்டேனே!”

“என்ன, கோழியா? இதைவிட நல்ல பண்ட மாற்று வியாபாரம் இருக்க முடியாது. கோழி முட்டைகள் இடும். அந்த முட்டைகளிலிருந்து கோழிக் குஞ்சுகள் வெளிவரும். நாம் கொஞ்சம் கொஞ்சமாக ஒரு பெரிய கோழிப் பண்ணை வைப்போம்! இப்படிச் செய்ய வேண்டும் என்றுதான் நான் வெகு காலமாக யோசித்துக்கொண்டிருந்தேன்!”

“ஆனால், நான் ஒரு மூட்டை நிறைய அழுகிய ஆப்பிள்களை வாங்கிக்கொண்டு கோழியைக் கொடுத்துவிட்டேன்!”

“நான் ஒன்று சொல்கிறேன். நீங்கள் காலையில் இந்த இடத்தைவிட்டுச் சென்றீர்கள் அல்லவா? அப்போதிருந்து நான் யோசித்துக்கொண்டிருக்கிறேன். என்ன யோசித்துக்கொண்டிருந்தேன் தெரியுமா? உங்களுக்கு நல்லதாக ஏதாவது தரவேண்டும் என்று நினைத்துக்கொண்டிருந்தேன். அதாவது, வாசனைப் பொருட்கள் சேர்த்த பலகாரம்! இங்கே முட்டையும் பன்றியிறைச்சியும் இருந்தன. ஆனால் வாசனைப் பொருள் இல்லை. அந்தப் பள்ளிக்கூட வாத்தியார் வீட்டில் அவை இருக்கின்றன என்று எனக்குத் தெரியும். வாத்தியாரின் மனைவி பார்ப்பதற்கு நன்றாகத்தான் இருப்பாள். ஆனால் அவளிடம் சற்று அற்பத்தனமும் உண்டு. கொஞ்சம் பட்டை கிராம்பு ஏலக்காய் கொடுக்கும்படி நான் அவளிடம் கேட்டேன். அதற்கு அவள் என்ன சொன்னாள் தெரியுமா? அவளுடைய தோட்டத்தில் வாசனைப் பொருட்கள் அல்ல, அழுகிய ஒரு ஆப்பிள் பழம்கூட விளைவதில்லையாம்! அதனால் எனக்கு ஒரு அழுகிய ஆப்பிள் பழம் தரக்கூட தன்னால் இயலாது என்று சொன்னாள்! இப்போது எனக்கு ஒன்றல்ல, ஒரு மூட்டை நிறைய அழுகிய ஆப்பிள் பழங்கள் இருக்கின்றன. இது எனக்கு எவ்வளவு மகிழ்ச்சியளிக்கிறது தெரியுமா?”

ஆங்கிலேயனும், சத்திரத்தின் உரிமையாளனும் மறைந்திருந்து இந்த உரையாடலைக் கேட்டுக்கொண்டிருந்தார்கள் அல்லவா, அவர்கள் தங்களுக்குள் பேசிக்கொண்டார்கள்:

“இவர்கள் எப்போதும் நஷ்டத்தைத்தான் அனுபவிக்கிறார்கள். ஆனாலும் சந்தோஷமாக இருக்கிறார்கள். சந்தோஷம்தான் பணத்தைவிடப் பெரிது!”

ஆங்கிலேயன், விவசாயிக்குக் கொஞ்சம் தங்க நாணயங்களைப் பரிசளித்தான்.

தன் கணவருக்கு தன்னைவிட அறிவு உண்டு. அவர் செய்வதெல்லாம் சரியாகத்தான் இருக்கும் என்று ஒரு பெண் நம்புவதும் சொல்வதும் நல்லதுதான்! ஆனால், கணவனுக்கும் தன் மனைவி மீது இதே போன்ற நம்பிக்கையும் அன்பும் இருக்க வேண்டும்.

■

20

மச்சக் கன்னி

கடலின் மேற்பரப்பு நீலமலரின் நிறத்தில் இருந்தது. கண்ணாடியைப்போலத் தெளிவாக இருந்தது அது. ஆனால் மிக மிகவும் ஆழம் கொண்டது அந்தக் கடல். நூல் விட்டு அளக்க முடியாத அளவு ஆழம் உண்டு. அடியிலிருந்து ஒன்றின் மேல் ஒன்றாக நிறைய மாளிகைகளை அடுக்கி வைத்தால்தான் கடலின் மேற்தளத்தை அடைய முடியும். கடலுக்கு மிகவும் அடியில் கடல் மக்கள் வசிக்கிறார்கள்.

கடல் மக்கள் இருக்கும் இடத்தில் வெறும் மணல்தான் இருக்கும், வேறொன்றும் இருக்காது என்று நீங்கள் நினைத்துவிடாதீர்கள். அபூர்வமான பூக்களும், செடிகளும் அங்கு வளர்கின்றன. தண்ணீர் லேசாக அசைந்தால் போதும், உடனே செடிகளும், தண்டுகளும், இலைகளும் அசையும். அவ்வளவு சுலபமாக அவை வளைந்து நெளியக்கூடியவை. பறவைகள் மரக்கிளைகளினூடே செல்வதுபோல, அவற்றிற்கிடையே சிறிய பெரிய மீன்கள் அமைதியாக அங்கும் இங்கும் சென்றுகொண்டிருக்கும். ஆழமான ஒரு இடத்தில் கடல் அரசனின் அரண்மனை இருக்கிறது. அரண்மனையின் சுவர்கள் பவழப் புற்றுகளால் கட்டப்பட்டிருந்தன. உயரத்தில் உள்ள சன்னல்கள் பவழங்களால் அமைக்கப்பட்டிருந்தன. சிப்பிகளால் மேற்கூரை அமைக்கப்பட்டிருந்தது. நீர்ப் போக்குக்கு ஏற்றபடி அந்தச் சிப்பிகள் திறந்து மூடுகின்றன. அற்புதமான அழகுடையவை அந்தச் சிப்பிகள். ஒவ்வொரு சிப்பிக்குள்ளும் ஒளிரும் முத்துக்கள் உண்டு. அவற்றில் ஒரு முத்தை மட்டும் பதித்தால் போதும், ஒரு ராணியின் கிரீடம் விலைமதிக்க முடியாத ஒன்றாகிவிடும்.

பல்லாண்டுகளுக்கு முன்பே கடல் அரசனின் மனைவி இறந்துவிட்டாள். இப்போதெல்லாம் அரசனின் அம்மாதான் அரண்மனைக் காரியங்களைக் கவனித்து வந்தார்கள். அம்மா மிகவும் திறமையானவர்கள். அவர்கள் தன் வாலில் பன்னிரண்டு முத்துக்களை அணிந்திருந்தார்கள். தன் உயர்வைக் காட்டிக்கொள்ள வேண்டும் என்று பெரிதும் விரும்பினார்கள் அவர்கள். மற்ற பெண்களுக்கெல்லாம் தங்கள் வாலில் ஆறு முத்துக்களை அணிந்துகொள்வதற்கான

உரிமைதான் அளிக்கப்பட்டிருந்தது. அந்த ஒரு குறையைத் தவிர்த்துவிட்டால் மற்றபடி அரசனின் அம்மா பாராட்டுக் குரியவர்கள்தான். குறிப்பாக தன் பேத்தியான சின்னக் கடல் இளவரசியின் மீது அவர்கள் பேரன்பு கொண்டிருந்தார்கள். ஆறு இளவரசிகள் இருந்தார்கள். எல்லோரும் அழகிகள்தான். ஆனால் அந்த ஆறு இளவரசிகளில் அபூர்வ அழகு பெற்றிருந்தது ஆறாவது இளவரசிதான். ரோஜாவின் இதழ்களைப்போன்று மென்மையாக இருந்தது அவள் சருமம். அவள் கண்கள் ஆழக்கடலின் நீலநிறத்தைக் கொண்டிருந்தன. அவளுக்குக் கால்கள் இல்லை. மற்றவர்களைப்போல அவளின் உடலின் கீழ்ப்பாகம் மீன் வடிவத்தில் இருந்தது.

பகல் முழுதும் கடல் இளவரசிகள் அரண்மனையின் விசாலமான உட்புறங்களில் விளையாடிக்கொண்டிருப்பார்கள். உட்புறங்களில் உள்ள சுவர்களின் விரிசல்களில் பூக்கள் மலர்ந்திருக்கும். பவழ சன்னல்களைத் திறக்கும்போது என்ன நடக்கும்? அவற்றின் வழியே மீன்கள் நீந்தி உள்ளே வரும். நம் சன்னல்களின் வழியே குருவிகள் உள்ளே வருவது உண்டல்லவா, அதுபோலத்தான். மீன்கள் இளவரசியின் அருகே செல்லும். அவளின் கைகளிலிருந்து உணவு உண்ணும். அவள் மீன்களை அன்புடன் தடவுவாள்.

அரண்மனைக்கு வெளியே பரந்து விரிந்த ஒரு பூங்கா இருக்கிறது. அங்கே கடும் நீல நிறத்திலும், கடும் சிவப்பு நிறத்திலும் பூக்கள் மலர்ந்து நிறைந்திருக்கின்றன. சில பூக்கள் தீச்சுடரைப் போலவும், மற்ற சில பூக்கள் தங்கத்தைப்போலவும் ஒளிர்கின்றன. செடிகளும், இலைகளும், கிளைகளும் எப்போதும் அசைந்துகொண்டிருக்கின்றன. தரையில் அருமையான மணல். அந்த மணல் நீல நிறத்தில் இருந்தது. அங்குள்ள எல்லாமும் அபூர்வமான நீல அழகுடன் இருந்தன. நாம் அங்கு இருந்தால், கடலின் ஆழத்தில் அல்ல, மாறாக ஆகாயமாகிற மேலாடை உள்ள வாயு மண்டலத்தில்தான் நாம் இருக்கிறோம் என்று நமக்குத் தோன்றும். கடல் அமைதியாக இருக்கும்போது மேலே இருக்கும் சூரியனைப் பார்க்கலாம். அது வெளிச்சம் வீசும் ஒரு சிவப்புப் பூ போன்று இருக்கும்.

பூங்காவில், சிறிய இளவரசிகள் ஒவ்வொருவருக்கும் அவர்களுக்குச் சொந்தமான பகுதிகள் இருந்தன. அங்கு அவள் விருப்பப்படி தரையைத் தோண்டலாம். செடிகள் நடலாம். ஒருத்தி தன் பூந்தோட்டத்தை திமிங்கலத்தின் வடிவில் அமைத்திருந்தாள். இன்னொருத்தி தன் தோட்டத்தை கடற்கன்னியின் உருவத்தில் அமைத்திருந்தாள். அவர்களில் இளையவள் சூரியனைப்போல வட்ட வடிவான தோட்டத்தை அமைத்தாள். அதில் உள்ள பூக்கள் சூரியனைப்போலவே ஜொலிக்கும் சிவப்பு நிறத்தில் இருந்தன.

அந்தக் கடைசி இளவரசி அமைதியானவள். மிகவும் நல்லவள். அவளது சகோதரிகள் மூழ்கிய கப்பல்களிலிருந்து எடுத்த அழகான பொருட்களைக் காட்டுவார்கள். ஆனால், கடைசி இளவரசி, சிவப்புப் பூக்களையும், ஒரு பளிங்குச் சிலையையும் வைத்துக்கொண்டு திருப்தியடைந்தாள். அந்தப் பளிங்குச் சிலை அழகான ஒரு இளைஞனின் சிலை. மூழ்கிய ஒரு கப்பலிலிருந்து கிடைத்தது அது. அவள் அதன் அருகே ஒரு வித பூமரத்தை நட்டு வளர்த்தாள். பூமரம் வளர்ந்து, சிலையின் மீது தன் நீலநிறக் கிளைகளைத் தொங்கவிட்டிருந்தது. கிளைகளின் நிழல்களும் நீலநிறத்தில் இருந்தன. கிளைகள் அசைந்தபோது நிழல்களும் அசைந்தன. கிளைகளின் முனைகளும், மரத்தின் வேர்களும் ஒன்றை ஒன்று தொட்டு விளையாடிக் கொண்டிருக்கின்றனவோ என்று தோன்றும். அவை ஒன்றை ஒன்று முத்தமிட விரும்புவதாகவும் நமக்குத் தோன்றும்.

தாங்கள் வாழும் கடலுக்கு மேலே மனிதர்கள் வாழும் உலகம் இருக்கிறதல்லவா, அந்த உலகைப் பற்றிய விவரங்களைக் கேட்பதற்கு இளைய இளவரசி பெரிதும் விரும்புவாள். வேறு எதையும் அவள் இந்தளவு விரும்புவதில்லை. கப்பல்கள், நகரங்கள், மனிதர்கள், விலங்குகள் ஆகியவற்றைக் குறித்து அவளது பாட்டி தனக்குத் தெரிந்ததையெல்லாம் அவளிடம் சொன்னாள். “மேலே உள்ள பூமியில் பூக்கள் மணம் பரப்புகின்றன. மரங்கள், இலைகள் அடர்ந்து நிற்கின்றன. மரங்களுக்கிடையே மீன்கள் உச்சத்தில் பாடுகின்றன” என்றெல்லாம் பாட்டி இளைய இளவரசியிடம் சொன்னாள். இந்தத் தகவல்கள் எல்லாம் இளைய இளவரசியின் ஆர்வத்தைப் பெரிதும் தூண்டின. பாட்டி “மரங்களுக்கிடையே மீன்கள்” என்று பறவைகளை நினைத்துத்தான் சொன்னாள். ஆனால், அவை உண்மையான மீன்கள்தான் என்று இளவரசி நினைத்தாள். அவள் ஒருபோதும் பறவைகளைப் பார்த்தது இல்லை அல்லவா!

பாட்டி அவளிடம் சொன்னாள்:

“உனக்குப் பதினைந்து வயதானால், நீ கடலின் மேல் தளத்திற்குச் செல்வாய். அப்போது நீ நிலா வெளிச்சத்தில் பாறையின் மீது அமர்ந்திருக்கலாம். கப்பல்களையும், காடுகளையும், பட்டணங்களையும் நீ பார்க்கலாம்.”

அடுத்த வருடத்தில் மூத்த சகோதரிக்கு பதினைந்து வயதானது. மற்றவர்கள் ஒவ்வொரு வயது குறைவானவர்கள். அதனால், கடைசி இளவரசி இன்னும் ஐந்து வருடம் காத்திருக்க வேண்டும். எதற்கு? கடலின் மேற்புறத்திற்குச் சென்று, மனிதர்களான நம் உலகம் எப்படி இருக்கிறது என்று பார்ப்பதற்கு. தான் கடலின் மேற்தளத்தில் முதல் நாள் பார்த்தவை என்னவென்றும், பார்த்ததிலேயே மிகவும்

அழகானது எது என்றும் விரிவாகச் சொல்வதாக ஒவ்வொரு இளவரசியும் வாக்குறுதியளித்தார்கள். மேலே உள்ள உலகத்தைப் பற்றி பாட்டி சொன்ன விவரங்கள் அவர்களுக்குப் போதுமானதாக இல்லை. அவர்களாகப் பார்த்துத் தெரிந்துகொள்ள வேண்டிய நிறைய விஷயங்கள் இருந்தன.

மேலே உள்ள உலகத்தைப் பற்றி நிறையத் தெரிந்துகொள்ள வேண்டும் என்று, மூத்த சகோதரிகளைவிட, கடைசி இளவரசிதான் பேராவல் கொண்டிருந்தாள். அவள்தான் அதிக காலம் காத்திருக்க வேண்டி வந்தது. பல இரவுகள் அவள் சன்னல் அருகே சென்று நிற்பாள். நீலநீரில் நீந்தி விளையாடும் மீன்களை கவனித்துப் பார்த்துக்கொண்டிருப்பாள். மங்கலாகத் தெரிந்தாலும் அவளால் நிலவையும் நட்சத்திரங்களையும் பார்க்க முடியும். அவள் தண்ணீருக்கு உள்ளே இருந்து பார்க்கும்போது அவை, நாம் பார்ப்பதைவிடப் பெரிதாக அவளுக்குத் தோன்றும். கார்மேகம் போன்று சில அவற்றைக் கடந்து செல்லும்போது அவளுக்கு இப்படித் தோன்றும்:

“ஒன்று அங்கே மேலே ஒரு திமிங்கிலம் நீந்திச் செல்கிறது. இல்லையென்றால் நிறைய மனிதர்கள் உள்ள ஒரு கப்பல் செல்கிறது.”

கப்பலில் உள்ள மனிதர்கள் ஒன்றை அறியவில்லை “அழகான ஒரு மச்சக்கன்னி கடலின் ஆழத்திலிருந்து கப்பலின் அடிப் பகுதியை உற்றுப் பார்த்துக்கொண்டிருக்கிறாள்” என்று!

மூத்த இளவரசிக்குப் பதினைந்து வயது ஆனது. அவள், கடலின் மேற்தளத்திற்குச் சென்று பார்த்துவிட் டு, பிறகு ஆழத்திற்குத் திரும்பி வந்தாள். சொல்வதற்கு நிறைய விஷயங்கள் அவளிடம் இருந்தன. மேலே உள்ள உலகில் அவளுக்கு மிகவும் பிடித்தது என்ன? நிலா வெளிச்சத்தில் கடற்கரையில் உள்ள மணலில் படுத்து தூரத்தில் உள்ள பட்டணத்தைக் கவனித்துப் பார்ப்பதுதான் அவளுக்கு மிகவும் பிடித்திருந்தது. பட்டணத்தில் நட்சத்திரங்கள்போல நிறைய விளக்குகள் கண்சிமிட்டுவதை அவள் பார்த்தாள். இசையையும், வாகனங்களின் ஓசையையும், மனிதர்களின் பேச்சையும் அவள் கேட்டாள். அதுமட்டுமல்ல, தேவாலய மணியின் ஓசையும் அவள் காதில் விழுந்தது.

கடைசி இளவரசி அந்தத் தகவல்களையெல்லாம் எவ்வளவு ஆர்வத்துடன் கேட்டாள் தெரியுமா? அவள் திறந்த சன்னல் அருகே சென்று நீலநீரில் மேலே பார்த்தாள். அப்போது அவளது எண்ணங்கள் ஓசைக் களேபரம் நிறைந்த பட்டணத்தை நோக்கிச்

சென்றன. ஆலயமணிகள் முழங்கும் சத்தத்தை தன்னால் கேட்க முடிகிறது என்று அவளுக்குத் தோன்றியது.

அடுத்த வருடம் இரண்டாவது இளவரசிக்குப் பதினைந்து வயதானது. கடலின் மேற்பரப்பிற்குச் சென்று பார்த்து வர அவளுக்கு அனுமதி கிடைத்தது. சூரியன் அஸ்தமிக்கும்போது அவள் மேற்தளத்திற்கு வந்தாள். ஆகாயம் முழுவதும் தங்கம் பூசியதுபோலக் காணப்பட்டது. மேகங்களின் அழகைச் சொல்வதற்கு வார்த்தைகளே இல்லை. சிவப்பு நிறமும், ஊதா நிறமும் கொண்ட மேகங்கள் தன் தலைக்கு மேலே நீந்திச் செல்வதுபோல அவளுக்குத் தோன்றியது. மேகங்களைவிட விரைவாக அன்னப்பறவைகள் சூரியனை நோக்கிப் பறந்து செல்வதை அவள் பார்த்தாள். அப்போது சூரியன் மறைந்தது. வானத்து நிறங்கள் மேகங்களிலும், கடலிலும் கலந்து கரைந்தன.

அடுத்த வருடம் மூன்றாவது சகோதரி மேலே சென்றாள். அனைவரைவிடவும் அவள்தான் துணிச்சல்காரி. கடலுக்கு நீர் கொடுக்கும் ஒரு நதி வழியே அவள் நீந்திக் கரையேறினாள். நிறையக் கொடிகள் வளர்ந்திருக்கிற பச்சைக் குன்றுகள் அவளுக்குத் தெரிந்தன. காடுகளின் நடுவில் இருந்த அரண்மனைகளையும், மாளிகைகளையும் அவள் பார்த்தாள். நிறையப் பறவைகள் பாடுவதை அவள் கேட்டாள். சூரிய வெளிச்சம் வெப்பமாக இருந்தது. இடையிடையே அவள் தண்ணீரில் இறங்கி அந்தச் சூட்டைத் தணித்துக்கொண்டாள். சிறியதொரு கழிமுகத்தில் சற்று அதிகமான மனிதக் குழந்தைகள் நீந்திக் குளித்துக்கொண்டிருந்தார்கள். அவர்களுடன் சேர்ந்து குளிக்க வேண்டும் என்று கடற்கன்னிக்கு ஆசை வந்தது. ஆனால், அவளைக் கண்ட மனிதக் குழந்தைகள் பயந்து ஓடிவிட்டார்கள். கறுப்பான சிறிய ஒரு மிருகம் அவளருகில் வந்தது. (அது ஒரு நாள். ஆனால் அவள் ஒருபோதும் நாயைப் பார்த்தது இல்லை). அந்த விலங்கு அவளை நோக்கி உரக்கக் குரைக்கத் தொடங்கியது. அவள் அச்சம் கொண்டு திரும்பி அதிவேகமாக கடலுக்குள் நீந்திச் சென்றுவிட்டாள். தன் அரண்மனைக்குச் சென்ற பிறகும், தான் கடலின் மேற்புறத்தில் பார்த்த வனங்களையும், பச்சைக் குன்றுகளையும் அவளால் மறக்க முடியவில்லை. அது மட்டுமல்ல, வால் இல்லையென்றாலும் அருமையாக நீந்துகின்ற மனிதக் குழந்தைகளையும் அவளால் மறக்க முடியவில்லை.

நான்காம் சகோதரிக்கு மூன்றாம் சகோதரியின் தைரியம் இல்லை. அவள் கடலின் மேற்பரப்பிலேயே நேரத்தைப் போக்கினாள். அவள் திரும்பி வந்து, “கடலின் மேலே உள்ள உலகம் மிகவும் அழகாக இருக்கிறது” என்று சொன்னாள். வானம் மிகவும் அருகில்

இருந்தது என்றும் அது கண்ணாடிபோலத் தெளிவாக இருந்தது என்றும் அவள் சொன்னாள். வெகு தூரத்தில் உள்ள கப்பல்களையும் அவள் பார்த்திருந்தாள். அந்தக் கப்பல்கள் அவளுக்கு கடற்பறவைகளைப் போலத் தோன்றின. கடல் பன்றிகள் தண்ணீரில் கரணமடித்துக்கொண்டிருந்தன. பெரிய திமிங்கிலங்கள் மேலே தண்ணீரைப் பீய்ச்சி அடிக்கும்போது நூற்றுக்கணக்கான பீய்ச்சாங் குழல்கள் செயல்படுவது போல இருந்தது!

கடைசியில் ஐந்தாம் சகோதரி செல்ல வேண்டிய முறை வந்தது. குளிர்காலத்தில் வரும் அவளது பிறந்த நாள். அதனால் மற்ற இளவரசிகள் தங்கள் முதல் பயணத்தில் பார்க்காத சில காட்சிகளை அவளால் பார்க்க முடிந்தது. கடல் முழுதும் ஒருவித பச்சை நிறம் கலந்திருந்தது. பெரிய பனிப்படலங்கள் அங்கங்கே மிதந்துகொண்டிருந்தன. ஒவ்வொரு பனிப்படலமும் ஒரு பவழம்போலத் தோன்றியது. ஆனால் அவை மனிதர்கள் கட்டிய தேவாலயக் கோபுரங்களைவிட உயரமாக இருந்தன. பல வடிவத்தில் உள்ள பனிப்பாறைகள் கடலில் பளபளவென்று மின்னிக் கொண்டிருந்தன. அவள் இருப்பதிலேயே மிகவும் உயரமான ஒரு பனிப்பாறையின் மீது ஏறி அமர்ந்தாள். காற்று அவளின் நீண்ட தலைமுடியைக் கலைத்து விளையாடியது. வெகு தூரத்தில் கப்பல்கள் சென்றுகொண்டிருந்தன. மாலை நேரத்தில் ஆகாயத்தில் மேகங்கள் வந்து நிறைந்தன. இடிகள் முழங்கின. பலமான அலைகள் மோதியதால் பனிப்பாறைகள் சாய்ந்து ஆடின. கப்பல்களின் பாய்கள் சுருட்டிக் கட்டப்பட்டன. கப்பல் பயணிகளுக்கிடையில் பெரும் பீதியும், குழப்பமும் ஏற்பட்டது. கடற்கன்னி தான் இருக்கும் பனிப்பாறையைவிட்டு அகலவில்லை. கடலில் இடிகள் விழுவதையும் அவள் பார்த்தாள்.

ஐந்து சகோதரிகளும் ஒவ்வொருவராக கடலின் மேற்பரப்பிற்கு வந்து பலவிதமான காட்சிகளைப் பார்த்தார்கள் அல்லவா, அந்தக் காட்சிகள் எல்லாம் அவர்களுக்கு மகிழ்ச்சியளித்தன. சரிதான். அதே சமயம் அவர்கள் முதிர்ந்தவர்கள் என்பதால் விரும்பிய இடத்திற்குச் செல்லவும் அவர்களுக்கு அனுமதி கிடைத்தது. ஒரு மாத காலம் அவர்கள் கரையில் சுற்றித் திரிந்த போது அவர்களுக்கு, கடலின் அடியில் உள்ள தங்கள் இடம்தான் சிறந்த இடம் என்றும் மிகவும் பாதுகாப்பானது என்றும் அவர்களுக்குத் தோன்றியது. கடலின் அடியில் உள்ள தங்கள் அரண்மனையில்தான் அவர்கள் அதிக மகிழ்ச்சியாகவும் அமைதியாகவும் இருந்தார்கள்.

ஆயினும் சில நாட்கள் ஐந்து சகோதரிகளும் கைகளைக் கோர்த்துக்கொண்டு வரிசையாகத் தண்ணீருக்கு மேலே வருவது

வழக்கம். எந்த ஒரு மனிதப் பெண்ணுக்கும் இல்லாத இனிமையான குரலை அவர்கள் பெற்றிருந்தார்கள். புயல் காற்றடிக்கின்ற சில நேரங்களில் கப்பல்கள் மூழ்கும் என்று அவர்களுக்குத் தோன்றும். அப்போது அவர்கள் கப்பல்களின் முன்னால் நீந்தியபடி பாட்டுக்கள் பாடுவார்கள். அந்தப் பாடல்களில் அவர்கள் கடலின் அடிப் பகுதியில் உள்ள அழகுகளை வர்ணிப்பார்கள். தண்ணீரில் மூழ்குவதைக் குறித்து அஞ்சவேண்டாம் என்று அவர்களுக்கு உணர்த்துவார்கள். ஆனால் கப்பலில் உள்ள பயணிகளுக்கு பாடல்களின் வார்த்தைகள் புரியாது. அது புயலின் ஓசைதான் என்று அவர்கள் தவறாகப் புரிந்துகொள்வார்கள். அவர்களுக்கு கடலின் அடியில் உள்ள பேரழகுகளைப் பற்றி ஒன்றும் தெரியாது. கப்பல் மூழ்கினால் அவர்கள் இறப்பார்கள். அவர்களின் சவ உடல்கள்தான் கடல் அரசனின் அரண்மனைக்குச் செல்லும்.

ஐந்து சகோதரிகளும் மாலை நேரத்தில் கை கோர்த்துக்கொண்டு மேல் பரப்பிற்குச் செல்லும்போது ஆறாவது இளவரசி அவர்களைப் பார்த்துக்கொண்டிருப்பாள். அப்போது அவளுக்கு அழ வேண்டும் என்று தோன்றும். ஆனால் கடல்கன்னிகளுக்கு கண்ணீர் இல்லை. அதனால் அவளது துயரம் மேலும் பெருகியது.

அவள் தனக்குள் சொல்லிக்கொண்டாள்:

“எப்படியாவது எனக்குப் பதினைந்து வயதாகிவிட்டால் நான் மேலே போக முடியும். நான் மேலே உள்ள உலகத்தை, அங்குள்ள மனிதர்களை மிகவும் நேசிப்பேன். இது நிச்சயம்!”

கடைசியில் அவளுக்குப் பதினைந்து வயது ஆனது.

அப்போது பாட்டி அவளிடம் சொன்னாள்:

“நீ இப்போது பெரிய பெண்ணாகிவிட்டாய். உன் அக்காக்களை நான் அலங்கரித்ததுபோல இப்போது நான் உன்னை அலங்கரிக்கிறேன்!”

பிறகு பாட்டி, அவள் தலைமுடியில் வெள்ளைப் பூக்கள் கோர்த்த ஒரு மாலையைச் சூட்டினாள். ஆனால் அந்த வெள்ளைப் பூக்கள் வெள்ளைப் பவழங்கள்தான். பாட்டி இளவரசியின் வாலில் எட்டு பெரிய பவழங்களையும் அணிவித்தாள். அவளது உயர்ந்த பதவியின் சின்னமாக இருந்தது அது.

இளவரசி முனகினாள்:

“ஆனால் எனக்கு வலிக்கிறதல்லவா!”

பாட்டி சமாதானப்படுத்தினாள்:

“உன் பதவிக்காக வலியைப் பொறுத்துக்கொள்ள வேண்டும்.”

பதவியைக் குறிக்கும் சின்னங்களைப் பிடுங்கி எறிய முடிந்தால் இளவரசிக்கு மிகவும் மகிழ்ச்சியாக இருக்கும். அவளது தோட்டப் பகுதியில் பூத்திருக்கும் சிவப்புப் பூக்கள் அவளுக்கு மிகவும் பொருத்தமாக இருந்திருக்கும். ஆனால் அதற்கு இப்போது வழியில்லை அல்லவா.

அவள் எல்லோரிடமும் விடைபெற்று கடலின் மேற்பகுதிக்கு வந்தாள். அப்போது சூரியன் அஸ்தமிக்கத் தொடங்கியிருந்தது. மேகங்கள் இளம்சிவப்பு நிறமும் தங்கநிறமும் கலந்து மிகுந்த அழகுடன் விளங்கின. இளஞ்சிவப்பான ஆகாயத்தில் நட்சத்திரங்கள் தென்படத் தொடங்கியிருந்தன. காற்று மென்மையாக வீசிக்கொண்டிருந்தது. கடல் அமைதியாக இருந்தது.

மூன்று பாய்மரங்கள் உள்ள ஒரு கப்பல் கடலில் நங்கூரம் இட்டு நின்றுகொண்டிருந்தது. கப்பல் தளங்களில் மாலுமிகள் இருந்தார்கள். அங்கே ஆடல் பாடல்கள் சிறப்பாக நடந்துகொண்டிருந்தன. இருட்டு சூழ்ந்த போது அந்தக் கப்பலில் நூற்றுக்கணக்கான விளக்குகள் ஏற்றப்பட்டன.

கடற்கன்னி கப்பலுக்கு அருகே நீந்திச் சென்றாள். அலைகள் அவளை உயர்த்தும்போது, அவளால் கப்பலின் அறைச் சன்னல்கள் வழியே எட்டிப் பார்க்க முடிந்தது. மிகச் சிறப்பாக உடைகள் அணிந்த ஆட்கள் அங்கே நின்றிருந்தார்கள். அகன்ற கருவிழிகள் கொண்ட இளவரசன்தான் அவர்களில் பெரும் அழகனாகத் திகழ்ந்தான். அந்த இளவரசனுக்குப் பதினாறு வயதுக்கு அதிமாக இருக்காது என்று நிச்சயமாகச் சொல்லலாம். அன்று இளவரசனின் பிறந்த நாள். அதனால்தான் அங்கே கொண்டாட்டம் நடந்துகொண்டிருக்கிறது. கப்பலின் மேல்தளத்தில் மாலுமிகள் நடனம் ஆடிக்கொண்டிருந்தார்கள். இளவரசன் அங்கே சென்றபோது நூற்றுக்கும் அதிகமான வாணங்கள் சீறிப்பாய்ந்து வெடித்தன. அவை வெடிக்கும்போது பகல்போல வெளிச்சம் கொடுத்தன. நடுங்கிப்போன கடற்கன்னி தண்ணீரில் மூழ்கினாள். சற்று நேரத்திற்குப் பிறகு அவள் தணணீருக்கு மேலே வந்தபோது, ஆகாயத்திலிருந்து நட்சத்திரங்கள் வீழ்வதுபோல வானத்திலிருந்து தீப் பொறிகள் விழுந்துகொண்டிருந்தன. இப்படியொரு காட்சியை அவள் அன்று வரை பார்த்தது இல்லை. சூரியனைப்போல அக்கினிக் கோளங்கள் நாங்கு பக்கமும் தீப்பொறிகளைப் பொழிந்தன. மீன் வடிவத்தில் உள்ள தீப்பிழம்புகள் நீல ஆகாயத்தில் பறந்து உயர்ந்தன. அவையெல்லாம் தெளிவான நீலக்கடல் நீரில் பிரதிபலித்தன. எல்லாவற்றையும் காணக்கூடிய வெளிச்சம் கப்பலிலும் இருந்தது. ஓ! அந்த இளவரசன் எவ்வளவு அழகாக இருக்கிறான்! அவன்

ஒவ்வொருவரிடமும் கை கொடுத்துப் புன்னகைத்துக் கொண்டிருக்கிறான்.

காலம் கடந்து சென்றது. ஆயினும் கப்பலில் இருக்கும் இளவரசனிடமிருந்து பார்வையை அகற்ற கடற்கன்னிக்கு மனது வரவில்லை. பல நிறம் கலந்த விளக்குகள் அணைந்துகொண்டிருந்தன. வாண வேடிக்கைகள் முடிந்துவிட்டன. வெடி ஓசைகள் ஓய்ந்தன. ஆயினும் ஒரு சலசலப்பு கேட்டுக்கொண்டிருந்தது. உயர்ந்து தாழ்ந்து கொண்டிருந்த தண்ணீரில் கிடந்த கடற்கன்னி, வெளியேயிருந்து கப்பலின் அறைகளைப் பார்த்தாள். சற்று நேரத்திற்குப் பிறகு கப்பலின் பாய்கள் ஒவ்வொன்றாக விரிந்தன. அப்போது அலைகளின் உயரம் அதிகரித்திருந்தது. ஆகாயத்தில் மேகங்கள் வந்து நிறைந்தன. தொலைவில் மின்னல்கள் காணப்பட்டன. பருவ நிலை மோசமாகும் என்று நிச்சயமாகத் தெரிந்தது. மாலுமிகள் மீண்டும் பாய்களைச் சுருட்டிக் கட்டினார்கள். கொந்தளிக்கும் கடலில் கப்பல் முன்னால் சென்றது. பாய்மரங்களின் மேலே வரை உயர்ந்து தாழும் பெரும் அலைகள் எழுந்துகொண்டிருந்தன. அலைகளுக்கிடையிலான பள்ளங்களில் கப்பல் அன்னத்தைப் போல இறங்கிச் சென்றது. பிறகு மீண்டும் முன்புபோல மேலே உயர்ந்தது. அதெல்லாம் கடல் கன்னிக்கு தமாஷாகத் தோன்றியது. கப்பலில் இருந்தவர்களோ பெரும் திகைப்பிற்கும், பயத்திற்கும் ஆட்பட்டிருந்தார்கள். ஏதேதோ முறியும் ஓசை வந்தது. கப்பல் கிறுகிறுத்தது. அலைகளின் அழுத்தத்தால் கப்பல் பலகைகள் வளைந்தன. கப்பலின் உள்ளே தண்ணீர் ஓசையுடன் புகுந்தது. பாய்மரங்கள் சுள்ளிக் கம்புகள் போல ஒடிந்தன. ஒரு பக்கமாகச் சாய்ந்தது கப்பல். சரக்கு அறையிலும் தண்ணீர் நிறைந்தது. கப்பலில் உள்ளவர்கள் அபாயக் கட்டத்தில் இருக்கிறார்கள் என்று கடல்கன்னிக்குப் புரிந்தது. அவளும் கவனமாக இருக்க வேண்டி வந்தது. கப்பலிலிருந்து மிதந்து வரும் மரங்களும் மற்றவையும் தன் மீது மோதாமல் பார்த்துக்கொள்ள வேண்டும் அல்லவா! எங்கும் மையிருட்டு பரவியிருக்கிறது. எதையும் பார்க்க முடியவில்லை. இடையிடையே மின்னல்களின் வெளிச்சம் இருக்கும். அப்போது அவளால் கப்பலில் உள்ள மனிதர்களைப் பார்க்க முடிந்தது. அவள் கண்கள் இளவரசனைத் தேடின. கப்பல் உடைந்தபோது அவன் கடலில் விழுவதை அவள் பார்த்தாள். மனிதர்களால் தண்ணீரில் வெகு நேரம் இருக்க முடியாது. இளவரசன், கடல் அரசனின் அரண்மனையை அடையும்போது நிச்சயமாக இறந்திருப்பான். அது அவளுக்குத் தெரியும். அவன் ஒருபோதும் இறக்கக்கூடாது! அவள் மரங்களுக்கும், பலகைகளுக்கும் இடையே நீந்திச் சென்றாள். அவற்றில் ஏதாவது ஒன்று உடலில்

மோதினால் பாதிப்பு ஏற்பட்டுவிடும். ஆனால், அவள் அதைப் பொருட்படுத்தவில்லை. ஆழத்தில் மூழ்கிச் சென்று அவள் அலைகளூடன் எழுந்தாள். அப்படி அவள் இளவரசனின் அருகே சென்றாள். பேரலைகள் புரண்டு கொண்டிருக்கும் கடலில் இனியும் நீந்த இளவரசனால் முடியவில்லை. அவன் கை கால்கள் தளர்ந்தன. கண்கள் மூடின. தக்க நேரத்தில் கடல்கன்னி வரவில்லை என்றால் நிச்சயமாக அவன் இறந்திருப்பான். அவள் அவனது தலையை தண்ணீருக்கு மேலாகத் தாங்கிப் பிடித்தாள். அலைகளின் போக்கிற்கு ஏற்ப நீந்தத் தொடங்கினாள்.

காலையில் புயற்காற்று அடங்கியிருந்தது. கப்பலின் எந்த பாகமும் எங்கும் காணப்படவில்லை. தண்ணீரின் அடியிலிருந்து சூரியன் ரத்தச்சிவப்பாக எழுந்து வந்தது. சூரியக் கதிர்கள் இளவரசனின் கன்னங்களில் உயிர்த்துடிப்பின் செம்மையைப் பூசின. ஆயினும் அவன் கண்கள் மூடியிருந்தன. கடல் கன்னி, இளவரசனின் நனைந்த தலைமுடியை மேல் வசமாகக் கோதிவிட்டாள். தன் பூந்தோட்டத்தில் உள்ள பளிங்குச் சிலையைப்போன்றே இளவரசன் இருப்பதாக அவளுக்குத் தோன்றியது. அவள் இளவரசனின் நெற்றியில் முத்தமிட்டாள். அவன் வாழ வேண்டும் என்று விரும்பினாள் அவள்.

விரைவிலேயே அவள் தன் முன்னால் உயரமான நீல மலைகள் உள்ள கரையைக் கண்டாள். மேலே கிடக்கின்ற பனியைப் பார்த்தாள், அன்னக்கூட்டங்கள்தானோ என்று தோன்றும். கடலோரத்தில் உள்ள அழகான பச்சைக் காடுகளையும், அவற்றின் நடுவில் ஒரு கட்டடம் இருப்பதையும் அவள் பார்த்தாள். அது ஒரு தேவாலயமா, அல்லது கன்னிமடமா என்று அவளுக்குத் தெரியவில்லை. கட்டடத்திற்குச் சுற்றிலும் உள்ள தோப்பில் நிறைய எலுமிச்சை மரங்கள் நின்றிருந்தன. வாயிலின் அருகே உயரமான பெரிய மரங்கள் காற்றில் சாய்ந்தாடுகின்றன. அதற்குப் பக்கத்தில் கடல், சிறிய கழிமுகமாக மாறியிருக்கிறது. அமைதியான, ஆனால் ஆழமான கழிமுகம். வெள்ளை மணலில் இருக்கும் ஒரு பாறையை நோக்கி அவள் இளவரசனையும் சுமந்துகொண்டு நீந்திச் சென்றாள். அவனின் முகத்தில் சூரியஒளி படும்படி அவனை மணலில் கிடத்தினாள்.

வெண்ணிறம் பூசப்பட்ட அந்தப் பெரிய கட்டடத்திலிருந்து நிறைய மணிகள் ஒலிக்கும் ஓசை கேட்டது. பெண்கள் தோட்டத்தின் வழியே நடந்து வந்துகொண்டிருந்தார்கள். கடலில் நிறைய பாறைகள் எழுந்து நின்றிருந்தன. கடல்கன்னி, பாறைகளின் இடையே இன்னொரு இடத்திற்கு நீந்திச் சென்றாள். நிறைய நுரையை

வாரியெடுத்து தன் தலையிலும் கழுத்திலும் போட்டுக்கொண்டாள். அவளை யாரும் பார்த்துவிடாமல் இருப்பதற்காகத்தான் அப்படிச் செய்தாள். யாராவது இளவரசனின் அருகே வருகிறார்களா என்று அங்கு நின்று கவனித்துப் பார்த்தாள்.

சற்று நேரம் கழித்து ஒரு இளம்பெண் அந்த வழியாகச் சென்றாள். ஒரு ஆள் அங்கே கிடப்பதைப் பார்த்து அவள் திடுக்கிட்டாள். ஆனால் அவளது பயம் ஒரு நொடி நேரம்தான் இருந்தது. அவள் சென்று மற்ற சிலரையும் அழைத்துக்கொண்டு வந்தாள். கடல்கன்னிக்கு ஒன்று தெளிவாகத் தெரிந்தது: “இளவரசன் உயிருடன் இருக்கிறான்!”

அவன் தன்னைச் சுற்றிலும் நிற்பவர்களைப் பார்த்து புன்னகைத்தான். ஆனால் அவன் கடல்கன்னியைப் பார்த்துப் புன்னகைக்கவில்லை. அவள்தான் தன்னைக் காப்பாற்றினாள் என்று அவனுக்குத் தெரியாது அல்லவா! அதை நினைத்து கடல்கன்னி பெரிதும் துயரடைந்தாள். பெண்கள் அவனை கட்டடத்திற்கு அழைத்துச் சென்றார்கள். கடல்கன்னி கடலுக்குள் அமிழ்ந்து தன் தந்தையின் அரண்மனைக்குத் திரும்பிச் சென்றாள்.

முன்பே அவள் அன்பும் அமைதியும் கொண்ட ஒரு நல்ல கடல் கன்னியாக இருந்தாள் அல்லவா. இப்போது அவள் துயரவதியாகவும் ஆகிவிட்டாள். அவளிடம் அவளது சகோதரிகள், “நீ மேலே என்னவெல்லாம் பார்த்தாய்?” என்று கேட்டார்கள். ஆனால் அவள் பதில் ஒன்றும் சொல்லவில்லை.

தான் இளவரசனைக் கிடத்திய இடத்திற்கு அவள் பல நாட்கள் காலையிலும் மாலையிலும் செல்வாள். அங்குள்ள தோட்டத்தில் காய்கள் பழுத்து வருவதையும், கடைசியில் வேலைக்காரர்கள் அவற்றைப் பறிப்பதையும் அவள் கண்டாள். மலையின் மேலே உள்ள பனி உருகுவதாக அவளுக்குத் தோன்றியது. ஆயினும் அவள் இளவரசனைப் பார்க்கவில்லை. எப்போதும் கடும் துயரத்துடன்தான் அவள் தன் அரண்மனைக்குத் திரும்பிச் சென்றாள். தன் தோட்டத்திற்குச் சென்று அமர்ந்திருப்பதிலும், இளவரசனின் சாயல் உள்ள சிலையைப் பற்றிக்கொண்டிருப்பதிலும்தான் அவளுக்குச் சற்று நிம்மதி கிடைத்தது. பூச்செடிகள் வளர்ப்பதில் அவளுக்கு இப்போது கவனம் இல்லை. பூச்செடிகள் தங்கள் பாத்திகளை விட்டு பாதைகளுக்கும் பரவின. அது மட்டுமல்ல, தண்டுகளையும், இலைகளையும் மரக் கிளைகளுடன் பிணைத்தன. அதனால் அந்த இடம் முழுதும் மிகவும் குறைவான வெளிச்சமே இருந்தது.

கடைசியில் அவளது துயரம், இனியும் தாங்க முடியாத அளவு பெருகியபோது அவள் நடந்ததையெல்லாம் தன் சகோதரி

ஒருத்தியிடம் சொன்னாள். அந்தச் சகோதரி மற்ற சகோதரிகளிடம் இதைச் சொன்னாள். அவர்கள் சொல்லி மற்ற சில கடல் கன்னிகளும் இந்த விஷயத்தைத் தெரிந்துகொண்டார்கள். அவர்களில் ஒருத்திக்கு இளவரசனைத் தெரிந்திருந்தது. கப்பலில் நடந்த கொண்டாட்டங்களை அவளும் பார்த்திருந்தாள். இளவரசனின் நாடு எங்கே இருக்கிறது என்ற விவரத்தை அவள் சொன்னாள்.

“தங்கையே நீ எங்களுடன் வா.” என்று சொல்லி தமக்கைகள் தங்கள் தங்கையின் கரத்தைப் பிடித்துக்கொண்டு வரிசையாக நீர்ப்பரப்பிற்கு மேலே வந்தார்கள். அதாவது அவர்கள் இளவரசனின் அரண்மனை இருக்கின்ற இடத்திற்கு அருகில் வந்தார்கள்.

அந்த அரண்மனை ஒருவித, ஒளிரும் மஞ்சள் கற்களால் கட்டப்பட்டிருந்தது. அதில் பெரிய ஏணிப்படிகள் நிறைய இருந்தன. ஒரு ஏணிப்படி கடல் வரை இருந்தது. அரண்மனையின் கூரைக்கு மேலாக பொன் முலாம் பூசிய கலசங்களைப் பார்க்கலாம். சுற்றிலும் இருந்த ஸ்தம்பங்களுக்கிடையே பளிங்குக்கல் சிற்பங்கள் இருக்கின்றன. அந்தச் சிற்பங்கள் உயிருள்ளவைபோலவே தோற்றமளித்தன. சன்னல் கண்ணாடிகளின் வழியே உள்ளே உள்ள விசாலமான அறைகளைப் பார்க்கலாம். அறைகள் பட்டுத் தொங்கல்களாலும், சித்திரக் கம்பளங்களாலும் அலங்கரிக்கப்பட்டிருந்தன. சுவர்களில் மிகவும் அழகான சித்திரங்கள் மாட்டப்பட்டிருந்தன. எல்லாம் சேர்ந்து கண்களுக்கு விருந்தாக அமைந்திருந்தன. மிகவும் பெரிதாக இருந்த ஒரு அறையில் , நீரை உயரே பீய்ச்சியடிக்கும் ஒரு இயந்திரம் இருந்தது. அந்த இயந்திரத்திலிருந்து வரும் தண்ணீர் மேற்கூரை வரை சென்றது. கண்ணாடியாலான மேற்கூரையின் வழியே சூரியக்கதிர்கள் தண்ணீரில் பதிகின்றன. அதுமட்டுமல்ல, அந்த இயந்திரத்தின் அடியில் வளர்ந்திருக்கின்ற மிக அற்புதமான பூச்செடிகளிலும் சூரியக்கதிர்கள் பதிந்து மேலும் அழகு செய்கின்றன.

இளவரசனின் அரண்மனை எங்கே இருக்கிறது என்று இப்போது நம் கடல்கன்னிக்குப் புரிந்தது. பல மாலைநேரங்களிலும், இரவு நேரங்களிலும் அவள் அரண்மனைக்குப் பக்கத்தில் உள்ள கடல் நீரில் இருந்தாள். மற்ற கடல்கன்னிகளைவிடத் துணிச்சலாக அவள் கரைக்கு மிகப் பக்கத்தில் வரை நீந்திச் சென்றாள். அவ்வளவு ஏன், பளிங்குக்கல்லால் கட்டப்பட்ட உப்பரிகைக்கு அடியில் உள்ள கால்வாய் வரைகூட அவள் தைரியமாக நீந்திச் சென்றாள். அந்த கால்வாயில் உப்பரிகையின் நிழல் விழுந்திருந்தது. அந்த நிழலில் கிடந்து அவள், நிலவு வெளிச்சத்தில் உலவுகிற இளவரசனைக் கண் அயராமல் பார்த்திருப்பாள். இளவரசனோ, இங்கே தன்னைத் தவிர மற்ற யாரும் இல்லை என்று நினைத்துக்கொண்டிருப்பான்.

படபடவென்று பறக்கின்ற கொடிகள் உள்ள கப்பலில், இசைக் கருவிகளுடன் இளவரசன் பல இரவுகளில் பயணிப்பதை கடல் கன்னி பார்த்தாள். இடையிடையே அவள் தண்ணீரின் அடியிலிருந்து தலை உயர்த்திப் பார்ப்பாள். அப்போது காற்று அவளது தூய வெண்ணிறமான முகத்திரையை அசைக்கும். யாராவது அதைப் பார்த்தார்கள் என்றால், ஒரு வெள்ளை அன்னப் பறவை சிறகு விரிக்கிறது என்றுதான் நினைப்பார்கள்.

மீனவர்கள் பல இரவுகளிலும் பந்தங்கள் தீப்பந்தங்களுடன் படகில் செல்வார்கள். அவர்கள் அப்போது இளவரசனின் குண நலன்களை விவரிப்பதை கடல்கன்னியும் கேட்டாள். முன்பு ஒரு முறை இளவரசன் கடல் அலைகளுக்கிடையே பாதி உயிருடன் அங்கும் இங்கும் மிதந்துகொண்டிருந்தான் அல்லவா? அப்போது தான் அவனின் உயிரைக் காப்பாற்றியதில் கடல் கன்னிக்கு மிகவும் திருப்தி ஏற்பட்டது. தன் நெஞ்சில் அவன் தலைசாய்த்து அசையாமல் கிடந்ததையும், தான் அவனது கன்னத்தில் முத்தமிட்டதையும் அவள் நினைத்துப் பார்த்தாள். ஆனால் அவனுக்கு அது எதுவும் தெரியாது அல்லவா? இப்படி ஒரு கடல் கன்னியைத் தான் சந்தித்திருப்போம் என்று அவன் கனவில்கூட நினைத்துப் பார்த்திருக்க மாட்டான்!

கொஞ்சம் கொஞ்சமாக அவளுக்கு மனித இனத்தின் மீது தீவிரமான நேசம் ஏற்படத் தொடங்கியது. மனிதர்களின் உலகம்தான் கடல் உலகத்தைவிடப் பெரிது என்று அவளுக்குத் தோன்றியது. தான் மனிதர்களுடன் சேர்ந்து வசிக்க முடிந்தால் எவ்வளவு அருமையாக இருக்கும் என்று நினைத்து ஏங்கினாள் அவள். ஏனென்றால், மனிதர்களால் கப்பலில் ஏறி கடலின் மீது பயணம் செய்ய முடியும். மேகங்களுக்கு மேலே தலை உயர்த்தி நிற்கின்ற மலைகளின் மீது ஏறவும் மனிதர்களால் முடியும். மனிதர்களுக்கு உரிமையான பூமி, காடுகளும் கழனிகளுமாக அவள் பார்வை எட்டாத தொலைவுக்குப் பரந்து விரிந்திருக்கிறது. தான் தெரிந்து கொள்ள வேண்டும் என்று விரும்புகிற நிறைய விஷயங்கள் மனிதர்களின் உலகத்தில் உண்டு என்று நினைத்தாள் அவள். ஆனால், அவளது கேள்விகளுக்கு தகுந்த பதில்களைச் சொல்ல அவளது தமக்கைகளால் முடியவில்லை. கடைசியில் கடல் கன்னி தன் பாட்டியிடம் சென்றாள். அந்தப் பாட்டிக்கு மனிதர்களின் உலகத்தைப் பற்றித் தெரியும். அவள் மனிதர்களின் உலகத்தை, கடலுக்கு மேலே உள்ள நாடுகள் என்றுதான் வர்ணித்திருந்தாள்.

ஒருமுறை இளைய கடல்கன்னி கேட்டாள்:

"பாட்டி, மனிதர்கள் மூழ்கிச் சாகவில்லை என்று வைத்துக்கொள். அப்புறம் பிறகு அவர்கள் என்றென்றும் வாழ்வார்களா? கடலில்

வாழ்பவர்களான நாம் இறப்பதுபோல அவர்களும் இறப்பார்களா?"

பாட்டி பதில் சொன்னாள்:

"மனிதர்களும் இறக்கிறார்கள். அவர்கள் இறந்துதான் ஆக வேண்டும். நம் ஆயுட்காலத்தைவிட மனிதர்களின் ஆயுட்காலம் குறைவு. நம்மால் முந்நூறு ஆண்டுகள் வரை வாழ முடியும். நம் வாழ்க்கை முடிந்தால் நாம் தண்ணீரின் மேற்பரப்பில் நுரையாக மாறுவோம். நம்மை நேசிப்பவர்களுக்கிடையில் நமக்கென்று ஒரு கல்லறைகூட இருக்காது. அழிவற்ற ஆன்மா நமக்கு இல்லை. நாம் மற்றும் ஒரு பிறவி எடுக்க முடியாது. நாம் கடல் பாசிபோலத்தான். ஒடிந்தால் அது மீண்டும் வளராது. இதற்கு நேர்மாறாக மனிதர்களுக்கு அழிவற்ற ஆன்மா உண்டு. அவர்களின் உடல் மண்ணில் மறைந்தாலும், அவர்களது ஆன்மா நிலைத்திருக்கும். அது தெளிந்த காற்றில் ஒளிரும் நட்சத்திரங்கள்போல உயர்ந்து செல்லும். நாம் கடல்பரப்பில் இருந்து பூமியைப் பார்ப்போம் அல்லவா, அதுபோல அவர்கள் நம்மால் பார்க்க முடியாத இடங்களுக்கும் செல்கிறார்கள்."

"நமக்கு ஏன் அழிவற்ற ஆன்மா கிடைக்கவில்லை? என் வாழ்நாளான நூற்றாண்டுகளை நான் கொடுக்கிறேன். அதற்குப் பதிலாக ஒரே ஒரு நாள் மனிதப்பிறவியாக வாழ முடிந்தால் அதைவிட வேறென்ன எனக்கு வேண்டும்?"

"குழந்தையே, நீ அப்படியொன்றும் நினைக்காதே. மேலே உள்ள மனிதர்களைவிட நாம் எவ்வளவோ மகிழ்ச்சியாக இருக்கிறோம்."

"அப்படியென்றால் நான் சாக வேண்டுமா பாட்டி? கடலில் நுரையாக இருக்க வேண்டுமா? அலைத் தொடர்களின் இசையைக் கேட்க அப்போது என்னால் முடியாது அல்லவா? அழகான பூக்களையும், சிவப்புச் சூரியனையும் என்னால் பார்க்க முடியாதா? அழிவற்ற ஆன்மாவைப் பெறுவதற்கு என்னால் எதுவும் செய்ய முடியாது என்று சொல்கிறீர்களா?"

"ஒரு மனித ஆண், அவன் அப்பா அம்மாவைவிட நீதான் தனக்கு அவசியம் வேண்டும் என்று நினைத்தால், அவன் முழுமையான அன்புடன் உன்னுடன் ஒற்றுமையாக வாழ்ந்தால், இந்த உலகத்திலும் என்றென்றும் அன்பும் நம்பிக்கையும் கொண்டிருப்பேன் என்று அவன் வாக்குறுதியளித்து, அவன் கை, உன் கையை பற்றச் செய்யும் பொறுப்பை அவன் பாதிரிக்குக் கொடுத்தால், ஆமாம், அப்போது அவனது ஆன்மா உன் உடலிலும் இறங்கும். அவனது மகிழ்ச்சியின் ஒரு பங்கு உனக்கும் கிடைக்கும். அவன் அவனது ஆன்மாவை

உனக்குத் தருவான். அதே நேரம் அவனது ஆன்மா நிலை நிற்கும். ஆனால் அப்படி ஒருபோதும் நடக்காது. இங்கே அழகானது என்று கருதப்படுவது "உதாரணமாக நம் மீன் வால்" பூமியில் அசிங்கமாகக் கருதப்படும். மனிதர்களுக்கு நம் வாலின் பெருமையும் சிறப்புகளும் தெரியாது. அவர்கள் கால்கள் என்ற பெயரில் தங்களுக்கு உள்ள இரண்டு தாங்குகளைத்தான் அழகானவையாகக் கருதுகிறார்கள்."

கடல்கன்னி பெருமூச்சுடன் தன் மீன்வாலைச் சற்றுப் பார்த்தாள்.

பாட்டி தொடர்ந்து சொன்னாள்:

"குழந்தையே, நாம் மகிழ்ச்சியாக இருக்கலாம். நமக்கு உள்ள முந்நூறு ஆண்டுகளும் நாம் ஆடிப் பாடி மகிழ்ச்சியாக இருப்போம். நிச்சயமாக அது நீண்ட ஆயுட்காலம்தான். அதற்குப் பிறகு நாம் மகிழ்ச்சியுடன் இறுதி உறக்கம் கொள்வோம். அது போகட்டும். இன்று இரவு அரண்மனையில் ஒரு நடன நிகழ்ச்சி உண்டு."

அன்று இரவு அங்கு நடந்தது பூமியில் ஒருபோதும் காண முடியாத ஒரு அற்புதமான காட்சியாக இருந்தது. அந்த விசாலமான நடன அரங்கின் சுவர்களும், கூரையும் பருமனாக இருந்தாலும், மறு பக்கம் பார்க்கக்கூடிய கண்ணாடியால் தயாரிக்கப்பட்டிருந்தது. இளம் சிவப்பும், பச்சையும் கலந்த நூறு நூறு சிப்பிகளை விரிந்த நிலையில் வரிசைகளாக அமைக்கப்பட்டிருந்தன. அவற்றிலிருந்து வந்த நீல வெளிச்சம் சுவரிலும் தரையிலும் நிறைந்திருந்தது. வெளியே உள்ள கடல் முழுதும் ஒளி தகதகத்தது. பெரிதும் சிறிதுமான மீன்கள் கண்ணாடிச்சுவர்களின் நேராக நீந்துவதை நன்றாகப் பார்க்க முடியும். சில மீன்களின் செதில்கள் நீலநிறத்திலும், மற்ற சில மீன்களின் செதில்கள் தங்கநிறத்திலும் இருந்தன. வெள்ளி நிறத்திலும் சில மீன்களின் செதில்கள் இருந்தன. நடன அரங்கின் நடுவில் ஒரு நதி சென்றுகொண்டிருந்தது. அங்கே கடல் ஆண்களும். கடல் பெண்களும் பாடல்களுக்கு ஏற்ற வகையில் ஆடுகிறார்கள். பூமியின் மனிதர்களுக்கு அவர்களின் இனிமையான குரல் இல்லை. மிகவும் அருமையாகப் பாடியது இளைய இளவரசியான கடல் கன்னிதான். பார்வையாளர்கள் கை தட்டியும், வாலை ஆட்டியும் அவளைப் பாராட்டினார்கள். சற்று நேரம் அவளுக்குச் சந்தோஷமாக இருந்தது. கடலிலும், பூமியிலும் தன் குரல்தான் மிகவும் இனிமையான குரல் என்று அவளுக்குத் தெரியும். ஆனால், அவள் மீண்டும் பூமியில் உள்ள உலகத்தைப் பற்றிச் சிந்திக்கத் தொடங்கினாள். அந்த அழகான இளவரசனை மறக்க அவளால் இயலவில்லை. அவனுக்கு இருப்பதைப்போல அழிவற்ற ஆன்மா தனக்கு இல்லையே என்று அவள் வருந்தினாள். அரண்மனை முழுதும் மகிழ்ச்சியும், உற்சாகமும்

நிறைந்திருக்கிறது. அவளோ, யாருக்கும் தெரியாமல் வெளியேறி தன் தோட்டப் பகுதிக்குச் சென்றாள். அப்போது ஒரு வாத்தியத்தின் ஒலி அவளுக்குக் கேட்டது. அப்போது அவள் இப்படி நினைத்தாள்:

"என் எல்லா ஆசைகளும் மையம் கொண்டிருக்கிற இளவரசன், என் வாழ்க்கையின் எல்லா நலன்களும் சமர்ப்பிக்கப்பட்டிருக்கின்ற இளவரசன், ஆமாம், அவன் கடலின் மேல்தளத்தில் கப்பலில் செல்கிறான். என் தமக்கைகள் அப்பாவின் அரண்மனையில் நடனம் ஆடுகிறார்கள். நான் இப்போது மந்திரவாதிக் கிழவியைப் பார்க்கச் செல்கிறேன். முன்பே அவள் மீது எனக்குப் பெரிய பயம் இருந்தது. ஆயினும் அவளால் இப்போது எனக்கு தேவையான உதவியும், ஆலோசனையும் வழங்க முடியலாம்."

கடல்கன்னி, தோட்டத்திலிருந்து எழுந்து, மந்திரவாதிக் கிழவியின் இருப்பிடம் நோக்கி நீந்திச் சென்றாள். நுரைத்துப் பொங்கும் நீர்ச்சுழல்களுக்கு நடுவில் இருந்தது அந்த இடம். இப்போதுதான் முதன் முறையாக கடல்கன்னி அந்த இடத்திற்குச் செல்கிறாள். அந்த இடத்தில் பூக்களோ, கடல் பாசியோ இல்லை. வெறும் சாம்பல் நிற மணல் மட்டும் அங்கே இருந்தது. கடல் நீர் ஓசையுடன் சுழல்கிறது. அந்தச் சுழல்கள் பக்கத்தில் வருவதையெல்லாம் பிடித்து நீருக்குள் அமிழ்த்துகின்றன. மந்திரவாதிக் கிழவியின் வசிப்பிடத்திற்குச் செல்வதற்காக கடல்கன்னியும், நீர்ச்சுழிக்குள் நீந்த வேண்டி வந்தது. சேறு நிறைந்த ஒரு பாதை சற்றுத் தூரத்திற்குச் சென்றது. அந்தப் பாதையின் முடிவில், ஒரு வித்தியாசமான காட்டில்தான் மந்திரவாதிக் கிழவியின் வசிப்பிடம் இருந்தது. அங்குள்ள மரங்கள் பாதி விலங்காகவும், பாதி தாவரமாகவும் இருந்தன. அவை நூறு தலையுள்ள பாம்புகள் தரையில் வளர்ந்திருப்பதுபோலக் காணப்பட்டன. கிளைகள் எல்லாம் நீண்ட கைகளாக இருந்தன. அந்தக் கைகளின் விரல்களாக இருந்தன நெளியும் பூக்கள். தண்ணீரில் எது வந்தாலும் உடனே அதைப் பிடித்துவிடும் அந்தப் புழு விரல்கள். அவற்றையெல்லாம் பார்த்த கடல்கன்னி சற்று நேரம் திகைத்து நின்றாள். திரும்பிப் போய்விடலாமே என்றுகூட அவள் நினைத்தாள். ஆனால் அவள் மனதில் இளவரசனைப் பற்றிய நினைவுகளும், ஆன்மாவைப் பற்றிய நினைவுகளும் பாய்ந்து வந்தன. அப்போது அவளது தைரியம் திரும்ப வந்தது. அந்த கெட்ட பிராணிகளின் கையில் அகப்படாமல் இருப்பதற்காக அவள் தன் தலைமுடியை, தலையைச் சுற்றிலும் இறுக்கமாகக் கட்டி வைத்தாள். பிறகு அதிவேகத்தில் தண்ணீரின் உள்ளே பாய்ந்து சென்றாள். கெட்ட பிராணிகள் அவளை நோக்கிக் கைகளை நீட்டின.

ஒவ்வொரு கெட்ட பிராணியும் என்னவெல்லாமோ பிடித்து வைத்திருப்பதை அவள் பார்த்தாள். கடலில் மூழ்கி இறந்த மனிதர்களின் எலும்புக்கூடுகள், படகுகளிலிருந்து தண்ணீரில் வீழ்ந்த துடுப்புகள், பெட்டிகள், தரையில் வாழும் மிருகங்களின் எலும்புகள், கழுத்து நெரித்துக் கொல்லப்பட்ட ஒரு கடல் பெண்... இப்படிப் பலவற்றை அந்தக் கெட்ட பிராணிகள் பிடித்து வைத்திருந்தன.

கடைசியில் இளவரசி கடல் கன்னி, விஸ்தாரமான ஒரு சேற்றுப் பகுதிக்கு வந்தாள். சந்தனநிறத்தில் பருத்த உடல் கொண்ட கொடூரமான பாம்புகள் அங்கே துள்ளித் துடித்துக்கொண்டிருந்தன. சேற்றுப் பகுதியின் நடுவில் ஒரு வீடு இருக்கிறது. கப்பல் விபத்தில் இறந்த மனிதர்களின் எலும்புகளால் கட்டப்பட்டது அந்த வீடு. அந்த வீட்டில் மந்திரவாதிக் கிழவி இருந்தாள். மனிதர்கள் கிளிக்கு உணவு கொடுப்பது போல அவள் ஒரு தவளைக்கு உணவு ஊட்டிக்கொண்டிருந்தாள். பாம்புகளை அவள் முத்தமிட்டுக் கொஞ்சுவது மட்டுமல்ல, அவற்றை எடுத்து தன் உடல் மீது விட்டுக் கொள்ளவும் செய்கிறாள்.

இளவரசி கடல் கன்னியைப் பார்த்ததும் மந்திரவாதிக் கிழவி கேட்டாள்:

"உனக்கு என்ன வேண்டும் என்று எனக்குத் தெரியும். உன் விருப்பங்கள் முட்டாள்தனமானவை. ஆயினும் உன் விருப்பங்கள் நிறைவேறும். இளவரசி, இறுதியில் உனக்குக் கிடைக்கும் அனுபவம் துயரமாகத்தான் இருக்கும். உன் மீன் வால் இல்லாமல் போக வேண்டும் என்று நீ விரும்புகிறாய். அதற்குப் பதிலாக மனிதர்களுக்கு உள்ள இரண்டு தாங்குகள் உனக்கு வேண்டும் என்றும் நீ ஆசைப்படுகிறாய். எதற்கு? அந்த இளவரசன் உன் மீது நேசம் கொள்வதற்காக!"

இப்படிச் சொல்லிவிட்டு மந்திரவாதிக் கிழவி குலுங்கிக் குலுங்கிச் சிரித்தாள். தவளையும், பாம்புகளும் அவள் உடம்பிலிருந்து கீழே இறங்கி நான்கு பக்கமும் சென்றன.

கிழவி தொடர்ந்து சொன்னாள்:

"இளவரசி, நீ சரியான நேரத்திற்குத்தான் வந்திருக்கிறாய். நாளைக் காலையில் நீ வந்திருந்தால், ஒரு வருடத்திற்கு உனக்கு உதவி செய்ய என்னால் முடிந்திருக்காது. சரி, இருக்கட்டும். நான் உனக்கு ஒரு திரவம் தயாரித்துத் தருகிறேன். நாளை சூரியன் உதிக்கும்போது நீ ஒரு கடற்கரையில் சென்று அமர வேண்டும். பிறகு நான் தந்த திரவத்தைக் குடிக்க வேண்டும். அதன் பிறகு உன் மீன் வால் சுருங்கிச் சுருங்கி மறைந்துவிடும். அதற்குப் பதிலாக - மனிதர்கள் கால்கள்

என்று சொல்கின்ற - இரண்டு தாங்குகள் உனக்குத் தோன்றி வரும். ஆனால், அப்போது உனக்கு மிகவும் வலியாக இருக்கும். மிகவும் கூரான வாளால் வெட்டினால் எப்படி வலிக்குமோ அப்படி வலிக்கும். நீ உருமாற்றம் அடைந்த பிறகு உன்னைப் பார்ப்பவர்கள், உலகில் உள்ள எல்லா மனிதர்களைவிடவும் நீதான் பெரும் அழகி என்று நினைப்பார்கள். உன் நடை மிகவும் அற்புதமாக இருக்கும். நீ அடிவைத்து ஆடுவதுபோன்று திறமையாக எந்த நாட்டியக்காரியாலும் ஆட முடியாது. ஆனால், நீ அடி வைக்கும்போது கூர்மையான கத்தியில் அடி வைப்பது போன்று உனக்கு வலிக்கும். இதையெல்லாம் சகித்துக்கொள்வாய் என்றால் நான் உனக்கு உதவி செய்கிறேன்."

"நான் எல்லாவற்றையும் சகித்துக்கொள்கிறேன்!"

"ஆனால், நீ ஒரு விஷயத்தை மறந்துவிடக் கூடாது. உனக்கு மனிதப் பெண்ணின் உருவம் கிடைத்த பிறகு, உன்னால் ஒரு போதும் கடல்கன்னியாக மாற முடியாது. நீ உன் தமக்கைகளிடமோ, தந்தையிடமோ திரும்பி வரவும் முடியாது. உனக்கு இளவரசனின் அன்பு கிடைக்கவில்லை என்று வைத்துக்கொள், அவன் உனக்காகத் தன் அம்மா அப்பாவைக் கைவிடவில்லை என்று வைத்துக்கொள், உன்னைத் தனக்குத் திருமணம் செய்து வைக்கும்படி பாதிரியார்களிடம் கட்டளை இடவில்லை என்று வைத்துக்கொள் அப்போது உனக்கு அழிவற்ற ஆன்மா கிடைக்காது. திருமண நாளுக்கு அடுத்தநாள் காலையில் உன் இதயம் உடையும். நீ தண்ணீரில் நுரையாக மாறிவிடுவாய்."

"நான் எப்படியாவது இளவரசனின் அன்பைப் பெறுவேன்!"

"இளவரசி. எப்படியானாலும் நீ எனக்கு கூலி தரவேண்டும். எனக்குத் தேவையான கூலி ஒன்றும் சாதாரணக் கூலி அல்ல தெரியுமா? தண்ணீரின் அடியில் வாழ்கின்ற எல்லோரைவிடவும் மிகவும் இனிமையான குரல் உனக்கு இருக்கிறது. அந்தக் குரல் இளவரசனைக் கவரும் என்று நீ நினைக்கிறாய். ஆனால், நீ உன் குரலை எனக்குக் கொடுத்துவிட வேண்டும். மிகவும் மதிப்பு வாய்ந்த திரவத்தைத்தான் நான் உனக்குத் தரப்போகிறேன். நான் திரவத்தில் என் ரத்தத்தைக் கலப்பேன். அந்தக் காரணத்தால் திரவம் பொறுக்க முடியாத வேதனையைத் தரும்."

"நீங்கள் என் குரலை எடுத்துக்கொண்டால் எனக்கு என்ன மிச்சமிருக்கும்?"

"உன் அழகான உருவம். அழகான நடை. உணர்ச்சிகள் அத்தனையும் வெளிக்காட்டும் கண்கள். இவற்றையெல்லாம் வைத்து நீ ஒரு மனித ஆணின் இதயத்தை வெற்றி கொள்ளலாம். என்ன,

உன் தைரியம் தளர்ந்துவிட்டதா? முதலில் நீ உன் நாக்கை நீட்டு. நான் அதை வெட்டி எடுத்துக்கொண்ட பிறகு திரவத்தைத் தருகிறேன்."

"சரி அப்படியே செய்துகொள்ளுங்கள்."

அந்த மந்திரவாதிக் கிழவி, நிறையப் பாம்புகள் கிடந்த பாத்திரத்தைச் சுத்தமாக்கினாள். பாம்புகளை ஒவ்வொன்றாக ஒரு முடிச்சுகளாகக் கட்டி வைத்தாள். பாத்திரத்தை அடுப்பில் வைத்துத் தீ மூட்டினாள். நகங்களால் தன் உடலைப் பிராண்டி ரத்தம் வரவழைத்தாள். அந்த ரத்தத்தை அடுப்பில் உள்ள பாத்திரத்தில் ஊற்றினாள். பாத்திரத்திலிருந்து பல உருவங்களில் ஆவி எழுந்தது. அந்த ஆவி உருவங்கள் மிகவும் பயங்கரமான உருவங்களாக இருந்தன. மந்திரவாதிக் கிழவி அவ்வப்போது பாத்திரத்தில் எதை எதையோ போட்டுக்கொண்டிருந்தாள். சற்று நேரம் கழித்து பாத்திரத்தில் கிடந்ததெல்லாம் கொதித்தன. பாத்திரத்திலிருந்து முதலை கத்துவதுபோன்ற சத்தம் எழுந்தது. கடைசியில் திரவம் தயாராகிவிட்டது. அது தூய நீர் போலக் காணப்பட்டது.

அதைத் தொடர்ந்து மந்திரவாதிக் கிழவி, கடல்கன்னியின் நாக்கை வெட்டி எடுத்தாள். அதன் பிறகு இளவரசி கடல்கன்னி ஊமையானாள். அப்படியென்றால், அவளால் இனிமேல் பேசவோ பாட்டுப் பாடவோ முடியாது என்று அர்த்தம்.

அவள் தன் தந்தையின் அரண்மனைக்குத் திரும்பினாள். அங்கே தீப்பந்தங்கள் எல்லாம் அணைந்திருந்தன. எல்லோரும் படுத்துத் தூங்கிக்கொண்டிருந்தார்கள். அவர்களின் அருகே செல்ல கடல் கன்னிக்குத் தைரியம் வரவில்லை. இப்போது அவள் ஊமையாகிவிட்டாள் அல்லவா! அவள் அவர்களையெல்லாம் விட்டுப் பிரியவும்போகிறாள். துயரம் தன் இதயத்தைப் பிளப்பதாக அவளுக்குத் தோன்றியது. கடைசியில் அவள் அரண்மனைத் தோட்டத்திற்குச் சென்றாள். ஒவ்வொரு தமக்கையின் தோட்டத்திலிருந்தும் ஒவ்வொரு பூ பறித்துக்கொண்டாள். சற்று நேரம் அரண்மனையையே உற்றுப் பார்த்துக்கொண்டிருந்தாள். பிறகு நீலக் கடலில் உயர்ந்து மேற்பரப்பிற்கு வந்தாள்.

இளவரசனின் அரண்மனையைக் கண்டுபிடித்தாள் கடல் கன்னி. பளிங்குக்கற்களால் கட்டப்பட்ட படிகளின் வழியே ஏறினாள். இன்னும் சூரியன் உதித்திருக்கவில்லை. சந்திரன் ஆகாயத்தில் இருந்தது. கடல்கன்னி ஒரேமூச்சில் திரவத்தைக் குடித்தாள். ஒரு வாள் தன் உடலைப் பிளப்பதுபோன்ற வலி அவளுக்கு ஏற்பட்டது. அவள் உணர்விழந்து தரையில் விழுந்து இறந்தவளைப்போலக் கிடந்தாள். சூரியன் உதித்தபோது அவளுக்கு நினைவு வந்தது.

அப்போதும் அவளுக்கு கடுமையாக வலித்தது. அதனால் என்ன? சற்று முன்னால் இளவரசன் நின்றுகொண்டிருந்தான். அவனது கருநீலக் கணகள் அவள் மீது பதிந்தன. அவள் வெட்கத்துடன் தன் கண்களைத் தாழ்த்திக்கொண்டாள். தன் மீன் வால் மறைந்திருப்பதையும், அதற்குப் பதிலாக மிகவும் அழகான இரண்டு கால்கள் தோன்றியிருப்பதையும் அவள் அப்போதுதான் பார்த்தாள். அங்கே அவள் எப்படி வந்தாள் என்று இளவரசன் அவளைக் கேட்டான். அவள் தன் கண்களை உயர்த்தி கனிவுடனும், துயரத்துடனும் அவனைப் பார்த்தாள். அவ்வளவுதான் அவளால் செய்ய முடிந்தது. அவள் தன் பேசும் சக்தியைத்தான் இழந்துவிட்டாளே! இளவரசன் அவளைக் கைபிடித்து அரண்மனையின் உள்ளே அழைத்துச் சென்றான். மந்திரவாதிக் கிழவி சொன்னதுபோல, ஒவ்வொரு முறை அடியெடுத்து வைக்கும்போதும் அவளுக்கு மிகவும் வலித்தது. ஊசிகளும், கத்திகளும் அவள் பாதங்களைக் குத்துவதுபோன்றிருந்தது அந்த வலி. ஆனால், அந்த வேதனையை அவள் மகிழ்ச்சியுடன் சகித்துக்கொண்டாள். மிகவும் லாவகமாக அவள் இளவரசனுடன் சேர்ந்து முன்னால் நடந்தாள். பார்த்துக்கொண்டிருந்த மற்றவர்களைப் போலவே இளவரசனும் அவளது நடையழகைப் பார்த்து பெரிதும் வியந்தான்.

பட்டாலும், மற்ற விலையுர்ந்த துணிகளாலும் தயாரிக்கப்பட்ட ஆடைகள் அவளுக்குக் கொடுக்கப்பட்டன. அரண்மனையில் உள்ள பெண்களிலேயே அவள்தான் மிகவும் அழகியாக இருந்தாள். ஆனால், பேசவோ பாடவோ அவளால் முடியவில்லை. பட்டாடைகள் அணிந்த அடிமைப் பெண்கள் இளவரசன் முன்னிலையிலும், அரச தம்பதியினர் முன்னிலையிலும் பாடல்கள் பாடினார்கள். ஒருத்தி பாடிய பாட்டு மிகவும் சிறப்பாக இருந்தது. இளவரசன் சிரித்துக் கை தட்டி அடிமைப் பெண்ணைப் பாராட்டினான். அதைப் பார்த்த கடல் கன்னி துயரம்கொண்டாள். அதைவிட எவ்வளவோ நன்றாகத் தன்னால் பாட முடியும் என்று அவளுக்குத் தெரியும். “நான் என் குரலை இளவரசனுக்காக இழந்தேன் என்று இளவரசனுக்குத் தெரிந்தால் போதும்” என்று அவள் விரும்பினாள்.

அடிமைப் பெண்கள் இனிய பாடல்களுக்கு ஏற்றபடி நடனமாடினார்கள். அதைப் பார்த்த கடல்கன்னி, தன் அழகும் மென்மையும் மிக்க கைகளை உயர்த்தி நடனமாடத் தொடங்கினாள். அவ்வளவு நன்றாக வேறு யாரும் ஆடவில்லை.

கடல்கன்னியின் நடன அசைவுகள், அவளது இயற்கையான அழகை மேலும் உயர்த்தின.

எல்லோருக்கும், முக்கியமாக இளவரசனுக்கு பெரு மகிழச்சி ஏற்பட்டது. கடல்கன்னி மீண்டும் மீண்டும் நடனமாடினாள். அவள்

தன் கால்களைத் தரையில் ஊன்றும்போதெல்லாம் பொறுக்க முடியாத வலி ஏற்பட்டது. அவள் இன்று முதல் தன்னுடன்தான் இருக்க வேண்டும் என்று கட்டளையிட்டான் இளவரசன். படுக்கையறைக்கு வெளியே ஒரு வெல்வெட் மெத்தையில் படுத்துத் தூங்குவதற்கான அனுமதியும் அவளுக்குக் கிடைத்தது.

அவள் தன்னுடன் சேர்ந்து குதிரைச் சவாரி செய்ய வேண்டும் என்று விரும்பினான் இளவரசன். அதற்காக அவன் அவளுக்கு பணிப்பெண்ணின் உடைகளைக் கொடுத்தான். தோளில் படும்படித் தாழ்ந்து கிடந்த மரக்கிளைகளின் இடையே, அடர்ந்த இலைகளுக்கிடையிலிருந்து பாடும் பறவைகளைப் பார்த்துக்கொண்டு அவர்கள் குதிரையோட்டிப் போவார்கள். சில சமயம் அவர்கள் உயரமான குன்றுகளின் மேலே ஏறுவார்கள். அவளது மென்மையான பாதங்களில் காயம்பட்டு ரத்தம் கொட்டும். ஆயினும் அவள் அதையெல்லாம் பொருட்படுத்த மாட்டாள். குன்றின் மீதிருக்கும்போது அவள் மேகங்கள் வலசைபோகும் பறவைகளைப்போல தங்கள் கீழே பறந்து செல்வதைப் பார்ப்பாள்.

அரண்மனையில் இரவில் எல்லோரும் உறங்கும்போது கடல் கன்னி மட்டும் அகலமான பளிங்குப் படிகளில் சென்று அமர்ந்திருப்பாள். குளிர்ந்த கடல் நீரில் அடிக்கடி இறங்கி நிற்பாள். அவளது எரியும் பாதங்களுக்கு அப்போது சற்று ஆசுவாசம் கிடைக்கும்.

ஒருநாள் இரவில் அவளது தமக்கைகள் கைகளைக் கோர்த்துக்கொண்டு வந்தார்கள். தண்ணீரில் மிதந்தபடியே அவர்கள் துயரமான பாடல்களைப் பாடினார்கள். சைகை காட்டி அவளை அழைத்தார்கள். அவளது பிரிவால் தாங்கள் எல்லோரும் மிகவும் துன்புறுவதாக அவர்கள் சொன்னார்கள். அதற்கு அடுத்து வந்த சில இரவுகளில், இளையவளும் மூத்த தமக்கைகளும் சந்தித்துக்கொண்டார்கள். ஒரு முறை இளைய கடல் கன்னி வெகு தொலைவில் தன் பாட்டியைப் பார்த்தாள். அது மட்டுமல்ல, கிரீடம் அணிந்திருக்கிற தன் அன்பிற்குரிய அப்பாவையும் பார்த்தாள். வெகு காலத்திற்குப் பிறகுதான் அவர்கள் கடலின் மேல்தளத்திற்கு வந்திருக்கிறார்கள். அவர்கள் அவளைப் பார்த்துக் கைகள் நீட்டினார்கள். சில சைகைகள் காட்டினார்கள். ஆனால் அவர்கள், அவளது தமக்கைகளைப் போல கரைக்கு அருகில் வரத் துணியவில்லை.

நாட்கள் செல்லச் செல்ல இளவரசனுக்கு, கடல்கன்னியின் மீதான அன்பு அதிகரித்தது. அந்த அன்பு அழகான ஒரு குழந்தையின் மீது ஏற்படும் அன்புதான். அவளைத் தன் மனைவி ஆக்கிக்கொள்ள

வேண்டும் என்ற எண்ணம் அவனுக்கு இல்லவே இல்லை. அவள் இளவரசனின் மனைவி ஆகவில்லையென்றால், அவளுக்கு அழிவற்ற ஆன்மா கிடைக்காது. அதுமட்டுமல்ல, அவனது திருமணநாளின்போது அவள் கடலில் ஒரு நுரையாக மாறிவிடுவாள்.

ஒருமுறை இளவரசன் அவளது நெற்றியில் முத்தமிட்டான். அப்போது அவளது கண்கள் அமைதியாகக் கேட்டன:

"நீங்கள் அனைவரைவிடவும் என்னைத்தானே அதிகமாக நேசிக்கிறீர்கள்?"

அந்த மௌனப் பேச்சு புரிந்ததுபோல இளவரசன் சொன்னான்:

"ஆமாம். எல்லோரைவிடவும் நான் உன்மீதுதான் பேரன்பு கொண்டிருக்கிறேன். ஏனென்றால் உன் இதயம் மிகவும் பரிசுத்தமானது. நீதான் எல்லோரைவிடவும் அதிகமாக என்மீது அன்பும் மரியாதையும் கொண்டிருக்கிறாய். நான் முன்பு ஒரு முறை பார்த்த ஒரு பெண்ணைப்போலவே நீ இருக்கிறாய். நிச்சயமாக இனி நான் அவளைப் பார்க்க மாட்டேன். அன்று ஒரு நாள் என் கப்பல் மூழ்கிவிட்டது. அலைகள் என்னை ஒரு தேவாலயத்திற்குப் பக்கத்தில், கரையில் ஒதுக்கியது. அப்போது ஒரு இளம் பெண் என் உயிரைக் காப்பாற்றினாள். அவளை நான் இரண்டு முறை மட்டுமே பார்த்திருக்கிறேன். இந்த உலகத்தில் அவளை மட்டுமே நான் நேசிக்கிறேன். நீ பெரிதும் அவளது சாயலில்தான் இருக்கிறாய். என் அதிர்ஷ்டம்தான் உன்னை என்னிடம் சேர்த்திருக்கிறது. நாம் இனிமேல் எப்போதுமே பிரியமாட்டோம்!"

கடல்கன்னி நினைத்தாள்:

"ஐயோ! நான்தான் இவரது உயிரைக் காப்பாற்றினேன் என்று இவருக்குத் தெரியவில்லையே! அலைகளூடே இவரை தேவாலயத்தின் அருகில் கிடத்தியது நான்தான். நுரைகளின் அடியிலிருந்து நான், யாரும் அவர் அருகில் செல்கிறார்களா என்று உற்றுப் பார்த்துக்கொண்டிருந்தேன். நான் இப்போது என்றும் இவரைக் காண்கிறேன். இவருடன் இருக்கிறேன். நான் இவரை முடிந்தளவு நேசிக்கிறேன். இவருக்காக நான் என் உயிரைக் கொடுக்கவும் தயாராக இருக்கிறேன்!"

இப்படி நினைத்து அவள் பெருமூச்சு விட்டாள்.

அவளால் அழமுடியாது அல்லவா.

விரைவிலேயே இளவரசனின் திருமணம் நிச்சயிக்கப்பட்டது. வெளிநாட்டைச் சேர்ந்த மன்னன் மகள்தான் மணமகள். கடற்

பயணத்திற்காக மிக அழகான ஒரு கப்பல் தயாரிக்கப்பட்டது. தன் மணமகளைக் காண இளவரசன் கடலில் பயணம் செய்யப்போகிறான். நிறைய பணியாளர்களும், உதவியாளர்களும் அவனுடன் செல்வார்கள்.

இளவரசன் கடல்கன்னியிடம் சொன்னான்:

"நான் என் மணமகளைப் பார்ப்பதற்காகச் செல்கிறேன். என் தாய் தந்தையின் விருப்பம் இது. அவளை இங்கே அழைத்து வரும்படி அவர்கள் என்னை கட்டாயப்படுத்தவில்லை. அவளை நான் நேசிப்பதும் சாத்தியமல்ல. உன்னைப் போன்ற ஒரு பெண்ணை நான் முன்பு பார்த்தேன் அல்லவா? இப்போது வெளிநாட்டில் நான் பார்க்கப்போகும் பெண் அவளைப் போன்று இல்லை. நான் என் சொந்த விருப்பப்படி என் மணமகளைத் தேர்ந்தெடுக்கிறேன் என்று வைத்துக்கொண்டால், நீதான் என் மனைவியாக இருப்பாய். நான் கண்டுபிடித்த ஊமையான, பேசும் கண்கள் உள்ள நீதான் என் மனைவியாக இருப்பாய்!"

இப்படிச் சொன்ன இளவரசன் அவளது நீண்ட கூந்தலை பல முறை வருடினான்.

அவள் அளப்பரிய மகிழ்ச்சியைக் குறித்தும், அழியாத ஆன்மாவைக் குறித்தும் பகல்கனவு காணத் தொடங்கினாள்.

இருவரும் கப்பலில் ஏறியபோது இளவரசன் அவளிடம் கேட்டான்:

"பேசமுடியாத பாவப்பட்ட பெண்ணே, என்ன, நீ கடலைக் கண்டு அஞ்சுகிறாயா?"

பலமான புயற்காற்றுகளைப் பற்றி, கடலில் வாழ்கின்ற விசித்திர மீன்களைப் பற்றி, முத்தெடுக்க மூழ்கிச் செல்பவர்கள் காணும் காட்சிகளைப் பற்றியெல்லாம் இளவரசன் விவரித்துச் சொல்லிக்கொண்டிருந்தான். அதையெல்லாம் கேட்டபோது கடல் கன்னியின் உதடுகளில் புன்னகை விரிந்தது. கடல் ஆழத்தில் உள்ள நிலைகளைப் பற்றி மற்ற அனைவரையும்விட அவளுக்குத்தானே நன்றாகத் தெரியும்!

இரவு வந்தது. நல்ல நிலா வெளிச்சம். சுக்கான் பிடித்திருப்பவர்களைத் தவிர மற்ற எல்லோரும் உறங்குகிறார்கள். கடல்கன்னி ஒரு ஓரமாக நின்று தெளிவான கடல் நீரையே உற்றுப் பார்த்துக்கொண்டிருந்தாள். அவள் தன் தந்தையின் அரண்மனையைப் பார்த்தாள். உப்பரிகையில் நின்று கொண்டு, கடல் கன்னி இருக்கும் கப்பலின் அடிப்பகுதியையே தீவிரமாகப் பார்த்துக்கொண்டிருந்தாள் வெள்ளிக் கிரீடம் அணிந்த பாட்டி. கடல்கன்னியின் ஐந்து சகோதரிகளும் நீரின் மேல் தளத்திற்கு

வந்து அவளைத் துயரத்துடன் பார்த்தார்கள். அவள் அவர்களைக் கை காட்டி அழைத்தாள். தான் நலமாக இருப்பதாக அவர்களிடம் சொல்ல விரும்பினாள். அப்போது கப்பல் பணியாளனான ஒரு சிறுவன் வருவதைப் பார்த்தாள். தமக்கைகள் பட்டென்று தண்ணீரில் மூழ்கி மறைந்தார்கள். அந்தச் சிறுவன் என்ன நினைத்தான் தெரியுமா? "ஓ, சற்று முன்பு நான் கடலில் பார்த்தது வெண்ணிற உருவங்கள் அல்ல. வெள்ளை நுரைதான் என் கண்களுக்கு உருவங்கள் போலத் தெரிந்திருக்கின்றன!"

அடுத்தநாள் காலையில் கப்பல் வெளிநாட்டின் துறைமுகத்தை அடைந்தது. அந்த நேரத்தில் தேவாலயத்தின் மணிகள் முழங்கின. கோட்டையிலிருந்து வாத்தியக் கருவிகள் இசைத்தன. ஆயுதம் தரித்த படைவீரர்கள் வரிசை வரிசையாக நின்றார்கள். அதற்குப் பிறகு வந்த நாட்கள் பெருங்கொண்டாட்டமாக இருந்தன. நடனங்களும் மற்ற நிகழ்ச்சிகளும் நடந்தன. மணமகளான இளவரசி இன்னும் தலைநகருக்கு வந்திருக்கவில்லை. அவள் தொலைதூரத்தில் உள்ள ஒரு தேவாலயத்தில் தங்கிப் படித்துக் கொண்டிருக்கிறாள். கடைசியில் அவளும் வந்துவிட்டாள்.

அந்த இளவரசி எந்தளவு அழகாக இருப்பாள் என்று தெரிந்துகொள்ள விரும்பினாள் கடல்கன்னி. அந்த இளவரசியைப் பார்த்தபோது அவளுக்கு ஒன்று தெரிந்தது, அவளைப்போன்ற ஒரு பேரழகியை அவள் அன்றுவரை பார்த்தது இல்லை!

இளவரசன் மிகவும் வியப்புடன் தன் மணமகளிடம் சொன்னான்:

"நான் நிராதரவாக தேவாலயத்தின் பக்கத்தில் கிடந்தேன் அல்லவா? அப்போது நீதான் என்னை முதலாவதாகக் கண்டுபிடித்தாய்! உன்னைப் பார்த்ததில் இப்போது எனக்கு எவ்வளவு மகிழ்ச்சி தெரியுமா? இந்த மகிழ்ச்சியை வார்த்தைகளால் சொல்ல முடியாது!"

இளவரசன் கடல்கன்னியை நோக்கிச் சொன்னான்:

"என் ஆசை நிறைவேறிவிட்டது. என் மகிழ்ச்சியில் நீயும் கலந்துகொள்கிறாய் அல்லவா! மற்றவர்களைவிட அதிகமாக என் மீது அன்பும் மதிப்பும் கொண்டவள் நீ!"

கடல்கன்னி, இளவரசன் நீட்டிய கையில் முத்தமிட்டாள். தன் இதயம் உடைந்து நொறுங்குவதுபோல உணர்ந்தாள் அவள். இளவரசனின் மணநாள் அன்று தான் இறப்போம் என்றும், கடலில் ஒரு நுரைத் திவலையாக மாறுவோம் என்றும் அவளுக்குத் தெரியும்!

எல்லா தேவாலய மணிகளும் முழங்குகின்றன. ராஜ தூதுவர்கள் தெருக்களில் திருமண நிகழ்ச்சியைக் கொண்டாடுகிறார்கள். மேடைகளில் உள்ள வெள்ளி விளக்குகளில் வாசனைத் திரிகள் எரிந்து மணம் பரப்புகின்றன. மணமகளும், மணமகனும் கைகோர்த்துக்கொள்கிறார்கள். பிரதான புரோகிதர் அவர்களை ஆசீர்வதிக்கிறார். கடல்கன்னி, மணமகளின் உடையில் உள்ள பின் தொங்கலைத் தாங்கிக் கொண்டிருக்கிறாள். அவள் தங்கமயமான ஆடைகளை அணிந்திருக்கிறாள். ஆனால் அவளது காதுகள் ஓசை எதையும் கேட்கவில்லை. அவளது கண்கள் திருமணச்சடங்கு எதையும் பார்க்கவில்லை. அவள் தன் மரணத்தைக் குறித்துச் சிந்தித்துக்கொண்டிருந்தாள். இந்த உலகத்தில் தான் இழந்த அனைத்தைப் பற்றியும் அவள் யோசித்துக்கொண்டிருந்தாள்.

மாலை நேரத்தில் மணமகனும், மணமகளும் கப்பலில் ஏறினார்கள். பீரங்கி வெடிகள் உச்சத்தில் முழங்கின. கொடிகள் காற்றில் படபடத்துப் பறந்தன. கப்பலின் உள்ளே தங்கமயமான ஒரு பட்டுக் கூடாரம் தயாரானது. அதில்தான் குளிரும் அந்த இரவில் மணமகனும், மணமகளும் உறங்குவார்கள்.

காற்றில் கப்பலின் பாய்கள் விரிந்தன. அமைதியான கடலில் கப்பல் மெதுவாகச் சென்றது. இருட்டிய பிறகு பல நிற விளக்குகள் ஏற்றப்பட்டன. மாலுமிகள் மேல்தளத்தில் உற்சாகத்துடன் நடனமாடினார்கள். தான் முதன்முறையாகக் கடலுக்கு மேற்தளத்தில் வந்தபோது பார்த்த நிகழ்ச்சியை கடல் கன்னி நினைவுகூர்ந்தாள். அன்றும் இப்படிப்பட்ட ஒரு காட்சியைத்தான் அவள் பார்த்தாள். இன்றும் அது போன்ற ஒரு காட்சிதான் நடக்கிறது. கடல் கன்னியும் நடனத்தில் பங்கேற்றாள். எல்லோரும் அவளைப் பாராட்டினார்கள். அற்புதமாக இருந்தது அவளது நடனம். ஆனால் அவளது மென்மையான பாதங்கள் கத்தியால் கிழிக்கப்பட்டதைப்போலச் சிதைந்தன. அந்த வலி அவளுக்குத் தெரியவில்லை. ஏனென்றால் அதைவிட அதிகமாக இருந்தது இதயத்தின் வேதனை. அவள் தன் வீட்டையும், நண்பர்களையும் கைவிட்டு வந்துவிட்டாள். தன் மிக இனிமையான குரலைக் கைவிட்டுவிட்டாள். எப்போதும் அவள் சொல்லமுடியாத வேதனையைச் சகித்துக்கொண்டிருந்தாள். எல்லாம் இளவரசனுக்காகத்தான். ஆனால் இளவரசனுக்கு அது எதுவுமே தெரியாது. இளவரசனை கடல்கன்னி கடைசி முறையாகப் பார்க்கிறாள். இது அவளுக்கு உறுதியாகத் தெரிந்தது. இந்த இரவில் அவள் கடைசி முறையாக சுவாசிக்கிறாள். நட்சத்திரங்கள் ஒளிரும் ஆகாயத்தையும், ஆழமான கடலையும் அவள் கடைசி முறையாகப் பார்க்கிறாள். எண்ணங்களோ, கனவுகளோ கடந்து செல்லாத

நிரந்தரமான ஒரு இரவு அவளுக்காகக் காத்திருக்கிறது. ஏனென்றால் அவளுக்கு அழிவற்ற ஆன்மா இல்லை. அது அவளுக்குக் கிடைக்கவும் இல்லை. நள்ளிரவு வரை கப்பலின் மேல்தளத்தில் ஒரே கொண்டாட்டமும் கோலாகலமுமாக இருந்தது. மரணத்தைப் பற்றிய நினைவுகளை மனதில் மறைத்துக்கொண்டு கடல்கன்னி நடனமாடினாள். சிரித்தாள்.

இளவரசன் சற்று நேரம் தன் மனைவியின் கறுத்த கூந்தலை வருடிக்கொண்டிருந்தான். பிறகு அவளது கையைப் பிடித்துக்கொண்டு அழகான கூடாரத்திற்குள் சென்றான்.

கொஞ்சம் கொஞ்சமாகக் கப்பலில் அமைதி பரவியது. எல்லோரும் உறங்கத் தொடங்கினார்கள். சுக்கான் பிடிப்பவர்கள் மட்டும் விழித்திருந்தார்கள். கடல்கன்னி, கப்பல் தளத்தின் கைப்பிடியில் முழங்கைகளை ஊன்றி நிற்கிறாள். விடியலுக்காக அவள் கிழக்குத் திசையையே பார்த்திருந்தாள். சூரியனின் முதல் கிரணம் வரும்போது தான் இல்லாமல் போய்விடுவோம் என்று அவளுக்குத் தெரியும். திடீரென்று அவள் ஒரு காட்சியைப் பார்த்தாள். அதோ, அவள் தமக்கைகள் கடல் நீரிலிருந்து உயர்ந்து வருகிறார்கள். அவர்களின் முகங்களும் அவள் முகத்தைப்போலவே வெளுத்திருக்கின்றன. அவர்களின் தலையில் தலைமுடி இல்லை.

கடல் கன்னியின் தமக்கைகள் உரக்கச் சொன்னார்கள்:

“நீ நாளைக் காலை இறக்காமல் இருப்பதற்காக, நாங்கள் எங்கள் தலைமுடியை எல்லாம் அந்த மந்திரவாதிக் கிழவிக்குக் கொடுத்துவிட்டோம். இதைப் பார்த்தாயா? இது மிகவும் கூர்மையான கத்தி. அந்த மந்திரவாதிக் கிழவிதான் இதையும் கொடுத்தாள். சூரியன் உதிப்பதற்கு முன்பு நீ இந்தக் கத்தியால் இளவரசனின் நெஞ்சில் குத்த வேண்டும். அவன் நெஞ்சிலிருந்து வரும் சூடான ரத்தம் உன் கால்களில் விழும்போது... ஆமாம், அப்போது உன் கால்கள் மீண்டும் மீன் வாலாக மாறும். நீ பழையபடி கடல் கன்னியாகிவிடுவாய். எங்களிடம் திரும்பி வருவாய். முந்நூறு வருடங்கள் வாழ்வாய். சூரியன் உதிப்பதற்கு முன்பு - ஒன்று இளவரசன், இல்லையென்றால் நீ - இருவரில் ஒருவர் இறந்தே தீர வேண்டும்! நம் பாட்டி எவ்வளவு அழுதார்கள் தெரியுமா? நீ அந்த இளவரசனைக் கொன்றுவிட்டு எங்களுடன் வா! சீக்கிரம்! அதோ, கிழக்குத் திசையில் மெல்லிய சிவப்பு தெரிவதைப் பார்த்தாயா? சில நிமிடங்களுக்குள் சூரியன் உதித்துவிடும்! சூரியன் உதித்தால் நீ இறந்துவிடுவாய்!”

இப்படிச் சொல்லிவிட்டு கடல்கன்னியின் தமக்கைகள் பெருமூச்சுவிட்டார்கள். தண்ணீரில் மூழ்கி மறைந்தார்கள்.

கடல்கன்னி, கூடாரத்தின் திரையை நீக்கி உள்ளே பார்த்தாள். அழகான மணமகள் இளவரசனின் நெஞ்சில் தலைசாய்த்து உறங்குகிறாள். கடல்கன்னி நடந்து சென்று குனிந்து அவன் நெற்றியில் முத்தமிட்டாள். பிறகு விழிகள் உயர்த்தி ஆகாயத்தைப் பார்த்தாள். காலையின் செம்மை பரவத் தொடங்கியது. அவள் தன் கையில் உள்ள கத்தியை ஒருமுறை பார்த்தாள். பிறகு இளவரசனின் முகத்தையும் பார்த்தாள். இளவரசன் உறக்கத்தில் தன் மனைவியைப் பெயர் சொல்லி அழைக்கிறான். அவன் மனதில் இப்போது அவன் மனைவி மட்டுமே இருக்கிறாள். கத்தியைப் பிடித்திருந்த கடல்கன்னியின் விரல்கள் நடுங்கின. சட்டென்று அவள் கத்தியைத் தொலைவில் கடலில் எறிந்தாள். கத்தி விழுந்த இடத்தில் தண்ணீரிலிருந்து ரத்தத்துளிகள் தெறிப்பதுபோலத் தோன்றியது. தன் பாதிமூடிய கண்களால் அவள் இளவரசனை இன்னும் ஒருமுறை பார்த்தாள். பிறகு கப்பலிலிருந்து கடலில் தாவினாள். தன் உடல் நுரையாக மாறுவதாக அவள் உணர்ந்தாள்.

அப்போது சூரியன் உதித்தெழுந்துவிட்டது. இளம் வெப்பமான சூரியக் கதிர்கள் குளிர்ந்த நுரைகளில் பதிந்தன. கடல் கன்னிக்கு மரணவேதனை தெரியவில்லை. அவளால் சூரியனை நன்றாகப் பார்க்க முடிந்தது. அவளுக்கு மேலாக, சொர்க்கத்தில் வாழும் உயிர்கள் நூற்றுக்கணக்காக மிதந்து செல்கின்றன. கப்பலின் வெள்ளைப்பாய்களின் ஊடாக, சிவப்பு மேகங்களின் ஊடாக அவளால் அவற்றைப் பார்க்க முடிந்தது. சொர்க்க ஜீவிகளின் பேச்சு இசைத்தன்மையுடன் இருந்தது. மனிதர்களின் காதுகளுக்கு அதைக் கேட்பதற்கான சக்தி இல்லை. மனிதர்களின் கண்களால் சொர்க்க ஜீவிகளைப் பார்க்கவும் முடியாது. அவை ஆகாயத்தில் மிதந்து சென்றன. கடல்கன்னிக்கு ஒரு அனுபவம் ஏற்பட்டது:

“எனக்கு சொர்க்க ஜீவிகளின் உருவம் வந்திருக்கிறது. நான் நுரைகளிலிருந்து உயர்ந்து கொண்டிருக்கிறேன்!”

அவள் சொர்க்க ஜீவிகளிடம் கேட்டாள்:

“நான் எங்கே சென்று கொண்டிருக்கிறேன்?”

அவளது குரல் இப்போது சொர்க்க ஜீவிகளின் குரலாக மாறியிருக்கிறது. அதில் புனிதம் கலந்திருக்கிறது. பூமியில் உள்ள எந்தக் குரலும் அதற்கு இணையாகாது.

சொர்க்க ஜீவிகள் கூறின:

“நீ காற்றின் மகள்களிடம் செல்கிறாய். ஒரு கடல்கன்னி, ஒரு மனிதனின் நேசத்தைப் பெறாதவரை அவளுக்கு அழிவற்ற ஆன்மா கிடைக்காது. அவளது நிரந்தரமான வாழ்க்கை ஒரு மனிதனைச் சார்ந்திருக்கிறது. காற்றின் மகள்களுக்கும் அழிவற்ற ஆன்மா இல்லை.

ஆனால் நற்செயல்களின் மூலம் அவர்கள் அழிவற்ற ஆன்மாவைப் பெற முடியும். தொற்றுநோய்கள் மனிதர்களைக் கொல்கிற வெப்பப் பகுதிகளுக்கு நாங்கள் பறந்து செல்வோம். அங்கே குளிர்ச்சியான பருவ நிலையை ஏற்படுத்துவோம். நாங்கள் பூக்களின் மணங்களை காற்றில் பரப்புவோம். ஆரோக்கியத்தையும், புத்துணர்ச்சியையும் கொடுப்போம். முடிந்தவரை நன்மை செய்வதற்காக முந்நூறு வருட காலம் உழைப்போம். அதற்குப் பிறகு எங்களுக்கு அழிவற்ற ஆன்மா கிடைக்கும். நாங்கள் மனிதர்களின் நிரந்தரமான மகிழ்ச்சியில் பங்குகொள்வோம். பரிதாபத்திற்குரிய கடல்கன்னி, நீ எங்களுடைய நோக்கத்தை அடைவதற்காக ஆத்மார்த்தமாக முயன்றாய். அதற்காக நீ பெரும் துன்பங்களைச் சகித்துக்கொண்டாய். உன் நல்ல செயல்களின் காரணமாக நீ சொர்க்க ஜீவிகளின் உலகத்திற்கு உயர்ந்தாய். முந்நூறு வருடங்களுக்குப் பிறகு உனக்கு அழிவற்ற ஆன்மா கிடைக்கும்!"

கடல்கன்னி தன் கரங்களுயர்த்தி, கடவுளின் படைப்பான சூரியனை வணங்கினாள். அப்போது அவளது கண்கள் கண்ணீரால் நிறைந்தன. கப்பலில் மீண்டும் அசைவுகளும், ஓசைகளும் ஏற்பட்டன. இளவரசனும் அவள் மனைவியும் தன்னைத் தேடுவதை அவள் பார்த்தாள். பிறகு அவர்கள் முத்துகள் போன்ற நுரையைத் துயரத்துடன் பார்ப்பதையும் அவள் கண்டாள். மற்றவர்களின் பார்வைக்குப் புலப்படாத கடல் கன்னி, இளவரசனின் நெற்றியில் முத்தமிட்டாள். இளவரசனை மற்றொரு முறை நன்றாகப் பார்த்துவிட்டு காற்றின் மகள்களுடன் இளம் சிவப்பான ஒரு மேகத்தில் ஏறினாள். பிறகு வானில் உயர்ந்து சென்றாள்.

காற்றின் மகள்களில் ஒருத்தி சொன்னாள்:

"முந்நூறு வருடங்களுக்குப் பிறகு நாமும் சொர்க்கத்திற்குச் செல்வோம். ஒருக்கால் அதற்கு முன்பாகக்கூடச் செல்வோம். குழந்தைகள் உள்ள மனிதர்களின் வீடுகளில் நாம் யார் பார்வைக்கும் புலப்படாமல் கடந்து செல்வோம். தாய் தந்தைக்கு மகிழ்ச்சியளிக்கிற, அவர்களின் அன்பிற்குத் தகுதியான குழந்தைகளை நாம் சிலநாட்களில் கண்டுபிடிப்போம். அப்படியான ஒவ்வொரு நாளும் நம் பயிற்சிக் காலத்தைக் குறைக்கும். நாம் வீடுகளுக்குள் புகுந்து செல்வது குழந்தைகளுக்குத் தெரியாது. குழந்தைகளின் நற்குணத்தைப் பார்த்து நாம் புன்னகை புரியும்போது முந்நூறிலிருந்து ஒரு வருடம் குறையும். ஆனால், நாம் ஒரு கெட்ட குழந்தையைக் கண்டுபிடித்துவிட்டோம் என்று வைத்துக்கொள், அப்போது நாம் துயருற்று கண்ணீர்த்துளிகளைச் சிந்துவோம். அப்படியானால், ஒவ்வொரு கண்ணீர்த்துளிக்கும் ஒவ்வொரு நாள் நம் பயிற்சிக்காலத்தில் அதிகரிக்கும்!" ■

21

தேவதூதன்

ஒரு நல்ல குழந்தை இறக்கும்போது சொர்க்கத்திலிருந்து ஒரு தேவதூதன் பூமியில் வந்து இறங்குகிறான். அவன் இறந்த குழந்தையைக் கையில் எடுக்கிறான், பிறகு தன் பெரிய இறக்கைகளை அசைத்துப் பறந்து செல்கிறான், குழந்தை விரும்பிய இடங்களுக்கு மேலாக பறந்து செல்கிறான், ஒரு கை நிறைய பூக்களைப் பறிக்கிறான், அவற்றைக் கடவுளிடம் கொண்டு சென்று கொடுக்கிறான். பூமியைவிட நன்றாக சொர்க்கத்தில் மலர்ந்திருப்பதற்காகத்தான் அந்தப் பூக்களைக் கொடுத்தான். சொர்க்கத்தில் இருக்கும் கடவுள் எல்லாப் பூக்களையும் தன் மார்புடன் சேர்த்து அணைத்துக்கொள்கிறார். அவற்றில் தனக்கு மிகவும் பிடித்திருக்கும் பூவை முத்தமிடுகிறார். அப்போது அந்தப் பூவிற்கு ஒரு குரல் கிடைக்கிறது. அது குழுவாகச் சேர்ந்து பாடுகிறது. ஸ்துதி கீதத்திலும் பங்கேற்கிறது.

ஒரு முறை ஒரு தேவதூதன் இறந்த ஒரு குழந்தையைச் சொர்க்கத்திற்கு எடுத்துச் சென்றான். அந்தக் குழந்தை விளையாடி மகிழ்ந்த இடங்களின் மேலேதான் அதைச் சுமந்து பறந்து சென்றான். மிகவும் அழகான பூக்கள் மலர்ந்திருக்கின்ற ஒரு தோட்டத்தின் மேலே செல்லும்போது தேவ தூதன் குழந்தையிடம் கேட்டான்:

"நாம் சொர்க்கத்தில் நட்டு வளர்ப்பதற்காக எந்தப் பூச் செடியைக் கொண்டு செல்ல வேண்டும்?"

கனவில் கேட்பதைப் போல அந்தக் குழந்தை அதைக் கிரகித்துக்கொண்டது.

இன்னும் முழுதாக வளராத, அழகான ஒரு ரோஜாப் பூச்செடி ஒடிந்திருந்தது. ஏதோ ஒரு தீயவனின் கரம் அதன் தண்டை ஒடித்திருந்தது. பாதி மலர்ந்த பூ மொட்டுக்கள் நிறைந்த சிறு கிளைகள் காய்ந்து கீழே சாய்ந்து கிடக்கின்றன.

"அந்த ஒடிந்த ரோஜாச் செடியை எடுத்துக்கொண்டு செல்லுங்கள்! அது சொர்க்கத்தில் நன்றாக மலர்ந்து நிற்கட்டும்!" என்றது அந்தக் குழந்தை.

தேவதூதன் அந்தச் செடியை எடுத்துக்கொண்டு அந்தக் குழந்தையை முத்தமிட்டான். குழந்தை பாதி விழிகளைத் திறந்து பார்த்தது. தேவதூதன் பளபளப்பான நிறம் உள்ள சில பூக்களைப் பறித்தான். அதனுடன் சேர்த்து தரம் தாழ்ந்த வகையைச் சேர்ந்த இரண்டு பூக்களையும் பறித்தான்.

“நம்மிடம் இப்போது தேவையான பூக்கள் சேர்ந்துவிட்டன!” என்றது குழந்தை.

“சரிதான்!” என்னும் அர்த்தத்துடன் தேவ தூதன் தலையாட்டினான். அவன் உடனே சொர்க்கத்தை நோக்கி மேலே பறந்து செல்லவில்லை. இரவாகிவிட்டது. எங்கும் அமைதி பரவியிருந்தது. அவர்கள் ஒரு பெரிய நகரத்தில் தங்கினார்கள். அங்கே ஒரு சிறிய தெருவில் வைக்கோலும் குப்பைகளும் குவிந்து கிடந்தன. பீங்கான் துண்டுகள், சுண்ணாம்பு, பழந்துணிகள் ஆகியவையெல்லாம் அந்தக் குப்பையில் இருந்தன. ஒரு பூச்சட்டியின் உடைந்த துண்டை தேவதூதன் சுட்டிக்காட்டினான். அதற்குப் பக்கத்தில் ஒரு மண் கட்டியும் கிடந்தது. காய்ந்துபோன ஒரு பூச் செடியின் வேர்கள் அந்த மண் கட்டியில் ஊன்றியிருந்தன. பயன் இல்லாததால் அவையெல்லாம் தெருவில் தூக்கி எறியப்பட்டிருந்தன.

தேவ தூதன் குழந்தையிடம் சொன்னான்:

“நாம் அதையெல்லாம் எடுத்துச் செல்வோம். நான் பறக்கும்போது அவற்றின் கதையைச் சொல்கிறேன்.”

“அதோ தெரிகிறதல்லவா, அகலம் குறைவான ஒரு தெரு. அங்கே ஒரு நிலவறையில் ஒரு பையன் வாழ்ந்திருந்தான். அவன் மிகவும் ஏழை. நோயாளி. தொடக்கத்திலிருந்தே அவன் நோயுற்றுப் படுக்கையில்தான் இருந்தான். எப்போதாவது அவன் ஊன்றுகோலின் துணையுடன் இரண்டு மூன்று முறை அறைக்குள்ளேயே அங்கும் இங்கும் நடப்பான், அவ்வளவுதான். அதற்கு மேலாக அவனால் எதுவும் செய்ய முடியவில்லை. கோடை காலத்தில் மிகச் சில நாட்களில் சூரிய வெளிச்சம் அந்த நிலவறைக்குள் வரும். அதுவும் சில மணி நேரங்களுக்கு மட்டும்தான் அந்த வெளிச்சம் நிலைத்திருக்கும். அந்த வெளிச்சத்தில் அமர்ந்து தன் கைகளைப் பார்த்துக்கொண்டு அவன் தனக்குள் சொல்லிக்கொள்வான்:

“ஆமாம், இன்று சூரியன் உதித்திருக்கிறது.”

ஒரு முறை பக்கத்து வீட்டுப் பையன் ஒரு மரத்தின் பிஞ்சுக் கிளையை எடுத்து வந்து அவனுக்குக் கொடுத்திருந்தான். அப்படித்தான் அவன் காட்டின் அழகான பச்சை நிறத்தைக் குறித்து அறிந்து கொண்டான். அந்தப் பிஞ்சுக் கிளையை தூக்கிப் பிடித்துப்

பார்த்தபோது அவன் ஒரு கனவு கண்டான். சூரியப் பிரகாசம் நிறைந்த, பறவைகள் பாடுகின்ற காட்டில் தான் இருப்பதாக அவன் கனவு கண்டான்! வசந்த காலத்தில் ஒருநாள் பக்கத்து வீட்டுப் பையன் பூச்செடிகள் கொண்டுவந்து கொடுத்தான். ஒரு பூச் செடியில் வேர்கள் முளைத்திருந்தன. நோயாளிப் பையன் அதைச் சன்னல் அருகில் கிடத்தினான். பிறகு அதை ஒரு பூச்சட்டியில் ஊன்றினான். ஊன்றிய கை மிகவும் நல்ல கை. ஏனென்றால் அந்தப் பூச்செடி பச்சை பிடித்துத் தழைத்து வளர்ந்தது. அருமையாகப் பூத்தது. நோயாளிச் சிறுவனுக்கு அந்த ஒரு பூச்செடியே ஒரு தோட்டம்போல ஆனது. அதுதான் அவனுக்கு உலகத்திலேயே மிகப் பெரிய செல்வமாக இருந்தது. அவன் தன் செடிக்குத் தண்ணீர் ஊற்றிப் பராமரித்து வளர்த்தான். அந்தச் சிறிய சன்னல் வழியாக எப்போதாவது சூரியனின் வெளிச்சம் உள்ளே வரும் அல்லவா, அந்த வெளிச்சம் செடியின் மீது பட வேண்டும் என்பதில் அவன் மிகவும் கவனமாக இருந்தான். அந்தச் செடியில் அவனுக்காகத்தான் பூக்கள் மலர்ந்தன. அவை அவன் கண்களுக்கு மகிழ்ச்சியளித்தன. அவனுக்காக மணம் பரப்பின. அவனைக் கடவுள் அழைத்தபோது "அதாவது அவன் இறந்தபோது அவன் பூவைத்தான் பார்த்துக்கொண்டிருந்தான். அவன் கடவுளிடம் சென்று இப்போது ஒரு வருடம் ஆகிறது. கடந்த ஒரு வருடமாகச் செடி சன்னல் அருகில்தான் இருந்தது. இப்போது இதோ அது தெருமண்ணில் தூக்கி எறியப்பட்டுவிட்டது. நாம் இப்போது இதையும் எடுத்துச் செல்வோம்."

தேவதூதனால் சொர்க்கத்திற்கு அழைத்துச் செல்லப்படுகிற குழந்தை கேட்டது:

"உங்களுக்கு இதெல்லாம் எப்படித் தெரிந்தது."

தேவதூதன் பதில் சொன்னான்:

"அந்த நோயாளிச் சிறுவன் நான்தான்!"

குழந்தை, தேவதூதனின் மகிழ்ச்சியான முகத்தைப் பார்த்தது. அப்போது அவர்கள் அமைதியின், மகிழ்ச்சியின் உலகத்தை அடைந்துவிட்டார்கள். கடவுள் இறந்த குழந்தையைத் தன் நெஞ் சோடு சேர்த்து அணைத்துக்கொண்டார். அப்போது அந்தக் குழந்தைக்கு தேவ தூதனுக்கு இருப்பதைப் போன்ற இறக்கைகள் முளைத்தன. குழந்தை, தேவ தூதனின் கை பிடித்துப் பறந்தது. கடவுள் எல்லாப் பூக்களையும் மார்போடு அணைத்துக்கொண்டார். ஆயினும் அவர் காய்ந்த பூவைத்தான் முத்தமிட்டார். அந்த நொடியில் அந்தப் பூவுக்குக் குரல் வந்தது. மற்ற தேவ தூதர்களுடன் சேர்ந்து துதி கீதங்கள் பாடத் தொடங்கியது. சிலர் பக்கத்தில்

நின்றார்கள். மற்ற சிலர் சற்றுத் தள்ளி நின்றார்கள். இன்னும் சிலர் தொலைவில் நின்றார்கள். பெரிய மகிழ்ச்சியில் திளைத்துக்கொண்டிருந்த அந்தக் குழந்தையும் அவர்களுடன் சேர்ந்து துதி கீதங்கள் பாடியது. அது மட்டுமல்ல, தெருவில் எறியப்பட்டிருந்த, காய்ந்து கருகிய அந்தப் பூவும் பாடியது!

■

22

பாட்டி

பாட்டிக்கு மிகவும் வயதாகிவிட்டது. முகத்தில் நிறைய சுருக்கங்கள் இருக்கின்றன. தூய வெண்ணிறத்தில் இருக்கிறது தலை முடி. ஆயினும் கண்கள் நட்சத்திரங்களைப்போல உள்ளன. இல்லை, அவற்றைவிடவும் அழகாக இருந்தன. அந்தக் கண்கள் உங்களை அமைதியாகவும், மகிழ்ச்சியாகவும் பார்க்கும். நீங்கள் அந்தக் கண்களைப் பார்த்தால் நல்லது நடக்கும். பாட்டிக்கு மிகமிகவும் சுவாரஸ்யமான கதைகள் சொல்லத் தெரியும். அவளுக்கு, பெரிய பூ வடிவங்களை தைத்து இணைத்த ஒரு மேலாடை உண்டு. கனமான பட்டுத் துணியால் தயாரிக்கப்பட்டது அந்த மேலாடை. அசையும்போது அது சரசரவென்று ஓசையெழுப்பும். பாட்டிக்கு மிகவும் அதிகமான விஷயங்கள் தெரியும். ஒன்று மட்டும் நிச்சயம், அப்பாவும் அம்மாவும் பிறப்பதற்கு முன்பே பாட்டி வாழ்ந்திருந்தார்கள். பெரிய வெள்ளிக் கொக்கிகள் உள்ள ஒரு ஸ்தோத்திரப் புத்தகமும் பாட்டி வைத்திருந்தார்கள். எப்போதும் அதைப் படிப்பார்கள். புத்தகத்தின் நடுவில் ஒரு காய்ந்த ரோஜாப் பூ இருக்கும். கண்ணாடிப் பாத்திரங்களில் வைக்கப்பட்டிருக்கும் பூக்களைப்போல இந்தப் பூ அழகாக இல்லை. ஆயினும் பாட்டி அந்தப் பூவைப் பார்த்து மிகவும் மகிழ்ச்சியாகப் புன்னகைப்பார்கள். சில சமயங்களில் அவர்களது கண்களில் கண்ணீர் நிறையும். பழைய புத்தகத்தில் உள்ள ரோஜாப் பூவைப் பாட்டி ஏன் இப்படிப் பார்க்கிறார்கள்? அதை நினைத்து நான் வியப்படைவேன். உங்களுக்குக் காரணம் தெரியுமா? பாட்டியின் கண்ணீர்த் துளிகள் பூவின் மீது விழும்போது என்ன நடக்கிறது? அந்தப் பூவின் நிறம் புதிதாக ஒளிர்கிறது. பூ மலர்ந்து அறையெங்கும் இனிய மணம் பரவுகிறது. சுவர்கள் மூடு பனியைப்போல மறைந்துபோகின்றன. பாட்டியைச் சுற்றிலும் பேரழகு வாய்ந்த காடு தோன்றுகிறது. மரங்களின் இலைகளினூடே சூரியனின் ஒளிக்கதிர்கள் இறங்குகின்றன. பாட்டி மீண்டும் இளம் பெண்ணாக மாறிவிட்டார்கள். சுருள்முடியுடனும், சிவப்புக் கன்னங்களுடனும் ரோஜாவின் அழகுடைய ஒரு இளம் பெண்ணாக மாறிவிட்டார்கள்! ஆனால் இந்த அமைதி நிறைந்த கண்கள்

பாட்டிக்கு மட்டும்தான் உண்டு. பாட்டியின் அருகில் உயர்ந்த வலுவான உடல்கொண்ட ஒரு இளைஞன் அமர்ந்திருக்கிறான். அவன் அந்தப் பெண்ணுக்கு ஒரு ரோஜாப் பூவைப் பரிசளிக்கிறான். அப்போது இளம்பெண் புன்னகை சிந்துகிறாள். இப்போது பாட்டியால் அதுபோன்று புன்னகைக்க முடியவில்லை. ஆயினும் அவர்கள் வேறு விதமாகப் புன்னகைப்பதுண்டு. அந்த இளைஞன் இப்போது உயிருடன் இல்லை. அதுமட்டுமல்ல, கடந்த காலத்தின் எண்ணங்களும், உணர்ச்சிகளும்கூட இப்போது இல்லை. அழகான அந்த இளைஞன் இப்போது இல்லையென்றாலும், ஸ்தோத்திரப் புத்தகத்தில் இப்போதும் ரோஜாப்பூ இருக்கிறது. புத்தகத்தில் உள்ள ரோஜாவை உற்றுப் பார்த்துக்கொண்டு வயது முதிர்ந்த பாட்டி இங்கே அமர்ந்திருக்கிறார்கள்!

இன்று பாட்டி உயிருடன் இல்லை.

பாட்டி நாற்காலில் அமர்ந்து ஒரு நீளமான கதையைச் சொல்லிக்கொண்டிருந்தார்கள். கதை முடிந்து விட்டது என்றும் தனக்குக் களைப்பாக இருக்கிறது என்றும் அவர்கள் சொன்னார்கள். பிறகு அவர்கள் தலையைப் பின்னால் சாய்த்து உறங்கத் தொடங்கினார்கள். அவர்கள் சுவாசிப்பது கேட்டுக்கொண்டிருந்தது. ஆனால் அது கொஞ்சம் கொஞ்சமாகக் குறைந்து கொண்டிருந்தது. அவர்களின் முகத்தில் மகிழ்ச்சியும், அமைதியும் நிறைந்திருந்தது. முகத்தில் ஒரு அழகு பரவுவதுபோலத் தோன்றியது. அவர்கள் இன்னுமொரு முறை புன்னகைத்தார்கள். அவ்வளவுதான். பாட்டி இறந்துவிட்டார்கள் என்று ஆட்கள் சொன்னார்கள்.

பாட்டியின் சவ உடல் கறுப்புச் சவப் பெட்டியில் வைக்கப்பட்டது. வெள்ளைத் துணியால் மூடப்பட்ட அவர்களது உடல் உள்ளே இருந்தது. அவர்களது கண்கள் நிரந்தரமாக மூடியிருந்தன. ஆயினும் அவர்கள் அழகாகக் காணப்பட்டார்கள். முகத்தில் இருந்த சுருக்கங்கள் எல்லாம் மறைந்திருந்தன. உதடுகளில் ஒரு புன்னகை மிளிர்ந்தது. தலைமுடி வெள்ளிபோல வெளுத்திருக்கிறது. மிகவும் அன்பான, மிகவும் நல்ல இதயமுள்ள பாட்டியல்லவா அவர்கள். எனவே அவர்களின் சவ உடலைப் பார்த்துக்கொண்டிருப்பதற்கு எங்களுக்குச் சற்றும் பயமாக இல்லை. பாட்டியின் விருப்பப்படி ஸ்தோத்திரப் புத்தகம் அவர்களின் தலைக்குக் கீழே வைக்கப்பட்டது. பழைய ரோஜாப் பூவும் அந்தப் புத்தகத்தில் இருந்தது. ஆட்கள் பாட்டியின் சவ உடலை அடக்கம் செய்தார்கள்.

தேவாலய மயானத்தின் ஓரத்தில் உள்ள கல்லறையில் ஆட்கள் ஒரு ரோஜாச் செடியை நட்டார்கள். அந்தச் செடியில் நிறையப் பூக்கள் மலர்ந்தன. வானம்பாடி, கல்லறைக்கு மேலாகவும், பூக்களுக்கு

மேலாகவும் பாடிப் பறந்தது. தேவாலயத்தின் இசைக் கருவியிலிருந்து மிகவும் சிறப்பான துதி கீதங்கள் எழுந்து வந்தன. அவையெல்லாம் இறந்த பாட்டியின் தலைக்கு அடியில் வைக்கப்பட்டிருந்த ஸ்தோத்திரப் புத்தகத்தில் உள்ள துதி கீதங்கள்! இரவில் சந்திரன் கல்லறையின் மீது வெளிச்சம் சொரிந்தது. ஒரு குழந்தையால்கூட இரவில் எந்த பயமும் இல்லாமல் அங்கே செல்ல முடிந்தது. கல்லறைக்குப் பக்கத்திலிருந்த பூச்செடியிலிருந்து ரோஜாப்பூ பறிக்கவும் முடிந்தது.

வாழ்ந்து கொண்டிருக்கும் நம்மைவிட இறந்தவர்கள் அறிவுள்ளவர்கள். நம்மிடையில் இறந்தவர்கள் தோன்றுவது எனும் அசாதாரண சம்பவம் நடந்தால்? நாம் எந்தளவு அஞ்சுவோம் என்று இறந்தவர்களுக்குத் தெரியும். இறந்தவர்கள் நம்மைவிட நல்லவர்கள். அவர்கள் பிறகு திரும்பி வரமாட்டார்கள். சவப் பெட்டியின் மேலே மண் குவிக்கப்பட்டிருக்கிறது. சவப் பெட்டிக்கு உள்ளே உள்ளதும் மண்ணாக மாறிவிட்டிருக்கிறது. ஸ்தோத்திரப் புத்தகத்தின் தாள்களும் மண்ணாக மாறிவிட்டிருக்கின்றன. அது மட்டுமல்ல. ரோஜாப் பூச்செடியும், அதைப் பற்றிய நினைவுகளும் மறைந்துவிட்டன. ஆயினும் புதிய ரோஜாச் செடிகள் பூத்து நிற்கின்றன. வானம்பாடி பாடுகிறது. இசைக் கருவிகள் இசைக்கின்றன. எப்போதும் இளமையாகத் தோன்றச் செய்கிற, அமைதி நிறைந்த கண்கள் உள்ள பாட்டியின் நினைவுகள் வாழ்கின்றன. கண்கள் ஒருபோதும் அழிவதில்லை. நம் கண்கள் இன்னொரு முறை பாட்டியைப் பார்க்கும். கல்லறையில் மண்ணாக மாறிய ரோஜாப் பூவை முதன் முதலில் முத்தமிட்டபோது, பேரழகு வாய்ந்த இளம் பெண்ணாக இருந்த பாட்டியை!

■

23

டெய்சி என்னும் பூச்செடி

(டெய்சி என்பது இங்கிலாந்திலும், ஐரோப்பிய நாடுகளிலும் வளர்கிற மஞ்சள் பூக்கள் கொண்ட செடி)

கேளுங்கள் இந்தக் கதையை.

ஒரு கிராமத்தின் வழியருகே ஒரு வீடு இருந்தது. நீங்கள் ஒரு முறையாவது அந்த வீட்டைப் பார்த்திருப்பீர்கள். வீட்டுக்கு முன்னால் ஒரு பூந்தோட்டமும், வண்ணமடித்த வேலியும் உண்டு. வேலிக்கு அருகில், ஒரு சிறிய பள்ளத்தின் அருகே, அழகான பச்சைப் புற்களின் நடுவில் ஒரு டெய்சி பூச் செடி இருந்தது. சூரியன், அந்தப் பூந்தோட்டத்தில் உள்ள அழகான பூக்களின் மீது தன் வெளிச்சத்தைப் பதித்ததுபோல டெய்சி பூச் செடியின் மீதும் தன் கதிர்களைச் சொரிந்தான். ஒவ்வொரு மணி நேரமும் அந்தச் செடி வளர்ந்துகொண்டிருந்தது. ஒரு காலையில், மலர்ந்த பூவுடன் அது நின்றிருந்தது. அந்தப் பூ, நடுவில் மஞ்சள் நிறத்துடனும், சுற்றிலும் வெள்ளை நிறத்துடனும் இருந்தது. புற்களின் இடையில் நின்றுகொண்டிருக்கும் என்னை மனிதர்கள் யாரும் பார்க்கவில்லையே என்று அந்தப் பூ நினைக்கவில்லை. அது மகிழ்ச்சியுடன் சூரியனைப் பார்த்து நின்றது. அதே நேரம் உயரத்தில் பறக்கின்ற வானம்பாடியின் பாட்டைக் கேட்டு ரசிக்கவும் செய்தது.

ஓய்வு நாளில் மகிழ்ச்சியாக இருப்பதைப்போல சிறிய டெய்சியும் கொண்டாட்டமாக இருந்தது. ஆயினும் அன்று திங்கட் கிழமை. குழந்தைகள் எல்லோரும் பள்ளிக்கூடத்தில் இருந்தார்கள். அவர்கள் பள்ளியில் படித்துக்கொண்டிருந்தபோது டெய்சி தன் பச்சைத் தண்டின் மீது நின்றுகொண்டிருந்தது. அப்போது அது கடவுளின் நல்ல இதயத்தைப் பற்றி சூரியனிடமிருந்தும், தன்னைச் சுற்றியிருக்கும் பலவற்றிடமிருந்தும் கேட்டுத் தெரிந்துகொண்டது. தான் மௌனமாக அனுபவிக்கிற ஆனந்தம் வானம்பாடியின் பாட்டிலும் உண்டு என்று அறிந்துகொண்ட டெய்சிப் பூ பெருமகிழ்ச்சியடைந்தது. பாடிப் பறந்து செல்லும் அந்தப் பறவையைப் பெருமையுடன் பார்த்து நின்றது டெய்சி. ஆனால் தன்னால் பாட முடியவில்லையே, பறந்து செல்ல முடியவில்லையே என்று நினைத்து அது வருந்தவில்லை.

இப்படி நினைத்தது டெய்சி:

“என்னால் பார்க்கவும் கேட்கவும் முடியும். சூரியன் எனக்கு வெளிச்சம் தருகிறது. எனக்கு எத்தனைப் பரிசுகள் தரப்பட்டிருக்கின்றன!”

வேலிக்கு உள்ளே உயர்ந்த இனத்தைச் சேர்ந்த நிறைய பூக்கள் கர்வத்துடன் நின்றுகொண்டிருந்தன. அவற்றில் பல பூக்கள், மணம் குறைவதற்கு ஏற்றபடி கூடுதல் ஆடம்பரம் காட்டுகின்றன. பெரிய பூக்களும், நிறங்கள் ஜொலிக்கும் பூக்களும் மற்றவர்களின் கவனத்தைக் கவர்வதற்காக தலை நிமிர்த்தி உயர்ந்து நிற்கின்றன. வேலிக்கு அப்பால் நிற்கிற டெய்சியை அவை கவனிக்கவே இல்லை. ஆனால் டெய்சி, அந்தப் பூக்களைப் பார்த்துச் சொன்னது:

“அந்தப் பூக்கள் எல்லாம் எவ்வளவு அழகாகவும் பகட்டாகவும் இருக்கின்றன! அவற்றின் அருகில் நிற்பது எனக்குப் பெருமைதான். அவற்றின் சிறப்புகளை நான் என் கண்களால் பார்த்து ரசித்து மகிழலாமே!”

அப்போது வானம்பாடி வந்து தரையில் இறங்கியது. அது மற்ற பூக்களின் அருகே இறங்கவில்லை. டெய்சிக்குப் பக்கத்தில் உள்ள புல்லில்தான் இறங்கியது.

அதைப் பார்த்ததும் ஏற்பட்ட மகிழ்ச்சியில், தான் என்ன நினைத்துக் கொண்டிருந்தோம் என்பதைக்கூட டெய்சி மறந்துவிட்டது.

வானம்பாடி டெய்சியைச் சுற்றி வந்து நடனமாடிப் பாட்டுப் பாடியது. பிறகு தனக்குத் தானே சொல்லிக்கொண்டது:

“இந்தப் புற்கள் எவ்வளவு மென்மையாக இருக்கின்றன! இந்தச் சிறிய டெய்சிப் பூவைப் பார்த்தீர்களா? இதுவும் எவ்வளவு அற்புத அழகுடன் இருக்கிறது! இதன் இதயத்தில் தங்கமும், உடையில் வெள்ளியும் உண்டு!”

உண்மையில் டெய்சியின் நடுப்பகுதியில் தங்கநிறமாகவும், சுற்றிலும் வெள்ளி நிறமாகவும் இருந்தது.

இதைக் கேட்டு அந்தச் சிறிய பூ எவ்வளவு மகிழ்ச்சியடைந்தது என்று யாராலும் யூகிக்க முடியாது! வானம்பாடி தன் அலகால் டெய்சியை முத்தமிட்டது. அந்தப் பூவுக்காகப் பாட்டுகள் பாடியது. பிறகு நீல ஆகாயத்தில் பறந்து சென்றது. திரும்ப தன் மனதைச் சம நிலைக்குக் கொண்டு வர டெய்சிக்கு கால் மணி நேரம் ஆனது. சற்று வெட்கத்துடனும், மனம் நிறைந்த மகிழ்ச்சியுடனும் அது பூந்தோட்டத்தில் உள்ள பூக்களைப் பார்த்தது. டெய்சிக்கு வழங்கப்பட்ட கௌரவத்தையும், அதனால் அது அனுபவித்த

ஆனந்தத்தையும் அந்தப் பூக்கள் பார்த்துக்கொண்டுதான் இருந்தன. அவற்றில் சில பூக்கள் மேலும் நெளிந்தன. மற்ற சில பூக்கள் முகத்தைத் திருப்பிக்கொண்டன. இதற்கெல்லாம் ஒருவிதப் பொறாமைதான் காரணம். அவற்றிற்குப் பேசும் திறன் இல்லாதது நல்லதுதான். இல்லையென்றால் அவை பொறாமையின் காரணத்தால் டெய்சியைத் திட்டித் தீர்த்திருக்கும். அந்தப் பூக்கள் தன் மீது ஏதோ வெறுப்பு கொண்டிருக்கின்றன என்று டெய்சிக்குப் புரிந்தது. அதனால் அதற்கு வருத்தம் ஏற்பட்டது.

அப்போது ஒரு சிறுமி பெரிய ஒரு கத்தியுடன் வந்தாள். பூந்தோட்டத்தில் உள்ள சில பெரிய பூக்களை அறுத்தெடுத்தாள்.

அதைப் பார்த்த டெய்சி நினைத்தது:

"பயங்கரம்தான்! அவர்களின் கதை முடிந்துவிட்டது! பாவம்!"

சிறுமி அறுத்தெடுத்த பூக்களுடன் திரும்பிச் சென்றாள்.

வெளியே புற்களுக்கு இடையே உயிருடன் நிற்க முடிந்ததிலும், தான் ஒரு சாதாரண சிறிய பூவாக இருப்பதிலும் டெய்சி திருப்தியடைந்தது. சூரியன் மறைந்தவுடன் அது இதழ்களை மடக்கி உறங்கத் தொடங்கியது. இரவு முழுதும் அது வானம்பாடியைப் பற்றியும், சூரியனைப் பற்றியும் கனவு கண்டது.

அடுத்த நாள் காலையில் அது மகிழ்ச்சியுடன் மீண்டும் காற்றிலும் ஒளியிலும் தன் இதழ்களை விரித்தது. வானம்பாடியின் குரலையும் அடையாளம் கண்டுகொண்டது. ஆனால் இப்போது அந்தப் பறவையின் பாட்டு துயரம் நிறைந்ததாக இருந்தது. அதற்குக் காரணமும் இருந்தது. அந்தப் பறவையை ஒரு மனிதன் பிடித்துக் கூண்டில் அடைத்துவிட்டான். திறந்த ஜன்னலுக்குப் பக்கத்தில்தான் கூட்டைத் தொங்கவிட்டிருந்தார்கள். வானம்பாடி இப்போது எதைப் பற்றிப் பாடுகிறது? மகிழ்ச்சியுடன் சுதந்திரமாகப் பறந்து செல்வதைப் பற்றி; வயல்களில் இருக்கும் முற்றாத தானிய மணிகளைப் பற்றி; ஆகாயத்தில் உயர்ந்து பறப்பதைப் பற்றி. துயரமான பறவை இப்போது கூண்டில் கைதியாக இருந்தது.

பறவைக்கு உதவி செய்ய வேண்டும் என்று ஆசைப்பட்டது டெய்சி. ஆனால் அதனால் என்ன செய்ய முடியும்? அது புரியவில்லை. எவ்வளவு அழகான சுற்றுச் சூழல். சூரியன் அளிக்கும் கதகதப்பு எவ்வளவு அருமையாக இருக்கிறது! தன் இதழ்கள் எவ்வளவு அபூர்வ அழகுடன் இருக்கின்றன. இதையெல்லாம் டெய்சி முற்றிலும் மறந்து விட்டது. கைதியாக்கப்பட்ட பறவையைக் குறித்தும், அதற்கு தன்னால் உதவி செய்ய இயலாத நிலையைக் குறித்தும் அது சிந்தித்தது.

அந்த நேரத்தில் இரண்டு சிறுவர்கள் பூந்தோட்டத்தில் உள்ள வீட்டிலிருந்து வெளியே வந்தார்கள். ஒருவனின் கையில் ஒரு கத்தியும் இருந்தது. முன்பு ஒரு சிறுமி வந்து வாசல் பூக்களை அறுத்தாள் அல்லவா, அதே கத்தி! அவர்கள் இருவரும் டெய்சியின் பக்கத்தில் வந்தார்கள். அவர்களுக்கு என்ன வேண்டும் என்று டெய்சிக்குப் புரியவில்லை.

ஒருவன் சொன்னான்:

“நாம் வானம்பாடிக்காக இங்கிருந்து ஒரு புல் தரையை வெட்டி எடுத்துக்கொண்டு போகலாம்.”

தொடர்ந்து அவர்கள் டெய்சியை மையமாக வைத்து, அதைச் சுற்றிலும் சமச் சதுரமான ஒரு புல் தரையை வெட்டத் தொடங்கினார்கள். அந்தப் புல் தரையின் நடுவில் செடி நிற்க வேண்டும் என்பதுதான் அவர்களின் எண்ணம். அப்போது மற்ற சிறுவன் தன் நண்பனிடம் சொன்னான்:

“அந்தப் பூவைக் கசக்கி எறி!”

டெய்சி பயந்து நடுங்கத் தொடங்கியது. கசக்கி எறிந்தால் அதன் உயிர் போய்விடும். வாழ வேண்டும் என்று அது பெரிதும் விரும்பியது. குறிப்பாக இப்போது. ஏனென்றால் அது நின்றிருக்கும் புல் தரையுடன் அது கைதியாக்கப்பட்ட வானம்பாடிக்கு வழங்கப்படும் அல்லவா.

“வேண்டாம். பூ அப்படியே இருக்கட்டும். அது நல்ல அலங்காரமாக இருக்கும்.'' என்று இன்னொரு சிறுவன் சொன்னான்.

அப்படி டெய்சி தான் நின்றிருந்த புல் தரையுடன் வானம்பாடியின் கூண்டில் வைக்கப்பட்டது. அந்தப் பரிதாபத்திற்குரிய வானம்பாடி தான் இழந்த சுதந்திரத்தை நினைத்து அழுது புலம்பியது. கூண்டின் இரும்புக் கம்பிகளில் இறக்கைகளைப் போட்டு அடித்துக்கொண்டு விழுந்தது. வானம்பாடிக்கு ஆறுதல் சொல்லி அதைச் சமாதானப்படுத்த வேண்டும் என்று மனப்பூர்வமாக விரும்பியது டெய்சி. ஆனால் அதற்குப் பேசத் தெரியாது அல்லவா.

மதியப்பொழுதானது.

வானம்பாடி தனக்குத் தானே பேசிக்கொண்டது:

“கூண்டிற்குள் தண்ணீர் இல்லை. மனிதர்கள் எல்லாம் வெளியே சென்றிருக்கிறார்கள். எனக்குக் குடிப்பதற்கு தண்ணீர் வைக்க அவர்கள் மறந்து சென்றுவிட்டார்கள். என் தொண்டை மிகவும் வறண்டிருக்கிறது. ஐயோ! நான் இப்போது இறந்துவிடுவேன்! சூரிய

வெளிச்சத்தை, பச்சைப் புற்பரப்புகளை, கடவுள் படைத்த எல்லா மேன்மைகளையும் நான் விட்டுச் செல்ல வேண்டியிருக்குமே!"

அதைத் தொடர்ந்து வானம்பாடி தன் அலகை புல்மீது அழுத்தி வைத்தது. சற்றுக் குளிர்ச்சி கிடைப்பதற்காகத்தான் அப்படிச் செய்தது. அப்போதுதான் அது டெய்சியைப் பார்த்தது. தன் அலகால் பூவை முத்தமிட்டுச் சொன்னது:

" பாவப்பட்ட பூவே, நீயும் இங்கிருந்து காய்ந்து கருகிப்போய்விடுவாய் அல்லவா. வெளியே இருக்கும் உலகம் முழுதும் என்னுடைய உலகமாக இருந்தது. அதற்குப் பதிலாக நீ நிற்கிற சிறிய புல் தரையை அவர்கள் எனக்குக் கொடுத்திருக்கிறார்கள். இனி இதில் உள்ள ஒவ்வொரு புல் இதழும் எனக்கு ஒரு பெரிய மரமாக இருக்கும். நீதான் எனக்கு மிகப் பெரிய பூவாக இருப்பாய். நான் எவ்வளவு அதிகமாக இழந்தேன் என்று எனக்குக் காட்ட இனி நீ மட்டும்தான் இருக்கிறாய்!"

"என்னால் இந்தப் பறவையைச் சமாதானப்படுத்த முடிந்தால் எவ்வளவு நன்றாக இருக்கும்." என்று நினைத்தது டெய்சி.

தன் ஒரு இதழை அசைக்கக்கூட அந்தப் பூவால் முடியவில்லை. ஆயினும் அதிலிருந்து மிதந்து வரும் மணம் மிகவும் இனிமையாக இருந்தது. அது, இந்த வகையான பூக்களுக்கு சாதாரணமாக உள்ளதைவிடவும் மிகவும் அதிகமாக இருந்தது அந்த மணம்! இதை வானம்பாடி புரிந்துகொண்டது. தாகத்தால் அந்தப் பறவை மயங்கும் நிலைக்கு வந்தது. ஆயினும் அது புல் இதழ்களைப் பற்றி எடுத்ததே தவிர டெய்சியைப் பார்க்கவில்லை.

மாலை நேரம் ஆனபின்பும் யாரும் அந்தப் பாவப்பட்ட பறவைக்கு ஒரு துளி தண்ணீர் கொண்டு வரவில்லை. அது பைத்தியம் பிடித்ததைப்போல தன் இறக்கைகளைப் போட்டு அடித்துக்கொள்ளத் தொடங்கியது. அதன் பாட்டு ஒப்பாரியாக மாறியது. கடைசியில் அது தன் தலையை டெய்சியின் மீது சாய்த்து வைத்தது. அதன் இதயம் உடைந்திருந்தது.

டெய்சியால் தன் இதழ்களை மடக்கி வைக்க முடியவில்லை. நேற்று போல உறங்கவும் முடியவில்லை. துயரத்தின் பாரத்தால் பூ தலைகுனிந்து நின்றது.

அடுத்த நாள் காலையில்தான் இரண்டு பையன்களும் வந்தார்கள். வானம்பாடி இறந்துவிட்டது என்று அறிந்தவுடன் அவர்கள் சிறிது நேரம் அழுதார்கள். பிறகு அவர்கள் ஒரு சவக்குழி தோண்டி, அதைச் சுற்றிலும் பூக்களால் அலங்கரித்தார்கள். பறவையின் உடலை ஒரு சிவப்புப் பெட்டியில் வைத்தார்கள். அதை மிகவும்

மரியாதையுடன் அடக்கம் செய்ய வேண்டும் என்று நினைத்தார்கள் அவர்கள். பறவை உயிருடன் வாழ்ந்தபோது, பாட்டுபாடிக் கொண்டிருந்தபோது அவர்கள் அதைக் கைது செய்து அவமானப்படுத்தினார்கள். அது இறந்ததற்குப் பிறகு அவர்கள் அதன் சவ உடலை அலங்கரிக்கிறார்கள், அழுகிறார்கள்!

டெய்சி நின்றிருந்த புல் தரையை அவர்கள் பாதையில் வீசியெறிந்தார்கள்.

பறவையை நேசித்த பூவைப் பற்றி, பறவைக்கு ஆறுதல் சொல்லி சமாதானப்படுத்திய பூவைப் பற்றி யாரும் நினைத்துப் பார்க்கவில்லை!

■

24

பிள்ளைப் பேச்சு

பணக்கார வியாபாரியின் மாளிகையில் குழந்தைகளுக்கான விருந்து நடக்கிறது. பணக்காரக் குழந்தைகளும், பெரிய குடும்பத்தைச் சேர்ந்த குழந்தைகளும் விருந்து நிகழ்ச்சிக்கு வந்திருந்தார்கள்.

வியாபாரி பணக்காரன் மட்டும் அல்ல, நன்றாகப் படித்தவனும்கூட. அவன் கல்லூரியில் படித்திருந்தான். உண்மையும், நேர்மையும் கொண்ட தந்தைதான் அவனுக்குக் கல்வி கற்றுக் கொடுத்தார். தொடக்க காலத்தில் தந்தை ஆடு மாடுகளை வாங்கி விற்றுக் கொண்டிருந்தார். நன்றாக உழைத்து நிறையப் பணம் சேர்த்தார். காலம் செல்லச் செல்ல சம்பாத்தியம் மிகவும் அதிகரித்தது. அவர் திறமையானவராக இருந்தார். நல்ல இதயம் கொண்டவராகவும் இருந்தார். இதயத்தைப் பற்றி அல்ல, பணத்தைப் பற்றிதான் நாம் இப்போது பேசிக்கொண்டிருக்கிறோம். அவரது வீட்டுக்கு பல பெரிய மனிதர்கள் வந்து சென்றுகொண்டிருந்தார்கள். உயர்ந்த குடும்பத்தைச் சேர்ந்தவர்கள், அறிவாளிகள், ஒரே சமயத்தில் உயர்ந்த குடும்பத்தைச் சேர்ந்தவர்களாகவும் அறிவாளிகளாகவும் இருப்பவர்கள், எந்த சிறப்பம்சமும் அறிவும் இல்லாதவர்கள் ஆகிய எல்லோரும் வந்து சென்றுகொண்டிருந்தார்கள்.

குழந்தைகளுக்கான விருந்து நிகழ்ச்சியில் குழந்தைகள் ஒருவருக்கொருவர் பேசிக் கொண்டிருந்தார்கள். குழந்தைகள் எப்போதும் மனம் திறந்து உண்மையைத்தான் பேசுவார்கள். மிகவும் அழகான ஒரு சிறுமியும் அந்த விருந்திற்கு வந்திருந்தாள். அவள் மிகவும் அதிகமாக போலிப் பெருமை கொண்டிருந்தாள். அவளது அப்பா அம்மா அல்ல, வேலைக்காரர்கள்தான் அவளிடம் இந்தக் கெட்ட பெருமையை ஏற்படுத்தினார்கள். அவளது தாய் தந்தையர் மிகவும் அறிவுடையவர்கள். ஒரு பிரபுவின் வேலைக்காரராக இருந்தார் அப்பா. அது கௌரவமான வேலை. அது அவளுக்குத் தெரியும்.

“நான் பிரபுக் குடும்பத்தைச் சேர்ந்தவள்” என்று சொல்வாள் அந்தச் சிறுமி.

வறுமைக் குடும்பத்தைச் சேர்ந்தவள் என்று சொன்னால் அதனால் என்ன கேவலம் வந்துவிடும். இந்த உலகில் எவரும் அவரது விருப்பப்படி பிறப்பது இல்லையல்லவா?

“நான் உயர்ந்த குடும்பத்தைச் சேர்ந்தவள். உயர்ந்த குடும்பத்தில் பிறக்காதவர்களுக்கு இந்த உலகத்தில் உயர்வு ஏற்படாது. படிப்பாலும், உழைப்பாலும் மட்டும் பயன் இல்லை. உயர்ந்த குடும்பத்தைச் சேராதவர்களுக்கு முக்கியமான லாபமோ, வெற்றியோ கிடைக்காது.” இப்படியெல்லாம் அவள் மற்ற பிள்ளைகளிடம் சொன்னாள். அத்துடன் இதையும் சொன்னாள்:

“பெயரின் கடைசியில் ‘னஸன்’ என்று உள்ளவர்களைப் பொருட்படுத்த வேண்டாம். அந்த னஸன்காரர்களை ஒதுக்கி வைக்க வேண்டும்!”

அதைத் தொடர்ந்து அவள் தான் மிகவும் அலட்சியத்தை வெளிப்படுத்துவதுபோல நடித்தாள். இப்படியெல்லாம் இருந்தாலும் அவள் தோற்றம் மிகவும் அழகாக இருந்தது. ஆக மொத்தம் நல்ல சிறுமியாக இருந்தாள் அவள்.

ஆனால் அவள் சொன்னதைக் கேட்டபோது வியாபாரியின் மகளுக்கு கடும் கோபம் வந்தது. ஏனென்றால் அவள் அப்பாவின் பெயர் பீட்டர் ‘னஸன்’ என்பது. பெருமையுடன் அவள் மற்ற பிள்ளைகளிடம் சொன்னாள்:

“என் அப்பாவால் நூறு வெள்ளி நாணயத்திற்கு மிட்டாய்கள் வாங்கி குழந்தைகளுக்குக் கொடுக்க முடியும். உன் அப்பாவால் அது முடியுமா?”

ஒரு எழுத்தாளரின் சிறிய மகள் இடைபுகுந்து சொன்னாள்:

“என் அப்பாவால் உங்கள் இருவரின் அப்பாக்களைப் பற்றியும், மற்ற அனைவரின் அப்பாக்களைப் பற்றியும் பத்திரிகையில் எழுத முடியும். என் அப்பாவுக்குப் பத்திரிகையில் பெரிய செல்வாக்கு உண்டு. எல்லோருக்கும் உன் அப்பாவிடம் பயம் என்று அம்மா சொல்லியிருக்கிறார்கள்.”

ஒரு இளவரசியைப்போல கர்வத்துடன் காணப்பட்டாள் எழுத்தாளரின் சிறிய மகள். இளவரசி என்றால் கர்வத்துடன்தானே காணப்பட வேண்டும்.

திறந்து கிடந்த கதவுக்கு வெளியே ஒரு ஏழைச் சிறுவன் நின்றிருந்தான். உள்ளே என்ன நடக்கிறது என்று உற்றுப் பார்த்துக்கொண்டிருந்தான் அவன். அவன் தாழ்ந்தவனாக இருந்ததால் அவனுக்கு உள்ளே நுழைய அனுமதி கிடைக்கவில்லை. சமையல்காரியின் கீழே வேலை செய்பவன்தான் அந்தச் சிறுவன்.

கதவுக்கு வெளியே நிற்பதற்கு சமையல்காரி அவனுக்கு அனுமதி அளித்திருந்தாள். சிறப்பாக உடையணிந்த குழந்தைகள் உள்ளே விளையாடிக் களிக்கிறார்கள். அதைப் பார்த்துக்கொண்டிருப்பதே அவனுக்குப் பெரிய விஷயமாக இருந்தது.

"நானும் இவர்களைப்போல ஒரு குழந்தையாக இருந்தால்!" என்று அவன் தன்னையறியாமல் உறக்கச் சொல்லிவிட்டான். அறியாது இப்படிச் சொல்லிவிட்டோமே என்று மிகவும் மனத்துயருற்றான் அவன். அவன் தாய் தந்தைக்கு ஒரு பத்திரிகை வாங்குவதற்குக் கூட காசு இல்லை. பிறகு பத்திரிகையில் எழுதுவது ஒன்றுதான் தேவையா? அதைவிடவும் கஷ்டமானது ஒன்று இருந்தது. அவனது அப்பாவின் பெயரும், அவன் பெயரும் கடைசியில் 'னஸன்' என்றுதான் முடியும். அந்த நிலையில் அவனுக்கு உயர்வு ஏற்படாது. மிகவும் கஷ்டம்தான்! " எப்படியிருந்தாலும் நான் பிறந்துவிட்டேன் அல்லவா, போகட்டும். நல்ல விதமாகத்தான் நான் பிறந்தேன். மற்ற எதுவும் நினைப்பதற்கில்லை!"

அன்று மாலையில் குழந்தைகளின் விருந்து நிகழ்ச்சியில் நடந்தது இதுதான்.

அதற்குப் பிறகு நிறைய வருடங்கள் கடந்துசென்றுவிட்டன.

அன்றைக்குக் குழந்தைகளாக இருந்தவர்கள் எல்லாம் இன்று முதிர்ந்தவர்களாக ஆகிவிட்டார்கள்.

நகரத்தில் கம்பீரமான ஒரு மணி மாளிகை உயர்ந்து நிற்கிறது. அதற்குள் நிறைய நிறைய விலை உயர்ந்த பொருட்களும், அழகான பொருட்களும் உண்டு. அவற்றையெல்லாம் பார்க்க வேண்டும் என்ற ஆசை எல்லா மனிதர்களுக்கும் உண்டு. அதற்காக நகரத்திற்கு வெளியிலிருந்துகூட பலரும் வருவதுண்டு. "இந்த மணி மாளிகை என்னுடையது" என்று சொல்வதற்கான உரிமை, நான் முன்பு குறிப்பிட்ட குழந்தைகளில் யாருக்கு உண்டு? அந்தக் கேள்விக்குப் பதில் சொல்வது சுலபம்தான். இல்லை இல்லை, அவ்வளவு சுலபம் ஒன்றுமில்லை. கதவுக்கு வெளியே நின்று உள்ளே உற்றுப் பார்த்துக்கொண்டிருந்தான் அல்லவா ஒரு ஏழைச் சிறுவன்? அவன்தான் இந்தப் பெரிய மாளிகையின் உரிமையாளன். அவனது பெயரின் இறுதியில் 'னஸன்' வருகிற தோர்வாட்னஸன்தான் அவன். ஆனாலும் அவன் பெரிய ஆளாகியிருக்கிறான்!

அப்படியென்றால் மற்ற மூன்று குழந்தைகள்? அதாவது, உயர்ந்த குடும்பம் என்பதிலும், செல்வத்திலும், திறமையிலும் பெருமை கொண்டிருந்த குழந்தைகள்? இப்போது அவர்கள் ஒருவரை ஒருவர் அவமானப்படுத்திக்கொள்வதில்லை. அவர்கள்

ஒருவிதமாக நன்றாக வாழ்ந்துகொண்டிருக்கிறார்கள். பல வருடங்களுக்கு முன்பு அவர்கள் குழந்தைகளின் விருந்து நிகழ்ச்சியில் பேசிக்கொண்டார்கள் அல்லவா, அதெல்லாம் வெறும் பிள்ளைப் பேச்சுதான்.

■

25

கொடிய அரசன்

பழங்காலத்தில் ஒரு கொடிய அரசன் இருந்தான். எல்லா நாடுகளையும் கைப்பற்ற வேண்டும், உலகத்தில் உள்ள எல்லா மக்களும் தன்னைப் பார்த்து அஞ்ச வேண்டும் என்பவைதான் அவனது ஆசை. லட்சியம். அவன் எல்லாவற்றையும் அழித்துச் சென்றுகொண்டிருந்தான். அவனுடைய படை வீரர்கள் வயல்களில் உள்ள தானியக் கதிர்களை மிதித்தழித்தார்கள். விவசாயிகளின் வீடுகளுக்குத் தீ வைத்தார்கள். மரங்களில் உள்ள இலைகளைக் கூட சுட்டெரித்தார்கள். மரக்கிளைகளில் உள்ள காய்களை கருகச் செய்து வீழ்த்தினார்கள். பரிதாபத்திற்குரிய நிறைய அம்மாக்கள் கைக் குழந்தைகளை அணைத்துக்கொண்டு, எரிந்த வீடுகளின் சுவர்களின் பின்னால் ஒளிந்திருந்தார்கள். அரசனின் ஆட்கள் அந்த இடங்களிலும் மக்களைத் தேடினார்கள். கையில் கிடைத்தவர்களை நெருப்பில் போட்டுக் கொன்றார்கள். பிசாசுகளால்கூட இந்தப் படை வீரர்களை அழிக்க முடியவில்லை. ஆயினும் அவர்களின் கொடுஞ்செயல்கள் சரிதான் என்று அரசன் கருதினான். நாள்தோறும் அரசனின் சக்தி பெருகி வந்தது. அவனது பெயரைக் கேட்டாலே எல்லோரும் பயந்து நடுங்கினார்கள். எப்போதும் அதிர்ஷ்டம் அவன் பக்கம்தான் இருந்தது. அவன் வென்ற நாடுகளிலிருந்து அளவற்ற செல்வத்தை அவன் தன் அரண்மனைக்குக் கொண்டு சென்றான். வேறு எந்த இடத்திலும் காண முடியாத அளவு பொக்கிஷங்கள் அங்கே குவிந்து கிடந்தன. அவன் ஆடம்பரமும் அழகும் மிக்க அரண்மனைகளையும், தேவாலயங்களையும், மண்டபங்களையும் கட்டி எழுப்பினான். அவற்றையெல்லாம் கண்ட ஒவ்வொருவரும் “ஓ! எவ்வளவு பெரிய அரசர் இவர்!” என்று பாராட்டிப் புகழ்ந்தார்கள். மற்ற நாடுகளிலும், நகரங்களிலும் அவன் ஏற்படுத்திய துன்பங்களைக் குறித்து, அழிவுகளைக் குறித்து அவர்கள் சிந்தித்துப் பார்க்கவில்லை. அழிந்த நகரங்களின் மிச்ச மீதிகளிலிருந்து எழுகின்ற ஓலங்களையும் பெருமூச்சுகளையும் அவர்கள் கேட்கவில்லை.

அவர்கள் நினைப்பதுபோலத்தான் அரசனும் தன் செல்வத்தையும் கட்டடங்களையும் பார்க்கும்போது மகிழ்ச்சியடைந்தான், பெருமைகொண்டான்.

"நான் எவ்வளவு சிறப்பான அரசன்! ஆயினும் எனக்கு இது போதாது. எனக்கு இன்னமும் வேண்டும். மிகவும் அதிகமாக வேண்டும். என் சக்திக்கும் செல்வத்திற்கும் நிகராக எந்த ராஜாவும் இருக்கக் கூடாது. என்னிடம் உள்ளதைவிட அதிகமாகவும் எந்த ராஜாவிடமும் இருக்கக் கூடாது!"

அவன் மீண்டும் யுத்தம் செய்து வேறு பல மன்னர்களையும் வென்றான். அந்த மன்னர்களை தங்கச் சங்கிலியால் தன் ரதத்தில் கட்டினான். அப்படி தன் தலைநகரில் ஊர்வலம் சென்றான். அவன் உணவு உண்ணும்போது, தோற்றுப்போன மன்னர்கள் அவன் முன்னாலும் பிரபுக்கள் முன்னாலும் மண்டியிட்டு நிற்க வேண்டியிருந்தது. அரசன் அவர்களை நோக்கி வீசியெறிகிற உணவுப் பொருட்களைத் தின்ன வேண்டியும் வந்தது.

பிறகு அவன் தன் சிலைகளை அரண்மனையிலும், நாற்சந்திகளிலும் நிறுவினான். தேவாலயங்களின் பலிபீடத்திற்கு முன்னாலும் தன் சிலையை ஸ்தாபிக்க முற்பட்டான். அப்போது பாதிரியார்கள் அதை எதிர்த்துச் சொன்னார்கள்:

"அரசரே, நீங்கள் வலிமையானவராக இருக்கலாம். ஆனால் சொர்க்கத்திற்கு உங்களைவிடச் சக்தியுண்டு. இங்கே நீங்கள் உங்கள் விருப்பத்தை நிறைவேற்ற முடியாது!"

அரசன் அதற்கு என்ன பதில் சொன்னான்:

"அப்படியா, எனில் நான் இனி சொர்க்கத்தை வெல்வேன்!"

கடவுள் நிந்தனையும் பெரிய ஆணவமும் படைத்த அரசன் அளவற்ற பணம் செலவு செய்து ஒரு கப்பலைத் தயார் செய்தான். அந்தக் கப்பல் காற்றில் பறந்து பயணிக்கக்கூடியது. அது மயிலிறகைப் போல நிறப்பகட்டுடன் விளங்கியது. அதில் ஆயிரக்கணக்கான "கண்"களும் இருந்தது. அந்த ஒவ்வொரு கண்ணும் ஒவ்வொரு பீரங்கித் துவாரம் என்பதுதான் அதன் சிறப்புத் தன்மை. அரசன் கப்பலில் ஏறி நின்று ஒரு இடத்தில் விரலை அழுத்தினால் போதும். கப்பலின் நான்கு புறங்களிலிருந்தும் ஓராயிரம் வெடிகுண்டுகள் சீறிப்பாயும். சில நொடிகளுக்குள் பீரங்கிக் குழல்களில் வெடி குண்டுகளை நிறைக்கவும் முடியும். கப்பலின் முன் பகுதியில் நூற்றுக் கணக்கான பருந்துகள் கட்டப்பட்டிருந்தன. அரசன் இருக்கின்ற கப்பலை இழுத்துக்கொண்டு பருந்துகள், சூரியனை நோக்கிப் பறக்கத் தொடங்கின. அப்போது பூமி எவ்வளவு கீழே காணப்பட்டது!

மலைகளும் காடுகளும், உழுத நிலம்போலத் தோன்றின! சில நொடிகள் கடந்தபோது பூமி தெளிவற்ற கோடுகள் உள்ள ஒரு நில வரைபடம்போலவும் தோன்றியது. விரைவிலேயே அவையெல்லாம் மேகங்களுக்குக் கீழாகவும், மூடுபனிக்குக் கீழாகவும் மறைந்தன. பின்னரும் பருந்துகள் மேல் நோக்கிப் பறந்து சென்றுகொண்டிருந்தன. அப்போது தேவதூதர்களில் ஒருவன் தோன்றினான். அந்தக் கொடிய அரசன் தேவ தூதனைக் குறிவைத்து ஆயிரக்கணக்கான வெடி குண்டுகளைப் பாய்ச்சினான். ஆனால் அந்த வெடிகுண்டுகள் தேவ தூதனின் ஒளிரும் இறக்கைகளில் மோதி சிறு பனிக்கட்டிகள் போல வீழ்ந்தன. அதே நேரம் அந்த இறக்கையிலிருந்து வந்த ஒரு துளி ரத்தம் கப்பலில் விழுந்தது. அந்த ரத்தத் துளி கப்பலின் அடியில் பற்றி எரிந்து இறங்கியது. அதுமட்டுமல்ல, தாங்க முடியாத பாரம் உள்ள காரீயக் கட்டியைப்போலக் கப்பலை பூமியை நோக்கித் தாழ்த்தியது. பருந்துகளின் இறக்கைகள் அறுந்தன. வலுவான காற்று அரசனின் தலையைச் சுற்றிலும் கர்ஜித்தது. எரிந்த நகரங்களிலிருந்து எழுந்த புகை, பயங்கரமான பெரிய உருவங்களாக மாறியது. அரசனை நோக்கி கொடுக்குகளை நீட்டுகின்ற மிகப் பெரும் நண்டுகளைப் போலத் தோன்றின அந்த மேக உருவங்கள். அந்த மேகங்கள் கனத்த பாறைகளைப் பொழியத் தொடங்கின. அரசன் பாதி இறந்த நிலையில் கப்பலில் கிடந்தான். விழுந்துகொண்டிருந்த கப்பல் கடைசியில் ஒரு காட்டில், மரங்களின் கிளைகளுக்கிடையே சிக்கிக்கொண்டது.

அரசன் கர்ஜித்தான்:

“நான் சொர்க்கத்தை வெல்வேன்! நான் சபதம் செய்திருக்கிறேன்! என் எண்ணம் நிறைவேறியே தீரும்!”

அடுத்த ஏழு வருடம் அரசன் தன் வேலைக்காரர்களுக்கு காற்றில் பயணம் செய்யும் கப்பல் தயாரிக்கும் வேலையைக் கொடுத்தான். அது மட்டுமல்ல, மிகவும் கடுமையான உருக்கால் பலவிதமான ஆயுதங்களும் செய்தான். சொர்க்கத்தின் கோட்டையை உடைக்க வேண்டும் என்பதுதான் அவனது ஆசை. தன் கட்டுப்பாட்டில் உள்ள மற்ற நாடுகளிலிருந்தும் அவன் படை சேகரித்தான். அவனது படை வீரர்கள் எல்லாம் ஒரு இடத்தில் கூடி நிற்பதற்கு அனேக சதுரமைல் பரப்பளவுள்ள இடம் தேவைப்பட்டது. அரசன் தன் கப்பலில் ஏறினான். படையினர் அவர்களுக்கான கப்பல்களில் ஏறினார்கள்.

திடீரென்று ஒரு குளவிக் கூட்டம் அங்கே பறந்து வந்தது. அவை அரசனின் கைகளிலும், முகத்திலும் கொட்டின. அரசன் கோபங்கொண்டு வாளை உருவி வெட்டத் தொடங்கினான். ஆனால்

வாள் குளவிகள் மீது ஒன்றும் படவில்லை. அவன் ஆவேசமாகக் காற்றில்தான் வாள் சுழற்றிக்கொண்டிருந்தான். தொடர்ந்து குளவிகள் தன்னைக் கொட்டாமல் இருப்பதற்காக விலையுயர்ந்த துணிகளைக் கொண்டு வந்து தன்னைப் போர்த்த வேண்டும் என்று கட்டளையிட்டான் அரசன். அவன் கட்டளைப்படி உடனே செய்தார்கள் பணியாளர்கள்.

ஆயினும் ஒரு குளவி போர்வைக்குள் நுழைந்தது. அது அரசனின் காதுக்கு அருகில் பலமாகக் கொட்டியது. தீயினால் சுட்டதுபோன்ற வேதனை! போர்வைகளை மட்டுமல்ல, அவன் பைத்தியக்காரனைப் போல தன் உடைகளையும் கழட்டித் தொலைவில் எறிந்தான். வலி பொறுக்க முடியாமல் நிர்வாணமாகத் துள்ளிக் குதித்துக் கொண்டிருந்தான்.

படை வீரர்களும், வேலைக்காரர்களும் “சொர்க்கத்தை வெல்ல ஆசைப்பட்ட பைத்தியக்கார அரசனை, ஒரு சாதாரணக் குளவி தோற்கடித்த அரசனை” கேலி செய்து சிரிக்கத் தொடங்கினார்கள்.

■

26

காட்டு அன்னப் பறவைகள்

ஒரு இடத்தில் ஒரு ராஜா இருந்தார். அந்த ராஜாவுக்கு பதினோரு மகன்களும், ஒரே ஒரு மகளும் இருந்தார்கள். மகளின் பெயர் எலிசா. சட்டையில் தைக்கப்பட்டிருக்கும் நட்சத்திரச் சின்னம், இடுப்பில் தொங்கும் வாள் இவற்றுடன்தான் இளவரசர்கள் பாடசாலைக்குச் சென்றார்கள். அவர்கள் தங்கச் சிலேட்டில் வைரப் பென்சிலால் எழுதினார்கள். அவர்களைப் பார்த்த உடனே அவர்கள் இளவரசர்கள் என்று மற்றவர்களுக்கு உடனடியாகத் தெரிந்துவிடும். எலிசா கண்ணாடிப் பீடத்தில் அமர்ந்திருந்தாள். அவளுக்கு ஒரு சித்திரப் புத்தகம் இருந்தது. அந்தச் சித்திரப் புத்தகத்தின் விலை நாட்டின் விலையில் பாதியளவாவது இருக்கும்.

அவர்களின் வாழ்க்கை மிகவும் மகிழ்ச்சி நிறைந்ததாக இருந்தது.

ஆனால் அந்த நிலை நிரந்தரமாகத் தொடரவில்லை.

அவர்களின் தந்தையான ராஜா, இரண்டாவது திருமணம் செய்துகொண்டார். இரண்டாம் மனைவிக்கு, ராஜாவின் பிள்ளைகளைப் பிடிக்கவில்லை. போதாக்குறைக்கு அவள் ஒரு கெட்ட சூனியக்காரியாக வேறு இருந்தாள். முதல் நாளிலேயே பிள்ளைகளுக்கு தங்கள் சின்னம்மாவின் குணம் புரிந்துவிட்டது. அரண்மனையில் ஒரு பெரிய விருந்து நடந்துகொண்டிருக்கிறது. நிறைய விருந்தினர்கள் வந்திருக்கிறார்கள். ராஜாவின் பிள்ளைகள் நேற்றுவரை மிகவும் அருமையான உணவு உண்டு வந்தார்கள். ஆனால் இன்று அவர்கள் ஒவ்வொருக்கும், சர்க்கரைக்குப் பதிலாக மணல் போட்ட தேநீர்தான் கிடைத்தது!

அடுத்த வாரம் இரண்டாம் ராணி, எலிசாவை தூரத்தில் ஒரு நாட்டுப்புறத்திற்குக் கொண்டு சென்றாள். ஒரு விவசாயியிடமும் அவர் மனைவியிடமும் எலிசாவை ஒப்படைத்தாள். பிறகு அரண்மனைக்குத் திரும்பிச் சென்றாள்.

அந்தச் சூனியக்காரி, பதினோரு இளவரசர்களைப் பார்த்துச் சொன்னாள்:

"நீங்கள் பேச முடியாத பறவைகளாக மாறி இங்கிருந்து பறந்து செல்லுங்கள்!"

ராஜாவிடம் பல பொய்களையும் சொன்னாள் அந்தக் கொடியவள். ராஜா அதையெல்லாம் நம்பவும் செய்தார். அவர் தன் பிள்ளைகள் குறித்து அப்படியொன்றும் கவலைப்படவில்லை.

ஆனால் அந்த இளவரசர்களுக்கு, ராணி எதிர்பார்த்த அளவு ஆபத்து ஏற்படவில்லை. அவர்கள் பேச முடியாத பறவைகளாக மாறிவிட்டார்கள் என்பது சரிதான், ஆனால் அவர்கள் அழகான அன்னப் பறவைகளாக மாறியிருந்தார்கள். அவர்கள் ஒன்றாகப் பறந்து தொலைவான ஒரு காட்டுக்குச் சென்று இறங்கினார்கள்.

ஒரு நாள் காலையில் அவர்கள் ஒரு இடத்துக்குச் சென்றார்கள். அதாவது, எலிசா வாழ்கிற விவசாயியின் வீட்டுக்கு மேலே சென்றார்கள். யாரும் அவர்களைப் பார்க்கவில்லை, அவர்களின் சிறகடி ஓசையையும் கேட்கவில்லை. அவர்கள் மேகங்களுக்கு மேலே வெகு தொலைவுக்குப் பறந்து சென்றார்கள்.

அந்தப் பரிதாபத்திற்குரிய எலிசா ஒரு பச்சிலையை பொம்மையாகக் கொண்டு விளையாடினாள். அவள் விளையாடுவதற்கு அந்தப் பச்சிலையைத் தவிர வேறொன்றும் இருக்கவில்லை. அவள் அதில் ஒரு துளையிட்டாள். துவாரத்தின் வழியே சூரியனைப் பார்த்தாள். தன் சகோதரர்களின் கண்கள் பார்ப்பதுபோல அவளுக்குத் தோன்றியது.

நாட்கள் ஒவ்வொன்றாகக் கடந்து சென்றன.

வீட்டைச் சுற்றிலும் ரோஜாப் பூச்செடிகளால் வேலி கட்டப்பட்டிருந்தது. இடையிடையே வீசும் காற்று ரோஜாப் பூக்களிடம் ஒன்று கேட்பதுபோலத் தோன்றியது: "உங்களைவிடவும் அழகுள்ளதாக எதுவும் உண்டா?"

ரோஜாச் செடிகள் பதில் கூறின:

"உண்டு, எலிசா!"

ஞாயிற்றுக்கிழமையன்று விவசாயியின் மனைவி திண்ணையில் அமர்ந்து ஸ்தோத்திரப் புத்தகத்தை வாசித்துக் கொண்டிருந்தாள். அப்போது ஒரு காற்று வந்து புத்தகத்தின் காகிதங்களை அசைத்துக் கேட்டது:

"ஓ, புத்தகமே! உன்னைவிட கடவுள் பக்தி உள்ள யாராவது உண்டா?"

ஸ்தோத்திரப் புத்தகம் பதில் சொன்னது:

"உண்டு, எலிசா!"

ரோஜாப் பூக்களும், ஸ்தோத்திரப் புத்தகமும் சொன்னது மிகவும் உண்மைதான்.

எலிசாவுக்குப் பதினைந்து வயதானபோது அவள் அரண்மனைக்குத் திரும்பச் சென்றாள். இரண்டாம் ராணி அப்படித்தான் முதலிலேயே முடிவு செய்திருந்தாள். அவள், பேரழகான எலிசாவை நேராகப் பார்த்தபோது அவள் மீது பொறாமையும் வெறுப்பும் கொண்டாள். எலிசாவின் சகோதரர்களை பறவைகளாக மாற்றியது போல எலிசாவையும் மாற்ற வேண்டும் என்ற எண்ணம் கொண்டிருந்தாள் ராணி. ஆனால் அவளால் தற்சமயம் அப்படிச் செய்ய முடியவில்லை. ஏனென்றால் ராஜா தன் மகளைப் பார்க்க வேண்டும் என்று ஆவல் கொண்டிருந்தார்.

அரண்மனையின் நீச்சல் குளம் பளிங்குக் கற்களால் கட்டப்பட்டிருந்தது. மிகவும் அழகாக அலங்கரிக்கப்பட்டிருந்தது. இரண்டாம் ராணி அங்கே சென்று மூன்று தவளைகளைப் பிடித்தாள்.

முதலாம் தவளையிடம் சொன்னாள் அவள்:

"எலிசா குளிக்க வரும்போது நீ அவளது தலையில் ஏறி அமர வேண்டும். அப்போது அவள் உன்னைப்போல மந்த புத்தியுடையவளாக மாறிவிடுவாள்."

அவள் இரண்டாம் தவளையிடம் கட்டளையிட்டாள்:

"நீ எலிசாவின் நெற்றியில் பற்றிக்கொள்ள வேண்டும். அப்படிச் செய்தால் அவள் உன்னைப்போல விகாரமான தோற்றம் கொண்டவளாக மாறிவிடுவாள்."

அவள் மூன்றாம் தவளையிடமும் கட்டளையிட்டாள்:

"நீ எலிசாவின் இதயத்தின் மீது அமர வேண்டும். அப்போது அவள் மனது கெட்டுப் போய்விடும். அவளுக்கு நெஞ்சில் வலியும் ஏற்படும்."

அதைத் தொடர்ந்து சூனியக்காரி, அந்தத் தவளைகளை மீண்டும் தண்ணீரில் விட்டாள். அந்த நொடி தண்ணீரில் ஒருவிதப் பச்சை நிறம் கலந்தது. ராணி, எலிசாவை அங்கு அழைத்து அந்தக் குளத்தில் குளிக்கும்படிச் சொன்னாள். எலிசா தண்ணீரில் இறங்கி மூழ்கிக் குளிக்கத் தொடங்கினாள். அப்போது முதலாம் தவளை அவள் தலையிலும், இரண்டாம் தவளை அவள் நெற்றியிலும், மூன்றாம் தவளை அவள் இதயத்திலும் இருந்தது. எலிசா இதைக் கொஞ்சம்கூட அறியவில்லை.

அவள் குளித்து முடித்தபோது என்ன நடந்தது?

மூன்று கறுப்புப் பூக்கள் தண்ணீரில் கிடந்தன. அந்தத் தவளைகள் மந்திர சக்தியுள்ள தவளைகளாக இல்லாதிருந்தால், மூன்று தவளைகளும் ரோஜாப் பூக்களாக மாறியிருக்கும். ஆயினும் அந்தத் தவளைகள், எலிசாவின் தலையையும், நெற்றியையும், இதயத்தையும் தொட்ட காரணத்தால் கறுப்புப் பூக்களாக மாறியிருந்தன. மந்திரத்தின் சக்தி அவளைப் பாதிக்கவில்லை. ஏனென்றால் அவ்வளவு பரிசுத்தமாகவும், நல்லவளாகவும் இருந்தாள் அவள்!

இரண்டாம் ராணி, எலிசாவின் முகத்திலும் உடலிலும் ஒரு விதக் காயின் எண்ணெயைப் பூசினாள். அதனால் எலிசா, யாரும் அடையாளம் கண்டுபிடிக்க முடியாதபடி கறுத்துப்போனாள்.

ராஜா எலிசாவைப் பார்த்தபோது இவள் என் மகள் அல்ல என்று உறுதியாகச் சொன்னார். அரண்மனையில் உள்ள நாயும், பறவைகளும் மட்டுமே அவளை அடையாளம் கண்டுகொண்டன. ஆனால் அவற்றிற்குத் தெரிந்ததால் எதுவும் பயன் இல்லை அல்லவா? அவை அற்பப் பிராணிகள்தானே!

பரிதாபத்திற்குரிய எலிசா அழுதுவிட்டாள். எங்கோ சென்றுவிட்ட சகோதரர்களின் நினைவு வந்தது அவளுக்கு. அவள் ஆற்ற முடியாத துயரத்துடன் அரண்மனையிலிருந்து வெளியேறி நடந்தாள். வயல்களையும், தரிசு நிலங்களையும் தாண்டி அவள் ஒரு காட்டுக்கு வந்தாள். எங்கே செல்ல வேண்டும் என்று அவளுக்குத் தெரியவில்லை. அவளது ஏமாற்றமும் துக்கமும் மிகவும் அதிகரித்தன. எப்படியாவது சகோதரர்களைப் பார்க்க முடிந்தால் நன்றாக இருக்குமே என்று ஏங்கினாள். அவளைப்போல அவர்களும் துரத்தப்பட்டுவிட்டார்கள் அல்லவா! எப்படியாவது அவர்களைத் தேடிக் கண்டுபிடிக்க வேண்டும் என்று உறுதி கொண்டாள் எலிசா.

எலிசா காட்டை அடைந்த சற்று நேரத்திற்குப் பிறகு இரவாகிவிட்டது. அவள் புல்தரையில் படுத்துக்கொண்டு கடவுளைப் பிரார்த்தனை செய்தாள். ஒரு மரத்தடியில் தலை சாய்த்தாள். நூற்றுக்கணக்கான மின்மினிகள் இளம் சிவப்பு நிற தீப்பொறிகளைப்போலத் தோன்றின. அவள் தாழ்வாக இருந்த கிளையொன்றைப் பிடித்தாள். நிறைய மின்மினிகள் அவள் மீது விழுந்தன.

இரவு முழுதும் எலிசா தன் சகோதரர்களைக் கனவு கண்டாள். கனவில் அவள் அவர்களுடன் மீண்டும் விளையாடுகிறாள். வைரப் பென்சிலால் தங்க சிலேட்டில் எழுதுகிறாள். விலையுயர்ந்த சித்திரப் புத்தகத்தைப் பார்த்து ரசிக்கிறாள். இப்போது அவள் முன்பு எழுதியதுபோல எழுத்துக்களை எழுதவில்லை. தன் அனுபவங்களையும்,

தன் சகோதரர்களின் அனுபவங்களையும் எழுதுகிறாள். சித்திரப் புத்தகத்தில் உள்ள சித்திரங்கள் உயிர் பெறுகின்றன. சித்திரங்களில் உள்ள பறவைகள் பாட்டுப் பாடின. மனிதர்கள் சித்திரங்களிலிருந்து இறங்கி வந்து எலிசாவுடனும் அவள் சகோதரர்களுடனும் பேசுகிறார்கள். ஆயினும் ஒவ்வொரு பக்கத்தைத் திருப்பும்போது, அவர்கள் அந்தந்தப் பக்கங்களில் சென்று நிலைக்கிறார்கள். இல்லையென்றால் மிகவும் குழப்பமாகிவிடும் அல்லவா!

எலிசா விழித்தபோது விடிந்து மிகவும் நேரமாகியிருந்தது. அவளால் சூரியனைப் பார்க்க முடியவில்லை. ஏனென்றால் உயர்ந்திருந்த மரங்கள் நாற்புறமும் கிளைகளால் மறைத்திருந்தன. ஆயினும் சூரிய வெளிச்சம் மெல்லிய திரைபோலப் பரவியிருந்தது. தழைத்து வளர்கின்ற தாவரங்களிலிருந்து ஒரு வித வாசனை வந்தது. பறவைகள் அவளுக்கு மிகப் பக்கத்தில் பறந்து வந்தன. அவள் நீர் செல்லும் சலசலப்பைக் கேட்டாள். நீரூற்றுகளிலிருந்து தண்ணீர் ஒரு ஏரிக்குச் செல்கிறது. ஏரியின் அடியில் வெண்ணிறத்தில் தூய மணல் கிடந்தது. சுற்றிலும் செடிகளும், சிறிய மரங்களும் அடர்ந்து நிற்கின்றன. அவற்றின் இடையே மான்கள் பாதை அமைத்திருக்கின்றன. எலிசா அந்தப் பாதை வழியே நடந்து ஏரிக் கரைக்குச் சென்றாள். மரங்களின் கிளைகளையும், செடிகளையும் காற்று வந்து அசைக்காமல் இருந்தால், அவை ஏரியில் வரைந்து வைக்கப்பட்டிருக்கின்றன என்று நினைக்கத் தோன்றும். சூரிய வெளிச்சம் படும்போதும், நிழலாக இருக்கும்போதும் ஒவ்வொரு இலையும் மிகத் தெளிவாக ஏரியில் பிரதிபலித்தது. அந்தளவு தூயதாக இருந்தது ஏரி நீர்.

எலிசா அந்த நீரில் தன் முகத்தைப் பார்த்தபோது அதிர்ச்சியடைந்தாள். அவள் முகம் கறுத்து மிக விகாரமாக இருந்தது. ஆனால், அந்த ஏரி நீரில் கைகள் நனைத்து கண்களையும் நெற்றியையும் துடைக்கும்போது என்ன நடந்தது? கைகளிலும் நெற்றியிலும் அவளது பழைய நிறம் மீண்டு வந்தது. அவள் ஏரியில் இறங்கி குளித்துக் கரையேறினாள். அப்போது, உலகத்திலேயே மிகப் பெரிய பேரழகியாக மாறியிருந்தாள் அவள். இவளைப் போன்ற ஒரு இளவரசியை இதற்கு முன்பு உலகத்தில் யாரும் எங்கும் பார்த்திருக்க மாட்டார்கள். அவள் ஒரு நீரூற்றுக்குச் சென்று கைமடக்கில் நீர் அள்ளிக் குடித்தாள். பிறகு எங்கே செல்வது என்று தெரியாமல் காட்டின் நடுவே நடந்து சென்றாள். அவள் மீண்டும் தன் அன்பிற்குரிய சகோதரர்களை நினைத்துக்கொண்டாள். கடவுள் தங்களைக் கைவிடமாட்டார் என்று நம்பினாள். பசித்திருப்பவர்களின் பசியைத் தீர்ப்பதற்குத்தானே கடவுள் மரங்களில் பழங்களைத் தோன்றச் செய்கிறார்! பழங்களின் சுமையால் சாய்ந்து நிற்கிற ஒரு

மரத்தைக் கடவுள் எலிசாவுக்குக் காட்டினார். அவள் போதுமான அளவு பழம் பறித்துத் தின்றுவிட்டு மீண்டும் நடக்கத் தொடங்கினாள். காலடி ஓசை கேட்கும் அளவு அவ்வளவு நிசப்தமாக இருந்தது அந்த இடம். ஒரே ஒரு பறவைகூட அங்கே காணப்படவில்லை. சூரிய ஒளி உள்ளே வர இயலாத அளவுக்கு மரங்கள் அடர்ந்த இலைகளையும் கிளைகளையும் கொண்டிருந்தன. மரங்கள் அடுத்தடுத்து நின்றிருப்பதால் வேலி கட்டப்பட்டிருப்பதைப்போலத் தோன்றியது. அன்றுவரை அனுபவித்தறியாத ஒரு தனிமையை அவள் உணர்ந்தாள்.

அன்றைய இரவு மிகவும் இருட்டாக இருந்தது. ஒரே ஒரு மின்மினிப் பூச்சிகூட காணப்படவில்லை. துயரத்தால் கனத்த மனதுடன் அவள் படுத்தாள். சற்று நேரம் கழித்து அவளுக்கு, மரக்கிளைகள் விலகுவதாகவும், அதன் வழியே தேவதூதர்கள் தன்னைப் பார்ப்பதாகவும் தோன்றியது.

காலையில் விழித்தபோது அவளுக்குத் தான் இரவில் கண்டது கனவா, உண்மையா என்று புரியவில்லை.

மீண்டும் அவள் எழுந்து நடந்தாள். நான்கைந்து அடி முன்னால் நடந்தபோது ஒரு பாட்டியைப் பார்த்தாள். பாட்டியின் கையில் சிறிய பழங்கள் இருந்த கூடை இருந்தது. எலிசாவுக்குக் கொஞ்சம் பழங்கள் கொடுத்தார்கள் பாட்டி. எலிசா கேட்டாள்:

"பாட்டி, நீங்கள் இந்தக் காட்டில் பதினோரு இளவரசர்களைப் பார்த்தீர்களா?"

"நான் இளவரசர்களைப் பார்க்கவில்லை. ஆனால் நேற்று பக்கத்தில் உள்ள நதியில் பதினொரு அன்னப் பறவைகள் நீந்திக் குளிப்பதைப் பார்த்தேன். எல்லா அன்னத்தின் தலையிலும் தங்கக் கிரீடம் இருந்தது!"

பாட்டி, எலிசாவை கீழே சரிவான ஒரு இடத்திற்கு அழைத்துச் சென்றார்கள். சரிவின் கீழே ஒரு சிறிய நதி சென்றுகொண்டிருந்தது. நதியின் பக்கங்களில் நின்றிருந்த மரங்கள் எதிர்புறம் நோக்கிக் கிளைகளை நீட்டியிருந்தன. எலிசா பாட்டியிடம் விடை பெற்று, நதி செல்லும் வழியில் நடந்தாள். நடந்து நடந்து அவள் நதி கடலில் கலக்கும் இடத்திற்கு வந்து சேர்ந்தாள். அவள் முன்னால் பரந்து விரிந்து கிடந்தது கடல். ஒரு கப்பலோ, அல்லது படகோ கடலில் காணப்படவில்லை. அவள் அங்கே கிடந்த கூழாங்கற்களைப் பார்த்தாள். கடல் நீரின் செயலால்தான் அந்தக் கற்கள் ஒவ்வொன்றும் தனக்கான வடிவத்தைப் பெற்றிருக்கிறது. இதைப் பார்த்து அவள் தனக்குள் சொல்லிக்கொண்டாள்:

"அலைகளுடன் பழகிப் பழகி முரடான கற்கள் எல்லாம் வழவழப்பாக மாறுகின்றன. அலைகளே நீங்கள் இந்தப் பாடத்தை எனக்குக் கற்றுக் கொடுத்ததற்காக நான் உங்களுக்கு நன்றி சொல்கிறேன்! நீங்கள் என்றாவது என்னை என் சகோதரர்களிடம் அழைத்துச் செல்வீர்கள் என்று என் இதயம் என்னிடம் சொல்கிறது."

கடலின் நுரை வீழ்ந்து கிடந்த புல்லில் ஒரு இடத்தில் பதினோரு அன்னச் சிறகுகள் கிடந்தன. எலிசா அவற்றை எடுத்து ஒன்றாகக் கையில் வைத்துக்கொண்டாள். இறகுகளில் தண்ணீர் துளிகள் ஒட்டிக்கொண்டிருந்தன. அவை பனித்துளிகளா? கண்ணீர்த் துளிகளா? ஆளற்று வெறிச்சோடிக் கிடந்தது கடற்கரை. ஆயினும் அவள் தான் தனிமையில் இருப்பதாக உணரவில்லை. ஏனென்றால் கடலின் குணம் தொடர்ந்து மாறிக்கொண்டேயிருந்தது.

கழிமுகங்களில் ஒரு வருடத்தில் ஏற்படாத மாற்றங்கள் கடலில் ஒரு மணி நேரத்திற்குள் ஏற்பட்டன. சட்டென்று ஆகாயத்தில் ஒரு கறுப்பு மேகம் வந்தது. " எனக்குக் கோபம் வரும் " என்று கடல் சொல்வதுபோலத் தோன்றியது. சற்று நேரத்திற்குப் பிறகு பலமான காற்றடித்தது. அலைகள் உயர்ந்து எழுந்தன. பிறகு சிவப்பு மேகங்கள் வந்தன. இப்போது காற்று அடங்கியது. கடலில் சிவப்பு நிறம் கலந்தது. சில சமயம் பச்சை நிறம் கலந்தது. சில முறை வெள்ளி நிறம் கலந்தது. கடல் எவ்வளவுதான் அமைதியாக இருக்கட்டுமே, கரையில் ஒரு மெல்லிய அசைவு இருக்கும். உறங்கும் குழந்தையின் சுவாசம்போல!

சூரியன் அஸ்தமிக்கத் தொடங்கும்போது... அப்போது... அதோ, கடலின் மேலே கரை நோக்கிப் பறந்து வருகின்றன பதினோரு அன்னப் பறவைகள்! எல்லா அன்னப் பறவைகளின் தலையிலும் தங்கக் கிரீடங்கள் உண்டு. ஒன்றன் பின் ஒன்றாக ஒரு நாடாபோலக் காணப்பட்டன அன்னங்கள். எலிசா ஒரு புதருக்குள் ஒளிந்திருந்தாள். அன்னங்கள் பக்கத்தில் ஒரு இடத்தில் இறங்கின.

சூரியன் கடலில் அமிழ்ந்தபோது அன்னங்களின் சிறகுகள் உதிர்ந்தன. அவை அழகான பதினோரு இளவரசர்களாக மாறின. அவர்கள் மிகவும் மாறியிருந்தார்கள் என்றாலும் அவர்கள் தன் சகோதரர்கள்தான் என்று எலிசாவுக்குப் புரிந்தது. அவள் முன்னே பாய்ந்து சென்று எல்லோரையும் பெயர் சொல்லி அழைத்தாள். அவர்களை அணைத்துக்கொண்டாள். தங்கள் சகோதரியைக் கண்டுபிடித்ததில் இளவரசர்கள் எல்லையற்ற மகிழ்ச்சியடைந்தார்கள். எல்லோரும் அழுதார்கள், சிரித்தார்கள். பிறகு தங்கள் சின்னம்மாவின் கொடூரமான குணத்தைப் பற்றிப் பேசிக்கொண்டார்கள்.

மூத்த சகோதரன் சொன்னான்:

“எலிசா, சூரியன் உதித்து அஸ்தமிப்பது வரை நாங்கள் பறந்து திரிவோம். சூரியன் மறைந்த பிறகு நாங்கள் மீண்டும் மனித உருவம் பெற்றுவிடுவோம். அப்போது ஓய்வெடுப்பதற்கான இடத்தைக் கண்டுபிடிப்பதில் நாங்கள் மிகவும் கவனமாக இருக்க வேண்டும். ஏனென்றால் நாங்கள் சூரியன் அஸ்தமிக்கும்போது பறந்துகொண்டிருந்தோம் என்றால் கடலில் விழுந்து அமிழ்ந்துவிடுவோம். எங்களுக்கு இந்த இடத்தைப்போல அழகான மற்றொரு இடமும் உண்டு. ஆனால், கடலைக் கடந்துதான் அங்கே போக முடியும். வழியிடையில் இரவு தங்குவதற்கு ஒரு தீவுகூட இல்லை. ஒரு இடத்தில் ஒரு பாறை மட்டும்தான் இருக்கிறது. நாங்கள் நெருக்கியடித்துக்கொண்டு அதில் இருப்போம். அந்தப் பாறை அவ்வளவு சிறியது. கடல் கொந்தளித்தாலும் அந்தப் பாறையாவது இருக்கிறதல்லவா! கடவுளுக்கு நன்றி! அது இல்லாமலிருந்தால் எங்களால் நம் நாட்டைப் பார்க்க முடிந்திருக்காது. வருடத்தில் ஒரு முறை மட்டும் நாங்கள் நம் நாட்டுக்கு வர அனுமதி உண்டு. நாங்கள் இங்கே பதினோரு நாட்கள் இருக்கலாம். காட்டுக்கு மேலே பறக்கலாம். அப்பாவின் அரண்மனையையும், அம்மாவை அடக்கம் செய்த மயானம் உள்ள தேவாலயத்தின் கோபுரத்தையும் பார்க்கலாம். இங்கே உள்ள மரங்களும் செடிகளும் எங்களுக்கு உறவினர்கள்போல. இங்கே காட்டுக் குதிரைகள் புற்பரப்பில் ஓடுகின்றன. இந்த இடம்தான் இப்போது எங்களுக்குத் தங்கும் இடம். எங்கள் அன்பான சகோதரி, இங்கே நாங்கள் உன்னைக் கண்டுபிடித்தோம். இன்னும் இரண்டு நாட்கள் நாங்கள் இங்கே தங்கலாம். அதன் பிறகு நாங்கள் அழகான ஒரு இடத்துக்குச் செல்வோம். அந்த இடம் எங்களுடைய இடம் அல்ல என்பதுதான் விஷயம்! எங்களுக்குக் கப்பல்களோ, படகுகளோ இல்லையே, பிறகு எப்படி நாங்கள் உன்னை அந்த இடத்துக்குக் கொண்டு செல்வோம்?”

எலிசா கேட்டாள்:

“உங்களுக்குச் சாபவிமோசனம் கிடைப்பதற்கு நான் என்ன செய்ய வேண்டும்?”

அவர்கள் வெகுநேரம் பேசிக்கொண்டிருந்துவிட்டு மிகவும் தாமதமாகத்தான் உறங்கினார்கள்.

சிறகடி ஓசை கேட்டுத்தான் எலிசா கண்விழித்தாள். அவள் சகோதரர்கள் மீண்டும் அன்னப் பறவைகளாக மாறியிருக்கிறார்கள். அவர்கள் வட்டமாகப் பறந்து உயர்ந்து மறைந்தார்கள். இளைய இளவரசன் மட்டும் “அவன் அன்னப் பறவையாக இருந்தாலும்”

எலிசாவின் மடியில் தலைசாய்த்துப் படுத்திருந்தான். அவள் அவனது இறக்கைகளை மென்மையாகத் தடவிக்கொண்டிருந்தாள். அவர்கள் பகல் முழுவதும் அங்கே சுற்றித்திரிந்தார்கள். மற்ற சகோதரர்கள் மாலை நேரத்தில் திரும்பி வந்தார்கள். சூரியன் மறைந்தவுடன் அவர்கள் மனித உருவமடைந்தார்கள்.

“எலிசா, நாங்கள் நாளை இந்த இடத்தைவிட்டுச் செல்வோம். ஒரு வருடம் கழிந்துதான் மீண்டும் வர முடியும். எப்படியானாலும் நாங்கள் இந்த நிலையில் உன்னைத் தனியாக விட்டுச் செல்ல முடியாது. ஒருக்கால், உன்னைச் சுமந்துகொண்டு கடல் மீது பறக்க எங்களால் முடியலாம்.”

அவள் வேண்டிக் கேட்டுக்கொண்டாள்:

“நீங்கள் என்னை உங்களுடன் அவசியம் அழைத்துச் சென்றுதான் ஆக வேண்டும்!”

இளவரசர்கள், மரப்பட்டைகளையும், மூங்கில்களையும், பிறவற்றையும் சேகரித்தார்கள். பிறகு இரவு முழுவதும் பணி செய்து ஒரு வலை உருவாக்கினார்கள். அந்த வலை வலுவான வலையாக இருந்தது. சூரிய உதயத்திற்கு முன்பு இளவரசர்கள் மீண்டும் அன்னப் பறவையாக மாறினார்கள். அவர்கள் எலிசாவை வலையில் கிடத்தி தங்கள் அலகுகளால் பற்றிச் சுமந்துகொண்டு பறந்தார்கள். அவர்களது அன்பிற்குரிய சகோதரி வலையில் படுத்து உறங்குகிறாள். அவள் முகத்தில் வெயில் பட்டபோது ஒரு அன்னம் தன் சிறகை விரித்து அவளுக்கு நிழல் தந்தது.

கடற்கரையிலிருந்து வெகு தூரத்திற்குச் சென்ற பிறகுதான் எலிசா உறக்கத்திலிருந்து விழித்தாள். தான் கனவு கண்டுகொண்டிருக்கிறோமா என்று அவளுக்குச் சந்தேகமாக இருந்தது. இனிப்பான கிழங்குகளும் பழங்களும் அவள் அருகில் வைக்கப்பட்டிருந்தன. அவையெல்லாம் இளைய சகோதரன் அவளுக்காகச் சேகரித்தது. அவள் அவனை நோக்கி அன்புடன் புன்னகைத்தாள். அவன்தான், சிறகு விரித்து அவளுக்கு நிழல் தந்து வெயில் படாமல் பார்த்துக்கொள்கிறான். கடலில் இருந்த கப்பல் ஒன்று காட்டு அன்னங்களின் பார்வையில் சிறு கடல் காகத்தின் அளவு சிறிதாகத் தோன்றியது.

அவ்வளவு உயரத்தில் பறந்துகொண்டிருந்தன அவை. அவற்றிற்குக் கீழாக மலைபோன்று பெரிதாக இருந்த ஒரு மேகம் காணப்பட்டது. தன் நிழலும் தன் சகோதரர்களின் நிழலும் அந்த மேகத்தில் வீழ்ந்திருப்பதைப் பார்த்தாள் எலிசா. இதுவரை அவள் பார்த்த எல்லா ஓவியங்களையும்விட அழகாக இருந்தன அந்த நிழல்கள்.

சற்று நேரத்திற்குப் பிறகு மேகம் மிகவும் பின் தங்கியது. அதில் தோன்றிய நிழல்களும் மறைந்தன.

சீறிப் பாயும் அம்புகளைப்போல காட்டு அன்னங்கள் பறந்துகொண்டிருந்தன. ஆனால், சிறுகச் சிறுக அவற்றின் வேகம் குறைந்து வந்தது. ஏனென்றால் அவை தங்கள் சகோதரியைச் சுமந்துதானே பறந்துகொண்டிருந்தன? பருவ நிலை மோசமாகத் தொடங்கியது. அஸ்தமன நேரமும் நெருங்கிவிட்டது. கடலில் உள்ள பாறையை எலிசா இன்னும் பார்க்கவில்லை. அவள் கவலையுடன் அஸ்தமன சூரியனைப் பார்த்தாள். அன்னங்கள் மேலும் சிரமத்துடன் சிறகடிப்பதை அவள் பார்த்தாள். தேவையான வேகத்தில் அவற்றால் பறக்க முடியவில்லை. இதற்கு தான்தான் காரணம் என்று நினைத்து எலிசா மனம் வருந்தினாள். சூரியன் மறைந்த உடனே சகோதரர்கள் எல்லாம் மனித உருவம் அடைந்துவிடுவார்கள். அப்போது எல்லோரும் கடலில் வீழ்ந்து மூழ்கி இறப்பார்கள். அவள் மனப்பூர்மாக கடவுளைப் பிரார்த்தித்தாள். ஆயினும் அவள் எந்தப் பாறையையும் பார்க்கவில்லை. அச்சுறுத்தும்படி கார்மேகங்கள் அருகே வருகின்றன. அதைத் தொடர்ந்து மீண்டும் மீண்டும் மின்னல்கள் தோன்றின.

அடிவானத்தில் சூரியன் தாழ்ந்து கடலைத் தொடத் தொடங்கினான். அன்னங்கள் சட்டென்று இறங்கத் தொடங்கின. அவை வீழ்ந்துகொண்டிருக்கின்றனவோ என்று எலிசாவுக்குத் தோன்றியது. உடனே அன்னங்களின் வேகம் குறைந்தது. அவள் கீழே முதன் முறையாக அந்தப் பாறையைப் பார்த்தாள். தலை தூக்கி தண்ணீரில் கிடக்கிற ஒரு கடல் குதிரையைவிடப் பெரிதாக இல்லை பாறை. சூரியன் விரைவில் கடலில் அமிழ்ந்தான். அப்போது எலிசாவின் பாதங்கள் அந்தப் பாறையைத் தொட்டன. சகோதரர்கள் கைகோர்த்துக்கொண்டு அவளைச் சுற்றிலும் இறங்கி நின்றார்கள். எல்லோரும் இருப்பதற்கு அந்தப் பாறையில் போதுமான இடம் இல்லை. அதில் அலைகளும் வந்து ஓங்கியடித்துக்கொண்டிருந்தன. தொடர்ந்து இடி முழங்கியது. எல்லோரும் கை பிடித்துக்கொண்டு துதிப்பாடல்கள் பாடினார்கள். அதன் பயனாக மனோதிடம் பெற்றார்கள்.

பொழுது விடியும்போது எல்லாம் அமைதியடைந்தன. அன்னங்கள் எலிசாவையும் சுமந்துகொண்டு அந்தப் பாறையிலிருந்து பறந்து சென்றன. அவை ஆகாயத்திலிருந்து கீழே பார்த்தபோது, அலைகளும் பொங்கும் நுரைகளும் சேர்ந்து, லட்சக்கணக்கான வெள்ளை அன்னங்கள் நீந்துவதுபோன்ற தோற்றத்தை ஏற்படுத்தின.

சூரியன் ஆகாயத்தில் இன்னும் சற்று உயர்ந்தபோது எலிசாவின் பார்வையில் ஒரு மலைப் பிரதேசம் தென்பட்டது. அங்குள்ள ஏரியில் நிறையப் பனிக்கட்டிகள் மிதந்துகொண்டிருந்தன. ஒரு மைல் நீளம் உள்ள ஒரு பெரிய அரண்மனை அங்கு இருந்தது. வரிசை வரிசையாக இருந்த எண்ணற்ற தூண்கள் அந்த அரண்மனைக்கு அழகும் ஆடம்பரமும் அளித்தன. காட்டு மரங்கள் அடர்ந்து நின்றிருந்த தோட்டத்தில், அழகான நிறங்கள் கொண்ட பூக்கள் எங்கும் மலர்ந்திருந்தன. "இந்த அரண்மனையிலா நீங்கள் வசிக்கிறீர்கள்?" என்று எலிசா தன் சகோதரர்களிடம் கேட்டாள். இல்லையென்ற பாவத்தில் அவர்கள் தலையசைத்தார்கள். எப்போதும் உருமாறிக்கொண்டிக்கும் அரண்மனை அது. அங்கே மனிதர்கள் யாரும் செல்லக்கூடாது. எலிசா பார்த்துக் கொண்டிருக்கும்போதே அந்த மலைப் பிரதேசமும், அரண்மனையும், தோட்டமும் மறைந்தன. அவை இருந்த இடத்தில் ஒரே மாதிரியான இருபது தேவாலயங்கள் தோன்றின. தேவாலயங்களின் இசைக் கருவிகளிலிருந்து இசை எழுவதாக எலிசாவுக்குத் தோன்றியது. உண்மையில் அது கடலின் அலையோசையாகும். பிறகு அந்த தேவாலயங்கள் கப்பல்களாக மாறின. சற்று நேரம் கழித்து அந்தக் கப்பல்கள் மூடுபனியாக மாறின. அப்படி இடைவிடாமல் மாற்றங்கள் நடந்துகொண்டே இருந்தன. அன்னப்பறவைகளாக இருந்த இளவரசர்கள் இறுதியில் தாங்கள் வர நினைத்த இடத்துக்கு வந்து சேர்ந்துவிட்டதாக அவளுக்குத் தோன்றியது. அங்கே நீல மலைகள், காடுகள், நகரங்கள், அரண்மனைகள் ஆகியவை காணப்பட்டன. இது சித்திரத் தையல் வேலைப்பாடுகளோ என்று வியக்கும்படியான அபூர்வமான கொடிகள் வளர்கிற ஒரு குகையும், குகையின் முன்பாகப் பெரியதொரு பாறையும் இருந்தன. அன்னங்களும், எலிசாவும் அந்தப் பாறையில் சென்று இறங்கினார்கள்.

இளைய சகோதரன் கேட்டான்:

"எலிசா, இன்று இரவு நீ என்ன கனவு காணுவாய்?"

அவள் சொன்னாள்:

"உங்களுக்கு சாப விமோசனம் கிடைப்பதற்கான வழியை கடவுள் எனக்குக் கனவின் மூலமாகக் காட்டட்டும்."

அந்த சிந்தனைதான் அவள் மனதில் நிறைந்து நின்றது. தனக்கு உதவி செய்யும்படி அவள் வெகு நேரம் கடவுளைப் பிரார்த்தித்தாள். உறங்கிய பின் அவளுக்கு, தான் காற்றில் பறந்து மேகத்தில் உள்ள ஒரு மாளிகைக்குச் செல்வதாகவும், மாளிகையிலிருந்து அழகான ஒரு தேவதை தன்னை நோக்கி இறங்கி வருவதாகவும் அவளுக்குத் தோன்றியது. முன்பு ஒரு முறை காட்டில் ஒரு பாட்டி எலிசாவுக்குச்

சிறு பழங்கள் கொடுத்தார்கள் அல்லவா, அவர்கள்தான் தங்கக் கிரீடம் வைத்த அன்னங்களைப் பற்றி முதன் முதலாகச் சொன்னார்கள். அந்தப் பாட்டியின் சாயல் இருந்தது இந்த தேவதைக்கு.

தேவதை சொன்னாள்:

"எலிசாவே, நீ உன் சகோதரர்களுக்கு சாப விமோசனம் பெற முடியும். ஆனால், அதற்குத் தேவையான தைரியமும், உழைப்பும் உன்னிடம் உண்டா? உன் மென்மையான கரங்களை விடவும் மென்மையானதுதான் தண்ணீர். ஆயினும் அது தொடர்ந்து முயன்று பாறைகளின் உருவத்தையே மாற்றுகிறது. அதே நேரம் உன் கைகளுக்கு ஏற்படுகிற வலி தண்ணீருக்கு இல்லை. தண்ணீருக்கு இதயம் இல்லை. இதோ என் கையில் உள்ள இந்த அரிப்புச் செடியைப் பார்த்தாயா? நீ இப்போது படுத்து உறங்குகின்ற குகையில் இதுபோன்ற செடிகள் நிறைய வளர்ந்திருக்கின்றன. அங்கு மட்டும் அல்ல, தேவாலயங்களின் மயானங்களிலும் அந்தச் செடிகள் நிறைய உண்டு. ஆனால், அந்தக் செடிகளைத் தொட்டால் உன் கரங்களில் கடுமையாக அரிப்பெடுக்கும். ரணமாகிவிடும். ஆயினும் நீ அவற்றைப் பறித்தெடுக்க வேண்டும். அவற்றைத் தரையில் இட்டு மிதித்துப் பதமாக ஆக்க வேண்டும். அப்போது அவை சணல் போலாகும். அதை எடுத்துப் பின்னி பதினோரு சட்டைகள் நீ செய்ய வேண்டும். அந்தச் சட்டைகளை பதினோரு அன்னத்திற்கும் அணிவிக்க வேண்டும். அப்போது அவற்றைப் பீடித்திருக்கும் மந்திர சக்தி அழிந்துவிடும். ஆனால் நீ ஒரு விஷயத்தை நினைவு வைத்துக்கொள்ள வேண்டும், உன் வேலை முடிவதற்கு வருடக்கணக்கான காலம் தேவைப்படும். வேலையைத் தொடங்குவது முதல் அது முடிவது வரை நீ ஒரே ஒரு வார்த்தைகூட பேசக்கூடாது. அப்படிப் பேசினால் உன் சகோதரர்களின் இதயங்கள் வெடித்துவிடும். உன் நாக்கில்தான் அவர்களின் வாழ்க்கை உள்ளது. இந்த விஷயத்தை மறந்துவிடாதே!"

எலிசா கனவில் அந்த அரிப்புச் செடியை ஒரு முறை தொட்டாள். நெருப்பைத் தொட்டதுபோல இருந்தது அவளுக்கு. அடுத்த நொடியே அவள் திடுக்கிட்டு விழித்தாள். எங்கும் சூரிய வெளிச்சம் பரந்திருக்கிறது. கனவில் கண்டது போன்ற ஒரு அரிப்புச் செடி அருகில் கிடந்தது. அவள் திருப்தியுடன் மண்டியிட்டு கடவுளைப் பிரார்த்தித்துவிட்டு உடனே வேலையைத் தொடங்கினாள்.

முதலாவதாக நிறைய அரிப்புச் செடிகளை அவள் பிடுங்கினாள். அந்தச் செடிகள் அவள் முன் கைகளிலும், உள்ளங்கைகளிலும் புண்களை ஏற்படுத்தின. அதனால் தாங்க முடியாத வலி ஏற்பட்டது.

ஆயினும் தன் சகோதரர்களைக் காப்பாற்றுவதற்காக அவள் அந்த வலியையெல்லாம் பொறுத்துக்கொண்டாள். தேவையான அளவு அரிப்புச் செடிகளை சேகரித்த பிறகு அவள் எல்லாவற்றையும் மிதித்து நாறாக பதப்படுத்தினாள்.

சூரியன் மறைந்த பிறகு சகோதரர்கள் திரும்பி வந்தார்கள். எலிசா எதுவும் பேசாமல் இருப்பதைப் பார்த்து அவர்கள் துயரமடைந்தார்கள். தங்கள் சின்னம்மாவாக இருக்கிற அந்த சூனியக்காரிதான் ஏதோ மந்திரம் செய்து தங்கள் சகோதரியை ஊமையாக்கிவிட்டாள் என்று அவர்கள் நினைத்தார்கள். ஆனால் அவள் கைகளைப் பார்த்தபோது அவர்களுக்கு, தங்களுக்காகத்தான் சகோதரி இப்படிச் செய்கிறாள் என்று புரிந்தது.

இளைய இளவரசன் அழத் தொடங்கினான். அவனுடைய கண்ணீர்த்துளிகள் எலிசாவின் கரங்களில் விழுந்தன. கண்ணீர்த் துளிகள் விழுந்த இடத்திலெல்லாம் புண்கள் மறைந்தன. வலியும் இல்லாது போயிற்று.

மறு நாள் இரவும் அவள் வேலை செய்தாள். சகோதரர்களுக்கு விமோசனம் கிடைக்கும்வரை அவளுக்கு உறங்கவும் தோன்றவில்லை. அடுத்த பகலும் அவள் தன் வேலையைத் தொடர்ந்து செய்துகொண்டிருந்தாள். முன்பு ஒருபோதும் இவ்வளவு விரைவாக நேரம் சென்றதில்லை. அவள் ஒரு சட்டை செய்து முடித்தாள். பிறகு மற்றொன்றும் செய்து முடித்தாள்.

அப்போது குன்றுப் பகுதிகளில் வேட்டைக்காரர்களின் வாத்திய முழக்கங்கள் கேட்டன. அந்த ஓசைகள் நெருங்கி வந்துகொண்டிருந்தன. அச்சமுற்ற எலிசா, இரண்டு சட்டைகளையும், செடிச் சணல்களையும் ஒரு இடத்தில் வைத்து அதன் மேல் அமர்ந்துகொண்டாள். பெரிய வேட்டை நாய்கள் உரக்கக் குரைத்துக்கொண்டு குகையின் வாசலில் வந்து நின்றன. சில நொடிகளில் வேட்டைக்காரர்களும் வந்துவிட்டார்கள். அவர்களில் ஒரு இளைஞன் மிகவும் அழகாக இருந்தான். அவன்தான் அரசன். அவன் குகைக்குள் இருக்கும் எலிசாவைப் பார்த்தாள். அவ்வளவு அழகான ஒரு பெண்ணை அவன் அதற்கு முன்பு பார்த்தது இல்லை. அவன் அவளிடம் கேட்டான்:

“நீ எப்படி இந்தக் குகைக்குள் வந்தாய்?”

எலிசா தலையசைக்க மட்டுமே செய்தாள். அவள் பேசினால் அவள் சகோதரர்களுக்கு விமோசனம் கிடைக்காது அல்லவா? அதுமட்டுமல்ல, அவர்களின் வாழ்க்கையும் முடிந்துவிடும். அவள் தன் கரங்களை உடைகளுக்குள் மறைத்துக்கொண்டாள். கைகளில் உள்ள காயங்களை அரசன் பார்த்துவிடக்கூடாதே!

அரசன் சொன்னான்:

"நீ என்னுடன் வா. இனிமேல் நீ இங்கே இருக்க வேண்டாம். உன் அழகைப்போல உன் உள்ளமும் அழகாக இருந்தால் நான் உனக்குப் பட்டுடைகள் அணிவிப்பேன். உன் தலையில் கிரீடம் வைப்பேன். உன்னை ராணியாக்கி என் அரண்மனையில் வாழவைப்பேன்!"

பிறகு அரசன் அவளைத் தூக்கி தன் குதிரையில் அமர வைத்தான். அவள் கையை உதறி அவன் பிடியிலிருந்து தன்னை விடுவித்துக்கொள்ள முயன்றாள். அரசன் சமாதானமாகப் பேசினான்:

"உன் நலன்தான் என் லட்சியம். பிறகு எப்போதாவது நீ எனக்கு நன்றி சொல்வாய்!"

அதைத் தொடர்ந்து அரசன் அவளையும் ஏற்றிக்கொண்டு குன்றுகள் வழியே குதிரையோட்டிச் சென்றான்.

அவனது பணியாட்கள் எல்லாம் அவனைத் தொடர்ந்து சென்றார்கள்.

மாலைக்குப் பிறகு அந்தக் குழு அரண்மனையை அடைந்தது. அரசன் எலிசாவை அரண்மனையின் உள்ளே அழைத்துச் சென்றான். அங்கிருந்த விசாலமான அறைகளெல்லாம் பளிங்குக் கற்களால் கட்டப்பட்டிருந்தன. நீர் பீய்ச்சும் இயந்திரங்கள் நான்கு புறமும் நீரைப் பீய்ச்சிக்கொண்டிருந்தன. சுவர்களும், கூரைத் தளங்களும் அருமையான வண்ண ஓவியங்களால் அலங்கரிக்கப்பட்டிருந்தன. ஆனால் எலிசாவின் கண்கள் அவற்றையொன்றும் பார்க்கவில்லை. அவள் அழுதுகொண்டிருந்தாள். பணிப்பெண்கள் வரும்போது அவள் சும்மா நின்றாள். அவர்கள் அவளுக்கு ராணிக்கான உடையை பட்டாடைகளை அணிவித்தார்கள். தலைமுடியில் பவழங்களை அணிவித்தார்கள். காயமான கரங்களில் கையுறைகள் இட்டார்கள்.

அலங்காரம் எல்லாம் முடிந்த பிறகு பார்ப்பவர்கள் கண்கள் கூசும்படி அவ்வளவு அழகாக இருந்தாள் எலிசா. எல்லோரும் அவளைத் தலைகுனிந்து வணங்கினார்கள். பிறகு அவளுக்கும் அரசனுக்கும் திருமணம் நடந்தது.

ஆனால் தலைமைப் பாதிரி என்ன செய்தார்? அவர் அரசனிடம் ரகசியமாகச் சொன்னார்:

"அரசே, இவள் ஒரு கெட்ட சூனியக்காரி. இவள் உங்களை ஏமாற்றியிருக்கிறாள். இவள் உங்களை வழி தவறச் செய்துவிடுவாள்!"

ஆனால், அரசன் அதைப் பொருட்படுத்தவில்லை. அவன் வாத்திய இசையைத் தொடங்கும்படி ஆணையிட்டான். விருந்து பரிமாறவும்

உத்தரவிட்டான். நடன அழகிகள் ஆடவேண்டும் என்றான். அது எல்லாம் முடிந்த பிறகு அரசன் அவளை பூ மணம் நிறைந்து நிற்கும் நந்தவனத்தின் வழியே ஒரு பெரிய மாளிகைக்கு அழைத்துச் சென்றான். இவ்வளவு நடந்தாலும் அவள் உதடுகளில் சிறு புன்னகைகூட மலரவில்லை. சோகமே உருவெடுத்து வந்ததுபோல அவள் அங்கே நின்றாள். அவள் உறங்குவதற்காக அரசன் ஒரு அறையைத் திறந்துவிட்டான். அந்த அறை பச்சை நிற சித்திரக் கம்பளங்களால் அலங்கரிக்கப்பட்டிருந்தது. முன்பு அவள் வசித்த குகைக்குச் சமமாக இருந்தது அந்த அறை. அவள் ஆயத்துப்படுத்தியிருந்த அரிப்புச் செடியின் நார்கள் ஒரு கட்டாகக் கட்டி தரையில் கிடந்தது. அவள் நெய்த சட்டை மேலே தொங்கவிடப்பட்டிருந்தது. அரசனின் பணியாட்களில் ஒருவன்தான் அதையெல்லாம் எடுத்துக்கொண்டு வந்திருந்தான்.

அரசன் எலிசாவிடம் சொன்னான்:

"இந்த இடத்தை உன் குகையைப்போலவே நீ நினைத்துக் கொள்ளலாம். நீ குகையில் வேலை செய்து உருவாக்கியதெல்லாம் இந்தக் குகையில் உண்டு. உன் கடந்த கால வாழ்க்கையை உனக்கு இவை நினைவுபடுத்தும்."

தனக்கு மிகவும் அவசியமான பொருட்களை அங்கு கண்டபோது எலிசாவின் உதட்டில் புன்னகை மலர்ந்தது. அவள் கன்னங்களில் செம்மை படர்ந்தது. என் சகோதரர்கள் விமோசனம் பெற வேண்டுமே என்று மனப்பூர்வமாக விரும்பினாள் அவள். மரபுப்படி அவள் ராஜாவின் கைவிரல்களில் முத்தமிட்டாள். அரசன் மகிழ்ச்சியடைந்தான்.

ஊமை என்று கருதப்பட்ட அந்தப் பெண் நாட்டின் ராணியாகிவிட்டாள்.

மீண்டும் தலைமைப் பாதிரி அவளைப் பற்றி அரசனிடம் அவதூறு பரப்பினான். ஆனால் அரசன் அதைப் பொருட்படுத்தவில்லை. எலிசாவின் தலையில் கிரீடம் வைத்தாக வேண்டிய கட்டாயம் தலைமைப்பாதிரிக்கு ஏற்பட்டது. அந்தக் கடமையை அவனால் தவிர்க்க முடியவில்லை. எனவே அவன் மனதில் அடக்கிய கோபத்துடன் எலிசாவின் தலையில் கிரீடத்தை அழுத்தமாக வைத்தான். அவளுக்கு வலித்தது. ஆனால் அவள் தன் சகோதரர்களைப் பற்றி நினைத்தபோது எழுந்த வேதனை அதைவிடப் பன்மடங்கு அதிகமாக இருந்தது. அதனால் அவள் உடல் வலியை உணரவில்லை. அவள் ஒரு வார்த்தையும் பேசவில்லை. அவள் வாய் திறந்து ஒரு வார்த்தை பேசினாலும் சகோதரர்கள் அத்தனை பேரின் வாழ்க்கையும் முடிந்துவிடும். அதே சமயம் அவள் அரசனை நேசிக்கிறாள் என்பது

அவள் பார்வையில் தெரிந்தது. அவளை மகிழ்ச்சிப்படுத்துவதற்காக அவன் தன்னால் இயன்றதையெல்லாம் செய்கிறான் அல்லவா! நாட்கள் கடந்தன. அவள் அரசனின் மீது கொண்ட அன்பு பெருகியது. தன் துயரத்தை அரசனுக்கு ரகசியமாகத் தெரிவிக்க முடிந்தால் எவ்வளவு நன்றாக இருக்கும் என்று நினைத்தாள் அவள். ஆனால் அவள் மௌனமாகத் தன் வேலையைச் செய்துகொண்டிருந்தாள். எல்லா இரவுகளிலும் அவள் அரசன் உறங்கினால் உடனே எழுந்து தன் அறைக்கு வந்துவிடுவாள். அரிப்புச்செடியின் நார்களால் சட்டைகள் நெய்து கொண்டிருப்பாள்.

ஏழு சட்டைகள் செய்து முடிந்தபோது, அரிப்புச் செடியின் நாருகள் தீர்ந்துவிட்டன.

தேவாலயத்தின் மயானத்தில் அரிப்புச் செடிகள் இருக்கின்றன என்பது அவளுக்கு நினைவு வந்தது. அவள்தான் அவற்றைப் பறித்தெடுக்க வேண்டும். அந்த மயானத்திற்குச் செல்வது எப்படி?

அவள் இவ்வாறு நினைத்தாள்:

"என் இதய வேதனையைவிட எத்தனையோ அற்பமானதுதான் என் கைகளில் உள்ள காயங்களின் வேதனை. நான் என் வேலையைச் செய்தே தீர வேண்டும்! கடவுள் எனக்கு உதவி செய்வார்!"

அடுத்த நாள் இரவில் நிலா வெளிச்சம் இருந்தது. ஏதோ ஒரு கெட்ட செயல் செய்யப்போவது போல எலிசா புறப்பட்டாள். தோட்டத்தின் வழியே சென்று, ஆளற்ற சந்துகளிலும் தெருக்களிலும் நடந்து தேவாலய மயானத்துக்கு வந்து சேர்ந்தாள். அங்கே பெரியதொரு கல்லறையின் மீது பயங்கரமான சில பூதங்கள் அமர்ந்திருந்தன. நாம் குளிப்பதற்கு முன்பு செய்வதைப்போல அந்த பூதங்கள் தங்கள் உடைகளை அவிழ்த்து வைத்தன. பிறகு கைவிரல்களால் கல்லறையைத் தோண்டி, சவ உடலை வெளியே எடுத்தன. பேராவலுடன் அதைத் தின்னத் தொடங்கின. எலிசா அந்தப் பூதங்களின் அருகே செல்ல வேண்டியிருந்தது. 'எங்கள் அருகே வராதே' என்று பூதங்கள் அவளை எச்சரித்தன. ஆனால் அவள் மௌனமாகக் கடவுளைப் பிரார்த்தித்தாள். பிறகு அரிப்புச் செடிகளைப் பிடுங்கியெடுத்துக்கொண்டு அரண்மனைக்குத் திரும்பினாள்.

ஆனால் ஒருவன் அவளைப் பார்த்துக்கொண்டிருந்தான். அவன்தான் அந்தத் தலைமைப் பாதிரி. மற்ற அனைவரும் உறங்கும்போது அவன் மட்டும் விழித்திருந்தான். தன் கருத்து சரிதான் என்று அவனுக்குப் புரிந்தது. அதாவது, ராணி ஒரு

சூனியக்காரி என்று... அவள் அரசனுக்கும் மக்களுக்கும் தீங்கு செய்வதற்குத்தான் வந்திருக்கிறாள் என்று அவன் நினைத்திருந்தது இப்போது உறுதியானது. நள்ளிரவில் எலிசா மயானத்துக்குச் செல்லும்போதும் தான் பார்த்தவற்றையெல்லாம் அவன் ரகசியமாக அரசனிடம் சொன்னான். அவன் அரசனிடம் எலிசாவைப் பற்றி அவதூறு சொல்லிக்கொண்டிருந்தபோது, சுவர்ச் சித்திரங்களில் உள்ள புனிதர்கள் தலையாட்டி அதை மறுத்தார்கள். "இவன் சொல்வது உண்மையில்லை. எலிசா குற்றமற்றவள்!" என்று அவர்கள் சொன்னதாகத் தோன்றியது. ஆனால் பாதிரி அதற்குத் தவறான விளக்கத்தைக் கொடுத்தான். சித்திரங்களில் உள்ள புனிதர்கள் எலிசாவைக் குற்றம் சுமத்தித்தான் தலையசைத்தார்கள் என்றான் அவன். அரசனின் கண்களிலிருந்து கண்ணீர்த்துளி அவன் கன்னங்களில் உருண்டது. அவன் மனதில் சந்தேகங்கள் எழுந்தன. அடுத்த நாள் இரவு அவன் உறங்குவதுபோல நடித்துப் படுத்திருந்தான். எலிசா எழுந்து செல்வதை அவன் பார்த்தான். அதற்கு அடுத்து வந்த இரவுகளிலும் எலிசா இரவில் எழுந்து தனியாக வெளியே செல்வதைப் பார்த்தான். ஒவ்வொரு இரவிலும் அவன் அவளைக் அரண்மனை வாயில் வரை பின்தொடர்ந்து சென்றான். பிறகு அவள் அதிவேகமாக அங்கிருந்து நடந்து செல்வாள்.

நாட்கள் செல்லச் செல்ல அரசனின் முகத்தில் கோபம் அதிகரிப்பது தெரிந்தது. எலிசா அதைப் பார்க்கத்தான் செய்தாள். ஆயினும் அவளுக்கு அரசனின் கோபத்துக்கான காரணம் புரியவில்லை. அவள் அச்சமுற்றாள். சகோதரர்களுக்காக இன்னும் எவ்வளவு துன்பத்தைதான் அனுபவிக்க வேண்டும்? அவளது கண்ணீர் பட்டுமெத்தையில் விழுவதுண்டு. ஒவ்வொரு கண்ணீர்த் துளியும் ஒவ்வொரு முத்துக்களாக மாறும். மறுநாள் இந்த முத்துக்களைப் பார்த்தவர்கள், தாங்களும் ராணியாக இருந்தால் நன்றாக இருக்குமே என்று ஆசைப்படுவார்கள்.

கடைசியில் எலிசாவின் வேலை பெரும் பகுதி முடிந்துவிட்டது. இனி ஒரே ஒரு சட்டைதான் செய்ய வேண்டும். அதற்கிடையில் அரிப்புச் செடியின் நார் தீர்ந்துவிட்டது. கடைசியாக ஒரு முறை அவள் தேவாலய மயானத்திற்குச் செல்ல வேண்டி வந்தது. தனியாகச் செல்ல வேண்டியிருப்பதை நினைத்தும், மயானத்தில் இருக்கும் பூதங்களை நினைத்தும் அவள் பயந்தாள். ஆயினும் அவள் கடவுள்மீது பாரத்தைப் போட்டுவிட்டு, துணிச்சலுடன் மயானத்துக்குப் புறப்பட்டாள்.

அரசனும், பாதிரியும் அவளைப் பின் தொடர்ந்து வந்தார்கள். எலிசா பார்த்ததுபோல, மயானத்தின் கல்லறைக்கு மேலே

பயங்கரமான பூதங்கள் அமர்ந்திருப்பதை அவர்களும் பார்த்தார்கள். அந்தப் பூதங்களுடன் அவளும் சேர்ந்திருப்பதாக ஒரு எண்ணம் தோன்றியது அவர்களுக்கு. அரசன் அந்தக் காட்சியைச் சகித்துக்கொள்ள முடியாமல் முகத்தைத் திருப்பிக்கொண்டான்.

இதைப் பற்றி மக்களே தீர்ப்புச் சொல்லட்டும் என்று நினைத்தான் அரசன்.

மக்கள் இந்த விஷயத்திற்கு தீர்ப்புச் சொன்னார்கள்:

“கெட்ட சூனியக்காரியான எலிசாவை உயிருடன் எரிக்க வேண்டும்!”

இதுதான் தீர்ப்பு!

எலிசா, இருட்டும் ஈரமும் உள்ள ஒரு இருட்டு அறையில் அடைக்கப்பட்டாள். இரும்புக் கம்பியிட்ட சன்னல் வழியே காற்று ஓசையுடன் உள்ளே வந்தது. இப்போது அவள் பட்டாடைகளை அணிந்திருக்கவில்லை. அரிப்புச் செடி நார்களால் தானே செய்த ஒரு உடையைத்தான் அவள் அணிந்திருந்தாள். வெளியிலிருந்து பிள்ளைகள் அவளைக் கேலி செய்து பாடிக்கொண்டிருந்தார்கள். அவளிடம் ஆறுதலாக ஒரு வார்த்தை பேச யாரும் முற்படவில்லை.

மாலை நேரம் வந்தது. அவள் இருந்த அறையின் சன்னலுக்கு வெளியே சிறகடி ஓசை கேட்டது. இளைய சகோதரனான அன்னத்தின் சிறகடி ஓசை அது. அவன் எலிசாவைக் கண்டுபிடித்துவிட்டான். அடுத்த நாள் இரவுதான் தன் கடைசி இரவாக இருக்கும் என்று எலிசாவுக்குத் தெரியும். சகோதரனைப் பார்த்தபோது அவள் அழுதுவிட்டாள். எப்படியானாலும் அவள் வேலை முடியப்போகிறது! அவள் சகோதரர்களும் அவளைக் கண்டுபிடித்து வந்துவிட்டார்கள்!

விரைவிலேயே பாதிரி அந்தச் சிறைக்குள் வந்தான். உடலை விட்டுப் பிரியப்போகிற ஆன்மாவைச் சமாதானப்படுத்துவதற்காக வந்திருப்பதாக நடித்தான் அவன். சைகைகளாலும், பார்வையாலும் அவனைப் போகும்படிச் சொன்னாள் எலிசா. அவள் தன் வேலையை இன்று முடித்தே ஆக வேண்டும். இல்லாவிட்டால், இத்தனை நாட்களாக அவள் உழைத்த உழைப்பு, சிந்திய கண்ணீர், அனுபவித்த வேதனையெல்லாம் பயனற்றதாகிவிடும். அவளைத் திட்டியபடி பாதிரி புறப்பட்டுச் சென்றான். அவள் தன் பணியைத் தொடர்ந்து செய்யத் தொடங்கினாள்.

அடுத்த நாள், சூரிய உதயத்திற்கு இன்னும் ஒரு மணி நேரம் இருக்கும்போது பதினோரு சகோதரர்களும் அரண்மனை

வாயிலுக்கு வந்துவிட்டார்கள். தங்களை உள்ளே விட வேண்டும் என்று அவர்கள் காவல் வீரர்களிடம் கேட்டார்கள். ஆனால் காவல் வீரர்கள், இரவு இன்னும் முடியவில்லை என்றும், அரசன் இன்னும் எழவில்லை என்றும் சொல்லி உள்ளே விட மறுத்தார்கள். இளவரசர்கள் முதலில் அவர்களை அச்சுறுத்தினார்கள். பிறகு கெஞ்சிக் கேட்டார்கள். சத்தம் கேட்டு அரசன் விழித்தெழுந்து வெளியே வந்தான். அவன் இளவரசர்களிடம் "யார் நீங்கள்?" என்று கேட்டான். அப்போது சூரியன் உதித்தது. அங்கே இளவரசர்கள் யாரும் காணப்படவில்லை. பதினொரு அன்னப் பறவைகள்தான் பறந்து சென்றன.

சூனியக்காரியை உயிருடன் எரித்துக்கொல்வதைப் பார்ப்பதற்காக மக்கள் கோட்டை வாயிலில் கூடி நின்றார்கள். எலிசா இருக்கும் வண்டியை ஒரு கிழட்டுக் குதிரை இழுத்துக்கொண்டு வந்தது. அவளது அழகான கூந்தல் கலைந்து கிடந்தது. இறந்தவளைப்போல வெளுத்திருந்தது அவளது முகம். அவளது உதடுகள் மௌனமான பிரார்த்தனைகளால் அசைந்துகொண்டிருந்தன. அவள் கைகள் அப்போதும் அரிப்புச் செடியின் நாரால் சட்டை பின்னிக்கொண்டுதான் இருந்தன. மரணத்திற்கான யாத்திரையிலும் அவள் தன் வேலையைத் தொடர்ந்து செய்தாள். அவள் உருவாக்கிய சட்டைகள் அவள் காலடியில் கிடந்தன. அவள் இப்போது பதினொன்றாவது சட்டையைத் தயாரித்துக்கொண்டிருந்தாள். மக்கள் அவளைத் திட்டினார்கள். அவர்கள் தங்களுக்குள் இவ்வாறு பேசிக்கொண்டார்கள்:

"இந்த சூனியக்காரி என்னமோ புலம்புகிறாள். அவள் கையில் ஏதோ மந்திரப் புத்தகம் இல்லை. மந்திரத்தால் அவள் உருவாக்கிய உடைகள் அதோ கிடக்கின்றன! அந்த உடைகளைத் துண்டு துண்டாகப் பிய்த்து எறிய வேண்டும்!"

அந்த முடிவுடன் மக்கள் எலிசாவிடம் வந்தார்கள். அப்போது திடீரென்று பதினொரு அன்னப் பறவைகள் அங்கு பறந்து வந்தன. அவளைச் சுற்றிலும் அமர்ந்தன. அதைக் கண்ட மக்கள் பயந்து பின்வாங்கினார்கள்.

சிலர் சொன்னார்கள்:

"அவள் அருகில் அன்னப் பறவைகள் வந்து அமர்ந்திருப்பது கடவுள் காட்டும் அடையாளம்தான். இவள் நிச்சயம் நிரபராதியாகத்தான் இருக்க வேண்டும்!"

உரக்கச் சொல்ல தைரியமில்லாததால் அவர்கள் இதை மெதுவாகப் பேசிக்கொண்டார்கள்.

அப்போது மரண தண்டனையை நிறைவேற்றும் ஆள் வந்து எலிசாவின் கைகளைப் பிடித்தான். அவள் சட்டென்று தன் பதினோரு சட்டைகளையும் பதினோரு அன்னங்களுக்குக் கொடுத்தாள். அடுத்த நொடியே அங்கே பதினோரு அன்னங்களுக்குப் பதில் பதினொரு இளவரசர்கள் நின்றிருந்தார்கள்! இளைய இளவரசனுக்கு மட்டும் ஒரு கைக்குப் பதிலாக ஒரு இறக்கை இருந்தது. ஏனென்றால் அவனுக்கான சட்டையில் கடைசியாக ஒரு கைப்பகுதியை மட்டும் தயார் செய்வதற்கு அவளுக்கு நேரம் கிடைக்கவில்லை.

அப்போது எலிசா எல்லோருக்கும் கேட்கும்படி உரக்கச் சொன்னாள்:

“நான் குற்றமற்றவள்!”

அதைப் பார்த்து நின்ற மக்கள் ஒரு புனிதரை வணங்குவதுபோல எலிசாவைத் தலைகுனிந்து வணங்கினார்கள்.

உறுதியற்ற தன்மை, துயரம், வேதனை எல்லாம் சேர்ந்தபோது என்ன ஆயிற்று தெரியுமா?

எலிசா மயங்கி விழுந்தாள். அவள் சகோதரர்கள் அவளைத் தாங்கிப் பிடித்தார்கள்.

மூத்த இளவரசன் சொன்னான்:

“எலிசா நிரபராதி!”

அவன் நடந்ததையெல்லாம் மக்களிடம் விரிவாகச் சொன்னான். அப்போது லட்சக்கணக்கான ரோஜாக்கள் மலர்ந்ததைப்போல மிகமிகவும் இனிய ஒரு அருமையான மணம் எங்கும் பரவியது. அந்த மணம் எங்கிருந்து வந்தது தெரியுமா?

எலிசாவை உயிருடன் எரிப்பதற்காக அங்கே நிறைய விறகுகளைக் கொண்டு வந்து வைத்திருந்தார்கள். ஒவ்வொரு விறகின் அடியிலும் வேர்கள் தோன்றி நிலத்தில் இறங்கின. எல்லா விறகுகளிலும் கிளைகளும் இலைகளும் தோன்றின. அவையெல்லாம் சிவப்பு ரோஜாப் பூக்கள் பூக்கும் செடிகளாயின. அதன் நடுவில் நட்சத்திரம்போல ஒளிர்கிற பெரிய ஒரு வெள்ளைப் பூவும் இருந்தது! அரசன் அந்த வெள்ளைப் பூவை எடுத்து எலிசாவின் சட்டையில் வைத்தான். உடனே விழித்தெழுந்தாள் எலிசா.

எல்லா தேவாலயங்களிலும் உள்ள எல்லா மணிகளும் தாமாகவே முழங்கத் தொடங்கின. பறவைகள் கூட்டம் கூட்டமாகப் பறந்து வந்தன. அரசனும், எலிசாவும் கைகோர்த்து முன்னால் சென்றார்கள். அந்தத் திருமண ஊர்வலம் மிகப் பெரும் கொண்டாட்டத்துடனும், மகிழ்ச்சி ஆரவாரத்துடனும் அரண்மனையை நோக்கிச் சென்றது.

■

27

அசிங்கமான வாத்துக் குஞ்சு

அதி அழகாக இருந்தது அந்தக் கிராமப்புறம். இப்போது கோடைக்காலம். தானிய வயலில் மஞ்சள் நிறம் கலந்திருந்தன. பச்சைப் புல் மேடுகளில் வைக்கோல் குவியல்கள் உயர்ந்திருக்கின்றன. நீண்ட கால்கள் கொண்ட கொக்கு அங்கும் இங்கும் நடக்கிறது. அந்தக் கொக்கு எகிப்து மொழியில்தான் பேசும். ஏனென்றால் அந்த மொழியைத்தான் அதன் அம்மாவிடமிருந்து கற்றுக்கொண்டிருக்கிறது. வயல்களைச் சுற்றிலும், புல் மேடுகளைச் சுற்றிலும் பெரிய காடுகள் இருந்தன. காடுகளின் நடுவில் ஆழமான நீர் நிலைகள் உண்டு. ஆமாம், அது அதி அழகான கிராமப்புறம்.

அங்கே ஒரு விவசாய நிலமும் அதில் ஒரு வீடும் இருந்தன. சற்றுத் தூரத்தில் சுற்றிலும், ஆழமான கால்வாயும் இருந்தது. வீட்டிலிருந்து கால்வாய் வரை பயனற்ற பூண்டுச் செடிகள் பெரிதாக வளர்ந்திருந்தன. சில பூண்டுச் செடிகளின் கீழே சிறிய குழந்தைகள் நிமிர்ந்து நிற்கலாம். அந்த அளவு பெரிதாக இருந்தன அவை. அந்த இடம் அதிகபட்சம் ஒரு காடு போலவே தோற்றமளித்தது.

அங்கே ஒரு பெண் வாத்து தன் கூட்டில் இருந்தது. அந்த வாத்து தன் முட்டைகளின் மீது அடையிருந்தது. அது மிகவும் களைப்புற்றிருந்தது. அதைப் பார்ப்பதற்கு யாரும் வரவில்லை. அதைப் பார்த்து பேசிக்கொண்டிருப்பதைவிட மற்ற வாத்துகள் கால்வாய்களில் நீந்திக் குளிப்பதைத்தான் விரும்பின.

கடைசியில் முட்டைகள் ஒவ்வொன்றாக உடைந்தன. எல்லா முட்டைகளிலிருந்தும் "க்வாக்! க்வாக்!" என்ற சத்தம் எழுந்தது. எல்லா முட்டைகளிலிருந்தும் வாத்துக் குஞ்சுகள் தலை நீட்டிப் பார்த்தன. அவை "ராப் ! ராப்!" என்று சொல்லி முட்டைகளுக்குள்ளிருந்து வெளியே வந்தன. பிறகு எல்லாவற்றையும் வேடிக்கை பார்த்தபடி பூண்டுச் செடிகளைச் சுற்றி நடந்தன. அவை விருப்பப்படி நடந்து சுற்றிப் பார்க்க அம்மா வாத்து அனுமதியளித்தது. பச்சை நிறத் தாவரங்களைப் பார்ப்பது கண்களுக்கு நல்லது என்று சொன்னது அது.

"இந்த உலகம் எவ்வளவு பெரிதாக இருக்கிறது பார்த்தீர்களா?" என்று வாத்துக் குஞ்சுகள் தங்களுக்குள் பேசிக்கொண்டன.

அவற்றிற்கு முட்டைக்குள் கிடைத்ததைவிட இப்போது எத்தனையோ மடங்கு அதிகமான இடம் கிடைத்திருக் கிறதல்லவா!

அம்மா வாத்து சொன்னது:

"உலகம் இவ்வளவுதான் என்று நீங்கள் நினைக்கிறீர்கள் அல்லவா! உண்மையில் உலகம் இதற்கு அப்பாலும் விரிந்து கிடக்கிறது. அதாவது, கிராமப் பாதிரியின் விவசாய நிலம் வரை. நான் இன்றுவரை அவ்வளவு தூரம் சென்றதில்லை. அது போகட்டும், நீங்கள் எப்போதும் ஒற்றுமையாக இருக்க வேண்டும்."

அம்மா வாத்து எழுந்து நின்றது.

"எல்லோரும் என்று நான் சொன்னது சரியல்ல. மிகவும் பெரிய முட்டை இதோ கூட்டிலேயே கிடக்கிறது அல்லவா! இனியும் எத்தனை காலம் இது இங்கே இப்படிப் பொரியாமல் கிடக்கும் என்று தெரியவில்லை! எத்தனை காலம்தான் நான் பொறுமையாக இருக்க முடியும்?"

இப்படிச் சொல்லிவிட்டு அம்மா வாத்து மீண்டும் அமர்ந்தது. அதைப் பார்ப்பதற்கு ஒரு பாட்டி வாத்து அங்கிருந்து வந்தது.

"நலமாக இருக்கிறாயா? என்ன விசேஷம்?" என்று பாட்டி வாத்து கேட்டது.

"இதோ இந்த முட்டை வெகு நேரமாகியும் இன்னும் பொரியவில்லை. மற்ற குஞ்சுகளைப் பாருங்கள். அவர்கள் மிகவும் அழகாக இருக்கிறார்கள் அல்லவா! அவர்கள் தங்கள் அச்சு அசலாகத் தங்கள் அப்பாவைப்போலவே இருக்கிறார்கள். ஆனால் அவர்களின் அப்பா பொறுப்பற்றவர் என்பதுதான் வருத்தம். அவர் இன்னும் என்னை வந்து பார்க்கவில்லையே!"

"இன்னும் பொரியாத முட்டையை நான் கொஞ்சம் பார்க்கிறேன்." என்று பாட்டி வாத்து சொன்னது. இன்னும் பொரியாமல் கிடந்த அந்த முட்டையை நன்றாகப் பரிசோதித்துவிட்டு அது இவ்வாறு சொன்னது:

"அது வான்கோழி முட்டை. என்னை நம்பு. நானும் ஒரு முறை இப்படி ஏமாந்துவிட்டேன். குஞ்சுகளைப் பற்றி எனக்கு பயமும் கவலையும் ஏற்பட்டது. அந்தக் குஞ்சுகள் தண்ணீரைப் பார்த்து அஞ்சின. என்னால் அந்தக் குஞ்சுகளைத் தண்ணீரில் இறக்க முடியவில்லை. என் முயற்சிகள் எல்லாம் பயனற்றுப்போயின. இந்த முட்டை நிச்சயமாக வான்கோழியின் முட்டைதான். இது இங்கேயே கிடக்கட்டும். நீ மற்ற குஞ்சுகளுக்கு நீந்தக் கற்றுக்கொடு."

அம்மா வாத்து சொன்னது:

"இந்த முட்டையை நான் இன்னும் கொஞ்சம் அடை காத்துப் பார்க்கிறேன். நான்தான் வெகுநாட்களாக அடைகாத்துக் கொண்டிருக்கிறேனே. எனவே இன்னும் கொஞ்ச நாட்கள் இந்த முட்டையை அடைகாப்பதில் எனக்குச் சிரமம் ஒன்றுமில்லை."

"உன் விருப்பப்படிச் செய்!" என்று சொல்லிவிட்டு பாட்டி வாத்து விடைபெற்றுச் சென்றது.

கடைசியில் அந்தப் பெரிய முட்டையும் பொரிந்தது. "கீக்! கீக்!" என்று கத்தியபடி ஒரு பறவைக் குஞ்சு வெளியே வந்தது. அது மற்றக் குஞ்சுகளைவிட மிகப் பெரிதாகவும், விகாரமான தோற்றத்துடனும் இருந்தது.

அம்மா வாத்து தனக்குள் சொல்லிக்கொண்டது:

"நிச்சயமாக இது ஒரு பெரிய குஞ்சுதான். மற்ற எந்தக் குஞ்சும் இதைப்போல இல்லை. ஒருக்கால் இது ஒரு வான்கோழிக் குஞ்சாகத்தான் இருக்குமா? ஆயினும் இதை உடனே பரிசோதனை செய்து பார்க்க வேண்டும். இதைத் தண்ணீரில் இறக்கியே ஆக வேண்டும். இது தண்ணீரைக் கண்டு பயந்தால், பிடித்துக் கால்வாயில் தள்ளுவதைத் தவிர வேறு வழியில்லை."

அடுத்த நாள் பருவ நிலை மிகவும் நன்றாக இருந்தது. எல்லாப் பச்சை மரங்களின் மீதும் சூரியன் தன் வெளிச்சத்தைப் பாய்ச்சியது. அம்மா வாத்து தன் குஞ்சுகளையெல்லாம் அழைத்துக்கொண்டு கால்வாய்க்கு வந்தது. முதலில் அது தண்ணீரில் தாவியது. பிறகு ஒவ்வொரு குஞ்சுகளாகத் தண்ணீரில் தாவின. தண்ணீர் அவற்றின் தலைக்கு மேலே சென்றது. உடனே அவை, தலை தூக்கி மிதந்தன. நீந்தின. எல்லாக் குஞ்சுகளும் ஒன்றாக நீந்தின. பெரிய குஞ்சும் அப்படித்தான் செய்தது.

அம்மா வாத்து நினைத்தது:

"இது வான்கோழிக் குஞ்சு அல்ல. இது நிச்சயம். இது எவ்வளவு நன்றாகக் கால்களைப் பயன்படுத்தி நீந்துகிறது பார்த்தீர்களா? நல்லபடியாக நிமிர்ந்து நிற்கவும் செய்கிறது. சந்தேமில்லாமல் இது என் குஞ்சுதான். உண்மையிலேயே இது மிகவும் அழகுடையது!"

தொடர்ந்து அம்மா வாத்து தன் குஞ்சுகளிடம் சொன்னது:

"எல்லோரும் என்னுடன் வாருங்கள். நான் உங்களை விசாலமான உலகத்திற்கு அழைத்துச் செல்கிறேன். அப்படியென்றால் நான் உங்களை கோழிக் குளத்திற்கு அழைத்துச் செல்லப்போகிறேன் என்று அர்த்தம். நீங்கள் யார் காலடியிலும் பட்டு நசுங்கிவிடாதீர்கள்.

அதனால் என் அருகிலேயே நின்றுகொள்ளுங்கள். நீங்கள் பூனைகளிடம் எச்சரிக்கையாக இருக்க வேண்டும் தெரிந்ததா?"

எல்லாமும் கோழிக் குளத்தைச் சென்றடைந்தன.

அங்கே ஒரு பெரிய சண்டை நடந்துகொண்டிருந்தது. ஒரு மீன் தலைக்காக இரண்டு கோழிக் குடும்பங்களுக்கிடையில் சண்டை நடந்துகொண்டிருந்தது. கடைசியில் அந்த மீன் தலையை ஒரு பூனை வந்து எடுத்துச் சென்றது.

தங்களுக்கும் மீன் தலை கிடைக்க வேண்டும் என்று அம்மா வாத்து ஆசைப்பட்டது. ஆனால் அதற்குக் கிடைக்கவில்லை. அது தன் அலகைத் தரையில் உரசிக்கொண்டது. பின்பு சொன்னது:

"இதுதான் உலக நடப்பு, பார்த்தீர்களா? போகட்டும், நீங்கள் உங்கள் கால்களை நன்றாகப் பயன்படுத்த வேண்டும். அதோ அந்த வயதான அத்தை வாத்தைப் பார்த்தீர்களா? அந்த அத்தையைப் பார்த்தால் நீங்கள் தலைகுனிந்து வணங்க வேண்டும். ஏனென்றால் அவர்கள் ஸ்பெயின் நாட்டைச் சேர்ந்தவர்கள். அதனால்தான் அவர்கள் இவ்வளவு குண்டாக இருக்கிறார்கள். அவர்களின் காலில் ஒரு சிவப்புத் துணி கட்டப்பட்டிருப்பதை நீங்கள் பார்த்தீர்களா? அது அவர்களுக்கு எவ்வளவு அழகாக இருக்கிறது! ஒரு பெண் வாத்துக்குக் கிடைக்கக்கூடிய அதிகபட்ச மரியாதை இது. அந்த அத்தை வாத்து எங்காவது தொலைந்துவிடக் கூடாது என்று அவர்களின் உரிமையாளர்கள் நினைக்கிறார்கள். மனிதர்களும், விலங்குகளும் அந்தச் சிவப்புத் துணியை வைத்து அந்த வாத்தை அடையாளம் கண்டுகொள்வார்கள். குழந்தைகளே, நீங்கள் உங்கள் உடலை நன்றாக உதறிக்கொள்ளுங்கள். உங்கள் கால் விரல்களை ஒன்றோடொன்று சேர்த்து வைக்காதீர்கள். சரியான முறையில் வளர்கிற வாத்து, அதன் அப்பா அம்மாக்கள் செய்வதுபோலத் தன் கால் விரல்களை அகட்டி வைக்கிறது. சரி, உங்கள் கழுத்துக்களை கீழே வைத்து "ராப்" என்று சொல்லுங்கள்."

தங்கள் அம்மா சொன்னதுபோலவே செய்தன வாத்துக் குஞ்சுகள்.

சற்று தூரத்தில் நின்றிருந்த சில பெண் வாத்துக்கள் அதைப் பார்த்துவிட்டு தங்களுக்குள் பேசிக்கொண்டன:

"இந்த வாத்துக் குஞ்சுகளைப் பார்த்தீர்களா? இனி இந்தக் குஞ்சுகளும் இங்கு இருக்கும்! என்னமோ வாத்துகளின் எண்ணிக்கை போதாததுபோல! இதோ, அசிங்கமான ஒரு வாத்துக் குஞ்சு!"

ஒரு பெண் வாத்து பறந்து சென்று அசிங்கமான வாத்துக் குஞ்சைக் கோபத்துடன் கொத்தியது.

அதைப் பார்த்து அம்மா வாத்து சொன்னது:

"நீங்கள் அதைச் சும்மா விடுங்கள். அது உங்கள் யாருக்கும் தொந்தரவு செய்யவில்லை அல்லவா?"

கொத்திய பெண் வாத்து சுட்டிக்காட்டியது:

"இது மிகவும் பருமனாக இருக்கிறது. பார்ப்பதற்கு மிகவும் அசிங்கமாக இருக்கிறது. இந்தக் காரணங்களால் அதைக் கொத்தத்தான் வேண்டும்!"

காலில் சிவப்புத் துணி கட்டிய வயதான வாத்து சொன்னது:

"ஒரே ஒரு குஞ்சைத் தவிர அந்த அம்மா வாத்தின் குஞ்சுகள் எல்லாம் அழகாய்த்தான் இருக்கின்றன. அந்த ஒரு வாத்துக் குஞ்சின் காரணத்தால் அம்மா வாத்துக்கு குறைபாடு ஏற்பட்டுவிட்டது. இந்தக் குறைபாட்டைச் சரி செய்ய முடிந்தால் அவளுக்கு நல்லது!"

அம்மா வாத்து சுட்டிக்காட்டியது:

"அதற்கு வழியில்லை. அது அழகாக இல்லை என்பதை நான் ஏற்றுக்கொள்கிறேன். ஆயினும் அது மிகவும் நல்ல குணம் கொண்டது. மற்ற எல்லா வாத்துக் குஞ்சுகளையும்போல இதுவும் நன்றாகத்தான் நீந்துகிறது. மேலும், மற்ற குஞ்சுகளைவிட நன்றாகவும் நீந்துகிறது. அது அழகாக ஆகிவிடும் என்று நான் நம்புகிறேன். அது வளரும்போது அதன் உடல் பருமனும் குறைந்துவிடும். முட்டைக்குள்ளேயே அது சற்று அதிகமாக காலம் கிடந்துவிட்டது. அதனால்தான் அது அவ்வளவு சிறப்பான அழகுடன் இல்லை."

அம்மாக் கொக்கு, அசிங்கமான வாத்துக் குஞ்சின் கழுத்தில் தன் அலகால் வருடி அதன் இறகுகளையும் கோதிவிட்டது. பிறகு சொன்னது:

"இதன் குறைபாடு அவ்வளவு பெரிய விஷயம் ஒன்றுமில்லை. எப்படியானாலும் இது ஒரு ஆண் வாத்துக் குஞ்சு அல்லவா! இது நல்ல வலுவுள்ள வாத்தாக வளரும் என்று நான் நம்புகிறேன். அதன் அடையாளங்கள் இப்போதே தெரிகின்றன."

காலில் சிவப்புத் துணி கட்டிய வயதான அத்தை வாத்து முடிவாகச் சொன்னது:

"சரி, போகட்டும். உன் மற்ற குஞ்சுகள் அழகாய்த்தானே இருக்கிறார்கள்? இதை நினைத்து நீ ஒன்றும் வருத்தப்படாதே. சரி, எங்காவது ஒரு மீன் தலை கிடைத்தால் அதைக் கொண்டு வந்து எனக்குக் கொடுக்க வேண்டும், தெரிந்ததா!"

அம்மா வாத்தும் அதன் குஞ்சுகளும் தங்கள் இருப்பிடத்திறகுத் திரும்பின.

மிகக் கடைசியில் முட்டையிலிருந்து வெளியே வந்த அசிங்கமான குஞ்சை பக்கத்தில் உள்ள வாத்துக்களும், கோழிகளும் தள்ளின. கொத்தின. "இது மிகவும் பெரிதாக இருக்கிறது!" என்பதுதான் அவற்றின் புகார். தான் ஒரு சக்கரவர்த்திக்கு இணையானவன் என்று ஆணவம் கொண்டிருக்கிற ஒரு வான்கோழிச் சேவல் அங்கே உண்டு. அது சிறகு விரித்து ஒரு பாய்மரக் கப்பல்போலச் சென்று அந்த அசிங்கமான வாத்துக் குஞ்சைப் பலமாக மோதியது. தான் எங்கே நிற்க வேண்டும், எங்கே நடக்க வேண்டும் என்று அசிங்கமான வாத்துக் குஞ்சுக்குத் தெரியவில்லை. தான் அசிங்கமாக இருப்பதை நினைத்தும், எல்லோரும் தன்னை அவமானப்படுத்துவதை நினைத்தும் அது மிகவும் மனம் வருந்தியது.

அந்த நாள் அப்படி முடிந்தது. அதற்கு அடுத்து வந்த நாட்களில் நிலைமை இன்னும் மோசமாகிக்கொண்டிருந்தது. பரிதாபத்திற்குரிய வாத்துக் குஞ்சை பெரும்பாலும் எல்லாப் பிராணிகளும் துன்புறுத்தின. அவன் சகோதரக் குஞ்சுகளும், சகோதரிக் குஞ்சுகளும்கூட அதை வெறுத்தன. அது மட்டுமல்ல, "அடேய், அசிங்கப் பிராணியே, உன்னை ஒரு பூனை பிடித்துச் சென்றால் எவ்வளவு நன்றாக இருக்கும்!" என்றும் கூறின. எனவே அம்மா வாத்து அசிங்கமான குஞ்சியிடம் சொன்னது:

"நீ தொலைவில் எங்காவது சென்று வாழ்ந்தால் நன்றாக இருக்கும்."

வழக்கமாக, மற்ற வாத்துகளும் கோழிகளும் அசிங்கமான குஞ்சுக்குத் தொல்லை கொடுத்து வந்தன. கோழிகளைப் பார்த்துக்கொள்கிற மனிதப் பெண் இடையிடையே அந்தக் குஞ்சை உதைக்கவும் செய்தாள்.

ஒரு நாள் அசிங்கமான வாத்துக் குஞ்சு எழுந்து வேலியின் மேலே பறந்து சென்றது.

வேலிக்குப் பக்கத்தில் செடிகளில் இருந்த சிறிய குருவிகள் பயந்துபோய் நாற்புறமும் பறந்து சென்றன.

"நான் விகாரமாக இருப்பதுதான் இதற்கெல்லாம் காரணம்!" என்று நினைத்தது அந்தக் குஞ்சு. அது கண்களை இறுக்கமாக மூடிக்கொண்டு மீண்டும் பறந்தது. கடைசியில் அது விஸ்தாரமான ஒரு தரிசு நிலத்தைச் சென்றடைந்தது. அங்கே காட்டு வாத்துகள் இருந்தன. அசிங்கமான குஞ்சு இரவு முழுதும் அங்கே கிடந்து அழுதது. தன் நிலையை நினைத்துப் புலம்பியது.

காலையில் காட்டு வாத்துக்கள் அசிங்கமான குஞ்சைப் பார்த்தன.

அவை கூறின:

“நீ எப்படிப்பட்டவன்? நீ மிகவும் அசிங்கமாக இருக்கிறாயே! சரி, போகட்டும். நீ அசிங்கமாக இருப்பதால் எங்களுக்கு ஒன்றுமில்லை. நீ எங்கள் இனத்தில் திருமணம் செய்துகொள்ளாமல் இருந்தால் போதும்.”

அசிங்கமான குஞ்சு ஒவ்வொரு காட்டு வாத்தின் முன்னாலும் பணிவாகத் திரும்பி நின்று வணங்கியது. பாவம்! அது தன் திருமணத்தைக் குறித்து நினைத்துப் பார்த்ததுகூட இல்லை. புதர்களுக்கிடையில் படுத்துக் கிடக்கவும், சேற்றுத் தண்ணீரைக் குடிக்கவும் அனுமதி கிடைக்க வேண்டும் என்பது மட்டும்தான் அதன் ஆசையாக இருந்தது. இரண்டு நாட்கள் முழுதும் அது அங்கேயே படுத்திருந்தது. அப்போது இரண்டு ஆண் வாத்துக்கள் அங்கே வந்தன. அவை முட்டைக்குள்ளிருந்து வெளி வந்து கொஞ்சம் நாட்கள்தான் ஆகியிருந்தன. அதுதான் அவற்றின் குறும்புக்குக் காரணம்.

ஒரு வாத்து அசிங்கமான குஞ்சிடம் கேலியாகச் சொன்னது:

“நண்பனே, நீ மிகவும் அசிங்கமாக இருக்கிறாய். அதனால் நான் உன்னை விரும்புகிறேன். நீ எங்களுடன் வருவதற்கும் எங்களுடன் சேர்ந்து வாழ்வதற்கும் தயாராக இருக்கிறாயா? இந்த இடத்திற்குச் சற்று தூரத்தில் மற்றொரு தரிசு நிலம் இருக்கிறது. அங்கே அழகான பெண் வாத்துக்கள் இருக்கின்றன. அவையெல்லாம் திருமணம் ஆகாதவை. நீ மிகவும் அசிங்கமாக இருந்தாலும் நீ அங்கே நல்ல ஒரு வாழ்க்கையை அமைத்துக்கொள்ளலாம். எங்களுடன் வருகிறாயா?”

அந்த நேரத்தில் “டுமீல்!, டுமீல்! “ என்று பெரிய ஓசை கேட்டது. இரண்டு ஆண் வாத்துகளும் செத்து சேற்றுத் தண்ணீரில் மிதந்தன. சேற்றுத் தண்ணீரில் ரத்தம் பரவியது. “டுமீல்!, டுமீல்!” என்று மீண்டும் ஓசைகள் முழங்கின. மூங்கில் புதற்களுக்கிடையிலிருந்து நிறைய காட்டு வாத்துகள் எழுந்து பறந்தன. மீண்டும் வெடியோசைகள் கேட்டன. பெரிய அளவிலான பறவை வேட்டை தொடங்கப்பட்டிருந்தது. வேட்டைக்காரர்கள் தரிசு நிலத்திற்குச் சுற்றிலும் காத்திருக்கிறார்கள். மிக உயரமான மரக் கிளைகளில் சிலர் அமர்ந்திருக்கிறார்கள். மரங்களின் இடையே நீல நிறம் கலந்த புகை மேகம்போல எழுந்தது. அந்தப் புகை தூரத்திற்குப் பரவியது. வேட்டை நாய்கள் ஓடிச் சென்று சேற்று நீரில் இறங்கின. வேட்டை நாய்களின் ஓட்டத்தால் கோரைகள் சாய்ந்தசைந்தன.

அசிங்கமான வாத்துக் குஞ்சு பயந்து நடுங்கியது. அது தன் இறக்கைகளுக்குடையில் தலையை புதைத்துக்கொண்டது. ஆனால்

அப்போது ஒரு பயங்கரமான வேட்டைநாய் அதன் அருகே வந்திருந்தது. வேட்டை நாயின் நீண்ட நாக்கு அதன் வாயிலிருந்து தொங்கிக்கொண்டிருந்தது. அதன் கண்கள் பளபளவென்று ஒளிர்ந்துகொண்டிருந்தன. அது அசிங்கமான வாத்துக் குஞ்சை முகர்ந்து பார்த்தது. தன் கூர்மையான பற்களைக்காட்டி இளித்தது. பிறகு கடந்து சென்றுவிட்டது.

நெடிய பெருமூச்சு விட்டுக்கொண்டு வாத்துக் குஞ்சு தனக்குள் சொல்லிக்கொண்டது:

"கடவுளுக்கு நன்றி! அந்த வேட்டை நாய்க்கு என்னைக் கடிப்பதற்குக்கூட விருப்பமில்லை. நான் அந்தளவு படு அசிங்கமாக ஆகிவிட்டேன்!"

ஒன்றின் பிறகு ஒன்றாக துப்பாக்கிகள் வெடித்துக்கொண்டிருந்தன. வெடியோசைகள் எங்கும் எதிரொலித்துக்கொண்டிருந்தன. அசிங்கமான வாத்துக் குஞ்சு கோரைகளுக்கிடையில் அசையாமல் படுத்துக் கிடந்தது. மாலை நேரத்தில் வெடிச் சப்தம் நின்றது. ஆனாலும் படுத்திருந்த இடத்தை விட்டு எழுந்திருக்க அதற்குத் துணிவில்லை. பல மணி நேரங்கள் கழித்து அது தலையுயர்த்திச் சுற்றிலும் பார்த்தது. பிறகு முடிந்தவரை வேகத்தில் தரிசு நிலத்திலிருந்து பறந்து சென்றது. புற்பரப்புகளிலும், வயல்களிலும் பறந்து சென்றது. வலுவான ஒரு புயற்காற்று வீசியது. ஒரு இடத்திலிருந்து மற்றொரு இடத்திற்குச் செல்வதற்கு அதற்குச் சிரமமாக இருந்தது.

மாலை நேரத்தில் அது ஒரு விவசாயியின் சிறு குடிசையை அடைந்தது. சிதைவுற்ற பழைய குடிசை அது. தான் எந்தப் பக்கமாக விழவேண்டும் என்றுகூட அதற்குத் தெரியவில்லை. அந்தக் காரணத்தால்தான் அது அப்படி நின்றுகொண்டிருந்தது. புயற்காற்று அசிங்கமான வாத்துக் குஞ்சை சுற்றிலும் அலைக்கழித்தது. அது வெறுமனே தரையில் ஒடுங்கி உட்கார்ந்திருக்க வேண்டி வந்தது. புயற் காற்றின் வலிமை அதிகரித்துக்கொண்டிருந்தது. அப்போதுதான் அது ஒரு விஷயம் அதன் கவனத்தில் பட்டது. இணைப்புகள் கழன்ற ஒரு கதவு பாதி திறந்து சரிந்திருக்கிறது. அது அந்தப் பிளவின் வழியே குடிலின் உள்ளே நுழைந்தது.

அங்கே ஒரு மனிதப் பெண் ஆண் பூனையோடும், பெண் கோழியுடனும் வாழ்ந்திருந்தாள். அவள் ஆண் பூனைக்கு சன்னி என்று பெயரிட்டிருந்தாள். முதுகு வளைத்து நிற்பதற்கும், உறுமுவதற்கும் அதற்குத் தெரியும். கோழியின் கால்கள் குட்டையாக இருந்தன. ஆயினும் அது நல்ல முட்டைகள் இட்டிருந்தது. அந்தப் பெண் அதைத் தன் சொந்த மகளைப்போல அன்பு செலுத்தி வளர்த்தாள்.

காலையில் ஆண் பூனையும், கோழியும் அசிங்கமான வாத்துக் குஞ்சைப் பார்த்தன. ஆண் பூனை உறுமியது. கோழி கொக் கொக் என்று கத்தியது.

“என்ன ஆயிற்று?” என்று கேட்டுக்கொண்டே அந்தப் பெண் சுற்றிலும் பார்த்தாள். அவளுக்கு பார்வை சற்றுக் குறைவு. அதனால் அந்த வாத்துக் குஞ்சு, பெண் வாத்தாக இருக்குமோ என்று அவள் சந்தேகித்தாள். அவள் சொன்னாள்:

“நல்லது. எனக்கு இனி வாத்து முட்டைகள் கிடைக்கும் அல்லவா! உண்மையிலேயே இது ஒரு பெண் வாத்துதானா? எதற்கும் பரிசோதித்துப் பார்கலாம்!”

அப்படி வாத்துக் குஞ்சு மூன்று வார காலம் அந்தக் குடிலில் இருந்தது. ஆனால் அந்தப் பெண்ணுக்கு ஒரு முட்டைகூடக் கிடைக்கவில்லை. ஆண் பூனை வீட்டின் எஜமானனைப்போல்தான் நடந்துகொள்ளும். கோழியும் எஜமானியைப்போல அதிகாரம் செய்யும். அந்தக் கோழியும், பூனையும் பேசும்போது அவற்றின் பேச்சின் இடையே “நாங்களும் உலகமும்” என்ற வார்த்தைகள் அடிக்கடி பயன்படுத்தப்படுவதைக் கேட்கலாம். தாங்கள் இருவரும் இந்த உலகத்தின் பாதி என்றும், மற்ற பாதியைவிட தங்களின் பாதிதான் மிகவும் சிறப்பான பகுதி என்றும் அவை நம்பின. இதற்கு எதிரான கருத்து இருக்கும் என்று வாத்துக் குஞ்சுக்குத் தோன்றியது. ஆனால் கோழியிடம் எதுவும் சொல்லவில்லை.

கோழி வாத்துக் குஞ்சிடம் கேட்டது:

“உன்னால் முட்டையிட முடியுமா?”

“முடியாது.”

“அப்படியென்றால் நீ பேசாமல் இருப்பதுதான் நல்லது!”

பிறகு ஆண் பூனை கேட்டது:

“வாத்துக் குஞ்சே, உனக்கு முதுகை வளைப்பதற்கும், உறுமுவதற்கும் தெரியுமா?”

“தெரியாது.”

“அப்படியென்றால் விவரமானவர்கள் பேசும்போது நீ ஏதும் கருத்துச் சொல்லாதே!”

வாத்துக் குஞ்சு துயரத்துடன் ஒரு மூலையில் சென்று அமர்ந்தது. அப்போது புத்துணர்ச்சி மிகுந்த ஒரு காற்று வீசியது. சூரிய வெளிச்சம் வந்தது. வாத்துக்குஞ்சுக்குத் தண்ணீரில் இறங்கி நீந்த வேண்டும் என்ற ஆசை தன்னையறியாமல் ஏற்பட்டது. அந்த விஷயத்தைக் கோழியிடம் சொல்லாமல் இருக்க அதனால்

முடியவில்லை. அதைக் கேட்டு கோழி சொன்னது:

“நீ ஏன் இப்படி அனாவசியமாக சிந்தித்துக்கொண்டிருக்கிறாய்? நீ செய்வதற்கு இங்கு வேலைகள் எதுவும் இல்லை. அதனால்தான் நீ இதுபோன்று யோசித்துக்கொண்டிருக்கிறாய். ஒன்று, நீ உறுமு. இல்லையென்றால் முட்டையிடு. அப்போது இதுபோன்ற தேவையற்ற சிந்தனைகள் உனக்கு ஏற்படாது.”

“ஆனால் தண்ணீரில் நீந்துவதும், மூழ்குவதும், குளிப்பதும் எவ்வளவு ஆனந்தமாக இருக்கும்! சுவாரஸ்யமாக இருக்கும்!” என்றது வாத்துக் குஞ்சு.

“சுவாரஸ்யமாம் சுவாரஸ்யம்! அடேய், வாத்துக் குஞ்சே! உனக்குப் பைத்தியம் பிடித்துவிட்டது என்றுதான் எனக்குத் தோன்றுகிறது. எனக்குத் தெரிந்த பிராணிகளில் மிகவும் அறிவும் திறமையும் மிக்கதுதான் இங்குள்ள ஆண் பூனை. தண்ணீரில் நீந்துவதும், மூழ்குவதும், குளிப்பதும் சுவாரஸ்யமானதுதானா என்று நீ அந்தப் பூனையிடம் கேட்டுப்பார். நான் என்னைப் பற்றிச் சொல்லவில்லை. எங்களின் எஜமானியிடம் வேண்டுமானாலும் நீ கேட்டுப் பார். எங்கள் எஜமானியைவிடவும் அறிவு மிக்கவர்கள் இந்த உலகத்தில் இல்லை. நீந்துவதற்கும், மூழ்குவதற்கும் அவர்களுக்கு ஆர்வம் உண்டா என்று நீ கேட்டுப் பார்?”

“நீங்கள் என்னைப் புரிந்துகொள்ளவில்லை!”

“என்ன சொன்னாய், நாங்கள் உன்னைப் புரிந்துகொள்ளவில்லை என்றா சொல்கிறாய்? பிறகு வேறு யார் உன்னைப் புரிந்துகொள்வார்கள்? அந்தப் பூனையைவிடவும் எங்கள் எஜமானியைவிடவும் நீதான் மிகவும் அறிவாளி என்று நினைத்துக்கொண்டிருக்கிறாயா? நான் என்னைப் பற்றி எதுவும் சொல்லவில்லை. வாத்துக் குஞ்சே, நீ தான்தோன்றித்தனமாக நடந்துகொள்ளாதே, உன்மீது காட்டப்பட்ட கருணைக்கு உனக்கு நன்றி இருக்க வேண்டும். வெளியே கடுங் குளிராக இருக்கும்போது, குளிர் இல்லாத குடிசைக்கு நீ வந்தாய் அல்லவா. எங்களுடைய தொடர்பு நீ ஏதாவது கற்றுக்கொள்ள உதவியது அல்லவா? நீ ஒரு வாயாடி. உன்னுடன் நெருங்கிப் பழக முடியாது. உன் நன்மைக்காகத்தான் நான் சொல்கிறேன். நீ என்னை நம்பு. நான் உனக்கு விருப்பமில்லாததைச் சொல்வதாக இருக்கலாம். உண்மை நண்பர்களை அப்படித்தானே இனங்கண்டுகொள்ள வேண்டும். முதுகு வளைத்து உறுமுவதற்கும், முட்டையிடுவதற்கும் நீ மிகவும் கவனமாகப் பயிற்சி செய்ய வேண்டும் தெரிந்ததா?”

“நான் விசாலமான உலகத்துக்குச் செல்ல நினைக்கிறேன்.”

“அப்படியென்றால் போ!”

வாத்துக் குஞ்சு சென்றது. அது தண்ணீரில் நீந்தியது. மூழ்கியது. ஆனால் அதை எல்லோரும் திட்டினார்கள். ஏனென்றால் அது அசிங்கமான வாத்துக் குஞ்சாக இருந்தது அல்லவா!

இலையுதிர் காலம் நெருங்கியது. காட்டின் இலைகள் மஞ்சள் நிறமாகவும் தவிட்டு நிறமாகவும் மாறின. அவை காற்றில் நடனமாடின. காற்றில் கடுங்குளிர் இருந்தது. பனிக்கட்டிகள் கொண்ட மேகங்கள் வந்து சேர்ந்தன. காக்கைகள் வேலியில் அமர்ந்து கரைந்தன. கடுங் குளிரை ஒருவர் நினைத்தாலே அவருக்குக் குளிரும்.

பரிதாபத்திற்குரிய வாத்துக் குஞ்சுக்கு அந்தப் பருவ நிலை மிகவும் சிரமமாக இருந்தது.

ஒரு நாள் சூரிய அஸ்தமனம் மிக மிகவும் அழகாக இருந்தது. புதர்க் காடுகளிலிருந்து பறவைக் கூட்டங்கள் பறந்து எழுந்தன. அந்தப் பறவைகள் தூய வெண்ணிறத்தில் இருந்தன. அவற்றின் கழுத்துகள் நீண்டு வளைந்திருந்தன. சுருக்கமாகச் சொன்னால், அவை அன்னப் பறவைகள்! ஒரு பிரத்தியேகச் சத்தமும் எழுப்பிக்கொண்டு அன்னப் பறவைகள் தங்கள் பெரிய இறக்கைகளை விரித்தன. பிறகு அந்தக் குளிரான இடத்திலிருந்து, குளிரற்ற இடங்களை நோக்கி, பெரிய ஏரிகளை நோக்கிப் பறந்து சென்றன. அவை எவ்வளவு உயரத்தில் பறந்தன தெரியுமா? மிகமிகவும் உயரத்தில் பறந்தன! இதைப் பார்த்த வாத்துக் குஞ்சு மிகவும் வியப்படைந்தது. அது தண்ணீரில் கிடந்து சுழன்றது. அது அன்னப் பறவைகளைப் பார்த்து கழுத்தை நீட்டியது. உரக்கக் குரல் எழுப்பியது. அந்தச் சத்தத்தைக் கேட்டு, இது வேறு ஏதோ பறவையின் ஓசையோ என்று வாத்துக் குஞ்சு சந்தேகப்பட்டது. தன் குரலைக் கேட்டு தானே சற்றுப் பயந்துகொண்டது. அன்னப் பறவைகள் அதன் பார்வையிலிருந்து மறைந்தன. ஆயினும் அதனால் அந்த அழகான அபூர்வப் பறவைகளை மறக்க முடியவில்லை. அது தண்ணீரின் ஆழத்திற்கு நீந்திச் சென்றது. மீண்டும் தண்ணீருக்கு மேலே வந்தபோது அதற்கு மிகவும் குழப்பமாக இருந்தது. அந்தப் பறவைகளின் பெயர் என்னவென்றும் அவை எங்கே பறந்து சென்றன என்றும் அதற்குத் தெரியவில்லை. முன்பு யாரையும் நேசித்திராத அளவு அவ்வளவு தீவிரமாக வாத்துக் குஞ்சு அந்த அன்னப் பறவைகளை நேசித்தது. அது அந்தப் பறவைகளின் மீது பொறாமைப்படவில்லை. அவற்றின் அழகு தனக்கும் வேண்டும் என்று அது ஆசைப்பட முடியுமா?

தன் தொடர்பை அந்த அன்னப் பறவைகள் வெறுக்கவில்லையென்றாலே போதும்! வாத்துக் குஞ்சுக்கு மிகவும் சந்தோஷமாக இருக்கும். ஏனென்றால் அது அவ்வளவு அவலட்சணமான வாத்துக் குஞ்சு அல்லவா?

குளிர் மிகவும் அதிகரித்தது. மிகவும் உச்சமான குளிர். வாத்துக் குஞ்சுக்குத் தண்ணீரில் தொடர்ந்து நீந்திக்கொண்டிருக்க வேண்டி வந்தது. இல்லையென்றால் தண்ணீரின் மேல்தளம் உறைந்து கட்டியாகிவிடும். ஒவ்வொரு நாளும் அது நீந்திய பகுதி சிறிதாகிக்கொண்டிருந்தது. நீந்துவதற்கு அந்தப் பகுதியும் இல்லாமல் போய்விடக் கூடாது அல்லவா, அதனால் அது எப்போதும் தண்ணீரில் தன் கால்களைப்போட்டு அசைத்து நீந்திக்கொண்டிருந்தது. கடைசியில் அது களைத்து அசைய முடியாமல் கிடந்தது. பனிக்கட்டியுடன் மீது மயங்கியது.

அடுத்த நாள் காலையில் ஒரு விவசாயி அந்த வழியாக வந்தார். என்ன நடந்திருக்கிறது என்று அவர் பார்த்தார். தன் மரச் செருப்பைக் கழட்டி அவர் பனிக்கட்டிகளை அடித்து உடைத்தார். பிறகு வாத்துக் குஞ்சை எடுத்துக்கொண்டுபோய் தன் மனைவியிடம் கொடுத்தார். அப்போது மயக்கத்திலிருந்து விழித்தது வாத்துக் குஞ்சு. அதனுடன் விளையாட மனிதக் குழந்தைகள் வந்தார்கள். அவர்கள் தன்னைத் துன்புறுத்துவார்களோ என்று வாத்துக் குஞ்சு பயந்தது. அது பறந்து பால் பாத்திரத்தில் சென்று விழுந்தது. அறைக்குள் பல இடங்களிலும் பால் தெறித்தது. அது மீண்டும் பறந்து அங்கிருந்த ஒவ்வொரு பாத்திரத்திலும் மோதியது. விவசாயியின் மனைவி கோபத்தால் அலறினாள். அவள் அதை அடிக்க முயன்றாள். குழந்தைகள் அதைப் பிடிப்பதற்காக அதன் பின்னால் ஓடினார்கள். அதனிடையே அவர்கள் கூச்சலிட்டார்கள். சிரித்தார்கள். அதிர்ஷ்டவசமாக கதவு திறந்து கிடந்தது. அதன் வழியே வாத்துக் குஞ்சு வெளியே பறந்து சென்றது. தொலைவில் ஒரு இடத்தில் புதிதாகப் பனி விழுந்திருந்தது. அங்கே அந்த வாத்துக் குஞ்சு மிகவும் களைப்புற்றுச் சோர்ந்து கிடந்தது.

குளிர் காலம் முழுக்கவும் அது அனுபவித்த கஷ்டப்பாடுகளை நான் விவரித்துவிட்டேன். அது மிகமிகவும் துயரத்துடன் இருந்தது. தரிசு நிலத்தில் வளர்ந்திருக்கும் கோரைப் புதர்களின் உள்ளே அது பதுங்கிக் கிடந்தது. பிறகு மீண்டும் சூரியன் பிரகாசிக்கத் தொடங்கினான். வானம்பாடிகள் பாடத் தொடங்கின. அவ்வளவு ஏன், அழகான வசந்த காலம் வந்தது என்றால் முடிந்தது.

வாத்துக் குஞ்சால் சட்டென்று தன் இறக்கைகளை விரிக்க முடிந்தது. அது சக்தியுடன் இறக்கைகளை வீசியது. காற்றில் உயர்ந்தது. இதெல்லாம் எப்படி நடந்தது? இந்த விஷயத்தைப் புரிந்து கொள்வதற்கு முன்பே தான் ஒரு பெரிய தோட்டத்தை அடைந்திருப்பதை அது புரிந்துகொண்டது. அங்கே ஒரு கால்வாய் வளைந்து சென்றுகொண்டிருந்தது. கால்வாய்த் தண்ணீரில் பழ

மரங்களின் கிளைகள் தாழ்ந்து கிடந்தன. ஓ, இந்த இடம் எவ்வளவு அற்புதமாக இருக்கிறது! வசந்தத்தின் மகிழ்ச்சி!

புதர்களுக்குள்ளிருந்து மிகவும் அழகான மூன்று அன்னப் பறவைகள் வெளியே வந்தன. சிறகுகள் வீசி ஓசையெழுப்பிக்கொண்டு அவை கால்வாய்த் தண்ணீரில் இறங்கி நீந்தின. அவை எவ்வளவு சுலபமாகவும் அழகாகவும் நீந்தின! என்ன பறவைகள் என்று வாத்துக் குஞ்சுக்குத் தெரியும். அதன் இதயத்தில் துயரம் நிறைந்தது. இது இப்படி நினைத்தது:

"நான் அந்தப் பேரழகு வாய்ந்த பறவைகளின் அருகே செல்வேன். இவ்வளவு அசிங்கமான பறவை, அழகான தங்களின் அருகே எப்படி வரலாம் என்று அந்தப் பறவைகள் கோபம் கொள்ளும். அந்தக் கோபத்தால் என்னைக் கொத்திக் கொன்றுவிடும். பரவாயில்லை. கோழிகள் என்னைப் படுத்திய பாட்டைவிட, அவற்றைப் பார்த்துக்கொள்ளும் அந்தப் பெண் செய்த கொடுமைகளைவிட, குளிர் காலத்தில் பட்டினி கிடந்த துன்பத்தைவிட இந்த அழகான பறவைகளின் அலகுகளால் குத்துப்பட்டுச் சாவது எவ்வளவோ நல்லது."

அதைத் தொடர்ந்து வாத்துக் குஞ்சு தண்ணீரில் தாவி இறங்கி அந்த அன்னப் பறவைகளை நோக்கி நீந்தியது. அன்னப் பறவைகள் சிறகுகளை விரித்துக்கொண்டு வாத்துக் குஞ்சின் அருகே சென்றன. வாத்துக் குஞ்சு "என்னைக் கொன்றுவிடுங்கள்!'' என்று சொல்லிக்கொண்டே தண்ணீரில் தலை குனிந்திருந்தது. அன்னப் பறவைகள் தன்னைக் கொல்லும் என்று எதிர்பார்த்து அப்படியே குனிந்திருந்தது வாத்துக் குஞ்சு. ஆனால் தண்ணீரில் அது பார்த்தது என்ன? அது தன் பிம்பத்தைத் தண்ணீரில் பார்த்தது! இப்போது அது விகாரமான, அசிங்கமான வாத்துக் குஞ்சாக இருக்கவில்லை. வேறு எப்படி இருந்தது? ஒரு அன்னப் பறவையாக இருந்தது!

அன்னப் பறவையின் முட்டையிலிருந்து வெளிவந்த அது, கொஞ்சம் காலம் வாத்துக் கூட்டில் வாழ்ந்ததால் வாத்தாகிவிடுமா என்ன?

அது, தான் பட்ட கஷ்டங்களும், துயரங்களும் முடிந்தது என்று புரிந்துகொண்டு மகிழ்ந்தது. இப்போது பெற்றிருக்கும் ஆனந்தத்திலும், அதிர்ஷ்டத்திலும் அது திருப்தியடைந்தது. மூன்று பெரிய அன்னப் பறவைகளும் அதைச் சுற்றி நின்று தங்கள் அலகால் அதன் கழுத்தை வருடின.

பக்கத்தில் உள்ள தோட்டத்திற்குச் சில சிறுவர்கள் வந்தார்கள். அவர்கள் தங்களிடமிருந்த ரொட்டிகளையும், தானியங்களையும் தண்ணீரில் இட்டார்கள். அவர்களில் மிகவும் சிறிய குழந்தை உரத்துச் சொன்னது:

“அதோ பாருங்கள், ஒரு புதிய அன்னப் பறவை!” அதைத்தொடர்ந்து மற்ற குழந்தைகளும் சொன்னார்கள்: “ஆமாம்! இன்னும் ஒரு புதிய அன்னப் பறவை வந்திருக்கிறது!”

அவர்கள் எல்லோரும் கைதட்டித் துள்ளிக் குதித்து ஓடிச் சென்று தங்கள் தாய் தந்தையிடம் விவரத்தைச் சொன்னார்கள். திரும்பி வந்து இன்னும் அதிகமாக ரொட்டித் துண்டுகளையும், தானியங்களையும் தண்ணீரில் இட்டார்கள். எல்லாக் குழந்தைகளின் கருத்தும் ஒன்றுதான்:

“அனைத்தையும்விட அழகு இந்தப் புதிய அன்னப் பறவைதான்!” அதைக் கேட்ட பெரிய அன்னப் பறவைகள் மூன்றும் தலை குனிந்து அந்தக் கருத்தை ஒப்புக்கொண்டன!

பணிவிலிருந்து ஏற்பட்ட ஒரு வித வெட்கத்தால் புதிய அன்னப் பறவை தன் தலையை சிறகுகளுக்குக் கீழே ஒளித்துக்கொண்டது. என்ன செய்ய வேண்டும் என்று அதற்குத் தெரியவில்லை. அது மகிழ்ந்தது என்றாலும் அதற்குக் கர்வம் ஏற்படவில்லை. தான் எப்படியெல்லாம் துன்புறுத்தப்பட்டோம். எப்படியெல்லாம் அவமானப்படுத்தப்பட்டோம் என்று அதற்கு நினைவிருக்கிறது. ஆனால் இப்போது இந்தக் குழந்தைகள், அதுதான் மிகவும் அழகான அன்னப் பறவை என்று சொல்கிறார்கள்! மரம், தன் சில மெல்லிய கிளைகளை அதன் முன்னால் தண்ணீரில் தாழ்த்தி வைத்திருக்கிறது. சூரியன் கதகதப்பாக ஒளிர்ந்துகொண்டிருக்கிறது. புதிய அன்னப் பறவையின் இறக்கைகளிலிருந்து மெல்லிய சரசரப்போசை எழுந்தது. அது கழுத்தை உயர்த்தி, இறக்கைகளைப் படபடத்துக்கொண்டு உரத்துச் சொன்னது:

“நான் அசிங்கமான வாத்துக் குஞ்சாக இருந்தபோது இப்படிப்பட்ட மகிழ்ச்சியை கனவில் கூட உணர்ந்ததில்லை!”

■

28

தம்ப்லினா

மிகமிகச் சிறிய ஒரு குழந்தை வேண்டும். இதுதான் ஒரு பெண்ணின் ஆசை. ஆனால் அப்படியொரு குழந்தை எப்படிக் கிடைக்கும் என்று அவளுக்குத் தெரியவில்லை. அதனால் அவள், வயதான ஒரு சூனியக்காரியிடம் சென்று சொன்னாள்:

"மிகவும் சின்னஞ் சிறிய குழந்தை வேண்டும் என்று நான் விரும்புகிறேன். அது எங்கே கிடைக்குமென்று சொல்ல வேண்டும்."

சூனியக்காரி சொன்னாள்:

"அது பரவாயில்லை. சுலபமாக உன் ஆசையை நிறைவேற்றிவிடலாம். அதோ ஒரு தானிச் செடி நிற்பதைப் பார்த்தாய் அல்லவா? அது சாதாரண விவசாய நிலத்தில் வளரக்கூடியது இல்லை. அதை எடுத்து ஒரு பூச்சட்டியில் நடவேண்டும். அப்போது நீங்கள் என்ன நடக்கிறது என்று பாருங்கள்."

அந்தப் பெண் சூனியக்காரிக்கு நன்றி சொல்லி, அவளுக்கு ஊதியமாக பன்னிரண்டு வெள்ளி நாணயங்களைக் கொடுத்தாள். அந்த தானிச் செடியைப் பிடுங்கி வீட்டுக்குக் கொண்டு சென்றாள். அதை ஒரு பூச்சட்டியில் நட்டாள். உடனேயே அதில் மஞ்சளும் சிவப்பும் கலந்த பூ மொட்டு ஒன்று உருவானது. பூ மொட்டின் இதழ்கள் மலரவில்லை. "ஓ! இது எவ்வளவு அழகாக இருக்கிறது!" என்று சொல்லி அந்தப் பெண், மொட்டை முத்தமிட்டாள். உடனே மொட்டு மலர்ந்து பூவானது. அதன் மென்மையான, பச்சை நிறமான அல்லிகளில் மிகவும் அழகான ஒரு பெண் குழந்தை இருந்தாள். அவள் "தம்ப்" இன், கைக் கட்டைவிரலின் பாதியளவு உயரமே இருந்தாள். அதனால் அவளுக்கு தம்ப்லினா என்று பெயர் வந்தது.

தம்ப்லினாவின் தொட்டில் என்ன தெரியுமா?

ஒரு கொட்டையின் மேல் ஓட்டைப் பாதியாக வெட்டி சுத்தப்படுத்தி அதைத்தான் தொட்டிலாகப் பயன்படுத்தினார்கள். ஒரு செடியின் இலைகள்தான் மெத்தையாக ஆயிற்று. ரோஜாச் செடியின் இலை விரிப்பானது. இப்படி அமைக்கப்பட்ட தொட்டிலில்

அவள் இரவு படுத்து உறங்கினாள். பகல் நேரத்தில் அவள் மேசையின் மீது விளையாடினாள். அந்தப் பெண் நீர் நிறைத்த ஒரு தாம்பாளத்தை மேசையின் மீது வைத்திருந்தாள். தணணீரில் ஒரு செடியின் இலையும் கிடந்தது. தம்ப்லினா அந்த இலையில் ஏறி அமர்வாள். பிறகு தாம்பாளத்தின் நடுப்பகுதிக்கும் ஓரப்பகுதிக்கும் இலைப் படகில் துடுப்பசைத்து வலம் வருவாள். அவள் எதைத் துடுப்பாகப் பயன்படுத்தினாள் தெரியுமா? இரண்டு குதிரை ரோமங்களைத்தான். அவளால் மிகவும் இனிமையாகப் பாடமுடிந்தது. அவ்வளவு நல்ல பாட்டை வேறெங்கும் கேட்க முடியாது.

ஒரு நாள் தம்ப்லினா தன் மெத்தையில் உறங்கிக்கொண்டிருந்தாள். அப்போது, மிகவும் வயதான ஒரு பெண் தவளை அவள் அருகே வந்தது. சன்னலில் இருந்த உடைந்த கண்ணாடி வழியாகத்தான் தவளை உள்ளே வந்தது. அந்த வயதான பெண் தவளை மிகவும் அசிங்கமாவும், மிகப் பெரிதாகவும், குளிர்ச்சியாகவும் இருந்தது. மேசை மீது தாவி அது தம்ப்லினாவின் அருகில் சென்றது.

தம்ப்லினாவை மிகப் பக்கத்தில் நன்றாக உற்றுப் பார்த்துவிட்டு தவளை தனக்குள் சொல்லிக்கொண்டது:

"இவள் என் மகனுக்கு அழகான மனைவியாக இருப்பாள்!"

பிறகு அது, தம்ப்லினா உறங்கிக் கொண்டிருந்த கொட்டை ஓட்டை எடுத்துக்கொண்டு சன்னலருகே சென்றது. சன்னல் பிளவின் வழியே வெளியே தாவி தோட்டத்தை அடைந்தது. பக்கத்தில் அருவி விழுந்து கால்வாயாகச் சென்றுகொண்டிருந்தது. அதன் அடியில் சேறாக இருந்தது. அங்குதான் அந்த வயதான தவளை தன் மகன் தவளையுடன் வாழ்ந்து வந்தது. அம்மாவைப் போலவே அவலட்சணமாக இருந்தது மகன் தவளையும். தம்ப்லினாவைப் பார்த்தபோது அது புரியாத சில ஓசைகளை எழுப்பியது.

மகனிடம் சொன்னது அம்மாத் தவளை:

"நீ சும்மாக் கிடந்து கத்தாதே, தெரிந்ததா? இப்போது தூங்கிக் கொண்டிருக்கும் இவள் விரைவிலேயே விழித்துவிடுவாள். அப்போது இவள் எங்காவது ஓடிச் செல்வதற்கு வாய்ப்பு இருக்கிறது. அன்னப் பறவையின் இறகைப்போல இவள் மிகவும் லேசாக இருக்கிறாள். தண்ணீரில் வளர்கிற செடியின் விஸ்தாரமான இலையில் இவளை வைத்துவிடலாம். அந்த இலை இவளுக்குப் பெரிய ஒரு தீவாகத் தோன்றும். ஏனென்றால் இவள் மிகவும் சிறிதாக இருக்கிறாள் அல்லவா! அந்த இலையிலிருந்து ஓடிப்போக இவளால் முடியாது. நாம் இனி சேற்றின் அடியில் உள்ள பெரிய அறையைச் சுத்தப்படுத்தலாம். அங்குதான் நீயும் உன் மணமகளும் வாழப்போகிறீர்கள்."

நிறைய செடிகள் தண்ணீரில் வளர்ந்து கொண்டிருந்தன. அவற்றின் இலைகள் மிகவும் அகலமாகவும், பச்சை நிறத்திலும் இருந்தன. அந்த இலைகள் தண்ணீரின் மீது மிதந்துகொண்டிருந்தன. மூலையில் இருந்த ஒரு இலைதான் உள்ளதிலேயே மிகவும் பெரிதாக இருந்தது. வயதான தவளை அங்கே நீந்திச் சென்று தம்ப்லினாவை அந்த இலையில் வைத்தது.

காலையில் தம்ப்லினா தூக்கத்திலிருந்து எழுந்தபோது என்ன நடந்தது? தான் தண்ணீரின் நடுவில் உள்ள ஒரு பெரிய இலையில் இருக்கிறோம் என்பதைப் புரிந்துகொண்டாள். அவள் ஏங்கி ஏங்கி அழுதாள். ஆனால், அந்த வயதான தவளையோ, சேற்றின் அடியில் இருக்கும் பெரிய அறையைச் சுத்தம் செய்துகொண்டிருந்தது. தன் மருமகள் மகிழ்ச்சியாக வாழ வேண்டும் என்றுதான் அப்படிச் செய்தது. வேலை முடிந்தவுடன் அது தன் மகன் தவளையையும் அழைத்துக்கொண்டு நீந்தி தம்ப்லினா இருக்கும் இலைக்கு வந்தது. அது தம்ப்லினாவிடம் சொன்னது:

"இவன் என் மகன். இவனுடன் நீ சேற்றின் கீழே உள்ள பெரிய அறையில் வசிக்க வேண்டும்."

அப்போது மகன் தவளை என்னமோ சில ஓசைகளை எழுப்பியது. சந்தோஷக் கூச்சல்தான் அது!

இரண்டு தவளைகளும் சேர்ந்து தம்ப்லினாவின் மெத்தையை இழுத்துக்கொண்டு நீந்திச் சென்றன.

ஆதரவற்றுத் தனித்திருந்த தம்ப்லினா இலையின் மீதிருந்து அழுதுகொண்டிருந்தாள். அந்த அசிங்கமான தவளைகளுடன் வாழ்வதற்கு அவளுக்குப் பிடிக்கவில்லை. முக்கியமாக, மகன் தவளையைத் திருமணம் செய்து கொள்வது என்ற ஏற்பாட்டை அவள் மிக மிகவும் வெறுத்தாள்.

தண்ணீரில் நீந்திக்கொண்டிருந்த சிறிய மீன்கள் வயதான தவளையைப் பார்த்தன. அவள் சொன்னதையெல்லாம் கேட்டன. தம்ப்லினாவைப் பார்க்க வேண்டும் என்ற ஆர்வத்துடன் மீன்கள் எல்லாம் தண்ணீருக்கு மேலே தலை தூக்கின. தம்ப்லினா எவ்வளவு அழகான பெண் என்று அந்த மீன்கள் பார்த்துத் தெரிந்துகொண்டன. எல்லா மீன்களும், "இவள் அந்தத் தவளைகளுடன் வாழ்வது கஷ்டம்தான். இதை ஒருபோதும் அனுமதிக்கக் கூடாது!" என்று நினைத்தன. அதைத் தொடர்ந்து அந்த மீன்கள் என்ன செய்தன தெரியுமா? தம்ப்லினா இருந்த இலையின் தண்டை, தண்ணீருக்கு அடியில் கடித்துத் துண்டித்தன. அதனால் அந்த இலை தம்ப்லினாவைச் சுமந்துகொண்டு தண்ணீரில் மிதந்து சென்றது.

அப்படி அவள் தவளைகளால் பிடிக்க முடியாத தூரத்தை அடைந்து தப்பித்தாள். அவளைச் சுமந்த இலை பல நகரங்களின் அருகே பயணித்தது. மரங்களில் அமர்ந்திருந்த பறவைகள் அவளைப் பார்த்து "ஓ! இவள் எவ்வளவு அழகாக இருக்கிறாள்!" என்று வியந்து தங்களுக்குள் பேசிக்கொண்டன. அதிகம் சொல்வானேன், தம்ப்லினா அவள் நாட்டின் எல்லையைத் தாண்டிச் சென்றுவிட்டாள்.

அழகான சிறிய ஒரு வெள்ளை வண்ணத்துப் பூச்சி அவளை வட்டமிட்டுப் பறந்துகொண்டிருந்தது. கடைசியில் வண்ணத்துப் பூச்சி தம்ப்லினாவின் இலையில் சென்று இறங்கியது. தம்ப்லினா வண்ணத்துப் பூச்சியை மிகவும் நேசித்தாள். அவள் தன் நீர் யாத்திரையில் பார்த்த காட்சிகள் எவ்வளவு அருமையாக இருந்தன! சூரிய ஒளி பட்டுத் தண்ணீர் தங்கம்போலப் பளபளத்தது. அவள் தன் தலையில் கட்டப்பட்டிருந்த மிகச் சிறிய ரிப்பனை எடுத்து அதன் ஒரு முனையை வண்ணத்துப் பூச்சியின் உடலில் கட்டினாள். மற்றொரு முனையை, தான் மிதந்துகொண்டிருக்கும் இலையில் கட்டினாள். பிறகு அவள் இலையில் எழுந்து நின்றாள். இலையை வண்ணத்துப் பூச்சி மிகவும் வேகமாக இழுத்துச் சென்றது.

அப்போது உயரத்தில் பறந்துகொண்டிருந்த ஒரு பெரிய வண்டு அவளைப் பார்த்தது. அது தாழ்ந்து பறந்து வந்து தன் கால்களால் தம்ப்லினாவைப் பற்றிக்கொண்டு பறந்தது. பறந்து அது ஒரு மரக் கிளையில் வந்து அமர்ந்தது. அவள் நின்றிருந்த இலை தண்ணீரில் மிதந்து சென்றது. வண்ணத்துப் பூச்சியால் பறக்க முடியவில்லை. ஏனென்றால் அது இலையுடன் சேர்த்துக் கட்டப்பட்டிருந்தது அல்லவா!

பெரிய வண்டு அவளைத் தூக்கி வந்து மரக்கிளையில் அமர்ந்தபோது தம்ப்லினா எவ்வளவு அஞ்சி நடுங்கினாள் தெரியுமா? அந்த நிலையிலும் அவள் சிறிய வெண்ணிற வண்ணத்துப் பூச்சியைப் பற்றி நினைத்து மிகவும் துக்கமடைந்தாள். அவள்தானே அந்த வண்ணத்துப் பூச்சியை இலையுடன் கட்டினாள். இல்லாவிட்டால் அது சுதந்திரமாகப் பறந்து சென்றிருக்கும் அல்லவா. தானாக அந்தக் கட்டை அவிழ்த்துக்கொண்டு போக வண்ணத்துப்பூச்சிக்குத் தெரியாது. அது அப்படியே பட்டினி கிடந்து செத்துவிடும்!

பெரிய வண்டோ, அந்த விஷயங்களைப் பற்றியொன்றும் யோசிக்கவில்லை. அது மரக்கிளைகளில் இருந்த பூக்களைப் பறித்து அவளுக்குத் தின்னக் கொடுத்தது. தனக்கும் அவளுக்கும் எந்த ஒரு பொருத்தமும் இல்லை என்றாலும், நீ மிகவும் அழகாக இருக்கிறாய் என்று நேரடியாகவே அவளிடம் சொல்லவும் செய்தது.

அந்த மரத்தில் வாழ்ந்திருந்த மற்ற சில வண்டுகள் பறந்து இறங்கி வந்து தம்ப்லினாவைக் கவனித்துப் பார்த்தன.

அவளை உற்றுப் பார்த்துவிட்டு ஒரு வண்டு சொன்னது:

“இவளுக்கு இரண்டுக்கு மேல் கால்கள் இல்லை. போதாக் குறைக்கு இவள் பார்வைக்கும் மோசமாக இருக்கிறாள்!”

இன்னொரு வண்டும் தன் கருத்தைச் சொன்னது:

“நமக்கு உள்ளதுபோன்ற உணர் கொம்புகளொன்றும் இவளுக்கு இல்லையே!”

மற்றும் சில பெண் வண்டுகள் கூறின:

“இவளது இடை மிகவும் ஒல்லியாக இருக்கிறது. எவ்வளவு அசிங்கமான மனிதப் பெண்ணாக இருக்கிறாள் இவள்!”

உண்மையில் இவள் மிகவும் அழகான பெண் என்றுதான் தம்ப்லினாவைத் தூக்கி வந்த வண்டு நம்பியது. ஆனால் மற்ற வண்டுகள் தம்ப்லினா மிகவும் அசிங்கமாக இருக்கிறாள் என்று மீண்டும் மீண்டும் சொன்னபோது அவை சொல்வதுதான் உண்மையாக இருக்குமோ என்று பெரிய வண்டுக்குத் தோன்றத் தொடங்கியது. அவள் தனக்கு விருப்பமுள்ள இடத்திற்குச் செல்லட்டும் என்று நினைத்தது பெரிய வண்டு. அது அவளை எடுத்து வந்து தரையில் இருந்த ஒரு பெரிய பூவில் இறக்கிவிட்டுச் சென்றது. “ நான் அசிங்கமாக இருக்கிறேன் என்று நினைத்துதானே இந்த வண்டுகள் என்னிடம் பேசவில்லை!” என்று நினைத்து தம்ப்லினா அழத் தொடங்கினாள். ஆனால் அவள் நினைப்பது சரியல்ல. அவள் ரோஜாப் பூக்களின் இதழ்களைப்போல மென்மையாக இருந்தாள். அவள் அழகை விவரிப்பதற்கு வார்த்தைகளே இல்லை!

அந்தப் பெரிய வண்டு தன்னை இறக்கிவிட்ட பூ இருந்த வனத்தில் தம்ப்லினா கோடைகாலம் முழுவதையும் தனியாகக் கழித்தாள். அவள் புல்லின் இதழ்களால் ஒரு மெத்தை செய்தாள். அதை ஒரு செடியின் இலையின் கீழே கட்டித் தொங்கவிட்டாள். அப்படி மழையிலிருந்து அவள் தன்னைப் பாதுகாத்துக்கொண்டாள். பூக்களிலிருந்து எடுத்த தேனையும். அதிகாலையில் இலைகளின் மீதிருக்கும் பனித் துளிகளையும் அவள் உண்டாள். குளிர் காலம் வந்த பிறகு சூழ்நிலை மாறியது. இனிமையாகப் பாடிக்கொண்டிருந்த பறவைகள் எங்கோ போய் மறைந்தன. மரங்களிலிருந்தும், செடிகளிலிருந்தும் பூக்கள் உதிர்ந்து விழுந்தன. தம்ப்லினா தன் மெத்தையைக் கட்டியிருந்த செடி காய்ந்து வறண்டது. அது இப்போது வெறும் சுள்ளிக்கம்பாக மாறியது. அவளது

உடைகளெல்லாம் கிழிந்திருந்தன. அவளால் குளிரைத் தாங்கிக் கொள்ள முடியவில்லை. பலவீனமாகவும், மென்மையாகவும் இருந்த அவள், தான் குளிரில் உறைந்துபோவதுபோல உணர்ந்தாள். சில தினங்களுக்குள் பனி விழத் தொடங்கியது. தன் மேல் விழுகிற ஒவ்வொரு பனித் துணுக்கும், யாரோ மண்வெட்டியால் வெட்டித் தன் மீது எறியும் பெருங் குவியல்போலத் தோன்றியது அவளுக்கு. நாம் பெரியவர்களாக இருப்பதால் பனித் துணுக்கு என்பது நமக்கு மிகச் சாதாரணமாகத் தெரிகிறது. ஆனால், தம்ப்லினா ஒரு அங்குல உயரம்தானே இருந்தாள். அவள் ஒரு காய்ந்த இலையை எடுத்துத் தன்னைப் போர்த்திக்கொண்டாள். அந்த இலை நடுவில் கிழிந்த போது, அதனால் பயன் ஒன்றும் ஏற்படவில்லை. அவள் குளிரால் கடகடவென்று நடுங்கிக் கொண்டிருந்தாள்.

அந்தக் காட்டுக்குப் பக்கத்தில் பெரிய ஒரு வயல் இருந்தது. கொஞ்சம் காலத்திற்கு முன்னால்தான் அதிலிருந்த தானியங்களை அறுவடை செய்திருந்தார்கள். தானியச் செடிகளின் அடித் தண்டுகள்தான் இப்போது வயலில் இருந்தன. தம்ப்லினாவுக்கு அந்த இடம் பெரிய மரங்கள் நிறைந்த காடுபோல. அவள் குளிரில் நடுங்கித் திரிந்துகொண்டிருந்தபோது ஒரு எலிப் பொந்தின் வாசலுக்கு வந்தாள். ஒரு பாட்டி எலி வசித்த அந்த வீடு குளிருக்கு இதமான கதகதப்புடனிருந்தது. பெரிய ஒரு சமையலறையும், அறை நிறையத் தானியங்களும் அந்த வீட்டில் இருந்தன. பாவம் தம்ப்லினா! அவள் பிச்சைக்காரியைப்போல, எனக்குக் கொஞ்சம் தானியம் கொடுங்களேன்! என்று யாசித்தாள். அவள் கடந்த இரண்டு நாட்களாக ஒன்றுமே சாப்பிட்டிருக்கவில்லை.

அந்தப் பாட்டி எலி மிகவும் நல்ல எலியாக இருந்தது. அது சொன்னது:

“அன்பான பெண்ணே, உள்ளே வா! என்னுடன் சேர்ந்து உணவு சாப்பிடு. உனக்கு விருப்பமென்றால் இந்தக் குளிர்காலம் முடிவதுவரை நீ இங்கே தங்கலாம். ஆனால், நீ இங்கே தங்க வேண்டும் என்றால் அதற்கு இரண்டு நிபந்தனைகள் உண்டு. ஒன்று நீ இந்த வீட்டைச் சுத்தமாக வைத்துக்கொள்ள வேண்டும். இரண்டாவது எனக்குக் கதைகள் சொல்ல வேண்டும். ஏனென்றால் கதைகள் என்றால் எனக்கு மிகவும் பிடிக்கும்.”

பாட்டி எலியின் நிபந்தனைகளை தம்ப்லினா ஏற்றுக்கொண்டாள். அது மேலும் சொன்னது:

“விரைவிலேயே இந்த வீட்டுக்கு மற்றொரு விருந்தினர் வருவார். அவர் வாரம் ஒரு முறை வந்து என்னைச் சந்திப்பது வழக்கம். என்னைவிட அவர் மிகவும் உயர்ந்த நிலையில் உள்ளவர்.

அவருடைய வீட்டில் பெரிய அறைகள் நிறைய உள்ளன. போதாக் குறைக்கு, அவருக்கு மிகவும் அழகான கறுத்த பட்டுப்போன்ற ரோமத் தோல் உண்டு. நீ அவரைக் கணவனாகப் பெற்றால் உனக்கு எல்லா வசதிகளும் கிடைக்கும். உனக்குத் தெரிந்ததிலேயே மிகவும் நல்ல கதையை நீ அவருக்குச் சொல்லவும் வேண்டும்!"

ஆனால், தம்ப்லினா பாட்டி எலி சொன்னதைப் பொருட்படுத்தவில்லை. அவளுக்குப் பாட்டி எலியின் விருந்தினரின் மீது எந்த மரியாதையும் ஏற்படவில்லை. அந்த விருந்தினர் யார் தெரியுமா? அதுவும் ஒரு வளை தோண்டும் எலிதான். அது தன் கறுத்த பட்டு ரோமத் தோலை அணிந்துகொண்டு பாட்டி எலியின் வீட்டுக்கு வந்தது. "இவர் மிகவும் பணக்கார எலி. அது மட்டுமல்ல, இவர் மிகவும் படித்த எலியும்கூட. என் வீட்டைவிட இவரின் வீடு இருபது மடங்கு பெரிது! இவருக்குச் சூரியனையும் பூக்களையும் பிடிக்காது. அவற்றை இவர் பார்த்ததும் இல்லை." அந்த எலியைப் பற்றி இப்படிப் பல விஷயங்களைத் தம்ப்லினாவிடம் சொன்னது பாட்டி எலி.

பாட்டி எலியின் கட்டாயத்தின் பேரில் தம்ப்லினா பாட வேண்டி வந்தது. அவள் பாடிய பாட்டும், அவள் குரலும் மிகவும் இனிமையாக இருந்தன. வளை எலி அவள் மீது மிகவும் அன்புகொண்டுவிட்டது. ஆனால் அது அந்த விஷயத்தை வெளிப்படையாகச் சொல்லவில்லை. எப்போதும் அதிகமாகப் பேசும் பழக்கம் அதற்கு இல்லையல்லவா!

கொஞ்சம் நாட்களுக்கு முன்புதான் அந்த எலி தன் வளையிலிருந்து பாட்டி எலியின் வளைக்கு ஒரு சுரங்கப் பாதையை உருவாக்கியிருந்தது. பாட்டி எலி, தானும் தம்ப்லினாவும் விருப்பப்படி அந்தச் சுரங்கத்திற்குள் உலவ அனுமதி பெற்றிருந்தது. ஆனால், அந்தச் சுரங்கத்திற்குள் செத்துக் கிடக்கும் ஒரு பறவையைப் பார்த்து நீங்கள் பயந்துவிட வேண்டாம் என்று சொன்னது வளை எலி. அந்தப் பறவை இறந்து அதிக நேரம் ஆகியிருக்கவில்லை.

இருளான சுரங்கப் பாதையின் வழியே வளை எலி, பாட்டி எலியையும் தம்ப்லினாவையும் வழி நடத்தி அழைத்துச் சென்றது. அதற்குள் இறந்து கிடந்த பறவையின் அருகில் வரும்போது, வளை எலி சுரங்கத்தின் மேலே இருந்த அடைப்பைத் திறந்தது. அதன் வழியே வெளிச்சம் உள்ளே வந்தது. இறந்து கிடந்த பறவையை வெளிச்சத்தில் நன்றாகப் பார்க்க முடிந்தது. அது ஒரு தூக்கணாங்குருவி. அதன் அழகான இறக்கைகள் இரு புறமும் சேர்ந்து கிடந்தன. அதன் தலையும், கால்களும் இறகுகளுக்குள் மறைந்திருந்தன. கடுங் குளிரின் காரணமாகத்தான் குருவி இறந்திருக்கிறது என்று

நிச்சயமாகத் தெரிந்தது. அதைப் பார்த்து தம்ப்லினா மிகவும் துயரமடைந்தாள். எல்லா சிறிய பறவைகளையும் அவளுக்கு மிகவும் பிடிக்கும். கோடை காலத்தில் அவள் முன்னால் சிறிய பறவைகள் பாடிக் காட்டும். பறந்து வித்தைகள் செய்து காட்டும். ஆனால் வளை எலி இறந்த குருவியைத் தன் வளைந்த கால்களால் நோண்டியது. பிறகு சொன்னது:

“குருவி இப்போது கத்தவில்லை. ஒரு குருவியாகப் பிறப்பது பெரிய கஷ்டம்தான். என் பிள்ளைகள் குருவிகள் ஆக மாட்டார்கள் என்று நினைத்து எனக்கு மிகவும் நிம்மதியாக இருக்கிறது. இந்த மாதிரிக் குருவிகளுக்கு சும்மா கத்துவதைத் தவிர வேறொன்றும் செய்ய முடியாது. போதாக் குறைக்குக் குளிர் காலத்தில் இந்தக் குருவிகள் பட்டினி கிடக்கும்!”

பாட்டி எலி அந்தக் கருத்துக்களை அப்படியே ஏற்றுக்கொண்டது. அது வளை எலியிடம் சொன்னது:

“நீங்கள் மிகவும் படித்தவர். அறிவு மிகுந்தவர். அதனால்தான் இப்படிப்பட்ட அரிய கருத்துக்களைச் சொல்கிறீர்கள். குளிர் காலம் வரும்போது குருவி கத்தி என்ன பயன் ஏற்படும்? அது பட்டினி கிடக்கும், குளிர்ந்து உறைந்துபோகும். அவ்வளவுதான்!”

அந்த எலிகள் இரண்டும் திரும்பி நின்று பேசிக்கொண்டிருந்தன. தம்ப்லினா எதுவும் பேசவில்லை. அவள் குனிந்து அந்தப் பறவையின் தலையிலிருந்து இறகுகளை விலக்கினாள். அதன் மூடிய கண்களில் முத்தமிட்டாள். பிறகு தனக்குள் சொல்லிக் கொண்டாள்:

“கோடைக் காலத்தில் என் முன்னால் பாடிய பறவைகளில் முக்கியமானது இந்தக் குருவி. இது எவ்வளவு அழகான, அருமையான குருவி இது! இது என்னை மிகவும் மகிழ்ச்சிப்படுத்தியதே!”

வளை எலி பகல் வெளிச்சம் வந்த திறப்பை அடைத்துவிட்டு, பாட்டி எலியையும், தம்ப்லினாவையும் அவர்களின் இருப்பிடத்திற்கு அழைத்துச் சென்றுவிட்டது.

அன்று இரவு தம்ப்லினாவுக்கு உறக்கமே வரவில்லை. அவள் எழுந்து வைக்கோலால் நெய்து ஒரு கம்பளம் உருவாக்கினாள். பஞ்சுபோன்ற மென்மையான பூக்களின் அல்லிகளைக் கையில் எடுத்துக்கொண்டாள். அவற்றை எடுத்துக்கொண்டு இறந்த குருவியின் அருகில் சென்றாள். வைக்கோல் கம்பளத்தால் அதைப் போர்த்தினாள். அல்லிகளை இருபுறமும் வைத்துவிட்டுச் சொன்னாள்:

“அன்பான சின்னப் பறவையே! நான் உன்னிடம் விடை பெற்றுக்கொள்கிறேன். மரங்களெல்லாம் பச்சை நிறம் பூண்டிருந்த போது, சூரியன் கதகதப்பான கதிர்களைப்பொழிந்து கொண்டிருந்த

போது, நீ பாடிய இனிமையான பாட்டுகளுக்கு நன்றி!"

தொடர்ந்து தம்ப்லினா குருவியின் தலையைத் தன் நெஞ்சோடு சேர்த்து அணைத்துக்கொண்டாள்.

உண்மையில் குருவி இறந்திருக்கவில்லை. குளிரால் சற்று உறைந்து போயிருந்தது அவ்வளவுதான். இப்போது தம்ப்லினாவின் இதயத்திலிருந்து வந்த வெப்பம் அதன் மீது பரவியது. அதனால் குருவிக்குப் புதிய சக்தி கிடைத்தது.

குளிர் காலத்தில் இந்த வகையானப் பறவைகள் எல்லாம் குளிர் இல்லாத நாடுகளுக்குப் பறந்து செல்லும். அவற்றில் ஒரு குருவி மட்டும் அப்படிச் செல்வதற்குச் சற்றுத் தாமதமாகிவிட்டது, அவ்வளவுதான். அது குளிர் தாங்காமல் தரையில் விழுந்தது. இறந்ததுபோலக் கிடந்தது. அதைப் பனி மூடியது.

தம்ப்லினா நடுங்கிக் கொண்டிருந்தாள். அவளோடு ஒப்பிட்டால் பறவை மிகவும் பெரிதாக இருந்தது. அவள் ஒரு அங்குலம் உயரம் மட்டுமே இருந்தாள். ஆயினும் அவள் தன் தைரியத்தைக் கைவிடவில்லை. மென்மையான பூக்களின் அல்லிகளை அவள் இன்னும் சற்றுக் குருவியின் அருகே தள்ளி வைத்தாள். மேலும் அவள், தன் போர்வையாகப் பயன்படுத்திய ஒரு இலையையும் குருவியின் மீது போர்த்தினாள்.

அடுத்த நாள் மாலைக்குப் பிறகு அவள் குருவியிடம் வந்தாள். பறவை சற்று ஊக்கம் பெற்றிருந்தது என்பது உண்மைதான். ஆனால் அது மிகவும் களைத்திருந்தது. அதிகபட்சம் அந்தக் குருவி செய்தது என்ன? ஒரு நொடி நேரம் கண் திறந்து அவளைப் பார்த்தது அவ்வளவுதான்.

"பெண்ணே, என் உடல் நிலை இப்போது சற்றுப் பரவாயில்லை. விரைவிலேயே நான் முற்றிலும் குணமடைந்துவிடுவேன். அப்போது நான் வெயிலில் மீண்டும் பறந்து செல்வேன்!" என்று சிரமப்பட்டுச் சொன்னது குருவி.

"ஆனால் , இப்போது வெளியே கடுங்குளிராக இருக்கிறது. பனி பொழிந்து எல்லாம் உறைந்திருக்கிறது. நீ இங்கேயே இருந்தால் போதும்! நான் உன்னைப் பார்த்துக்கொள்கிறேன்!" என்று சொன்ன தம்ப்லினா தொடர்ந்து அந்தக் குருவிக்கு நல்லவிதமாகப் பணிவிடைகள் செய்து வந்தாள்.

ஒரு பூவின் இதழில் அவள் பனி நீர் எடுத்து வந்தாள். குருவி அந்தப் பனி நீரைக் குடித்துவிட்டு என்ன நடந்தது என்று அவளிடம் சொன்னது. அந்தக் குருவிக்கு ஒரு முட்செடியால் காயம் ஏற்பட்டுவிட்டது. மற்ற பறவைகள் அதி வேகத்தில் தெற்கு

நாடுகளுக்குப் பறந்து சென்றுகொண்டிருந்தன. அந்தப் பறவைகளைப் போல விரைவாகப் பறக்க இந்தக் குருவியால் முடியவில்லை. அது உடனே தரையில் விழுந்து மயக்கமாகிவிட்டது. ஆனால் தான் இந்த வளை எலியின் சுரங்கத்திற்குள் வந்தது எப்படி என்று அதற்குத் தெரியவில்லை.

குளிர் காலம் முடிவதுவரை குருவி அங்கேதான் இருந்தது. வளை எலியும், பாட்டி எலியும் அதை வந்து பார்க்கவே இல்லை. அந்த எலிகளுக்குக் குருவியைச் சற்றும் பிடிக்கவில்லை. ஆனால் தம்ப்லினா, குருவியை அன்புடனும், கவனத்துடனும் பார்த்துக்கொண்டாள். வசந்த காலம் வந்தபோது, சூரியன் வெப்பமான கதிர்களைத் தரையில் பாய்ச்சியபோது, குருவி புறப்பட வேண்டிய நேரம் வந்தது. வளை எலி, திறந்து மூடிய அடைப்பை தம்ப்லினா திறந்தாள். அதன் வழியாகச் சூரிய வெளிச்சம் அவர்கள் மீது விழுந்தது. தம்ப்லினா தன்னுடன் வந்துவிட வேண்டும் என்று சொன்னது குருவி. தன் மேலே அமர்ந்து அவள் பயணம் செய்யலாம் என்றும், அப்படி இருவரும் தொலைவான பச்சைக் காடுகளை நோக்கிப் போகலாம் என்றும் குருவி சொன்னது. தான் போனால் பாட்டி எலி வருத்தப்படுவாள் என்று தம்ப்லினாவுக்குத் தெரியும்.

“என்னால் உன்னுடன் வர முடியாதே குருவீ!” என்று அவள் சொன்னாள்.

“என் அன்பான தம்ப்லினா, அப்படியென்றால் நான் விடை பெற்றுக்கொள்கிறேன்! “ என்று சொல்லி குருவி, சூரிய வெளிச்சத்தை நோக்கிப் பறந்து சென்றது.

அந்தக் குருவி பார்வையிலிருந்து மறையும் வரை தம்ப்லினா அதையே பார்த்துக்கொண்டிருந்தாள். அந்தக் குருவியுடன் சேர்ந்து தானும் செல்ல முடியவில்லையே என்று நினைத்து அவள் மிகவும் வேதனையடைந்தாள்!

பாட்டி எலியின் வீட்டுக்குச் சுற்றிலும் உள்ள வயலில் விதைத்திருந்த தான்ய விதைகள் முளைத்து வளர்ந்தன. ஒரு அங்குல உயரமே உள்ள தம்ப்லினாவுக்கு அந்த வயல் பெருங்காடு போலத் தோன்றியது.

ஒரு நாள் பாட்டி எலி சொன்னாள்:

“தம்ப்லினா, அந்த வளை எலி உன்னைத் திருமணம் செய்துகொள்ள வேண்டும் என்று முடிவு செய்திருக்கிறது. உன்னைப்போன்ற ஒருத்தி கனவிலும் நினைத்துப் பார்க்க முடியாத பெரும் பாக்கியம் உனக்கு வந்து சேர்ந்திருக்கிறது. இனி நீ கம்பளி நூலாலும், பருத்தி நூலாலும் தேவையான துணிகளைத் தைத்து வைக்க வேண்டும். வளை எலியின்

மனைவியான பிறகு உனக்கு எதற்கும் தட்டுப்பாடு இருக்கக்கூடாது."

இரவு பகலாகத் தைக்கும் நூல் உண்டாக்குவதற்காக எட்டு சிலந்திகளை ஏற்பாடு செய்தது வளை எலி. அப்படிப்பட்ட சூழ்நிலையில் தையல் வேலை செய்யாமல் இருப்பதற்கு அவளால் முடியாது அல்லவா! தினமும் வளை எலி வந்து அவளைச் சந்திப்பது வழக்கமாக இருந்தது. அந்த எலி இடையிடையே, "இப்போது வெயிலின் வெப்பம் தாளாமல் பூமி மிகவும் கெட்டியாகிப்போயிருக்கிறது. கோடை காலம் முடிந்தவுடன் சூரியக் கதிர்களுக்கு வெப்பம் இருக்காது. அப்போது நான் உன்னைத் திருமணம் செய்துகொள்கிறேன்!" என்று தம்ப்லினாவிடம் சொல்லும். அதைக் கேட்டு அவள் மிகவும் வருந்துவாள். அளுக்கு வளை எலியைக் கொஞ்சம்கூடப் பிடிக்கவில்லை. தினமும் காலையிலும் மாலையிலும் அவள் மெதுவாக வீட்டிலிருந்து வெளியே செல்வாள். காற்று தானியச் செடிகளின் மேல் முனைகளை அகற்றும்போது அவள் நீல ஆகாயத்தைப் பார்ப்பாள். எவ்வளவு அழகாகவும் வெளிச்சமாகவும் இருக்கிறது இந்த இடம் என்று அவள் வியப்படைவாள். தன் அன்பிற்குரிய குருவியைப் பார்ப்பதற்காக விருப்பம் அவளுக்கு ஏற்படும். ஆனால், குருவி வரவேயில்லை. அது தூரத்தில் இருக்கும் பச்சைக் காடுகளில் வாழ்ந்துகொண்டிருக்கிறது போலிருக்கிறது என்று நினைத்துக்கொள்வாள் தம்ப்லினா.

இலையுதிர்காலம் வந்தபோது தம்ப்லினா, தேவையான உடைகளையெல்லாம் தயாரித்து முடித்திருந்தாள்.

"இன்னும் ஒரு மாதத்தில் உன் திருமணம் நடக்கும்!" என்று சொன்னது பாட்டி எலி.

"அந்த வளை எலியை எனக்கு முற்றிலும் பிடிக்கவில்லை!" என்று அழுதுகொண்டே சொன்னாள் தம்ப்லினா. அப்போது பாட்டி எலி கேட்டது:

"நீ ஏன் இப்படிப் பிதற்றுகிறாய்? நீ இப்படிச் செய்தால் நான் என் எல்லாப் பற்களையும் பயன்படுத்தி உன்னைக் கடிப்பேன் பார்த்துக்கொள்! நீ திருமணம் செய்துகொள்ளப்போகும் எலி மிகவும் உயர்தரமானவர். அவருடைய கறுப்புப் பட்டுப்போன்ற ரோமத் தோல் நம் ராணிக்குக் கூட இல்லை. போதாக் குறைக்கு அவருடைய சமையலறையும், சரக்கு அறையும் எப்போதும் தானியங்களாலும், மற்ற உணவுப் பொருட்களாலும் நிறைந்திருக்கும். உனக்கு இப்படிப்பட்ட அதிர்ஷ்டம் வந்து சேர்ந்ததற்கு நீ கடவுளுக்கு நன்றி சொல்ல வேண்டும்! புரிந்ததா?"

திருமணத்திற்குக் குறிக்கப்பட்ட நாள் நெருங்கியது. தம்ப்லினாவை அழைத்துச் செல்வதற்காக வளை எலி வந்துவிட்டது. இனிமேல்

தம்ப்லினா அந்த எலியுடன் பூமிக்கடியில் உள்ள பொந்தில்தான் இருக்க வேண்டும்! சூரியனின் வெளிச்சத்தை எட்டிப் பார்ப்பதற்கு அவளால் முடியாது. ஏனென்றால் அது வளை எலிக்குச் சற்றும் பிடிக்காது. பாவப்பட்ட தம்ப்லினா தன் துயரத்தை அடக்க முடியாமல் மூச்சுத் திணறினாள். மேல் படியில் நின்றாவது சூரியனைப் பார்க்க அவள் பாட்டி எலியிடம் அனுமதி பெற்றிருந்தாள். ஆனால் இப்போது அவள் சூரியனிடமிருந்தும் நிரந்தரமாக விடை பெறப்போகிறாள்.

அவள் பாட்டி எலியின் வீட்டிலிருந்து புறப்பட்டுச் சற்றுத் தூரம் நடந்து வயலை அடைந்தாள். தானியங்கள் அறுவடை செய்யப்பட்டிருந்ததால் செடித் தண்டுகள் மட்டுமே அங்கே இருந்தன. சிவப்பு பூ இருந்த ஒரு செடியைக் கட்டிப் பிடித்துக்கொண்டு அவள் சொன்னாள்:

“ஏ, சூரியனே! நான் இதோ அந்த வளை எலியின் பொந்துக்குப் போகப் போகிறேன்! நீ அந்தச் சிறிய தூக்கணாங்குருவியைப் பார்த்தால் அதை நான் மிகவும் விசாரித்தேன் என்று சொல்!”

அப்போது திடீரென்று மேலே ஏதோ சரசரவென்று சத்தம் கேட்டது. தம்ப்லினா அண்ணாந்து பார்த்தபோது அங்கே என்ன கண்டாள்? அந்த வழியாகப் பறந்து செல்கிற பழைய தூக்கணாங் குருவியைக் கண்டாள்!

தம்ப்லினாவைப் பார்த்தபோது குருவிக்குப் பெரிதும் மகிழ்ச்சியாக இருந்தது.

அந்தக் கோரமான எலியைத் திருமணம் செய்துகொள்ளும்படி பாட்டி எலி தன்னை கட்டாயப்படுத்தியது, சூரிய வெளிச்சம் உள்ளே வராத அந்த எலிப் பொந்தில் வாழப்போவது ஆகிய எல்லாவற்றையும் அவள் அந்தக் குருவியிடம் சொன்னாள். எல்லாவற்றையும் சொல்லும்போது அவள் அழுதுவிட்டாள்.

குருவி சொன்னது:

“என் அன்பான தம்ப்லினா, இதோ குளிர் காலம் வரப்போகிறது. நான் வெகு தூரம் கடந்து வெப்ப நாடுகளுக்குப் பறந்து சென்றுகொண்டிருக்கிறேன். நீ என்னுடன் வருவாயா? நீ என் மேலே அமர்ந்து கொள்ளலாம். அப்படி நாம் அந்த அவலட்சணமான வளை எலியிடமிருந்தும், அதன் இருட்டுப் பொந்திலிருந்தும் அகன்று வெகு தூரம் சென்றுவிடலாம். நாம் மலைகளின் மேலே பறந்து தூரத்து நாடுகளுக்குச் செல்வோம். அங்கே சூரியன் இங்குள்ளதைவிடவும் நன்றாகப் பிரகாசிக்கிறது. அங்கே எப்போதும் குளிர் இருக்காது. அழகான பூக்களும் அங்கே நிறைய இருக்கின்றன.

நான் எலியின் சுரங்கத்தில் மயங்கி உறைந்து கிடந்தபோது நீ என் உயிரைக் காப்பாற்றினாய்! நீ என்னுடன் வந்துவிடு!"

தம்ப்லினா சம்மதித்தாள்:

"குருவீ, நான் உன்னுடன் வருகிறேன்!"

பிறகு அவள் குருவியின் முதுகில் ஏறி அமர்ந்தாள். அதன் விரிந்த இறக்கைகளுக்குள் தன் கால்களை நுழைத்துக்கொண்டாள். தன் இடைப் பட்டையைக் குருவியின் ஒரு பலமான இறகில் கட்டி வைத்தாள். குருவி முதலில் காடுகளின் மீதும் வனங்களின் மீதும் பறந்தது. பிறகு பனி உறைந்து கிடக்கும் மலைகளின் மீது பறந்தது. மிகவும் குளிராக இருந்தபோது அவள் குருவியின் கதகதப்பான இறகுகளால் தன்னை மூடிக்கொண்டாள். கீழே உள்ள காட்சிகளைப் பார்ப்பதற்காகத் தலையை மட்டும் வெளியே நீட்டினாள்.

கடைசியில் குருவி தான் வரவேண்டிய இடத்திற்கு வந்து சேர்ந்தது. அங்கே சூரியன் மிகப் பிரகாசமாக ஜொலித்துக்கொண்டிருந்தது. ஆகாயம் மிகவும் உயரமாக இருப்பதுபோலத் தோன்றியது. வேலிகளில் நீல நிறமும் பச்சை நிறமும் கலந்த அழகான திராட்சைக் கொடிகள் நிறைந்திருந்தன. எலுமிச்சை மரங்களும், ஆரஞ்சு மரங்களும் காய்த்துக் குலுங்கின. மூலிகைச் செடிகளின் மணம் காற்றில் கலந்திருந்தது. அழகான மனிதக் குழந்தைகள் வண்ணத்துப் பூச்சிகளுடன் ஓடி விளையாடிக்கொண்டிருந்தார்கள். குருவி அந்த இடத்தையும் கடந்து இன்னும் இயற்கை அழகு மிகுந்திருக்கும் இடத்திற்குச் சென்றது. பசும் மரங்களின் இடையே, நீல நிறமான ஒரு ஏரியின் அருகில் ஒரு அரண்மனை இருந்தது. ஒளிரும் பளிங்குக் கற்கள் கொண்டு கட்டப்பட்ட பழைய அரண்மனை அது. உயர்ந்த தூண்களைச் சுற்றிலும் கொடிகள் படர்ந்திருந்தன. தூண்களின் மேலே நிறையக் குருவிகளின் கூடுகள் இருந்தன. தம்ப்லினாவைச் சுமந்திருந்த குருவி அந்தக் கூடுகளில் ஒன்றில்தான் வாழ்ந்து வந்தது.

குருவி சொன்னது:

"தம்ப்லினா, இதோ இங்கே இருக்கிறது என் வீடு! ஆனால் நீ அதில் வசிக்க முடியாது. ஏனென்றால் அது தேவையான விதம் இன்னும் தயாராகவில்லை. நீ அங்கே வசதியாக இருக்க முடியாது. அதோ கீழே மிகவும் அற்புத அழகுள்ள பூக்கள் மலர்ந்திருக்கின்றன அல்லவா, அவற்றில் ஒரு பூவைத் தேர்ந்தெடுத்து நீ அதில் வசிக்கலாம்! நான் உன்னை அந்தப் பூவில் கொண்டுபோய் விடுகிறேன். பிறகு உனக்கு எந்தப் பூ பிடிக்கிறதோ அதில் வசிக்கலாம்!"

தம்ப்லினா எல்லையற்ற மகிழ்ச்சியடைந்தாள். பெரிய ஒரு பளிங்குத் தூண் தரையில் விழுந்து உடைந்து மூன்று துண்டுகளாகக் கிடந்தது. அந்தத் துண்டுகளின் இடையில் உள்ள செடிகளில் மிகவும் அற்புத அழகு வாய்ந்த பூக்கள் மலர்ந்திருந்தன. குருவி, தம்ப்லினாவுடன் பறந்து சென்று , அவளை பெரியதொரு இலையில் இறக்கிவிட்டது. அப்போது அவள் அங்கே ஒரு காட்சியைக் கண்டு அதிசயித்துப்போனாள்! பூவின் நடுவில் மிகமிகச் சிறிய ஒரு மனிதன் நிற்கிறான். அந்த மனிதனின் உடல் கண்ணாடியால் ஆனதா என்று பார்ப்பவர்கள் வியந்துபோவார்கள். அவன் தலையில் ஒரு மணிக் கிரீடமும், தோள்களில் சிறகுகளும் இருந்தன. அவனும் தம்ப்லினாவின் உயரம்தான் இருந்தான். அவன் யார் தெரியுமா? அவன்தான் பூவின் தேவன்!

ஒவ்வொரு பூவும் ஒவ்வொரு ஆண் அல்லது பெண் தேவதையைக் கொண்டிருந்தது. அந்தத் தேவதைகளின் தலைவன்தான் தம்ப்லினா பார்த்த தேவன்!

“ஓ, இவர் எவ்வளவு அழகாக இருக்கிறார்!” என்று மெதுவாகக் குருவியிடம் சொன்னாள் தம்ப்லினா.

அந்தத் தேவன் குருவியைப் பார்த்ததும் சற்று அஞ்சினான். ஏனென்றால் அவனுடன் ஒப்பிடும்போது குருவி மிகப் பெரிய உருவத்தைக் கொண்டிருந்தது. ஆனால் அவன் தம்ப்லினாவைப் பார்த்தபோது மிக்க மகிழ்ச்சியடைந்தான். ஏனென்றால் அவன் இதுவரை பார்த்த பெண்களிலேயே இவள்தான் மிகவும் சிறப்பான அழகுடையவளாக இருந்தாள். அவன் தன் தலையில் இருந்த கிரீடத்தை எடுத்து அவள் தலையில் வைத்தான். உன் பெயர் என்ன என்றான். என்னைத் திருமணம் செய்துகொள்கிறாயா என்று கேட்டான். சம்மதம் என்றால் நீ பூக்களின் ராணியாவாய் என்றும் சொன்னான்.

அந்த வயதான தவளையின் மகன் தவளையிடமிருந்தும், கறுத்த ரோமத் தோல் கொண்ட வளை எலியிடமிருந்தும் முற்றிலும் வித்தியாசமாக இருக்கிறானே இந்தத் தேவன் என்று எண்ணி வியந்தாள் தம்ப்லினா! அவனின் மனைவியாவதற்கு சம்மதித்தாள். அப்போது ஒவ்வொரு பூக்களின் உள்ளிருந்தும் ஒரு ஆண் தேவதை, அல்லது பெண் தேவதை இறங்கி வந்தனர். எல்லா தேவதைகளையும் ஒன்றாகப் பார்ப்பது என்பது ஆனந்தமாக இருந்தது. ஒவ்வொரு தேவதையும் தம்ப்லினாவுக்கு ஒவ்வொரு பரிசு கொடுத்தனர். ஆனால் மிகவும் நல்ல பரிசு என்ன தெரியுமா? பெரிய ஒரு தேனீ அவளுக்கு இரண்டு சிறகுகளைப் பரிசளித்தது! அந்தச் சிறகுகள் தம்ப்லினாவின் இரண்டு தோள்களிலும் பிணைக்கப்பட்டன. அதனால் ஒரு

பூவிலிருந்து மற்றொரு பூவுக்குப் பறந்து செல்ல அவளால் முடிந்தது. எல்லோரும் சேர்ந்து எவ்வளவு உற்சாகமாகவும், மகிழ்ச்சியாகவும், கொண்டாட்டமாகவும் இருந்தார்கள்!

இதையெல்லாம் பார்த்துக் கொண்டு மேலே உள்ள தன் கூட்டில் அமர்ந்திருந்தது குருவி. திருமணப் பாட்டு பாட வேண்டிய பொறுப்பு குருவிக்குத்தான். முடிந்தவரை நன்றாக அந்தக் குருவி பாடியது. ஆயினும் அதன் உள்ளே வருத்தம் நிறைந்திருந்திருந்தது. ஏனென்றால் அது தம்ப்லினாவின் மீது அளவற்ற அன்பு கொண்டிருந்தது. அவளைப் பிரிவதை அதனால் சகித்துக்கொள்ளவே முடியவில்லை.

பூக்களின் தேவன் தப்லினாவிடம் சொன்னான்:

"தம்ப்லினா என்னும் பெயர் உனக்குப் பொருத்தமானது அல்ல. அதனால் இனி நாங்கள் உன்னை "மாயியா'' என்று அழைப்போம்!"

அப்போது குருவி சொன்னது:

"தம்ப்லினா, நான் உன்னிடம் விடை பெற்றுக்கொள்கிறேன்!"

இப்படிச் சொல்லிவிட்டு அந்தக் குருவி துயரத்தால் கனத்த இதயத்துடன் பறந்து சென்றது. ஏற்ற பருவ நிலை வந்தபோது அது திரும்பவும் டென்மார்க்கை அடைந்தது. அங்கே விசித்திரமான கற்பனைக் கதைகள் சொல்லும் ஒரு ஆள் வாழ்ந்திருந்தான். அந்த வீட்டில் இருந்த ஒரு சன்னலின் மேலே குருவிக்கு ஒரு கூடு இருந்தது. அந்தக் குருவி அவன் முன்னாலிருந்து பாடுவது வழக்கம்.

அந்த ஆளிடமிருந்துதான் இந்தக் கதை நமக்குக் கிடைத்தது.

■

29

இளவரசியும் பயறு மணியும்

முன்னொரு காலத்தில் ஒரு இளவரசன் ஒரு இளவரசியைத் திருமணம் செய்ய விரும்பினான். ஆனால், தன் மணமகள் உண்மையான இளவரசியாக இருக்க வேண்டும் என்று அவன் உறுதிகொண்டிருந்தான். அப்படி ஒரு இளவரசியைக் கண்டுபிடிப்பதற்காக அவன் உலகம் எல்லாம் சுற்றினான். ஆனால் எல்லா இடத்திலும் அவனுக்கு ஏதாவது தடை ஏற்பட்டது. இளவரசிகள் நிறைய இருந்தார்கள். அது சரிதான். ஆனால் உண்மையான இளவரசி எங்கே? அதைக் கண்டுபிடிக்க அவனால் முடியவில்லை. இதுவரை பார்த்த எல்லா இளவரசிகள் மீதும் ஏதோ குறைபாடு இருப்பதாக அவனுக்குத் தோன்றியது. அவன் மிகவும் கவலையுடன் தன் நாட்டுக்குத் திரும்பினான்.

ஒரு நாள் மாலை நேரத்தில் ஒரு புயற்காற்று வீசியது. இடி முழக்கங்கள் பேரோசையாக ஒலித்தன! பேய் மழை கொட்டித் தீர்த்தது. ஆக மொத்தம் பயங்கரமான ஒரு நிலை!

அப்போது அரண்மனையின் வெளிக் கதவை யாரோ தட்டுவது போன்று சத்தம் கேட்டது!

இளவரசனின் அப்பாவான அரசன் கதவைத் திறந்து பார்த்தார்.

வெளியே ஒரு இளவரசி நின்றுகொண்டிருந்தாள். ஒரு தனிப்பட்ட வகையில் இருந்தது அவளது தோற்றம். அவள் மழையில் நனைந்து புயலில் உழன்றிருந்தாள் அல்லவா. அதனால் அவள் தலைமுடியிலிருந்தும், உடைகளிலிருந்தும் மழைத் தண்ணீர் இறங்கி அவள் காலணிகள் வழியே வெளியேறின. ஆயினும் அவள், "நான் ஒரு உண்மையான இளவரசி" என்று சொன்னாள்.

"ஆமாம், ஆமாம். நாம் இப்போது உண்மையைக் கண்டுபிடித்து விடலாம்!" என்று ராணி தனக்குள் சொல்லிக் கொண்டாள்.

அவள் நேராகப் படுக்கை அறைக்குச் சென்றாள். மெத்தையின் அடியில், கட்டில் பலகையின் மேலே ஒரு பயறு மணியை வைத்தாள். அதன் மேலாக இருபது மெத்தைகளை ஒவ்வொன்றாக அடுக்கினாள்.

இரவு உறங்குவதற்காக அந்தக் கட்டில்தான் இளவரசிக்குக் கொடுக்கப்பட்டது.

காலையில் அந்த இளவரசியிடம் ராணி கேட்டாள்:

"நீ இரவு நன்றாகத் தூங்கினாயா?"

இளவரசி இப்படிப் பதில் சொன்னாள்:

"இல்லை. எனக்கு மிகவும் சிரமமாக இருந்தது. இரவு முழுவதும் நான் நிமிட நேரம் கூட கண்கள் மூடவில்லை. கரடுமுரடான ஏதோ ஒரு பொருள் மீது நான் படுத்திருப்பதாக எனக்குத் தோன்றியது. என் முதுகு இப்போதும் வலிக்கிறது!"

அப்போது ராணிக்கும் மற்ற எல்லோருக்கும், இவள் ஒரு உண்மையான இளவரசிதான் என்று தெரிந்தது. ஏனென்றால், இருபத்தொன்று மெத்தைகளின் அடியில் வைத்திருந்த பயிறு மணி அவளுக்குத் தொந்தரவாக இருந்தது. உண்மையான இளவரசிகளின் உடல்தானே இவ்வளவு மென்மையாக இருக்கும்!

கடைசியில் இதோ, இளவரசனுக்கு ஒரு உண்மையான இளவரசி கிடைத்துவிட்டாள். அவன் அவளைத் திருமணம் செய்துகொண்டான் என்பது மட்டுமல்ல, அந்தப் பயறு மணியை பாதுகாப்பாகத் தன் காட்சியகத்தில் வைத்திருந்தான். அதை யாராவது எடுத்துச் சென்றிருக்கவில்லை என்றால், அது இப்போதும் அங்கே இருக்கிறது!

இது உண்மையில் நடந்த கதை தெரியுமா?

■

www.ingramcontent.com/pod-product-compliance
Lightning Source LLC
LaVergne TN
LVHW101357051026
849519LV00005BC/1563